ఉండవల్లి అరుణ్ అరుణ కుమార్

విభజన కథ

నా డైరీలో కొన్ని పేజీలు

ఒక సాక్షి... పాత్రధారి కథనం

కస్తూరి విజయం
VICTORY OF KASTURI

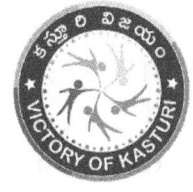

VIBHAJANA KATHA
Naa Dairyloo Konni Peejiilu
Author : Vundavalli Arunkumar

విభజన కథ
నా డైరీలో కొన్ని పేజీలు
ఉండవల్లి అరుణకుమార్
3rd Edition

Copy Right: Vundavalli Arunkumar

Published By: Kasturi Vijayam

Published on: May,2023

ISBN (Paperback): 978-81-963075-1-6

ISBN (E-Book): 978-81-963075-0-9

Print On Demand

Ph:0091-9515054998

Email: Kasturivijayam@gmail.com

Book Available
@
Amazon, flip kart, Google Play, ebooks, Rakuten and KOBO

ఈ పుస్తకం ఎందుకు?

వర్తమాన చరిత్రను గ్రంథస్థం చేసే అలవాటు తెలుగు వారికి చాలా తక్కువ. ముందుగా అలాంటి ప్రయత్నం చేస్తున్నందుకు మిత్రులు ఉండవల్లి అరుణ్ కుమార్ అరుణ కుమార్ గారిని మనం అభినందించాలి. ఈ మొత్తం వ్యవహారంలో ఆయన పాత్రధారి, సాక్షి కావటం నుంచి ఈ పుస్తకానికి సాధికారిత ఏర్పడింది.

ఆంధ్రప్రదేశ్ విభజన నా జీవితకాలంలో జరిగిన సంఘటనలలో అత్యంత ప్రభావంతమైన సంఘటన. పట్టి కుదిపేసిన సంఘటన. ఈ సంఘటనకు సంబంధించి ఓ సాక్షి కథనాన్ని చదవటం నాకూ ఎంతో ఆసక్తి కలిగించింది.

ఆంధ్రప్రదేశ్ విభజన జరిగిపోయింది. తెలంగాణ ప్రజల చిరకాల ఆకాంక్ష నెరవేరింది. తెలుగు ప్రజలు కలిసి ఉండటంలో విఫలమైనప్పటికీ ఉద్యమ సమయంలో ఎంతో ఓపికను, సంయమనాన్ని పాటించారు. అందుకు తెలుగువాళ్లుగా మనల్ని మనం అభినందించుకోవాలి. అయితే ఇప్పుడు చర్చించుకోవాల్సిన సమయం వచ్చింది. వివిధ వ్యవస్థలు, వ్యక్తులు ఎలా ప్రవర్తించారు అనే విషయాన్ని బేరీజు వేసుకోవలసిన సమయం వచ్చింది.

మనం మన ప్రతినిధులను చట్ట సభలకు పంపిస్తాం. మనకు ఉపయోగకరమైన మంచి చట్టాలను చేయటం వాళ్ళ పని. ఆ చట్టాలను అమలు చేయడం ప్రభుత్వాల పని. మన చట్టసభల సభ్యులు ప్రభుత్వం కాదు. ప్రభుత్వం, ప్రభుత్వాలు ఎలా నడవాలో నిర్ణయించే మన ప్రతినిధులు. నాకు కొంచెం కూడా అర్థంకాని విషయమేమిటంటే మనం పదే పదే ఈ ఉద్యమకాలంలో చట్టసభల సభ్యుల్ని రాజీనామా చేయమని ఒత్తిడి చేయడమేమిటి? మనకు అన్యాయం జరుగుతుందని భావిస్తే ఆ విషయాన్ని గొంతెత్తి నినాదించాల్సిన చట్టసభల సభ్యులు రాజీనామాలు చేసి రోడ్ల మీదకు వస్తే సమస్యలు పరిష్కారం అవుతాయా? మన గొంతు వినిపించేదెవరు? అలా చేసి మనం నేరస్థులం కాలేదా? ఇదీ నా ప్రధానమైన ప్రశ్న.

ఆంధ్రప్రదేశ్ విభజన చట్టం, ఇప్పటికే అమలులో వున్న పార్లమెంటరీ సంప్రదాయాల ప్రకారం అసలు ఆమోదించబడలేదు అనేది శ్రీ ఉండవల్లి వాదన. చట్టసభల్లో జరిగే వ్యవహారాలపట్ల మనలాంటి సాధారణ పౌరులకు అవగాహన ఉండదు. ఆంధ్రప్రదేశ్ విభజన బిల్లు ఆమోదించబడిన తర్వాత మన చట్టసభల పరిస్థితి ఎంత అధ్వాన్నంగా ఉందో మనకు అర్థమవుతోంది. ప్రజలతో ఎన్నుకోబడ్డ లోకసభలో ఈ బిల్లు వివరంగా చర్చించబడలేదు. చర్చలేమైనా జరిగితే అవి బి.జె.పి., కాంగ్రెస్ నాయకుల మధ్య జరిగాయి. ప్రతిపక్షం, అధికారపక్షం కలిసి ఏ చట్టాన్నయినా ఆమోదించుకోవచ్చు. అయితే ఆ చట్టంలోని ప్రతి అంశం పట్ల ఎవరి అభిప్రాయాలేమిటో తెలుసుకునే హక్కు ప్రజలకుంటుంది. అలాగే తమ ప్రతినిధుల ద్వారా తమ వాణిని వినిపించుకునే

హక్కు ఉంటుంది. ఆంధ్రప్రదేశ్ విభజన చట్టం ఆమోదించబడ్డ తీరు ఈ పుస్తకంలో సవివరంగా తెలియజేయబడింది.

చరిత్ర వర్తమానానికి గురువు. జరిగినదానిని విశ్లేషించుకోవటం, జరిగిన పొరపాటులను తెలుసుకోవటం, వాటిపై విస్తృతంగా చర్చించుకోవడం ప్రజాస్వామ్యం బలోపేతం కావటానికి కచ్చితమైన అవసరం.

ఇంత పెద్ద దేశంలో ఇంకా అనేక రాష్ట్రాలు ఏర్పడవలసిన అవసరం ఏర్పడవచ్చు. కేవలం 35కోట్ల జనాభా కలిగిన అమెరికా సంయుక్త రాష్ట్రాలను 50 పైచిలుకు రాష్ట్రాలుగా చేసినప్పుడు 120 కోట్లకు పైగా జనాభా వున్న భారతదేశంలో ఇప్పుడువున్న 29 కాక మరో 20 రాష్ట్రాలు వున్నా అధికార వికేంద్రీకరణ అవుతుంది తప్ప వచ్చే నష్టమేమీ లేదు. అయితే ఓ స్పష్టమైన ప్రాతిపదిక లేకుండా, చర్చించకుండా ఏర్పాటు చేయడం అభ్యంతరకరం.

గత 10 సంవత్సరాల కాలంలో పార్లమెంటు పూర్తిస్థాయిలో ఒక్కసారైనా ఈ విషయంపై చర్చించిందా? తెలంగాణాలో భావోద్వేగంతో పిల్లలు ప్రాణాలు తీసుకుంటుంటే ఆంధ్ర ప్రాంతంలో తల్లిదండ్రులు సంతోషించి ఉంటారా? అలాగని ఎవరైనా అనుకుంటారా? రాష్ట్రంలో ఉన్న 42మంది పార్లమెంట్ సభ్యులు ఓ చోట కూర్చొని తమ సమస్యల్ని పరిష్కరించుకోలేక పోవటం ఎంతవరకూ సమంజసం? ప్రతివారికి కొన్ని సమస్యలుంటాయి. కూర్చొని, చర్చించుకుని సమస్యలను పరిష్కరించుకోవటమే ప్రజాస్వామ్యం. మరి వీరు చేసిందేమిటి? ప్రాంతాలుగా విడిపోయి, టీవీ తెరలపై ధ్వని కాలుష్యం సృష్టించడం తప్ప. ఇది నేరం కాదా? ప్రజల్ని ముందుండి నడిపించాల్సిన ప్రతినిధులు, నాయకులు ప్రజల భావోద్వేగాల వెనకాల పరిగెత్తడం నేరం కాదా?

వీటిని గురించి చర్చ జరగడం కోసమే ఈ పుస్తకం.

కొసమెరుపేమిటంటే ఆంధ్రప్రదేశ్ విభజన జరిగాక అవశేష ఆంధ్రప్రదేశ్ లో బంద్‌కు పిలుపునిస్తే ఘోరాతిఘోరంగా విఫలమైంది. హైదరాబాద్ లో ఫ్యాక్టరీలు సైరన్లను మోగిస్తూనే ఉన్నాయి. ఆటోలూ, కార్లు రోడ్లు పట్టకుండా తిరుగుతూనే వున్నాయి. మన చట్ట సభల్లో ప్రతినిధులు పెద్ద గొంతుకలతో అరుచుకుంటూ బాహాబాహీ యుద్ధాలు చేస్తూనే వున్నారు. మన ప్రచార మాధ్యమాలు ఆ వినోదాన్ని నిరంతరం ప్రజలకు అందిస్తూనే ఉన్నాయి. మనిషి తన బతుకు కోసం తను పరిగెత్తుతూనే వున్నాడు. అయితే కొంతమంది ఆలోచనాపరులు మాత్రం ఈ వ్యవస్థని ఎలా నిలబెట్టాలా అని ఆలోచిస్తూ ఉంటారు. వాళ్ళ కలల్లో బంగారు తెలంగాణా ఉండదు, స్వర్ణాంధ్రప్రదేశూ ఉండదు. నలుగురు మనుషులు కూర్చొని మాట్లాడుకుని సమస్యలను పరిష్కరించుకునే సుందర దృశ్యం కనిపిస్తూ ఉంటుంది.

ఎమెస్కో విజయకుమార్

చిన్నమాట

రాష్ట్ర విభజనానంతరం, నా మిత్రులు సౌమ్యం గానూ.. విరోధులు కఠినంగానూ నా మీద చేస్తున్న ఆరోపణ ఒకటే..!

25-1-2013 రాజమండ్రి బహిరంగ సభ మొదలుకుని 20-2-2014 రాజ్యసభలో కూడా రాష్ట్ర విభజన జరిగిపోయేదాకా ఉండవల్లి ఎక్కడ మాట్లాడినా "బిల్లు పాసవ్వదు" "బిల్లు పాసవ్వదు" అంటూ ప్రజల్ని తప్పుదోవ పట్టిస్తూనే వచ్చాడు! దీనికేం సమాధానం చెప్తాడు. – అని!!

దీనికి నేనిచ్చే సమాధానం ఒక్కటే... 'బిల్లు పాసవదు' అన్నాను 'బిల్లు పాసవ్వలేదు'

18-2-2014 తేదిన లోక్ సభలో బిల్లు పాసయ్యే పరిస్థితే వుంటే, తలుపులెందుకు మూసేస్తారు... టివి ప్రసారాలను ఎందుకు ఆపు చేస్తారు... ఎంతమంది అనుకూలమో, ఎంతమంది వ్యతిరేకమో.. లెక్క కూడా పెట్టకుండా 'అయిపోయింది' అని ఎందుకు ప్రకటించేస్తారు!?

లోక్ సభలో జరిగిన 'ప్రహసనం' చదవండి.. మీకు అర్థం అవుతుంది, బిల్లు పాసవ్వలేదని...

20-1-2011 న శ్రీకృష్ణ కమిటీ నివేదికను రాజకీయ పార్టీలకు చిదంబరం అందించిన రోజునుండి, కాంగ్రెస్ వర్కింగ్ కమిటీ 'తెలంగాణ' రాష్ట్ర ఏర్పాటుకు తీర్మానం చేసిన నాటి వరకు, ఆ తరువాత పార్లమెంటులో విభజన బిల్లు పాసయ్యే వరకు ఏం జరిగిందో, అందులో నా పాత్ర ఏమిటో నా డైరీలో నమోదు చేశాను. చదవండి.

అయితే ఈ డైరీలోకి వెళ్ళేముందు వేర్పాటువాదం చరిత్ర, పూర్వాపరాలు కూడా తెలుసుకోవడం అవసరం. అందుకే ముందు సంక్షిప్తంగా పూర్వ చరిత్ర అందిస్తున్నాను.

ఉండవల్లి

విషయసూచిక

వివిధ పార్టీల పాత్ర

కాంగ్రెస్ పార్టీ

'ప్రత్యేక తెలంగాణ' నినాదం మొదలు పెట్టింది కాంగ్రెస్ నాయకులే!

స్టేట్ రీ ఆర్గనైజేషన్ కమీషన్ (ఫజల్ ఆలీ కమిషన్) 1954-55 ముందు హాజరై తెలంగాణాను వేరే రాష్ట్రంగా ఉంచాలనీ, ఆంధ్రతో కలపకూడదని వాదన విన్పించింది.. నాటి కాంగ్రెస్ నాయకులే! ఆ రోజుల్లో కాంగ్రెస్ - కమ్యూనిస్టు పార్టీలే ప్రధాన పార్టీలు. కమ్యూనిస్టులు ఏకగ్రీవంగా 'విశాలాంధ్ర'ని కోరుకుంటే, కాంగ్రెస్ లో ఒక వర్గం మాత్రం తెలంగాణాను వేరుగా ఉంచాలని బలంగా కోరింది.

ఆ రోజుల్లో దేశం మొత్తం మీద, కాంగ్రెసుకున్న పలుకుబడి కారణంగా ఆంధ్ర, తెలంగాణ ప్రాంత నాయకుల్ని కూర్చోబెట్టి 'జెంటిల్ మెన్ అగ్రిమెంట్' పేరిట ఇద్దరినీ కలిపి ఆంధ్రప్రదేశ్ రాష్ట్రాన్ని ఏర్పరిచారు.

1969లో ప్రత్యేక తెలంగాణ రాష్ట్రం కోసం పెద్ద ఉద్యమం నడిపించింది, దానికి నాయకత్వం వహించింది కూడా కాంగ్రెస్ వారే! 1971 పార్లమెంట్ మధ్యంతర ఎన్నికలలో తెలంగాణ ప్రజా సమితి పేరుతో, ఈ నాయకులే కాంగ్రెస్ నుంచి బైటకొచ్చేసి, పోటీ చేసి తెలంగాణలో విజయం సాధించారు. ఇందిరాగాంధీ కొత్త కాంగ్రెస్ 'ఆవు-దూడ' గుర్తుతో దేశమంతటా విజయ దుందుభి మ్రోగించినా, తెలంగాణలో మాత్రం చతికిలపడింది. అయినా, తన పాత సహచరులు, అనుచరులు అయిన తెలంగాణ ఎంపీ లందర్నీ కూర్చోబెట్టి, ఇందిరమ్మ కలిసుండటానికి ఒప్పించారు. అంతేకాదు.. ప్రజా సమితిని కాంగ్రెస్ లో విలీనం కూడా చేయించారు. ఆ సమయంలోనే, ఆంధ్ర ప్రాంతానికి చెందిన ముఖ్యమంత్రి బ్రహ్మానందరెడ్డిని రాజీనామా చేయించి తెలంగాణ ప్రాంతానికి చెందిన పి.వి. నరసింహారావును ముఖ్యమంత్రిని కూడా చేసారు. 1972 అసెంబ్లీ ఎన్నికలలో ఆంధ్ర, తెలంగాణ, రాయలసీమ మూడు ప్రాంతాలలో కాంగ్రెస్ విజయం సాధించింది. 219 అసెంబ్లీ స్థానాలు గెలిచి రాష్ట్ర చరిత్రలో రికార్డు స్థాపించింది. ఈ రికార్డు, ఎన్ టీ రామారావు కూడా 'బ్రేక్' చెయ్యలేకపోయారు. అంతటి ఘన విజయాన్ని సాధించి మళ్లీ ముఖ్యమంత్రి పదవి చేపట్టిన పి. వి. నరసింహారావు, ముల్కీ రూల్స్ కి వ్యతిరేకంగా ప్రారంభమయిన 'ప్రత్యేక ఆంధ్ర' ఉద్యమ ప్రభావ ఫలితంగా మెజార్టీ వుండీ రాజీనామా చేయవలసి

వచ్చింది. రాష్ట్రపతి పాలన ప్రవేశపెట్టి 'ఆరు సూత్రాల పథకం' ప్రతిపాదించి, రాజ్యాంగ సవరణ ద్వారా 371 డి ఏర్పాటుచేసి, వేర్పాటు వాదాన్ని మరొకసారి జోకొట్టగలిగింది ఇందిరమ్మ. 1990లో ఢిల్లీలో "నేషనల్ మూవ్ మెంట్ ఫర్ స్టేట్స్ రీ – ఆర్గనైజేషన్" ఫోరమ్ మీటింగ్ జరిగింది. డా॥ జయంత్ రొంగ్పి ఎమ్.పి. కన్వీనర్ గా జరిగిన ఈ సదస్సులో బోడో, జార్ఖండ్, ఉత్తరాఖండ్, నాగాలాండ్ మొదలైన ప్రత్యేక రాష్ట్రాలు కోరే ప్రతినిధులందరూ హాజరైనా, తెలంగాణ నుండి ఎవ్వరూ హాజరు కాలేదు.

ఆ తర్వాత సుమారు ముప్పై ఏళ్లపాటు, పెద్దగా 'వేర్పాటు ధ్వని' వినబడలేదు.

1999లో ఎన్డీయే అధికారంలోకి వచ్చాక, వాజ్‌పేయి ప్రభుత్వం, ఉత్తరా ఖండ్, ఛత్తీస్గఢ్, జార్ఖండ్ రాష్ట్రాల నేర్పరుస్తున్నప్పుడు, మళ్లీ తెలంగాణ కాంగ్రెస్ శాసనసభ్యులలో 'తెలంగాణ' ఆశ చిగురించింది.

ది. 11-8-2000 నాడు అఖిలభారత కాంగ్రెస్ అధ్యక్షురాలు శ్రీమతి సోనియాగాంధీ హైదరాబాద్ వచ్చినప్పుడు, 40మంది శాసనసభ్యులు ఆమెను కలిసారు. తెలంగాణ రాష్ట్ర ఏర్పాటు విషయమై ఆమెకొక వినతిపత్రం సమర్పించారు. ఆ మెమోరాండం ఆధారంగా, తెలంగాణ విదర్భ రాష్ట్రాల డిమాండ్ ను పరిగణనలోకి తీసుకుంటూ, రెండవ రాష్ట్ర పునర్విభజన కమీషన్ ఏర్పాటు చేయాల్సిందిగా సోనియాగాంధీ అప్పటి హోంమంత్రి ఎల్. కె. అద్వానీకి ఒక లేఖ వ్రాశారు. అద్వానీ ఆ ప్రతిపాదనను తిరస్కరిస్తూ 'రిప్లై' ఇచ్చారు.

2004 సార్వత్రిక ఎన్నికల నాటికి కాంగ్రెస్ పార్టీ పాత్ర టూకీగా... ఇది!

భారతీయ జనతా పార్టీ

పూర్వం 'జనసంఘ్' పేరుతో నున్న ఈ పార్టీ 1977లో జనతా పార్టీలో విలీనమై.. 1980లో భారతీయ జనతా పార్టీగా అవతరించింది.

హిందూ మతవాద పార్టీగా ముద్రపడ్డ ఈ పార్టీ ఆంధ్రప్రదేశ్ రాష్ట్రంలో పెద్దగా ప్రభావం చూపలేకపోయింది.

1997లో, కాకినాడలో జరిగిన భారతీయ జనతా పార్టీ జాతీయ సమావేశాలలో, బిజెపికి ఓటు వేస్తే రెండు రాష్ట్రాలిస్తామని 'ఒక ఓటు – రెండు రాష్ట్రాలు' అంటూ రాష్ట్ర విభజనకు అనుకూలంగా తీర్మానం చేసారు. 1998 పార్లమెంట్ మధ్యంతర ఎన్నికల్లో, ఒంటరిగా పోటీ చేసిన బిజెపి, కాంగ్రెస్, తెలుగుదేశం పార్టీలు రెండింటినీ ఓడించి, అనూహ్యంగా కాకినాడ పార్లమెంట్ స్థానాన్ని పక్కనే ఉన్న రాజమండ్రి పార్లమెంట్ స్థానాన్నీ కూడా గెలవగలిగింది. అవిభక్త ఆంధ్రప్రదేశ్లో ఒంటరిగా పోటీచేసి 19.5% ఓట్లూ 4 పార్లమెంట్ సీట్లు పొందటం అందర్నీ ఆశ్చర్య పరిచింది. తెలంగాణ విభజిస్తామంటూ తీర్మానం చేసిన కాకినాడలో ఘనవిజయం సాధించటం మరింత ఆశ్చర్యకరం!

1998 నుంచి 2004 వరకూ వాజపేయి నేతృత్వంలో భాజపా అధికారంలో వుంది. 1999లో ఒక్క ఓటుతో అత్యంత వివాదాస్పదంగా వాజపేయి ప్రభుత్వాన్ని దించి వేసినా, మళ్లీ గెలిచి, మరింత బలంగా, వాజపేయి ప్రధానమంత్రి కాగలిగారు.

ఆ సమయంలో మూడు కొత్త రాష్ట్రాల ఏర్పాటు జరిగింది. విదర్భ, తెలంగాణల ఏర్పాటు విషయమై పునర్విభజన కమీషన్ వేయమన్న కాంగ్రెస్ డిమాండ్‌ను తిరస్కరించటమే కాకుండా, 1-4-2002 తేదీన ఆలె నరేంద్ర (ఎం.పీ)కి వ్రాసిన లేఖలో "తెలంగాణ ఏర్పాటు కేంద్ర ప్రతిపాదనల్లో లేదని, అభివృద్ధి, ప్రాంతీయ అసమానతలు సరైన ప్రణాళికల ద్వారా పరిష్కారం చేయబడాలనేదే కేంద్ర ప్రభుత్వం అభిప్రాయమని" తెలియచేశారు. (చూ. అను. 1)

1-8-2000 తేదీన పార్లమెంట్ లో చిన్న రాష్ట్రాల ఏర్పాటుపై అద్వానీ కేంద్ర ప్రభుత్వం అభిప్రాయాన్ని తెలియచేస్తూ "ఏ కొత్త రాష్ట్రం ఏర్పడాలన్నా, అక్కడి శాసనసభ తీర్మానం చేసి పంపిస్తేనే, ఆ విషయం 'సీరియస్' గా ఆలోచిస్తామని" చెప్పారు.

17-3-2004న హైద్రాబాద్ లో జరిగిన పత్రికా సమావేశంలో అప్పటి హోంమంత్రి అద్వానీ మాట్లాడుతూ ప్రత్యేక తెలంగాణ మా ఎన్డీఏ మానిఫెస్టోలో పెట్టటం లేదని తేల్చి చెప్పారు. ఏకగ్రీవ అసెంబ్లీ తీర్మానాలు వచ్చిన తర్వాతే మూడు కొత్త రాష్ట్రాలు ఏర్పరిచామని అద్వానీ చెప్పారు.

ఆ రకంగా, 1998 కాకినాడ మీటింగ్ లో ఒక ఓటు – రెండు రాష్ట్రాలంటూ తెలంగాణ ఏర్పాటుకు అనుకూలంగా తీర్మానించిన బిజెపి, 2004 ఎన్నికల నాటికి 'తెలంగాణ' ఏర్పాటు విషయం 'అసెంబ్లీ తీర్మానం'తోనే అంటూ తప్పించుకుంది.

2004 ఎన్నికలలో కేంద్రంలో అధికారం కోల్పోయిన ఎన్డీయే... ప్రతిపక్ష స్థానంలో కూర్చుని, తెలంగాణ విషయమై, కాంగ్రెస్‌ను నిలదీస్తూనే వచ్చింది.

ది 3-3-2008న లోక్ సభలో, అద్వానీ ప్రసంగిస్తూ, తెలంగాణ ఇస్తామని కాంగ్రెస్ మోసం చేసిందని ఆరోపిస్తుండగా నేను అడ్డు తగిలాను. 1997లో ఒక ఓటు, రెండు రాష్ట్రాలు అని మేనిఫెస్టోలో పెట్టి కూడా, మూడు కొత్త రాష్ట్రాలు ఇస్తూ కూడా, బిజెపి తెలంగాణ ఎందుకు ప్రకటించలేదు అని ప్రశ్నించాను. అది మీరు చేసిన ద్రోహం కాదా!? అని అడిగాను. యుపిఎ సభ్యులు కూడా లేచి నాకు మద్దత్తుగా నిలబడ్డారు. తమకు మద్దతిస్తున్న పార్టీలు వ్యతిరేకించటం వల్లనే తెలంగాణ చేబట్టలేకపోయామని అద్వానీ ఒప్పుకున్నారు.

అక్టోబర్ 2012లో 'ఇండోర్'లో జరిగిన ఒక మీటింగ్ లో అద్వానీ ప్రసంగిస్తూ మా హయాంలో, తెలుగుదేశం పార్టీ ఒప్పుకోక పోవటం వల్ల తెలంగాణ ప్రత్యేక రాష్ట్రం ఏర్పరచలేకపోయామని, మూడు కొత్త రాష్ట్రాల ఏర్పాటు ఎన్.డి.ఏ. పాలనలో జరిగినప్పుడే, తెలంగాణ కూడా ఏర్పడి ఉండేదని కూడా అన్నారు.

కమ్యూనిస్టులు

1954-56 మధ్య ఇటు ఆంధ్ర, అటు హైదరాబాద్ రాష్ట్రాలలో కాంగ్రెస్ పార్టీతో 'నువ్వానేనా' అనే స్థాయిలో సీట్లు గెలుచుకుని ప్రధాన ప్రతిపక్ష స్థానంలో ఉన్న కమ్యూనిస్టులు (అప్పటికింకా సిపిఐ, సిపియమ్ ఒకటిగానే ఉన్నాయి) 'విశాలాంధ్ర' రాష్ట్ర ఏర్పాటులో ప్రధాన భూమిక వహించారు. 1969, 72 ఉద్యమాలలో కూడా సమైక్యవాదులుగానే నిలబడ్డారు. 2004 ఎన్నికల నాటికి ఉభయ కమ్యూనిస్టు పార్టీలు ప్రత్యేక తెలంగాణకు వ్యతిరేకంగానే ఉన్నారు. 2008లో సిపిఐ పార్టీ తెలంగాణకు అనుకూలంగా తీర్మానించింది.

తెలుగుదేశం

2004 ఎన్నికల నాటికి ఎన్.డి.ఎ. మేనిఫెస్టోలో తెలంగాణ లేదు. కాంగ్రెస్ – టిఆర్ఎస్– ఉభయ కమ్యూనిస్టులు కలిసి పోటీ చేసారు. తెలుగుదేశం, బిజెపిల ఎన్.డి.ఎ. కూటమి తెలంగాణకు ప్రత్యేక రాష్ట్ర ఏర్పాటుకు వ్యతిరేకంగా పోటీ చేసినా, 36.6% ఓట్లు సాధించి నిలబడగలిగింది. పదేళ్ల పాలన తర్వాత సహజంగానే ఎదురయ్యే వ్యతిరేకత ప్రభావం వల్ల తెలుగుదేశం కూటమి ఓడిపోయింది. తెలంగాణలో కూడా కోస్తా రాయలసీమల్లో ఓడిపోయినట్లే ఓడిపోయింది. 'హైదరాబాద్ ను నేనే అభివృద్ధి చేసాను" అని గర్వంగా చెప్పుకునే చంద్రబాబు తెలుగుదేశం 2004, ఎన్నికలవ్వగానే 'మీ వల్లనే మేం ఓడిపోయాం' అంటూ బి.జె.పి. తో తెగతెంపులు చేసేసుకుంది. బిజెపితో కలిసి పోటీ చేయటం వల్లనే గోద్రా మారణకాండ నేపథ్యంలో 10 నుండి 12 శాతం మైనార్టీ ఓట్లు కోల్పోయామని, టిడిపి బహిరంగంగా పశ్చాత్తాపపడింది.

అయితే 2001 వ సంవత్సరంలో టిడిపి రాజ్యసభ సభ్యుడు డా. యార్లగడ్డ లక్ష్మీప్రసాద్ 'స్టేట్ ఆఫ్ తెలంగాణ బిల్లు, 2001'ను ప్రైవేటు మెంబరు బిల్లుగా ప్రతిపాదించటం. దానిని గృహ మంత్రిత్వ శాఖ సంబంధిత రాష్ట్ర అసెంబ్లీకి పంపరాదని నిర్ణయించటం ఇక్కడ ప్రస్తావనార్హం.

జూలై 2005 నాటికి కాంగ్రెస్, టిఆర్ఎస్ ల బంధం తెగిపోయింది. వైయస్ రాజశేఖరరెడ్డిని తెలంగాణ ద్రోహిగా ఆరోపిస్తూ వైయస్ కాబినెట్ నుంచి టిఆర్ఎస్ వైదొలగింది. పులిచింతల, పోలవరం ప్రాజెక్టుల నిర్మాణం విషయమై తెలంగాణ ప్రయోజనాలకు విరుద్ధంగా ప్రవర్తిస్తున్నందుకు, నక్సలైట్లతో సంప్రదింపులు ఆపు చేయటమే కాకుండా వారిపై తీవ్రచర్యలు ప్రారంభించినందుకు నిరసనగా టిఆర్ఎస్ రాష్ట్ర మంత్రులు వైఎస్ కేబినెట్ నుంచి తప్పుకున్నారు.

మరో సంవత్సరం గడిచాక ఆగస్టు 2006 లో కెసిఆర్, నరేంద్ర కూడా మన్మోహన్ సింగ్ కేబినెట్ నుంచి తప్పుకున్నారు.

కె.సి.ఆర్. తో ముఖాముఖీ : 20-7-2005

గౌతమి ఎక్స్‌ప్రెస్ లో రాజమండ్రి నుంచి హైదరాబాద్ చేరుకున్నాను. 'బేగంపేట' విమానాశ్రయానికి వెళ్లి, ఢిల్లీ విమానంలోకి 'చెక్ ఇన్' అయ్యాను. మొదటి రెండు సీట్లు ఖాళీగా ఉన్నాయి. 'ఎవరో మంత్రి వస్తున్నారన్నమాట!' అనుకుని మూడో వరసలో నాకు కేటాయించిన సీట్లో కూర్చున్నాను. సరిగ్గా విమానం బయలుదేర బోతుండగా ఇద్దరు మంత్రులు ముందు వరసలో ఆ రెండు సీట్లలో వచ్చి కూర్చున్నారు. ఒకరు కేబినెట్ మంత్రి కల్వకుంట్ల చంద్రశేఖరరావు, మరొకరు సహాయ మంత్రి ఆలె నరేంద్ర. నేను అప్పుడే కొత్తగా ఎంపీని అయ్యాను. నా మొహం చూసి గుర్తుపట్టేంత చనువు ఆ ఇద్దరికీ లేదు. నరేంద్ర గారిని అంతకుముందు కలిశాను. ఆయన పలుకరింపుగా నవ్వారనిపించింది. అయితే అది నన్ను చూసో, మరెవ్వరినైనా చూసో అనుకున్నాను.

విమానం బయలుదేరిన అరగంటకి నరేంద్రగారు నా సీటు దగ్గరకు వచ్చారు. 'అరుణ్! కేసీఆర్ పిలుస్తున్నారు' అంటూ నన్ను ముందు సీట్లోకి వెళ్లమని, అతను నా సీట్లో కూర్చుండిపోయారు. నేను వెళ్లి కేసీఆర్ పక్క సీట్లో కూర్చున్నాను. 'మీరు రాజమండ్రి ఎంపీ అని ఇప్పుడే నరేంద్రగారు చెప్పారు' అంటూ పలకరించారు. నన్నెందుకు పిలిచారో, నాతో ఏం మాట్లాడాలనుకుంటున్నారో నాకర్థం కాలేదు. అయితే ఆయన పలకరింపు మాత్రం చాలా ఫ్రెండ్లీగా అనిపించింది. తర్వాత గంటంపావు మేం మాట్లాడుకుంటూనే ఉన్నాం. మేం మాట్లాడుకున్నాం అనడం కన్నా, ఆయన మాట్లాడారు, నేను వింటూ ఉన్నాను అనడమే కరెక్ట్. ఢిల్లీలో విమానం ల్యాండ్ అయ్యేవరకూ ఆయన చెబుతూనే ఉన్నారు. 'బ్రెయిన్ వాష్' అనే పదం ఎక్కువగానే విన్నాను గానీ, అది ఇలా ఉంటుందని ఆయనతో కూర్చుంటేనే తెలుస్తుంది. మామూలుగా పబ్లిక్ మీటింగుల్లో ఉమ్మడి రాష్ట్రంలో తెలంగాణ ఎంత నష్టపోయిందో ఆయన చెబుతుంటారు. ఆరోజు మాత్రం ఉమ్మడి రాష్ట్రం వల్ల కోస్తా, రాయలసీమలు ఎంత నష్టపోతున్నాయో చెప్పటం మొదలుపెట్టారు. నేనాశ్చర్యపోయాను. గోదావరి, కృష్ణా నదుల నీరెంత, ఎవరెంత వాడుకుంటున్నారు, గోదావరి జిల్లాలకెంత అన్యాయం జరుగుతోంది.. ఆయన స్కూల్ మాస్టారు లెక్కలు చెప్పినట్టు చెప్పారు. రాష్ట్రం విడిపోతే ఆ అన్యాయం ఎలా ఆపుకోవచ్చునో కూడా చెప్పారు. పారిశ్రామికంగా సీమాంధ్ర ప్రాంతంలో చెప్పుకోదగ్గ పరిశ్రమేది అని ప్రశ్నించారు. సముద్రం వల్ల వచ్చే అడ్వాంటేజ్‌ను విశాఖపట్నం వాడుకోగలిగిందా? అని అడిగారు.

'మీ మాటలు వింటుంటే మీరు ప్రత్యేక తెలంగాణ ఉద్యమం వదిలేసి, ప్రత్యేకాంధ్ర ఉద్యమం మొదలుపెట్టేలా కనబడుతున్నారు' అన్నాను. 'నిజమే మీ దగ్గర కూడా ప్రత్యేక రాష్ట్రం వల్ల

వచ్చే ఉపయోగాల గురించి ప్రచారం జరగాలి. 1972 ఉద్యమంలో మీరంతా యాక్టివ్‌గా పాల్గొన్నవారే కదా! ఇప్పుడెందుకు రెండు రాష్ట్రాల వాదనను వ్యతిరేకించాలి?' అన్నారు.

'అయ్యా... ఆనాడు హైదరాబాద్ వేరు. ఈనాటి హైదరాబాద్ వేరు. మూడు దశాబ్దాలుగా ప్రపంచానికి అమెరికా ఎలాగో, తెలుగువాళ్లకి హైదరాబాద్ అలాగయిపోయింది. శ్రీకాకుళం నుంచి రాయలసీమ దాకా ఉపాధి కోసం హైదరాబాదే చేరుకుంటున్నారు. మీరు కోరుకునేది ప్రత్యేక తెలంగాణ... మాకర్థమయింది మాత్రం మమ్మల్ని హైదరాబాద్ వదలిపొమ్మంటున్నారని..' అన్నాను.

'మద్రాస్ వదలి వచ్చేశారు. ఎన్ని కుటుంబాలు మద్రాసు వదిలి వచ్చేశాయి. ఏమైనా తెలుగువారి పరిశ్రమలు ఇక్కడకు తరలివచ్చాయా? ఇప్పటికీ తెలుగు రాష్ట్రాల్లో కన్నా తమిళ రాష్ట్రంలోనే తెలుగువారి వ్యాపారాలు ఎక్కువగా ఉన్నాయి. అయినా హైదరాబాద్ వదిలిపొమ్మని మేమెందుకంటాం... ఈ ఆలోచన తెలంగాణ వారికి లేదు. మీ ప్రాంతానికి చెందిన 'కొందరు' చేస్తున్న తప్పుడు ప్రచారమిది. ఆ 'కొందరి' మీద ద్వేషమే మొత్తం అందరి మీదా రాకుండా ఉండాలనే నా ప్రయత్నం (ఆ కొందరు ఎవరో కూడా ఆయన చెప్పారు). తెలంగాణ విడిపోతే బాగుపడతామని ఇక్కడి ప్రజల నమ్మకం. ఆ నమ్మకం 1956 నుంచీ అలాగే ఉంది. ఒక్కొక్కసారి బయటపడుతూ ఉంటుంది. లోపల మాత్రం ఆ నమ్మకం ఎప్పుడూ ఉంది. ఈసారి మాత్రం అన్ని ప్రాంతాలకు మంచి అవకాశం. పదేళ్ల తరువాత కాంగ్రెస్ గవర్నమెంట్ వచ్చింది. 1956 నుంచీ తెలంగాణ వాదం కాంగ్రెస్ వాళ్లు మొదలు పెట్టిందే. ఇప్పుడు కాంగ్రెస్ పాలనలోనే ఆ విభజన జరిగిపోతే ఇరు ప్రాంతాలకీ మంచిది కూడా!'

కేసీఆర్ చెప్పింది మొత్తం... గంటసేపు. ప్రతి అక్షరమూ నాకు జ్ఞాపకముంది. అలా చెప్పగల నేర్పు కేసీఆర్‌కి ఉంది. 'నాకు చెప్పినట్లే మా వాళ్లందరినీ మీటింగ్‌కు పిలిచి చెప్పవచ్చు కదా! మీరు కేంద్రమంత్రి మీ ఆఫీసుకి అందర్నీ పిలిచి చెప్పండి. నాకిచ్చిన 'ప్రైవేటు క్లాస్' కాకుండా అందరికి కలిపి క్లాసు ఇవ్వండీ' అన్నాను.

'మీ రాజశేఖరరెడ్డి రానివ్వడు. ఎవ్వరినీ మీటింగ్‌కి రానివ్వడు." అంటూ అసలు విషయంలోకి వచ్చారు కేసీఆర్.

పోలవరం గురించి, వైఎస్ రాజశేఖరరెడ్డి ఎందుకు తెలంగాణ విభజనను వ్యతిరేకిస్తున్నారో, ఆయనను ఎలా ఒప్పించాలో కేసీఆర్ సవివరంగా చెప్పారు. చివరిగా, ఆ రోజు విమాన ప్రయాణంలో ఆయనుపన్యాసం ముగిస్తూ, సీమాంధ్ర నాయకులంతా తెలంగాణ రాష్ట్ర ఏర్పాటును సమర్థించాలని కోరారు, 'రాజమండ్రి వచ్చి ఈ విషయాలన్నీ చెప్పొచ్చు కదా!' అన్నాను. 'రాజమండ్రిలో బహిరంగ సభ ఏర్పాటు చేసి నా ఉపన్యాసం ఉంటే గొడవ చెయ్యకుండా ప్రజలు వింటారా?' అని ప్రశ్నించారు కేసీఆర్.

ఇటీవల తెలంగాణ అసెంబ్లీలో కేసీఆర్ చూపించిన 'పవర్ పాయింట్ ప్రెజంటేషన్', ఆ రోజు విమానంలో ఎవరూ లేకుండానే నాకు ప్రెజెంటేషన్ ఇచ్చేసారు. సూత్రప్రాయంగా తెలంగాణ ఏర్పాటుకు నాకభ్యంతరం లేదని వైఎస్ ప్రకటిస్తే ప్రక్రియ ప్రారంభమవుతుందనీ, అన్ని సమస్యలూ

సంప్రదింపుల ద్వారా పరిష్కరించుకోవచ్చనీ... చాలా కన్విన్సింగ్ గా చెప్పారు కేసీఆర్. అప్పటికి పదిహేనురోజులక్రితం, టిఆర్ఎస్ మంత్రులు వైఎస్ కేబినెట్ నుంచి రిజైన్ చేసేసారు. కెసిఆర్ ను, నరేంద్రను కేంద్ర కేబినెట్ నుంచి బర్తరఫ్ చెయ్యాలని రాష్ట్ర కాంగ్రెస్ తీర్మానించింది. సిఎమ్ వైఎస్ఆర్ మీద కేంద్రమంత్రి నరేంద్ర చేసిన వ్యాఖ్యలను ఖండించింది. ఈ నేపథ్యంలో, ఆరోజు, కెసిఆర్, వై.ఎస్.ఆర్. లు ఢిల్లీలో కలవబోతున్నారు. అందుకే నాకీ క్లాసు అయ్యుంటుంది అని అనుకున్నా! బహుశా కెసిఆర్ నాకు చెప్పిన విషయాలు నేను వైఎస్ తో చెప్పి, వాళ్ల మీటింగ్ కి ముందు కొంత 'గ్రౌండ్' తయారుచేస్తాననే ఉద్దేశ్యంతో అంతసేపు మాట్లాడివుండొచ్చు. నేనీ మొత్తం ఉదంతం ఢిల్లీలో వైద్య.ఎస్. కి వివరించా... ఆయన శ్రద్ధగా విన్నారు. 'ఇదంతా నీకెందుకు చెప్పి వుంటాడంటావు" అని అడిగారు. 'మీకు చెప్పమనే అయ్యుంటుంది' అన్నాను. 'చూద్దాం కలిసినప్పుడు ఎలా మాట్లాడతాడో' అన్నారు. వారి మీటింగ్ ఎలా అయ్యిందో నాకు తెలీదుకానీ, కేసీఆర్, నరేంద్ర మాత్రం కేంద్రమంత్రి పదవులకు రాజీనామా చేయలేదు. మరో సంవత్సరం వరకూ మంత్రులుగా కొనసాగారు.

2009

తెలంగాణ వాదం బలపడుతున్నట్లు గమనించిన టిడిపి సమైక్యవాదం విషయమై ఆలోచనలో పడింది. తీవ్ర తర్జనభర్జనల తర్వాత 8-10-2008 నాడు, "మారిన పరిస్థితుల దృష్ట్యా, తెలంగాణ ప్రజల ఆకాంక్షలకు అనుగుణంగా, ప్రత్యేక తెలంగాణ రాష్ట్ర ఏర్పాటుకు మద్దతు తెలుపుతూ" టిడిపి పోలిట్ బ్యూరో ఏకగ్రీవంగా తీర్మానించింది. (చూ. అను. 2)

2009 సార్వత్రిక ఎన్నికల నాటికి, టిడిపి, టిఆర్ఎస్ ఉభయ కమ్యూనిస్టులూ కలిసి పోటీ చేసారు.

2004 నాటికి సమైక్యవాదంతో ప్రజల ముందు కెళ్లిన టిడిపి - 2009 నాటికి ప్రత్యేక తెలంగాణ నినాదంతో ప్రజలముందు కెళ్లింది.

2009

2009 ఎన్నికల్లో మారిన కూటమిలు పోటీకి దిగాయి. 2004లో కాంగ్రెస్ తో కలిసి పోటీ చేసిన టిఆర్ఎస్, ఉభయ కమ్యూనిస్టు పార్టీలూ, తెలుగుదేశం కూటమిలో చేరి పోయాయి. 2004లో టిడిపితో కలిసి పోటీ చేసిన బిజెపి ఒంటరిపోరుకు దిగింది. తెలంగాణ కాంగ్రెస్ నాయకులలో అధికులు తీవ్ర అభ్యంతరం తెలిపినా అధిష్ఠానానికి అనేక ఫిర్యాదులు చేసినా వై.ఎస్ వైపే అధిష్ఠానం మొగ్గింది. ఒంటరిగా కాంగ్రెస్ పోటీకి దిగింది.

2009 ఎన్నికల్లో, సినీనటుడు చిరంజీవి స్థాపించిన ప్రజారాజ్యం పార్టీ, ప్రధాన పాత్ర వహించింది. తెలంగాణ ప్రజల ఆకాంక్షల కనుగుణంగా, పి ఆర్పి కూడా ప్రత్యేక తెలంగాణకు అనుకూలంగానే రంగంలోకి దిగింది.

తెలంగాణ రాష్ట్ర సమితి

ఏప్రిల్ 2001లో తెలంగాణ రాష్ట్ర సమితి పార్టీని ప్రారంభించారు కె. చంద్రశేఖరరావు.

1985 నుంచి ప్రతి అసెంబ్లీ ఎన్నికా నెగ్గుతూ వచ్చిన కె.సి.ఆర్., ఎన్ టీ రామారావు, చంద్రబాబు నాయుడు మంత్రివర్గంలో మంత్రిగా పనిచేశారు. తెలుగుదేశం పార్టీ నుంచి బైట కొచ్చి టిఆర్ఎస్. ప్రారంభించే నాటికి ఈయన ఆంధ్రప్రదేశ్ శాసనసభ డిప్యూటీ స్పీకర్గా ఉన్నారు.

2000 సంవత్సరంలో మూడు కొత్త రాష్ట్రాలు ఏర్పడటం ఆంధ్రప్రదేశ్ అసెంబ్లీలో నలభైమంది కాంగ్రెస్ శాసనసభ్యులు, తెలంగాణ ప్రాంతానికి చెందినవారు, తెలంగాణ డిమాండ్ విషయమై స్పందించటం నేపథ్యంలో... తెలంగాణ రాష్ట్ర సమితి ఏర్పాటు చేస్తున్నట్లు ప్రకటించిన చంద్రశేఖరరావు, తన అసెంబ్లీ సభ్యత్వానికి రాజీనామా చేసారు. రాజీనామా కారణంగా వచ్చిన సిద్ధిపేట ఉపఎన్నికల్లో 58 వేల మెజార్టీతో గెలిచి తెలంగాణ వాదానికి మొదటి విజయం సాధించారు. ఈ ఉపఎన్నికలలో కాంగ్రెస్ పార్టీ నామమాత్రపు పోటీ చేసి బహిరంగంగా,

కె.సి.ఆర్.ని గెలిపించటం కోసం పరిశ్రమించి, ప్రధాన శత్రువు తెలుగుదేశాన్ని ఓడించటంలో సఫలమయింది. 2004లో కాంగ్రెస్ తో కలిసి పోటీ చేసింది టిఆర్ఎస్! యుపిఎ. ఘనవిజయంతో ఆంధ్రప్రదేశ్‌లోనూ, కేంద్రంలోనూ టిఆర్ఎస్. మంత్రివర్గంలో చేరింది!!

2005 జులైలో రాష్ట్ర మంత్రి వర్గం నుంచి, ఆగస్టు 2006లో కేంద్ర ప్రభుత్వం నుంచీ వైదొలగిన టిఆర్ఎస్, తెలంగాణ ఏర్పాటు విషయంలో రాజీపడబోమనే సంకేతం పంపగలిగింది.

కాంగ్రెస్ పార్టీతో మాటా – మాటా పెరిగి, హఠాత్తుగా తన లోక్ సభ సభ్యత్వానికి రాజీనామా చేసి ఉపఎన్నికకు కెసిఆర్. సిద్ధమయ్యారు. 2006 డిసెంబర్లో జరిగిన ఈ కరీంనగర్ పార్లమెంట్ ఉపఎన్నికలో, రెండు లక్షలకు మించి మెజార్టీతో కాంగ్రెస్ – తెలుగుదేశం పార్టీలు రెండింటినీ ఓడించారు. విచిత్రమేమిటంటే, తెలంగాణ వాదానికి కంచుకోట అయిన కరీంనగర్, కాంగ్రెస్, టిఆర్ఎస్. మధ్య జరిగిన తీవ్ర పోటీలో దాదాపు కాంగ్రెస్ తో సమానంగా 21% ఓట్లు పొందలిగింది సమైక్యవాద తెలుగుదేశం పార్టీ (2008 వరకూ టిడిపి తెలంగాణకు మద్దతు ప్రకటించలేదు)

2004 ఎన్నికలో కాంగ్రెస్ టిఆర్ఎస్ ఎన్నికల ఒప్పందం 'రెండో ఎస్సార్సీ' ఏర్పాటు చేయాలన్న కాంగ్రెస్ డిమాండ్ వరకే పరిమితమయ్యింది కానీ 2004 యు.పి.ఎ. అధికారంలోకి వచ్చాక 'రెండవ ఎస్సార్సీ' ఒప్పందమే వెనక్కిపోయింది.

యుపిఎ. 'ప్రభుత్వ కామన్ మినిమమ్ ప్రోగ్రాంలో "The UPA will consider the demand for the formation of a Telangana State at an appropriate time after due consultations and consensus" అని చెప్పారు.

(యుపిఎ. ప్రభుత్వం సరైన సమయంలో, తగు సంప్రదింపులు, ఏకాభిప్రాయ సాధన ద్వారా, తెలంగాణ రాష్ట్ర ఏర్పాటు చర్యలు చేబడ్తుంది.)

7-6-2004 న నూతన లోక్ సభ ఏర్పడ్డాక, రాష్ట్రపతి ఉభయ సభలనుద్దేశించి చేసిన ప్రసంగంలో కూడా తెలంగాణ అంశం ప్రస్తావించబడింది.

"సరైన సమయంలో తగు సంప్రదింపులు జరిపి తెలంగాణ ఇవ్వటానికి యుపిఎ. ప్రభుత్వం సిద్ధంగా ఉందనిపించటం వరకూ... కె.సి.ఆర్. కృతకృత్యు లయ్యారు.

అధికారంలోకి వచ్చిన ఆర్నెలల్లో, నవంబర్ 2004లో ప్రణబ్ ముఖర్జీ అధ్యక్షతన తెలంగాణ విషయమై ఒక కమిటీని నియమించింది యుపిఎ ప్రభుత్వం.

అదే సమయంలో, వైఎస్. రాజశేఖరరెడ్డి, తెలంగాణ ఏర్పాటు విషయమై ఏ నిర్ణయమూ తీసుకోలేదని ప్రకటించటం పెద్ద వివాదానికి దారితీసింది. టిఆర్ఎస్. వారే కాకుండా తెలంగాణ ప్రాంతానికి చెందిన కాంగ్రెస్ నాయకులు కూడా వైఎస్‌కు వ్యతిరేకులవటం ప్రారంభమయ్యింది.

మరోసారి కెసిఆర్. కాంగ్రెస్‌కు సవాలు విసిరారు. ఈ సవాలు, కాంగ్రెస్ X కెసిఆర్ గా కాకుండా వైఎస్ X కెసిఆర్ గా రూపాంతరం చెందింది. టిఆర్ఎస్. శాసనసభ్యులూ, లోక్ సభ సభ్యులూ రాజీనామాలు చేసి ఉపఎన్నికలకు సిద్ధమయ్యారు. మే 2008లో జరిగిన ఈ ఎన్నిక ఫలితాలు కెసిఆర్‌ను గట్టిగా దెబ్బ తీసాయి. టిఆర్ఎస్. గతంలో ఘనవిజయం సాధించి, తెలంగాణ

సాధన ప్రయత్నంలో భాగంగా రాజీనామాలు చేసి ఉపఎన్నికలు ఎదుర్కొన్న 18 అసెంబ్లీ స్థానాల్లో 11 స్థానాల్లో ఓడిపోయింది. రాజీనామా చేసిన 4 పార్లమెంట్ స్థానాల్లో రెండు స్థానాల్లో ఓడిపోయింది. రెండు నెలల క్రితమే తెలంగాణకు అనుకూలంగా పోలిట్ బ్యూరో తీర్మానం చేసిన తెలుగుదేశం, దాదాపు కాంగ్రెస్ తో సమానంగా సీట్లు గెలుచుకుంది. కాంగ్రెస్ 1, తెలుగుదేశం 1 పార్లమెంట్ స్థానాల్లోనూ, కాంగ్రెస్ 6, తెలుగుదేశం 5 అసెంబ్లీ స్థానాల్లోనూ గెలిచాయి. ఈ ఎన్నిక కెసిఆర్. పార్టీ పలుకుబడే కాకుండా ఆయన వ్యక్తిగత పలుకుబడికి పెద్ద దెబ్బే! 2006 ఉపఎన్నికలో 2 లక్షలకు మించిన మెజార్టీతో గెలిచిన కెసిఆర్. ఏడాదిన్నరలో పదిహేను వేల మెజార్టీతో బొటాబొటిగా బైట పడవల్సిన పరిస్థితి ఎదుర్కొన్నారు.

ఈ ఫలితాలతో, కాంగ్రెస్ లో వై.ఎస్. వ్యతిరేకులకు పలుకుబడి తగ్గింది. 2009 ఎన్నికల్లో టిఆర్ఎస్.తో కలిసి పోటీ చేయటానికి తెలంగాణ కాంగ్రెస్ నాయకులు చేసిన ప్రయత్నాలను వై.ఎస్. సమర్థంగా ఎదుర్కొని హైకమాండ్‌ను ఒప్పించటానికి కూడా, ఈ ఎన్నికల ఫలితాలు బాగా ఉపయోగపడ్డాయి.

2009 ఎన్నికల్లో తెలుగుదేశం. టిఆర్ఎస్. కమ్యూనిస్టులు కలిసి పోటీచేశారు. కాంగ్రెస్ ఒంటరిగా పోటీకి దిగింది. కొత్తగా చిరంజీవి 'ప్రజారాజ్యం', జయప్రకాశ్ నారాయణ్ 'లోక్ సత్తా' కూడా రంగంలోకి దిగాయి. తెలంగాణ విషయమై ముఖ్యమంత్రి వైఎస్. 12-2-09న అసెంబ్లీలో ఒక ప్రకటన చేసారు. (చూ. అను.3)

ఆ ప్రకటనే, 2009 మేనిఫెస్టోలో కాంగ్రెస్ వాగ్దానంగా మారింది.

వైఎస్ అసెంబ్లీలో ఈ ప్రకటన చేసిన 15 రోజుల తరువాత 28-2-2009న హైదరాబాదులో అతిపెద్ద కాంగ్రెస్ బహిరంగ సభ జరిగింది. శ్రీమతి సోనియా గాంధీ ప్రసంగించారు. సాధారణంగా 'జైహింద్' అంటూ తన ప్రసంగాన్ని ముగించే సోనియాగాంధీ ఆ రోజు 'జైహింద్ - జై ఆంధ్ర ప్రదేశ్' అంటూ ముగించడం రాజకీయ వర్గాల్లో చర్చనీయాంశంగా మారింది. పార్లమెంటులో తెలుగుదేశం పక్ష నాయకుడు ఎర్రం నాయుడు, సోనియాగాంధీ 'జై ఆంధ్రప్రదేశ్' నినాదాన్ని తీవ్రంగా తప్పుపట్టారు. ప్రత్యేక తెలంగాణ డిమాండ్ ఇంత బలంగా వున్న సమయంలో 'జై ఆంధ్రప్రదేశ్' అంటూ వైఎస్ రాసి ఇచ్చిన నినాదం సోనియాగాంధీ చదివారని ఎర్రంనాయుడు అన్నారు. ఇది తెలంగాణ ప్రజల్ని మరోసారి మోసం చేయడమేనని కూడా అన్నారు. (చూ. అను. 4)

2009 ఎన్నికలు

2009 అసెంబ్లీ పార్లమెంట్ ఎన్నికలు టిఆర్ఎస్ పార్టీకి చేదు ఫలితాలు అందించాయి. కాంగ్రెస్ ముఖ్యమంత్రి 'వైఎస్.' ని తెలంగాణ ద్రోహిగా పెద్దఎత్తున ప్రచారం సాగించినా, తెలంగాణలో కాంగ్రెస్ పై 'చెయ్యి' సాధించింది.

ఒంటరిగా పోటీ చేసినా, కాంగ్రెస్ నాయకులే 'మేం ఓడిపోతున్నాం, టిఆర్ఎస్.తో పొత్తు వ్యతిరేకించిన కారణంగా... తెలంగాణలో మాకు డిపాజిట్లు కష్టమే' అంటూ బాహాటంగా వ్యాఖ్యానించినా.. కాంగ్రెస్ 12 ఎంపీ సీట్లు, 50 అసెంబ్లీ సీట్లు గెలిచి ప్రథమ స్థానంలో నిలిచింది.

తెలుగుదేశం, సిపిఐ, సిపిఎమ్‌లను కలుపుకొని పోటీ చేసిన టిఆర్ఎస్. 9 పార్లమెంట్ స్థానాలకు పోటీ చేసి రెండు సీట్లు మాత్రమే గెలవగలిగింది. సీట్ల కేటాయింపులో సింహభాగం సాధించుకున్న టిఆర్ఎస్. ఎన్నికల్లో మాత్రం పది అసెంబ్లీ స్థానాలు మాత్రమే గెలవగలిగింది.(1) 2009 ఎన్నిక, తెలంగాణ ప్రాంతంలో వై.ఎస్. నాయకత్వాన్ని మరింత బలపర్చింది.

2009 ఎన్నికల తర్వాత, రెండోసారి ముఖ్యమంత్రిగా అసెంబ్లీలో టిఆర్ఎస్.ను ఉద్దేశించి వై.ఎస్. చేసిన వ్యాఖ్యలు ఈ సందర్భంలో జ్ఞాపకం చేసుకోవాలి.

తెలంగాణ మీ జాగీరా..?

టీఆర్ఎస్ అధ్యక్షుడు చంద్రశేఖరరావు వివిధ సందర్భాల్లో మాట్లాడిన వార్తలను చదువుతూ... 'తెలంగాణలో ఆంధ్రా విద్యాసంస్థల నిషేధం' అని అనలేదా...? ఎవరండీ ఆయన నిషేధించడానికి? వరంగల్ వారి ఎస్టేటా? ఆంధ్రా వాళ్లు వాళ్ల ఇంట్లోకి ఏమైనా పోతున్నారా? ఎట్ట కనపడుతున్నారు ఆంధ్రా వాళ్లు? ఆయన పర్మిషన్ తీసుకుని రావాలా.. ఆంధ్రా ప్రాంత విద్యాసంస్థలు ఇక్కడకు? 2008 లో మాట్లాడారనుకుంటే... 2009 లోనూ అదే మాట. తెలంగాణ కాంగ్రెస్ ఎమ్మెల్యేలు చవటలు, దద్దమ్మలా? ఏమండి ఎట్లా కనపడుతున్నాం? ఆంధ్రా ప్రాంత వాసుల ఆస్తులు లాక్కుని తీరుతారా... అంటే మీ దయాదాక్షిణ్యాలపై బతకాలా ఇక్కడ? తెలుగుతల్లి గురించి కూడా కేసీఆర్ ఏదేదో మాట్లాడారు.. మీరు ఇష్టం వచ్చినట్లు మాట్లాడవచ్చా? అదే మాటలు మేం ప్రస్తావిస్తే తప్పా? చంద్రబాబునాయుడు రెండోసారి అధికారంలోకి వచ్చినప్పుడు కేసీఆర్‌కు మంత్రి పదవి ఇచ్చి ఉంటే.. టిఆర్ఎస్ ఏర్పాటు చేసేవాడా? మీరు తెలంగాణకు గుత్తేదారులా? తెలంగాణ ప్రజలు మావైపు ఉన్నారు. మాకు 50 సీట్లు ఇచ్చారు. మీరు దుష్టచతుష్టయంగా కలిసినా ఏమీ చేయలేరు. రాజేందర్ (టీఆర్ఎస్ పక్షనాయకుడిని ఉద్దేశించి) మీరు 50 సీట్లలో పోటీ చేశారు. పట్టుమని పది సీట్లలో గెలిచారు... తల ఎక్కడ పెట్టుకుంటారు? మీకు ప్రజల్లో విశ్వసనీయత ఉందా?... అంటూ ముఖ్యమంత్రి విరుచుకుపడ్డారు. రాజకీయాల కోసం తెలంగాణను వాడుకుంటున్నారని ఆరోపించారు. ఇప్పటికైనా రోశయ్య కమిటీలోకి అందరూ వస్తే, కలిసి పరిష్కారం కనుక్కుందామని ముఖ్యమంత్రి పిలుపునిచ్చారు.

---

1. ఈ ఎన్నికలో సినీనటి విజయశాంతి, కె.సి.ఆర్. మాత్రమే ఎంపీలు కాగలిగారు. కె.సి.ఆర్. లక్షల మెజార్టీతో గెలిచిన కరీంనగర్ స్థానంలో, 2008లో 15 వేల మెజార్టీతో బొటాబొటిగా గెలవటంతో, 2009 ఎన్నికలలో, మహబూబ్ నగర్ నియోజకవర్గానికి మారి పోటీచేసినా, 20 వేల తేడా మాత్రమే సాధించి గెలవగలిగారు..

వై.ఎస్. మరణానంతరం

2009 సెప్టెంబర్ 2వ తేదీ వైఎస్. రాజశేఖరరెడ్డి హెలికాప్టర్ ప్రమాదంలో మరణించటం రాష్ట్రం మొత్తాన్ని దిగ్భ్రాంతికి గురిచేసిన విషాద సంఘటన! అంతేకాదు. రాష్ట్ర ముఖచిత్రాన్నే ఛిన్నాభిన్నం చేసిన సంఘటన కూడా!!

ఎన్నికల్లో ఘోరమైన ఫలితాలు చవిచూసినా టి. ఆర్. ఎస్. అధ్యక్షుడు చంద్రశేఖరరావు నిరుత్సాహం చెందలేదు. నవంబర్ నెలాఖరులో ఆమరణ దీక్షకు పూనుకున్నారు. ఆ నిరాహారదీక్ష విరమించేసినట్లు టీవీల్లో చూపించినా, దీక్ష విరమించలేదనే టిఆర్ఎస్. పార్టీ ప్రకటించింది!

కెసిఆర్. దీక్షలో ఉన్నన్ని రోజులూ, ఢిల్లీలో తెలంగాణ ప్రాంత కాంగ్రెస్ ఎంపీలు, ప్రత్యేక తెలంగాణ వెంటనే ప్రకటించాలంటూ విపరీతమైన 'లాబీయింగ్' చేసారు. కెసిఆర్. దీక్ష విరమించిన వీడియో క్లిప్పింగ్లు, పేపర్ కటింగ్లతో సీమాంధ్ర ఎంపీలు ప్రచారం చేసారు.(1)

పరిస్థితి చేయిదాటి పోతుందనే ఆందోళన, లోక్ సభ సభ్యుడైన కెసిఆర్. ఆరోగ్యం గురించి 'స్పీకర్' సభలో ప్రస్తావించటం, ఆర్నెల్ల క్రితం జరిగిన ఎన్నికల్లో అన్ని పార్టీలూ తెలంగాణకు అనుకూలంగా 'మేనిఫెస్టో'లు ప్రకటించుకుని పోటీ చేయటం... ఈ నేపథ్యంలో, "తెలంగాణ విషయమై అసెంబ్లీలో తీర్మానం చేయటానికి అభ్యంతరాలేమిటి" అని కేంద్ర ప్రభుత్వం రాష్ట్ర ప్రభుత్వాన్ని అడిగింది. గత కొన్ని రోజులుగా ఇటు ఆంధ్రప్రదేశ్ అసెంబ్లీ, అటు లోక్ సభలో కూడా తెలంగాణ సభ్యులు కె.సి.ఆర్.కు మద్దత్తుగా సభను అడ్డుకుంటూనే వున్నారు.

ది. 7-12-2009, రాత్రి 8 గంటలకు, టిఆర్ఎస్. అధ్యక్షుడు చంద్రశేఖరరావు నిరాహార దీక్ష కారణంగా ఉత్పన్నమైన పరిస్థితుల విషయమై చర్చించటానికి, అసెంబ్లీలోని అన్ని పక్షాల నాయకులనూ సమావేశ పరిచారు. ముఖ్యమంత్రి అధ్యక్షత వహించిన ఈ మీటింగ్ సెక్రటేరియేట్లో జరిగింది.

తెలుగుదేశం పార్టీ ప్రతినిధి "తెలంగాణ విభజన తీర్మానం అసెంబ్లీలో ప్రవేశపెట్టండి మేము మద్దత్తు ఇస్తాం" అని చెప్పారు.

చిరంజీవి ప్రజారాజ్యం పార్టీ తెలంగాణా తీర్మానానికి మద్దతిస్తామన్నారు. సామాజిక తెలంగాణా నినాదంతో ఎన్నికల్లో పోటీచేసిన పి.ఆర్.పి, తదనంతరం కాంగ్రెస్ పార్టీలో విలీనమయ్యింది.

---

1. ఆరేళ్ల తర్వాత, మొన్న జరిగిన వరంగల్ పార్లమెంటు సీటు ఉపఎన్నిక సందర్భంగా, జైపాల్ రెడ్డి పత్రికా గోష్ఠిలో మాట్లాడుతూ ఆ రోజు కెసిఆర్. నిరాహారదీక్ష ఎలా చేసారో అందరికీ తెలుసనీ, అయినా కెసిఆర్. నిజ స్వరూపాన్ని 'ఎక్స్పోజ్' చేస్తే, తెలంగాణ వాదం బలహీన పడ్తుందనే ఉద్దేశంతో తెలంగాణ కాంగ్రెస్ మాట్లాడలేదని – అన్నారు

సి.పి.ఎమ్. పార్టీ ప్రతినిధి, మేము ఇప్పటికే మా అభిప్రాయాన్ని ప్రణబ్ ముఖర్జీ కమిటీకి స్పష్టం చేసామని, దానికే కట్టుబడి ఉన్నామని తెలియచేశారు. (భాషా ప్రయుక్త రాష్ట్రాల విభజనకు సి.పి.ఎమ్. వ్యతిరేకం)

లోక్ సత్తా ప్రతినిధి – కాంగ్రెస్ తెలంగాణ పట్ల వ్యవహరిస్తున్న తీరును ఖండిస్తూ, ప్రాంతీయ అసమానతలు, యువత, ఉద్యోగుల్లో పెరుగుతున్న అనాసక్తత, హైదరాబాద్ విషయం, ప్రెసిడెంట్ ఆర్డరు పాటించటం వంటి విషయాల్లో కాంగ్రెస్ జాగ్రత్తగా వ్యవహరించాలని, అలా జాగ్రత్తగా తీసుకునే నిర్ణయాలకు లోక్ సత్తా మద్దతిస్తుందని చెప్పారు.

మజ్లిస్ ప్రతినిధి అసెంబ్లీ సమావేశాలు జరుగుతున్నాయి కాబట్టి మా అభిప్రాయం అసెంబ్లీలోనే తెలియచేస్తామన్నారు.

బి.జె.పి. ప్రతినిధి 2007 నేషనల్ కౌన్సిల్లో తెలంగాణకు అనుకూలంగా తీర్మానం చేసాం. మేము సపోర్టు చేస్తున్నాం కాబట్టి పార్లమెంట్ లో బిల్లు పెట్టడానికి కూడా యు.పి.ఎ. భాగస్వాముల అంగీకారం, అక్కర్లేదు. లేజిస్లేటివ్ కౌన్సిల్ బిల్లు పాస్ చేసినట్లే ఈ బిల్లు కూడా మా సహకారంతో పాస్ చేసుకోవచ్చు అన్నారు.

టిఆర్ఎస్. ప్రతినిధి – అన్ని పార్టీలు మద్దత్తు ఇవ్వటం వల్ల, వెంటనే అసెంబ్లీలో బిల్లు పాస్ చేయించాలని కోరారు.

కాంగ్రెస్ పార్టీ ప్రతినిధి – కాంగ్రెస్ జాతీయ పార్టీ అయిన కారణంగా నిర్ణయం పార్టీ అధిష్ఠానానికి వదిలిపెడ్తూ లేజిస్లేచర్ పార్టీ తీర్మానం చేసిందని చెప్పారు.

ముఖ్యమంత్రి రోశయ్య అధ్యక్షతన జరిగిన ఈ అఖిలపక్ష సమావేశం కెసిఆర్. వెంటనే దీక్ష విరమించాలని విజ్ఞప్తి చేసింది. ఒక్క టిఆర్ఎస్. మాత్రం, అసలు సమస్య పరిష్కారం కాకుండా కెసిఆర్. ను దీక్ష విరమించమని కోరటం సమంజసం కాదన్నారు.

09-12-2009 రాత్రి, హోంమంత్రి చిదంబరం ఒక ప్రకటన చేసారు.

2009 డిసెంబరు 9

చిదంబరం

"తెలంగాణ రాష్ట్ర ఏర్పాటు ప్రక్రియ ప్రారంభమైంది. తగు తీర్మానం ఆంధ్రప్రదేశ్ అసెంబ్లీలో ప్రవేశపెట్టబడుతుంది." ఇదీ 9-12-2009 రాత్రి చిదంబరం ఇచ్చిన ప్రకటన! సీమాంధ్ర ప్రాంత ఎమ్మెల్యేలు, ఎంపీలూ, రాజీనామాలు... లోక్ సభలో గందరగోళం అన్నింటికీ కారణం. ఈ ప్రకటనే!!

"తెలంగాణ రాష్ట్ర ఏర్పాటు విషయమై ఆంధ్రప్రదేశ్ అసెంబ్లీలో తగు తీర్మానం ప్రవేశపెట్టబడుతుంది. ఆ తీర్మానాన్ని అనుసరించి ప్రక్రియ ప్రారంభమవుతుంది" అని మొదటి వాక్యం రెండో వాక్యం గానూ, రెండో వాక్యం మొదటి వాక్యం గానూ మార్చి, చిదంబరం ప్రకటించి ఉంటే... బహుశా సీమాంధ్ర ప్రాంతంలో అంత అలజడి చెలరేగి ఉండేది కాదేమో!

అంతకుముందు రోజు ఆంధ్రప్రదేశ్ ముఖ్యమంత్రి రోశయ్యగారు ఏర్పాటు చేసిన మీటింగులో అన్ని పార్టీలూ తెలంగాణకు అనుకూలంగానే మాట్లాడాయి (సీపీఎం, మజ్లిస్ మినహాయించి). కాంగ్రెస్ సభ్యులు మాత్రం యథావిధిగా "హై కమాండ్ నిర్ణయానికి కట్టుబడి ఉంటాం" అనే ప్రకటించారు. చిదంబరం ప్రకటన హైకమాండ్‌తో సంప్రదించి చేసిందేనని అందరికీ తెలిసిందే!

మెజార్టీ శాసనసభ్యులు తెలంగాణ ఏర్పాటును వ్యతిరేకిస్తున్నప్పుడు అదే మాట అసెంబ్లీలో చెప్పి తెలంగాణకు వ్యతిరేకంగా తీర్మానం చేసి పంపటం మాని, రాజీనామాలెందుకు చేశారు. ఉద్యమాలెందుకు మొదలు పెట్టారు..! కాంగ్రెస్ హై కమాండ్ కూడా అసెంబ్లీలో చర్చించి తీర్మానం చేసి పంపండి.. దానికింత అల్లరి ఎందుకు, అని కాంగ్రెస్ శాసనసభ్యులకు నచ్చచెప్పే ప్రయత్నం ఎందుకు చేయలేదు!?

ఆర్నెల్ల క్రితం ఎన్నికైన శాసనసభ్యులు నిజంగా రాజీనామాలు చేసి మళ్లీ ఎన్నికలకు వెళ్లటానికి సిద్ధపడతారా?

అన్ని పార్టీలూ ఎన్నికల మేనిఫెస్టోలో తెలంగాణ ఇస్తామని మాట ఇచ్చి, అసెంబ్లీలో తీర్మానాన్ని బలపర్చటమో, వ్యతిరేకించటమో చెయ్యకుండా, రాజీనామాలకీ, ఉద్యమాలకీ ఎందుకు తెరతీశాయి? ఆ ఒత్తిడికి కేంద్ర ప్రభుత్వం, కాంగ్రెస్ హైకమాండ్ ఎందుకు లొంగిపోయి చిదంబరం ప్రకటనను వెనక్కి తీసుకున్నాయి?

"తెలంగాణ రాష్ట్ర ఏర్పాటుకు కేంద్ర ప్రభుత్వం అంగీకరించిన నేపథ్యంలో, 102 సంవత్సరాల మా గూర్ఖాలాండ్ రాష్ట్ర డిమాండ్ కూడా తక్షణమే అంగీకరించాలని కోరుతూ 14 డిసెంబర్ నుంచి మూడ్రోజుల బంద్ కు పిలుపునిస్తున్నాం." అని గూర్ఖా జనముక్తి మోర్చా జనరల్ సెక్రటరీ రోషన్ గిరి ప్రకటించారు.

"హరిత ప్రదేశ్ ఏర్పాటుకు సూత్రప్రాయంగా అన్ని పార్టీలూ అంగీకరించాయి. మధ్యప్రదేశ్, ఉత్తరప్రదేశ్ రాష్ట్రాలలోని ప్రాంతాలు కలిపి బుందేల్ ఖండ్ ఏర్పాటు చేయాలన్న వాదనను రాహుల్‌గాంధీ కూడా బలపర్చారు. ఇక ప్రభుత్వం ఎప్పుడు ప్రక్రియ ప్రారంభిస్తుందనేదే ప్రశ్న? ప్రభుత్వం ప్రారంభించకపోతే మేము ఉద్యమం ప్రారంభించక తప్పదు" అన్నారు చరణ్ సింగ్ కుమారుడు అజిత్ సింగ్.

రాష్ట్ర శాసన సభల సిఫార్సులు లేకపోయినా, కేంద్ర హోంశాఖ దగ్గర చాలా కొత్త రాష్ట్రాల ఏర్పాటుకు సంబంధించి ప్రతిపాదనలున్నాయి.

ఉత్తరప్రదేశ్ తూర్పు ప్రాంతం. బీహార్లోని ప్రాంతాలతో కలిపి భోజ్ పూర్ రాష్ట్ర ఏర్పాటు పశ్చిమ ఉత్తరప్రదేశ్‌లోని హరిత ప్రదేశ్, ఉత్తర బీహార్‌లోని మిథిలాంచల్, కర్ణాటకలోని కూర్గు, గుజరాత్‌లోని సౌరాష్ట్ర, అన్నిటినీ మించి తెలంగాణ కన్న ఎక్కువగా, ఫజల్ ఆలీ కమిషన్‌తో సిఫార్సు చేయబడిన మహారాష్ట్రలోని విదర్భ... తెలంగాణ ప్రకటనతో ఇవన్నీ రాజుకున్నాయి.

డిసెంబర్ 10, 2009న చిదంబరం చేసిన తెలంగాణ ప్రకటన విషయంలో సీమాంధ్ర ప్రతినిధులు స్పందించిన తీరు వల్ల నష్టమే జరిగిందని నా నమ్మకం. 2014 జనవరిలో రాష్ట్రపతి

పంపిన బిల్లును తిప్పిపంపినట్లుగానే డిసెంబర్ 10, 2009న కూడా తీర్మానం వ్యతిరేకంగా పంపినట్లయితే ఏం జరిగేదో నేను సరిగ్గా ఊహించలేను గానీ, ఇంత అఘాయిత్యం మాత్రం జరిగుండేది కాదు!

"తెలంగాణ రాష్ట్ర ఏర్పాటు ప్రక్రియ ప్రారంభిస్తాం. రాష్ట్ర అసెంబ్లీలో తగు తీర్మానం ప్రవేశపెట్టబడుతుంది"

రాష్ట్ర అసెంబ్లీ తీర్మానంతోనే తెలంగాణ రాష్ట్ర ఏర్పాటు ప్రక్రియ ప్రారంభమవుతుంది అనే అర్థం ఎవ్వరికీ స్ఫురించలేదు.

మొదటి వాక్యం మాత్రమే ప్రజలకి అర్థమయింది. "తెలంగాణ ఇచ్చేసారు" తెలంగాణలో సంబరాలు, సీమాంధ్రలో నిరసనలు!

సోనియాగాంధీ పుట్టినరోజు కానుకగా తెలంగాణ రాష్ట్ర మిచ్చేసారని అక్కడ కాంగ్రెస్ నాయకులు ఆనందోత్సాహాలతో వేడుకలు జరుపుకుంటుంటే, ఎవర్నీ సంప్రదించకుండా ఏకపక్షంగా కేంద్రం ప్రకటన చేసేసిందని సీమాంధ్రలో ఆందోళనలు మొదలయ్యాయి. తొమ్మిదిమంది ఎంపీలు, 143 మంది ఎమ్మెల్యేలు, 41 మంది ఎమ్మెల్సీలు రాజీనామాలు చేసేసారు. సీమాంధ్ర మొత్తం రగులుకుంది. 23 డిసెంబరు నాడు, హోంమంత్రి చిదంబరం మరో ప్రకటన చేస్తూ, "7వ తారీఖున ఆంధ్రప్రదేశ్ ముఖ్యమంత్రి ఏర్పాటు చేసిన అన్ని పార్టీల మీటింగ్ లో తెలంగాణ విషయమై వ్యక్తమైన అభిప్రాయాన్ని అనుసరించి 9వ తారీఖున కేంద్ర ప్రభుత్వం ప్రకటన చేసింది. అయితే కేంద్రం చేసిన ప్రకటన తర్వాత ఆంధ్రప్రదేశ్ లో పరిస్థితులు మారాయి. అనేక రాజకీయ పార్టీల అభిప్రాయాలు, ఈ విషయంలో చీలిపోయాయి. రాష్ట్రంలోని అన్ని పార్టీలు, గ్రూపులతో విస్తృత స్థాయి సమావేశాలు జరపవలసిన అవసరం ఏర్పడింది. కేంద్ర ప్రభుత్వం ఆ దిశగా, అందర్నీ కలుపుకుని పోయే చర్యలు చేబడ్తుంది" అన్నారు. అదే ప్రకారం, 3-2-10నాడు 'శ్రీకృష్ణ కమిషన్' నియామకం జరిగింది. ఈసారి టిఆర్ఎస్. ఎమ్మెల్యేలు, ఎమ్మెల్సీలు రాజీనామాలు చేసేసారు. అంతేకాదు. రాజీనామాలు చేసిన స్థానాల్లో జరిగిన ఉపఎన్నికల్లో మళ్లీ అందరూ గెలిచేశారు. తెలుగుదేశం పార్టీ అన్ని స్థానాల్లోనూ డిపాజిట్లు కోల్పోయింది. కాంగ్రెస్ పార్టీ కూడా చాలాచోట్ల డిపాజిట్ కోల్పోయింది. మళ్లీ ఆర్నెల్లలో, కేసీఆర్ తెలంగాణ మీద తన పట్టు సాధించేసారు!

నా ఉద్దేశ్యంలో, సీమాంధ్రలో ప్రజాప్రతినిధుల రాజీనామాలు, నిరసనలు-అప్పటి దాకా అటూ ఇటుగా ఆలోచిస్తున్న తెలంగాణ ప్రజల్లో కూడా, ప్రత్యేక తెలంగాణ వాదం బలపడటానికి కారణమయ్యాయి. ఇన్నేళ్ళుగా కేసీఆర్ రాజీనామాలూ, దీక్షలూ, బెదిరింపులు సాధించలేక పోయిన 'సీమాంధ్ర మీద వ్యతిరేకత', ఎమ్మెల్యేలూ ఎంపీల రాజీనామాలతో సాధ్యమయ్యింది. 7వ తారీఖున తీర్మానం పెట్టండి బలపరుస్తామని చెప్పిన పార్టీలు, 9వ తారీఖున తీర్మానం పెట్టడానికే వ్యతిరేకిస్తూ, పార్టీల కతీతంగా రాజీనామాలు చేయటం.... తెలంగాణ సగటు మనిషికి మింగుడు పడలేదు.

మరోపక్క, సీమాంధ్రలో రాజశేఖరరెడ్డి కుమారుడు జగన్మోహనరెడ్డికి కాంగ్రెస్ అధిష్ఠానానికి దూరం పెరుగుతూ వచ్చింది. రాజశేఖరరెడ్డి హఠాన్మరణం కారణంగా ఖాళీ అయిన ముఖ్యమంత్రి స్థానాన్ని జగన్మోహన్‌రెడ్డికి ఇవ్వాలని కోరుతూ మెజార్టీ కాంగ్రెస్ ఎమ్మెల్యేలూ, ఎంపీలూ సోనియాగాంధీకి ఒక వినతిపత్రం ఇచ్చారని వార్తలు వచ్చాయి. అధిష్ఠానం అందుకు అంగీకరించకపోవటం, 'ఓదార్పుయాత్ర' పేరుతో జగన్ చేసిన పశ్చిమగోదావరి, ఖమ్మం జిల్లాల పర్యటన, అంచనాలను మించి జనాలను ఆకర్షించటం.. సీమాంధ్ర రాజకీయ వాతావరణాన్నే మార్చేసింది. ముఖ్యమంత్రి రోశయ్య స్థానంలోకి కిరణ్‌కుమార్‌రెడ్డి రావటం, జగన్ కాంగ్రెస్ పార్టీకి రాజీనామా చేయటం, వై.ఎస్.ఆర్. పేరుతో కొత్త పార్టీ ప్రారంభించటం, కాంగ్రెస్‌కు కొత్త తలనొప్పులు తెచ్చిపెట్టింది.

అన్నిటినీ మించి జూన్ 2012 ఉపఎన్నికల్లో 18 మంది శాసనసభ్యులు, నెల్లూరు లోక్ సభ సభ్యుడూ జగన్‌కు మద్దతుగా రాజీనామాలు చేయటం, గోదావరి జిల్లాలో రెండు, తెలంగాణలో ఒక సీటూ తప్ప మిగతా పదిహేను మందీ పెద్ద మెజార్టీలతో గెలవటం, కాంగ్రెస్ టిడిపి రెండు పార్టీలనూ ఆత్మరక్షణలోకి నెట్టివేసింది. 18 నియోజక వర్గాలలో కాంగ్రెస్ పార్టీకి 6,06,758 టిడిపికి 6,57,106 ఓట్లు రాగా... వై.ఎస్.ఆర్.సి.పి.కి 12,87,599 ఓట్లు వచ్చాయి. కాంగ్రెస్, తెలుగుదేశం ఓట్లు కలిపినా, జగన్ పార్టీ కన్నా తక్కువే! నెల్లూరు లోక్ సభ ఉపఎన్నికలో కూడా 2,91,745 ఓట్లు మెజార్టీతో వై.సి.పి. గెలిచింది. బహుశః ఈ ఉపఎన్నిక ఫలితం ప్రభావమే తెలంగాణ ప్రక్రియను వేగవంతం చేసి వుండవచ్చు!

డిసెంబర్ 2009లో చిదంబరం తెలంగాణ ప్రకటన చేసిన వెంటనే, లోక్ సభ 'వెల్'లోకి వెళ్లి నిరసన తెలిపిన ఆనాటి కాంగ్రెస్ సభ్యుడు జగన్మోహన్‌రెడ్డి, సొంత పార్టీ పెట్టుకున్నాక, తెలంగాణకు మద్దత్తుగా తన అభిప్రాయాన్ని మార్చుకున్నారు. 30-7-2013న కాంగ్రెస్ వర్కింగ్ కమిటీ. తెలంగాణ విభజన తీర్మానం చేసిన తర్వాత, వైసిపి సమైకాంధ్రకు మద్దత్తుగా తీర్మానం చేసింది.

తెలుగుదేశం పార్టీ 2008 లో తెలంగాణకు అనుకూలంగా నిర్ణయం చేసింది.(1) 2009 అసెంబ్లీ ఎన్నికల్లో టీ.ఆర్.ఎస్ తో కలిసి పోటీ చేసింది (టిఆర్ఎస్ తో కలిసి పోటీ చేయటమంటే తెలంగాణ వాదనను సమర్థించినట్లే అనే వాదన కరెక్ట్ కాదు. 2004, 2009 ఎన్నికల్లో టిఆర్ఎస్. తో కలిసి పోటీ చేసిన సి.పి.ఎమ్, ఏనాడూ రాష్ట్ర విభజనను అంగీకరించలేదు).

26-9-12 నాడు, ఉపఎన్నికల్లో వైసిపి ఘనవిజయం తర్వాత, చంద్రబాబు ప్రధానికి ఒక ఉత్తరం వ్రాశారు (చూ. అను.5). వెంటనే తెలంగాణ విషయమై కాంగ్రెస్ తీర్మానం చేసి 'అనిశ్చితి'కి తెరదించాలని వ్రాశారు. అన్ని పార్టీలూ తమ అభిప్రాయాలు చెప్పినా, కాంగ్రెస్ ఒక్కటే తమ అభిప్రాయం చెప్పలేదన్నారు. అకస్మాత్తుగా వెలువడిన ఈ లేఖ తెలుగుదేశం పార్టీలో కలకలం

---

(1). 18-10-2008 న చంద్రబాబు నాయుడు ప్రణబ్ ముఖర్జీకి వ్రాసిన లేఖలో తెలంగాణకు అనుకూలంగా 'పొలిట్ బ్యూరో' తీర్మానించిందని తెలియచేశారు.

సృష్టించింది. ముఖ్యంగా రాయలసీమలో ఇద్దరు ఎమ్మెల్యేలు పార్టీకి రాజీనామా చేసేసారు.(2) ఏడాదిన్నర క్రితం, 5-1-11వ తేదీన, అఖిలపక్ష సమావేశానికి టిడిపి. వారిని ఆహ్వానిస్తూ చిదంబరం వ్రాసిన లేఖకు జవాబుగా చంద్రబాబు, తెలంగాణ ఏర్పడాలా, రాష్ట్రం ఒకటిగా వుండాలా అనే విషయమై శ్రీకృష్ణ కమిటీ రిపోర్టు ఇచ్చేసిన నేపథ్యంలో, కేంద్ర ప్రభుత్వం తగు చర్యలు చేబట్టాల్సివుంది. అందుచేత, 6-1-2011లో "ఈ సమావేశానికి, తెలుగుదేశం ప్రతినిధులు హాజరు కావాల్సిన అవసరం లేదని భావిస్తున్నాం" అని వ్రాసారు. (చూ.అను. 6).

27-12-2012న హోంమంత్రి షిండేకు చంద్రబాబు మరో లేఖ వ్రాశారు. (చూ. అను. 7) జరగబోయే అన్ని పార్టీల సమావేశానికి, టిడిపి. తరపున యనమల రామకృష్ణుడు, కడియం శ్రీహరిలను పంపిస్తున్నామని, మేము 18-10-2008న ప్రణబ్ ముఖర్జీ కమిటీకి వ్రాసిన లేఖకే కట్టుబడి వున్నామంటూ.. కాంగ్రెస్ పార్టీ ఇప్పటివరకూ తమ అభిప్రాయం తెలియచేయలేదన్నారు. వెంటనే నిర్ణయం తీసుకోవాలని కేంద్రాన్ని కోరారు. ఈ లేఖను 28-12-2012 నాడు కడియం శ్రీహరి షిండేకు అందించారు.

28-12-2012న షిండే సమక్షంలో జరిగిన ఈ సమావేశంలో యనమల, కడియం శ్రీహరి టిడిపి తరపున, గాదె వెంకటరెడ్డి, సురేష్‌రెడ్డి కాంగ్రెస్ తరపున, వైసిపి తరఫున మైసూరారెడ్డి, మహేంద్రరెడ్డి హాజరయ్యారు. అన్ని పార్టీలూ హాజరైన ఆ సభలో తెలుగుదేశం పార్టీ తరపున కడియం శ్రీహరి, చంద్రబాబు షిండేకు వ్రాసిన లేఖను అందించారు. టిఆర్ఎస్, బిజెపి, సిపిఐ పార్టీలు విభజన కనుకూలంగా ఎమ్.ఐ.ఎమ్. మార్క్సిస్ట్ పార్టీలు వ్యతిరేకంగానూ స్పష్ట వైఖరి ప్రదర్శించాయి. కాంగ్రెస్ టిడిపి, వై ఎస్ ఆర్ సిపిలు మాత్రం రెండు వాదాలూ వినిపించాయి. వై ఎస్ ఆర్ సిపి వారు షిండే కిచ్చిన లేఖలో ఆర్టికల్ 3 ప్రకారం నిర్ణయం తీసుకోవల్సింది కేంద్రమేనని, జూలై 8, 9, 2012 తేదీల్లో జరిగిన వైసిపి ప్లీనరీలో తెలంగాణ సెంటిమెంట్ పట్ల గౌరవాన్ని ప్రకటించామని, ఒక తండ్రి-సమానంగా న్యాయం ఎలా చేస్తారో, అలాగే కేంద్రం వ్యవహరించి న్యాయం చేయాలని తెలియచేశారు. (చూ. అను. 8) అప్పటికీ కాంగ్రెస్ నిర్ణయం ప్రకటించబడలేదు. జనవరి 2013లో ఏఐసిసి సమావేశాలు జైపూర్ లో జరిగాయి. ఆ సమావేశాల సమయంలోనే, అన్ని ముఖ్య పార్టీలూ తెలంగాణకు అనుకూలంగా వున్నప్పుడు కాంగ్రెస్ ఏం చెయ్యగలదనే విషయంపై తర్జనభర్జనలు పడినట్లు తెలిసింది.

---

2. ఇదే లేఖలో 2014 ఎన్నికలు దృష్టిలో పెట్టుకుని కాంగ్రెస్ పార్టీ, వై.సి.పి. టిఆర్ఎస్. లతో కలిసి చీకటి ఒప్పందాలు చేసుకుంటుందని, వెంటనే అన్ని పార్టీలనూ పిలిచి, తెలంగాణ సమస్య తేల్చేయాలని కూడా వ్రాశారు.

25-1-2013న రాజమండ్రిలో 'జై ఆంధ్రప్రదేశ్' పేరుతో కాంగ్రెస్ బహిరంగ సభ జరిగింది. రాష్ట్ర మంత్రులు, ఎంపీలూ, ఎమ్మెల్యేలూ, ఎందరో అగ్రనాయకులతో పాటు, పిసిసి అధ్యక్షులు కూడా హాజరయ్యారు. అసెంబ్లీ తీర్మానం తెలంగాణకు అనుకూలంగా కావాలంటే టిఆర్ఎస్. నాయకులు తమ భాషా ప్రయోగం, దౌర్జన్య వైఖరి విడనాడాలనీ, ఎవరికెంత నష్టం ఎవరికెంత లాభమనే విషయమై చర్చ ప్రారంభం కావాలని ఆ సభ అభిప్రాయపడింది. ఆ సభలో ఎక్కువ సమయం మాట్లాడే అవకాశం నాకే ఇచ్చారు! విచిత్రంగా, నేను టిఆర్ఎస్. నాయకుల్ని విమర్శించినదానికి వ్యతిరేకంగా, టిఆర్ఎస్ వారు చేసిన ప్రతివిమర్శల కన్నా, తెలంగాణ కాంగ్రెస్ నాయకులే నా మీద విరుచుకుపడ్డారు. నేనే కాంగ్రెస్ నాయకుణ్ణి ఏమీ అనకపోయినా, తెలంగాణ ఉద్యమం 'పేటెంట్ రైట్' కాంగ్రెస్ వారిదేనని స్పష్టంగా చెప్పినా, కెసిఆర్. పై నేను చేసిన విమర్శలు కాంగ్రెస్ వారికి తీవ్ర ఆగ్రహం కలిగించాయి. అప్పటికే తెలంగాణ కాంగ్రెస్ లో ముఖ్యనాయకులు అనేకమంది లోపాయికారీగా కె.సి.ఆర్. నాయకత్వంలోకి వెళ్లిపోయారు!

30-7-2013 కాంగ్రెస్ వర్కింగ్ కమిటీ రాష్ట్ర విభజన చేయాల్సిందిగా కేంద్రాన్ని కోరుతూ, తీర్మానించింది. వెను వెంటనే సీమాంధ్రలో సమైక్యాంధ్ర ఉద్యమం ప్రారంభమయ్యింది. 31-7-2013 న రాష్ట్ర విభజన నిర్ణయాన్ని సమర్థిస్తూ చంద్రబాబు 'ప్రెస్'తో మాట్లాడారు. రాజధాని నిర్మాణానికి నాలుగైదు లక్షల కోట్లు అవసరమవు తుందన్నారు. (చూ. అను. 9)

9-8-2013న చంద్రబాబు ప్రధాని మన్మోహన్ సింగ్ కి ఒక సుదీర్ఘ లేఖ వ్రాశారు. కాంగ్రెస్ తీర్మానాన్ని ప్రకటించిన దిగ్విజయ్ సింగ్ టిఆర్ఎస్., కాంగ్రెస్ తో విలీనమైపోతుందని కూడా ప్రకటించటం, హైదరాబాద్ గురించి పొంతన లేకుండా ప్రకటించడం, రాష్ట్రమంతటా నిరసిస్తూ ఆందోళనలు తీవ్రతరం చేసారని – ఇంతటి తీవ్రమైన అంశంలో ఏకపక్షంగా నిర్ణయం తీసుకున్నారని – 2014 నుంచీ కాంగ్రెస్ ఈ సమస్యను వారి అంతర్గత సమస్యే అన్నట్లుగా ప్రవర్తించారని – సీమాంధ్ర మొత్తం తిరుగుబాటు చేస్తుంటే, అందరూ కాంగ్రెస్ మంత్రుల్నే పెట్టి ఆంటోని కమిటీ అన్నారని, మరోసారి ఇదేదో కాంగ్రెస్ అంతర్గత సమస్య అన్నట్లుగా వ్యవహరించారని హైదరాబాద్ విషయమై సరైన విధంగా స్పందించలేదని ఈ సంక్లిష్ట సమస్యను ప్రధానమంత్రే పరిష్కరించాలనీ కోరారు. (చూ. అను. 10)

28-8-2013న ప్రధానికి మరో లేఖ వ్రాస్తూ టిఆర్ఎస్., కాంగ్రెస్ లో కలిసిపోతోందని చంద్రశేఖరరావు చెప్పారని, జగన్ డిఎన్ఎ కాంగ్రెస్ దేనని దిగ్విజయ్ సింగ్ చెప్పారని, మాకు అపాయింట్మెంట్ ఇవ్వని ప్రధాని కార్యాలయం వైసిపి విజయమ్మకు సుస్వాగతం పలుకుతోందని ఆరోపించారు. గతంలో టిడిపి వారికి అపాయింట్మెంట్ ఇవ్వని సంఘటనలు తేదీలతో సహా

ప్రస్తావించారు. "మిమ్మల్ని కలిసి బైటికొచ్చాక, విజయమ్మ 'ప్రెస్'తో మాట్లాడుతూ రాజశేఖరరెడ్డే బ్రతికుంటే రాష్ట్రంలో ఇంతటి విపత్కర పరిస్థితులు ఎదురయ్యేవి కావని మీరన్నట్లుగా చెప్పారు." అంటూ రాజశేఖరరెడ్డితో పాటు మన్మోహన్‌సింగునూ తీవ్రంగా దుయ్యబట్టారు. (చూ. అను.11)

5-11-2013న ప్రధానికి వ్రాసిన మరో లేఖలో రాష్ట్రంలో కాంగ్రెస్ ఎంపీలూ, మంత్రులూ ఎమ్మెల్యేలూ, ఓట్లు - సీట్లు కోసం హైకమాండ్ ఈ నిర్ణయం తీసుకుందని అంటున్నారని దీంతో పరిస్థితి మరింత విషమించిందని తెలియజేసారు. మీ కాంగ్రెస్ వాళ్లే అధిష్ఠానం కాంగ్రెసు సమాధి చేసి దత్తపుత్రులు కె.సి.ఆర్. జగన్లతో ఒప్పందం చేసుకుందని బాహాటంగా విమర్శిస్తున్నారని కూడా అన్నారు. (చూ. www.vundavalli. org) అన్ని వర్గాలకూ ఆమోదయోగ్యమైన నిర్ణయం సాధ్యమయ్యాకే విభజన విషయమై ముందుకెళ్లాలనీ వ్రాసారు. అలాగే 21-9-2013న దేశాధ్యక్షుడిని కలిసారు. అప్పుడు ఇచ్చిన లేఖలో ఇరుపక్షాలని చర్చలకు పిలిచి అంగీకారం పొందవల్సిందిగా ప్రభుత్వాన్ని ఆదేశించమని కోరారు.(★)

ఆర్టికల్ 371-డి కొనసాగింపు వర్తిస్తుందా లేదా అన్న విషయంలో కేంద్ర ప్రభుత్వం అటార్నీ జనరల్ వాహనవతి అభిప్రాయాన్ని కోరింది. ఆయన రాష్ట్రవిభజన తరువాత అవశిష్ఠ ఆంధ్రప్రదేశ్ రాష్ట్రానికి ఆర్టికల్ 371 డి కొనసాగింపు సముచితం కాదని అది ఆ ఆర్టికల్ ఉద్దేశానికి, ప్రయోజనానికి, మూలభావనకు విరుద్ధమని అభిప్రాయం వెలిబుచ్చారు. (చూ. అను. 12)

12-11-2013న రాష్ట్రపతికి వ్రాసిన మరో లేఖలో రాజ్యాంగ బద్ధంగా, గత సంప్రదాయాల ననుసరించి నడిచే విధంగా కేంద్రాన్ని ఆదేశించాలనీ విద్యార్థులూ, ఉద్యోగులూ, రైతులకు సంబంధించిన జాయింట్ యాక్షన్ కమిటీలతో సంప్రదించాలనీ అందరికీ ఆమోదయోగ్యమైతేనే ముందుకెళ్లాలనీ కోరారు. (★)

8-12-2013న రాష్ట్రపతికి వ్రాసిన మరో లేఖలో ఫెడరల్ సూత్రాలకు విరుద్ధంగా, రాజ్యాంగ స్ఫూర్తికి వ్యతిరేకంగా ఆర్టికల్-3 ను వాడే ప్రయత్నం చేస్తున్నారనీ వివరించారు. ఈ విషయాన్ని ఆర్టికల్ 143 ప్రకారం సుప్రీంకోర్టు సలహా కోసం పంపించమనీ కోరారు. (★)

★ సుదీర్ఘమైన లేఖలివ్వటం వల్ల సంక్షిప్తంగా ప్రస్తావించాను. ఇంగ్లీషులో ఉన్న లేఖలు, జతపర్చపబడ్డాయి. మరిన్ని వివరాలు, లేఖల్ని చదవాలంటే www.vundavalli.org లో చూడవచ్చు.

పోలవరం ప్రాజెక్ట్ – సోనియాగాంధీ

10.12.2009

తెలంగాణ ప్రక్రియ ప్రారంభమయ్యిందంటూ చిదంబరం చేసిన ప్రకటన ప్రకంపనలు సృష్టించింది. లోక్ సభ సభ్యత్వానికి రాజీనామా చేసినట్లు లగడపాటి రాజగోపాల్ ప్రకటించడం, హైదరాబాద్ అసెంబ్లీలో సీమాంధ్ర శాసనసభ్యులందరూ పార్టీలకతీతంగా స్పీకర్ ఆఫీస్ ముందు క్యూలో నిలబడి రాజీనామాలు అందచేయడం టీవీలన్నింటిలో ప్రత్యక్ష ప్రసారం చేస్తున్నారు. లోక్ సభలో తెలుగుదేశం, కాంగ్రెస్ సభ్యులు కొందరు విభజనకు వ్యతిరేకంగా నినాదాలు చేస్తూ 'వెల్' లోకి వచ్చేశారు. సభ వాయిదా పడింది. సభలో నుంచి బైటకొస్తూ సోనియాగాంధీ నా వైపు చూశారు. సభలోంచి బైటకెళ్లటానికి ఆవిడ ఉపయోగించే ద్వారం మొదటిది. మంత్రులూ, ప్రధాని వాడే మొదటి ద్వారమది. నేను వాడేది మూడవది. ఎప్పుడైతే ఆమె నావైపు చూస్తూ బైటకెళ్లారో, నేనూ మూడోద్వారం నుంచి బైటకొచ్చి నిలబడ్డాను. అన్ని ద్వారాలూ ఇన్నర్ లాబీలోకే దారితీస్తాయి. ఆవిడ తన పార్లమెంటరీ పార్టీ రూంకి వెళ్తూ నన్ను రమ్మని సంజ్ఞ చేశారు! నేను ఆమె పక్కగా నడుస్తూ నమస్కారం పెట్టాను. "ఏమిటిది" అని సూటిగా ప్రశ్నించారు.

"తెలంగాణ విషయమై చిదంబరం చేసిన ఏకపక్ష ప్రకటన... కోస్తా, రాయలసీమ ప్రజల ఆగ్రహమది" అన్నాను.

"ఏకపక్ష ప్రకటన ఎలాగౌతుంది" అని అడిగారు.

"తెలంగాణ ప్రక్రియ ప్రారంభమయ్యింది అని చిదంబరం ప్రకటించారు. అది ఏకపక్షమే గదా. కోస్తా, రాయలసీమ వారెవ్వరితోనూ సంప్రదించలేదుగా" అన్నాను.

"అసెంబ్లీ తీర్మానం కావాలని కూడా ఆ ప్రకటనలో ఉంది గదా. అసెంబ్లీలో అన్ని ప్రాంతాలవారూ ఉంటారు గదా" అన్నారు ఆమె.

"కె.సి.ఆర్. నిరాహార దీక్షతో ఇక్కడా అక్కడా తెలంగాణ నాయకుల హడావుడి, తెలంగాణ ఇచ్చేసినట్లే అందరూ అనుకుంటున్నారు" అన్నాను.

"అందరూ అనుకుంటున్నారు. మీరు కూడా అనుకుంటే ఎలా.. అసెంబ్లీ తీర్మానంతో తెలంగాణ ప్రక్రియ ప్రారంభమవుతుందని స్పష్టంగా ఆ ప్రకటనలో ఉన్నా మన పార్టీ వాళ్లే సభను అడ్డుకుంటే ఎలా?" అన్నారు.

"కోస్తా రాయలసీమలో మూడ్ చాలా తీవ్రంగా ఉంది మేడమ్. కనీసం ప్రభుత్వం పోలవరాన్ని జాతీయ ప్రాజెక్టుగా కూడా ప్రకటించి ఉంటే కొంత బాగుండేదేమో" అన్నాను.

ఇప్పటిదాకా ఆమెతో పాటు నడుస్తూనే మాట్లాడుతున్నాను. సెంట్రల్ హాల్లోకి సరిగ్గా ప్రవేశిస్తున్నప్పుడు, ఈ మాట అన్నాను. ఎందుకన్నానో, అకస్మాత్తుగా పోలవరం సబ్జెక్టు అప్పుడెందుకు అనాలనిపించిందో.. తలుచుకుంటే, ఇప్పటికీ అర్థం కాదు. సడన్‌గా ఆగిపోయిందామె. "ఏంటది.. ఏమన్నావు?" అంటూ ప్రశ్నార్థకంగా నావైపు చూశారు.

"పోలవరం మేడమ్... గోదావరి ప్రాజెక్టు" అన్నాను.

"వ్యాట్ ప్రాజెక్ట్" అని మళ్లీ అడిగారు. ఆవిడ ఆగిపోవడంతో సెక్యూరిటీ వారు, కొందరు కాంగ్రెస్ ఎంపీలు నిలబడిపోయారు. ఒక్కసారిగా వెనక్కి తిరిగి "ఏం ప్రాజెక్టు అన్నావు" అని ప్రశ్నిస్తూ మళ్లీ లోక్ సభ లాబీ వైపు నడవసాగారు.

"అదే మేడమ్. పోలవరం ఇందిరా సాగర్ ప్రాజెక్టు, గోదావరి మీద కడుతున్న రిజర్వాయిర్ ప్రాజెక్ట్" అన్నాను. "మొన్న మీరు వచ్చారు కూడా" అన్నాను.

అప్పటికే ఆమె లోక్ సభ ఇన్నర్ లాబీలోకి వచ్చేసి ఒక సోఫా మీద కూర్చుండిపోయారు. అక్కడికి సెక్యూరిటీని అనుమతించరు. వాళ్లు ఔటర్ లాబీలోనే ఆగిపోయారు. మేడమ్ వెనుక నడుస్తూ వచ్చిన కాంగ్రెస్ ఎంపీలు కూడా, ఇదేదో సీరియస్ విషయమని దూరంగా నిలబడిపోయారు. నన్ను తన ఎదురుగా ఉన్న సోఫాలో కూర్చోమన్నారు సోనియా గాంధీ. "ఇప్పుడు చెప్పు. పోలవరం కడుతున్నారుగా. దానికీ తెలంగాణ ప్రక్రియకీ ఏమిటి సంబంధం" అన్నారావిడ. "పోలవరం జాతీయ ప్రాజెక్టుగా ప్రకటించమని ఎప్పట్నుంచో కోరుతున్నాం. కోస్తా, రాయలసీమ ప్రజల స్వప్నమది. ఈ ప్రకటనతోపాటు ఆ ప్రకటన కూడా చేసి ఉంటే ఇంత టెన్షన్ ఉండేది కాదేమోనని నా అభిప్రాయం. అదే మీకు చెప్పాను" అన్నాను.

"పోలవరం జాతీయ ప్రాజెక్టుగా ప్రకటించి ఉంటే తెలంగాణ ప్రకటన మీద వ్యతిరేకత ఉండదా" అని ప్రశ్నించారు.

"తెలంగాణ విషయంలో మా ప్రధాన అభ్యంతరం, హైదరాబాద్ నగరం. అయినా అందరితో మాట్లాడటానికి రోశయ్య కమిటీ వేసి, అందరి అభిప్రాయాలూ తీసుకోకుండానే ఈ ప్రకటన రావడంతో సహజంగానే వ్యతిరేకత వ్యక్తమౌతుంది." అన్నాను.

ఈలోగా లోక్ సభ నుంచి జలవనరుల మంత్రి పవన్ కుమార్ బన్సల్ బైటకొస్తున్నారు. ఆయన పార్లమెంటరీ వ్యవహారాల మంత్రి కూడా. ఆయన బైటకి రావడం సోనియాగాంధీ చూశారు. "వెళ్లి బన్సలీని పిలు" అన్నారు. నేను వడివడిగా బన్సలీ దగ్గరకు వెళ్లి "మేడమ్ పిలుస్తున్నారు" అని చెప్పాను. సభ వాయిదా పడగానే బైటకెళ్లిపోయిన సోనియాజీ ఇంకా అక్కడే కూర్చున్నారని ఆయన అనుకోలేదు. నావైపు ఆశ్చర్యంగా చూస్తూ "ఎవరు పిలుస్తున్నారు?" అన్నారు. నేను అక్కడే కూర్చున్న మేడంని చూపించాను. వెంటనే ఆయన మేడమ్ దగ్గరికి చేరుకున్నారు. కూర్చోమని సంజ్ఞ చేసిన సోనియాజీ "పోలవరం ప్రాజెక్టు నేషనల్ ప్రాజెక్టుగా ప్రకటించే ఆలోచన ఉందా" అని ప్రశ్నించారు. అప్పటికే అనేకసార్లు పోలవరం గురించి తెలుగు ఎంపీలతో చర్చించి ఉన్న బన్సల్ కి వెంటనే విషయం అర్థమైంది. "హైపవర్ స్టీరింగ్ కమిటీ ఆఫ్

నేషనల్ ప్రాజెక్ట్స్ ఆగస్టులోనే పోలవరం ప్రాజెక్టును క్లియర్ చేసింది. ఇక కాబినెట్లో పెట్టి నిర్ణయం తీసుకోవడమే" అన్నారాయన. "అదే విషయం అరుణ్‌కుమార్‌కి కమ్యూనికేట్ చెయ్యండి. కోస్తా, సీమ నాయకులకు అతను తెలియచేస్తాడు" అంటూ సోఫాలోంచి లేచి వెళ్లిపోయారు. నేనూ బన్సల్ లాబీలోనే నిలబడిపోయాం. నాలుగడుగులు వేసిన సోనియాగాంధీ, వెనక్కి తిరిగి నన్ను మళ్లీ పిలిచారు. "కాంగ్రెస్ తెలంగాణ ఇవ్వడానికి అభ్యంతరం లేదని మానిఫెస్టోలో ప్రకటించింది. ఇందాకా నువ్వు అన్నావే, ఎవ్వరితో సంప్రదించకుండా చిదంబరం తెలంగాణ ప్రకటించేశారని, అసెంబ్లీ తీర్మానం అడగటం అంటేనే అసెంబ్లీతో సంప్రదించటం.. రాష్ట్రంలో అసెంబ్లీకన్నా ఉన్నతమైన వేదిక మరొకటుందా? బన్సలీతో పోలవరం విషయమై కమిట్మెంట్ తీసుకో" అని చెప్పి వెళ్లిపోయారు. అప్పటికప్పుడు, లోక్ సభకు ఆనుకుని ఉండే పవన్ కుమార్ బన్సల్ ఆఫీసులో, పోలవరం మీద పరిస్థితి తెలియచేస్తూ, ఒక ఉత్తరం తయారయిపోయింది. నేను సోనియాగాంధీ గారికి పోలవరం విషయమై ఒక ఉత్తరం రాసినట్లు, ఆమె ఆ ఉత్తరాన్ని బన్సల్ కి పంపినట్లు, దానికి సమాధానంగా బన్సల్ నాకు రిప్లై ఇచ్చినట్లు రికార్డు తయారైపోయింది. నేను సోనియాగాంధీ గారికి రాసిన ఉత్తరం, బన్సల్ గారు నాకు సమాధానం ఇచ్చిన ఉత్తరం రెండింటి మీదా తేదీ 10-12-2009 (చూ. అను.13). పోలవరం ప్రాజెక్టును 20-2-2009 నాడు టెక్నికల్ ఎడ్వయిజరీ కమిటీ క్లియర్ చేసిందని, ప్లానింగ్ కమిషన్ రూ.10,151.04 కోట్ల అంచనాలతో 25-02-2009 నాడు క్లియరెన్స్ ఇచ్చిందని, నేషనల్ ప్రాజెక్టుగా ప్రకటించే హైపవర్ కమిటీ 6-8-2009న క్లియర్ చేసిందని, విద్యుత్ మంత్రిత్వశాఖ ప్రతిపాదన రాగానే కేబినెట్ ముందుపెట్టి పోలవరం ప్రాజెక్టును జాతీయ ప్రాజెక్టుగా ప్రకటింపచేయటమే మిగిలి ఉందని... బన్సల్ లేఖ సారాంశం.

(రాజశేఖరరెడ్డి గారు జీవించి ఉండగానే పోలవరం జాతీయ ప్రాజెక్టుగా ప్రకటించే రంగమంతా సిద్ధంచేసేశారు. ఆయన హఠాత్తుగా అంతర్ధానమవ్వకుండా ఉండివుంటే ఈ పాటికి, కచ్చితంగా పోలవరం పూర్తయి ఉండేదని నా నామ్మకం.)

సోనియాగాంధీ గారి ఆదేశాల మేరకు అప్పటికప్పుడు రిప్లై ఇచ్చేసిన బన్సల్ గారి ఆఫీసు నుంచి 2-6-2010 నాడు నా ఉత్తరానికి సమాధానం. అంధ్రప్రదేశ్ కాంగ్రెస్ వ్యవహారాల ఇన్చార్జి వీరప్పమొయిలీ గారికి చేరింది. మొయిలీగారు, సోనియాగాంధీగారికి అరుణకుమార్ రాసిన ఉత్తరానికి సంబంధిత మంత్రి బన్సల్ గారిచ్చిన సమాధానం 15-6-2010న నాకు పంపించారు. (చూ. అను. 14)

సీమాంధ్రలో ఆందోళన – లోక్ సభలో ప్రస్తావన

జూలై 30 నుంచీ, 15వ లోక్ సభ ముగిసిపోయే వరకూ సీమాంధ్ర మెజార్టీ సభ్యులు సస్పెండవ్వటమో, 'వెల్' లో నినాదాలిచ్చి సభ జరగకుండా చెయ్యటమో... చేస్తూ వచ్చాం! సాధారణంగా సభలో, అంతరాయం కల్పిస్తున్న సభ్యుల్ని, స్పీకర్ 'మీరేమి చెప్పాలను కుంటున్నారో చెప్పండి' అని ప్రశ్నల సమయం అయిపోయాక అవకాశం ఇస్తారు. గతంలో తెలంగాణ సభ్యులికి కూడా అవకాశమిచ్చారు. కాని సీమాంధ్ర ఎంపీ లెవ్వరికీ ఆ అవకాశం ఇవ్వలేదు.

11-8-2013న హైదరాబాద్ ఢిల్లీ ఎయిర్ ఇండియా విమానంలో స్పీకర్ మీరా కుమార్ గారు కూడా ప్రయాణిస్తున్నారు. అదే విమానంలో నేను కూడా ఢిల్లీ వెళ్తున్నాను. నేను ఆమె సీటు దగ్గరికి వెళ్లి, "మాకెందుకు మాట్లాడమని 'ఆఫర్' ఇవ్వటం లేదు" అని అడిగాను 'మీరెవ్వరూ మాట్లాడతామని అడగలేదుగా' అన్నారావిడ. 'మేమెప్పుడైతే అంతరాయం కల్గిస్తున్నామో, మీరే మాకు అవకాశమిచ్చి, మేమెందుకు అడ్డుపడుతున్నామో తెలుసుకోవాలి గదా' అన్నాను. 'మీరెందుకు అడ్డుపడుతున్నారో అందరికీ తెలుసు గదా' అన్నారు. 'మీరు సభ నుంచి మమ్మల్ని సస్పెండ్ చేస్తున్నారు గానీ, కాంగ్రెస్ తీర్మానానికి వ్యతిరేకంగా సభను అడ్డుకుంటుంటే కాంగ్రెస్ పార్టీ నుంచి మమ్మల్ని ఎందుకు సస్పెండ్ చేయటం లేదు' అని అడిగాను, ఆమె విస్తుపోయారు. 'ఏమో.. అది మీకే తెలియాలి' అన్నారు. 'అదే నేను సభలో వివరిస్తాను నాకు మాట్లాడే అవకాశమిప్పించండి' అన్నాను. 'మీరు మాట్లాడాలంటే సభ సజావుగా జరగాలిగదా' అన్నారు. 'జరిగేలాగ మేము ట్రై చేస్తాం. జరిగితే మాత్రం, మీరు నాకా అవకాశమివ్వాలి' అన్నాను.

సెప్టెంబరు 5వ తేదీన ఒక అవకాశం వచ్చింది. కానీ నా ప్రసంగం మధ్యలోనే అల్లరిచేసి మాట్లాడనివ్వకుండా ఆపేశారు. అసలు ఆంధ్రాలో ఉద్యమం ఎందుకు జరుగుతుందో కూడా లోక్ సభలో ప్రస్తావించే అవకాశమే రాలేదు.

మరోపక్క సీమాంధ్రలో ఉద్యమం తీవ్రతరమైపోతోంది. 'సమైక్యాంధ్ర'కు తగ్గించి ఒక్క మాట మాట్లాడినా, 'ద్రోహి'గా ముద్రపడి పోతుంది. అందరికీ ఒకటే నమ్మకం.

'అసెంబ్లీలో కాంగ్రెస్ మాయచేసి తీర్మానం అనుకూలంగా చేయించుకోవాలని ప్రయత్నిస్తోంది. అసెంబ్లీ ప్రెసిడెంట్ రిఫరెన్స్ ను వ్యతిరేకిస్తూ ఓటు వేస్తే, విభజన జరగదు!'

అక్టోబర్ 3, 2013న కేబినెట్ బిల్లు ఆమోదించింది. 'టేబుల్ ఐటమ్' గా బిల్లును తేవటం దగ్గర్నుంచి, అన్నీ..సంప్రదాయాలకు భిన్నంగానే జరిపించారు. ఆంటోనీ కమిటీ రిపోర్టు రాకుండానే కేబినెట్ నిర్ణయం తీసేసుకున్నందుకు నిరసనగా నేను కాంగ్రెస్ పార్టీకి రాజీనామా లేఖ పంపించాను. ఇంకా చాలామంది ఎంపీలూ, ఎమ్మెల్యేలూ కూడా రాజీనామా చేసేసారు. మరోపక్క

మేము లోక్‌సభకు చేసిన రాజీనామాలు, ఒత్తిడికిలోనై చేసిన రాజీనామాలుగా భావిస్తూ, స్పీకర్, ఆమోదించటం లేదని ప్రకటించారు.

శీతాకాల సమావేశాలు ప్రారంభమయ్యాయి. ఢిల్లీ, మధ్యప్రదేశ్, రాజస్థాన్, ఛత్తీస్ గఢ్ అసెంబ్లీ ఎన్నికల్లో కాంగ్రెస్ ఘోరంగా ఓడిపోయింది.

ఈ ఫలితాల ప్రభావంవల్ల కాంగ్రెస్ ఆంధ్రప్రదేశ్ విషయమై అంతదూకుడుగా వెళ్లకపోవచ్చునని అనుకున్నాం. 8 డిసెంబర్ సాయంత్రానికి హైదరాబాద్ నుంచి ఒక కబురు వచ్చింది. కాంగ్రెస్ ఎంపీల రాజీనామాలు రేపు ఆమోదించేయాలని నిర్ణయం తీసుకున్నారని...! మర్నాడు సభ ప్రారంభానికి ముందే స్పీకర్‌ను కలిసి రాజీనామాలు ఉపసంహరించు కుంటున్నట్లు ప్రకటించాం. సభ ప్రారంభమయిన తర్వాత, నేనూ సాయిప్రతాప్, లగడపాటి, సబ్బంహరి, హర్షకుమార్, రాయపాటి సంతకాలు చేసి ప్రభుత్వం మీద అవిశ్వాస తీర్మానం ప్రవేశపెడ్తూ లేఖని స్పీకర్‌కి అందించాం. ఇది పార్లమెంటరీ చరిత్రలోనే, బహుశా ప్రప్రథమం అయివుండొచ్చు! రూలింగ్ పార్టీ సభ్యులే తమ ప్రభుత్వం మీద 'నో–కాన్ఫిడెన్స్' ప్రవేశపెట్టడం!! కాస్సేపటికి టిడిపి సభ్యులూ, వైఎస్ఆర్ సభ్యులూ 'నో–కాన్ఫిడెన్స్' నోటీసు లిచ్చారు.(★) సరిగ్గా సోనియాగాంధీగారి పుట్టినరోజు నాడే ఈ నోటీసు లివ్వటం యాదృచ్ఛికమే.

డిసెంబర్ 16న, ప్రెసిడెంట్ ఆంధ్రప్రదేశ్ అసెంబ్లీకి పంపిన బిల్లు శాసన సభలో ప్రవేశపెట్టబడింది.

అసెంబ్లీలో ప్రవేశపెట్టిన బిల్లులో ఆబ్జెక్ట్స్, రీజన్స్, ఫైనాన్షియల్ మెమోరాండమ్ జతపర్చలేదని, వాటిని వెంటనే పంపించమని... ఆంధ్రప్రదేశ్ రాష్ట్ర చీఫ్ సెక్రటరీ పి.కె. మహంతి కేంద్ర హోం శాఖ కార్యదర్శి అని స్వామికి ఒక లేఖ వ్రాసారు. అసెంబ్లీ ఈ బిల్లు మీద చర్చించి అభిప్రాయం తెలియచేయటానికి పై వివరాలు అత్యవసరమని ఆంధ్రప్రదేశ్ ప్రభుత్వం కేంద్రాన్ని కోరింది. దానికి కేంద్రం సమాధానమిస్తూ, ఇది 'డ్రాఫ్ట్ బిల్లు' మాత్రమేనని, ఆర్టికల్ 3 ప్రకారం అసెంబ్లీ అభిప్రాయం కోసమే ఈ బిల్లు తయారు చేయబడిందనీ, పార్లమెంట్లో ప్రవేశపెట్టే సమయానికి ఆబ్జెక్ట్స్ వగైరా కేంద్రమంత్రి వర్గం చర్చించి, అప్పుడు అసలు బిల్లు తయారు చేస్తుందనీ సమాధానమిచ్చారు. పార్లమెంట్లో బిల్లు ప్రవేశపెట్టేముందు, రాష్ట్రపతి ఆ బిల్లు మీద సంబంధిత

★ ఈ అవిశ్వాస తీర్మానం మీద చర్చ జరగనీయకుండా ప్రభుత్వం, ప్రతిపక్ష సహకారంతో, అడ్డుకోగలిగింది! అవిశ్వాసానికి మద్దతు పలకటానికి అవసరమైనంతమంది సభ్యులు సభలో ఉన్నా.. చర్చకు అవకాశమ్విలేదు. యాభై మంది సభ్యులు మద్దత్తిస్తే, అవిశ్వాసం మీద చర్చ జరిపించితీరాలి.. చర్చ అయి, ఓటింగ్ జరిగి ప్రభుత్వం విశ్వాసం పొందితేనే, మిగతా బిల్లులు ప్రవేశపెట్టాలి. తృణమూల్, సమాజ్ వాదీ పార్టీలతో పాటు ఎన్డీఏ లోని శివసేన కూడా అవిశ్వాసానికి మద్దత్తుగా నిలబడటానికి సిద్ధపడ్డారు.

అసెంబ్లీ అభిప్రాయం తెలుసుకోవాలన్న 'ఆర్టికల్ 3' కు 'హోం సెక్రటరీ కొత్త నిర్వచనం చెప్పారు. "అసెంబ్లీ బిల్లు వేరు – పార్లమెంట్లో పెట్టే బిల్లు వేరు"... అని ! (చూ. అను.15)

ఈ బిల్లు మీద అటార్నీ జనరల్ వెలిబుచ్చిన అభిప్రాయం కూడా తెలపమని అడిగితే, అటార్నీ జనరల్ అభిప్రాయం రహస్యమనీ, మూడోపార్టీకి చూపించేది కాదని, హోం సెక్రటరీ సమాధానమిచ్చారు. ఆంధ్రప్రదేశ్ రాష్ట్ర విభజన విషయంలో, ఆంధ్రప్రదేశ్ అసెంబ్లీ, థర్డ్ పార్టీ అయిన కారణంగా అటార్నీ జనరల్ అభిప్రాయం మీకు చూపించము అని అనటం... బహుశా ఇంతటి అవమానం ఏ రాష్ట్ర అసెంబ్లీకీ జరిగుండదు !!

అసెంబ్లీ కౌన్సిల్ 'ప్రెసిడెంట్ రిఫరెన్స్'ను వ్యతిరేకించి పంపించాయి. 'ఇలాంటి పరిస్థితుల్లో ఏం చేయాలి' అని ప్రెసిడెంట్ సుప్రీకోర్టుని అడుగుతారని భావించాము.

ఎందుకంటే, ఇప్పటివరకూ ఎన్ని రాష్ట్రాలు విభజించినా అసెంబ్లీ తీర్మానంతోనే విభజించారు. బీహారు, జార్ఖండ్ విభజన వ్యతిరేకిస్తూ అప్పటి ముఖ్యమంత్రి లల్లూ ప్రసాద్ యాదవ్ ఇలాగే తీర్మానం చేస్తే, అతణ్ణి ఒప్పించి, మళ్లీ విభజనకు అనుకూలంగా తీర్మానం చేయించి, ఆ తర్వాతే రాష్ట్రవిభజన చేసింది కేంద్రం.

ఆర్టికల్ 3 ప్రకారం, పార్లమెంట్ ఉభయ సభల్లో, ఈ బిల్లు, రాష్ట్రపతి సిఫార్సుతో మాత్రమే ప్రవేశపెట్టాలి. ప్రవేశపెట్టేముందు, రాష్ట్రపతి, విధిగా, సంబంధిత అసెంబ్లీ అభిప్రాయాన్ని తెలుసుకునే పార్లమెంటుకు సిఫార్సు చేయాలి.

'అభిప్రాయం తెలుసుకోవటం' అంటే అర్థం ఏమిటి? అభిప్రాయం అనుకూలంగా వున్నా వ్యతిరేకంగా ఉన్నా రాష్ట్రపతి సిఫార్స్ చేసేయవచ్చా? అలాగైతే, అసలు అసెంబ్లీ అభిప్రాయం తెలుసుకోవటమెందుకు!? ఇప్పటివరకూ ఏ రాష్ట్రాన్ని ఇలా అసెంబ్లీ అభిప్రాయానికి వ్యతిరేకంగా విభజించలేదు కాబట్టి, ఆర్టికల్ ప్రకారం రాష్ట్రపతి సుప్రీంకోర్టును సలహా అడుగుతారనే భావించాం.

కాని ప్రెసిడెంట్ తిరస్కరించబడిన బిల్లునే పార్లమెంట్‌కి పంపించారు.

నా డైరీలో...

6-1-2011

శ్రీకృష్ణకమిటి రిపోర్టు రాజకీయపార్టీలకు అందించారు చిదంబరం! సీమాంధ్ర కాంగ్రెస్ తరఫున కె.ఎస్. రావు అందుకున్నారు. కావూరింట్లో రిపోర్టు మీద చర్చ.

20-1-2011

కాంగ్రెస్ పార్లమెంటరీ పార్టీ ఆఫీసులో ప్రణబ్ ముఖర్జీ మొయిలీ, ఆంటోని, అహ్మద్ పటేల్ లతో సీమాంధ్ర నాయకుల మీటింగ్. నేదురుమిల్లి, రాయపాటి, పురంధరేశ్వరి, లగడపాటి, మాగుంట, కిల్లి కృపారాణి, బొత్స ఝాన్సీ, పనబాక, కనుమూరి, సాయిప్రతాప్, అనంత వెంకట్రామరెడ్డి, హర్షకుమార్, శీలం, సబ్బంహరి, ఎస్.పి.వై. రెడ్డి కలిశాం. కాశ్మీర్ సమస్య లాగానే హైదరాబాద్ సమస్య చాలా సెన్సిటివ్ అని చెప్పాను. అందరి తరఫునా కావూరి మాట్లాడారు.

4-3-2011

'కాంగ్రెస్ వర్కింగ్ కమిటి' ప్రకటించారు. ఆంధ్రరాయలసీమ ప్రాంతాలనుంచి ఎవ్వరి పేరూ లేదు. జి. సంజీవరెడ్డి ప్రత్యేక ఆహ్వానితుడుగా కొనసాగుతారు. వి. హనుమంతరావు, పి. సుధాకరరెడ్డి ఎ.ఐ.సి.సి. కార్యదర్శులు.

6-7-2011

నార్త్ బ్లాక్ ఆఫీసులో ప్రణబ్ ముఖర్జీని కలిశాం. కె.ఎస్. రావు, కె.వి.పి, శైలజానాథ్, దివాకరరెడ్డి, పాలడుగు వెంకట్రావు, ఎమ్మెల్సీ సత్యనారాయణరాజు కలిశాం. అంబేద్కర్ హైదరాబాద్‌ను ఇండియాకు రెండో రాజధానిగా ప్రతిపాదించిన విషయం ప్రణబ్ ముఖర్జీకి చెప్పాను. పాకిస్తాన్, చైనాల విషయంలో అంబేద్కర్ జోస్యం ఎలా నిజమయ్యిందో కూడా చెప్పాను. ప్రణబ్ ఆసక్తిగా విన్నారు. మీటింగ్ అయిపోయి బైటకొచ్చేశాక, కావూరి "నీతో ఒక మాట చెప్పాలి. ఇందాక నీ మాటల్ని బట్టి, హైదరాబాద్ రెండో రాజధాని చేస్తే రాష్ట్రం విడదీసినా ఫర్వాలేదు - అన్నట్లుంది. నీకు సమైక్యాంధ్ర కాకుండా వేరే ఆలోచన వుంటే, మాతో కలిసి రావొద్దు" అన్నారు.

18-7-2011

హైదరాబాద్ నుంచి వచ్చిన సీమాంధ్ర ఎమ్మెల్యేలు, ఎమ్మెల్సీలు, ఎంపీలూ, మంత్రులూ (కాంగ్రెస్) గులాం నబీని కలిశాం.

19-7-2011

11.00 గంటలకు ప్రధానమంత్రి, 12.00 గంటలకు ఆంటోనీ, 4.00 గంటలకు చిదంబరం లను కలిశాం. మొత్తం డెలిగేషన్!

వార్ రూంలో ప్రణబ్ ముఖర్జీని రాత్రి 8 గంటలకు కలిశాం. ప్రణబ్ ముఖర్జీ డిసెంబర్ 9, 2009 నాటి ప్రకటన దురదృష్టకరమంటూ మొదలుపెట్టి, చాలా వివరంగా మాట్లాడారు. ఆయన ఉపన్యాసం విన్న తర్వాత, ఆంధ్రప్రదేశ్ విడగొట్టే ఉద్దేశమే కాంగ్రెస్ కు లేదనిపించింది.

అన్నిచోట్లా, ఎంపీల తరఫున కె.ఎస్. రావు, ఎమ్మెల్యేల తరఫున గాదె వెంకటరెడ్డి సీమాంధ్ర వాణి వినిపించారు.

20-7-2011

ఎ.పి. భవన్ లో బొత్స సత్యనారాయణతో ఎంపీలందరం కలిశాం. శ్రీకృష్ణ కమిషన్ రిపోర్టులోని 6వ సిఫార్సును అమలు చెయ్యవల్సిందిగా కోరటం సీమాంధ్రకు అన్యాయం చేయటమేనని అన్నాను. "తెలంగాణ రీజనల్ కౌన్సిల్ ఏర్పాటు చేయాలనీ, ప్లానింగ్, నీటిపారుదల, ఆరోగ్యం, విద్య, స్థానిక పరిపాలన కౌన్సిల్ కంట్రోలులో పెట్టాలనీ, కౌన్సిల్ కీ, ప్రభుత్వానికీ లేదా కౌన్సిల్ కీ, అసెంబ్లీకి అభిప్రాయ భేదాలొస్తే, అవి పరిష్కరించటానికి ఒక 'ఎపెక్స్' బాడీ ఏర్పాటు చేయాలనీ 6వ సిఫార్స్ చెప్తోంది. ఆ ఎపెక్స్ బాడీలో సీమాంధ్ర, తెలంగాణా నుంచి సరిసమానంగా సభ్యులుండాలని, గవర్నర్ అధ్యక్షతన ఏర్పడే ఈ కమిటీలో గవర్నర్ కు 'కాస్టింగ్' ఓటు ఉండాలని ప్రతిపాదించారు. ఇది చాలా ప్రమాదం. 42% ప్రజలున్న తెలంగాణకు, 58% ప్రజలున్న సీమాంధ్రకు 'ఈక్వల్ రెప్రజెంటేషన్' అంటున్నారు" అని వాదించాను.

"అవన్నీ తర్వాత చూసుకోవచ్చు. రాష్ట్రం ఒక్కటిగా వుంచటమే ప్రస్తుత ఎజెండా..." అంటూ అందరూ చిరాకుపడ్డారు.

రాష్ట్ర అసెంబ్లీ కన్నా సూపర్ పవర్స్ తో అపెక్స్ బాడీ ఏర్పాటుచేస్తే చాలా అనర్థాలు ఎదుర్కోవల్సి వస్తుందని వివరించాను.

"రేపు తెలంగాణ రీజినల్ కౌన్సిల్ పోలవరం ఆపేయమంటుంది. అసెంబ్లీ ఒప్పుకోదు. అపెక్స్ బాడీ లో పెడ్తారు. పదిమంది తెలంగాణ వాళ్లు ఆపేయమంటారు, పదిమంది సీమాంధ్ర వాళ్లు ఆపకూడదంటారు. సరి సమానం! గవర్నర్ ఓటుతో డిసైడ్ అవ్వాలి. గవర్నర్ అంటే కేంద్రప్రభుత్వ ఏజెంట్!! కేంద్రాన్ని అడుగుతాడు, ఏం చెయ్యమంటారని? ఒక్క పోలవరమే కాదు, అన్ని విషయాల్లోనూ అడ్డం పడ్తూనే వుంటారు" అని విపులీకరించాను. "అవన్నీ తర్వాత చూసుకోవచ్చులే ఇప్పుడు కొత్త ఫిటింగ్ పెట్టక" అంటూ నా వాదన పక్కన పెట్టేశారు.

5-8-2011

లోక్ సభలో 'తెలంగాణ' చర్చ. సుష్మాస్వరాజ్ తెలంగాణకు అనుకూలంగా ప్రసంగించారు. సర్వే సత్యనారాయణ సుష్మాస్వరాజ్‌ను అభినందిస్తూ తెలంగాణ వెంటనే

ప్రకటించాల్సిందిగా కోరారు. కావూరి సాంబశివరావు మాట్లాడే ప్రయత్నం చేశారు. బిజెపి వారు తెలంగాణ వారు మాట్లాడనీయలేదు. ప్రణబ్ ముఖర్జీ, చిదంబరం, ఆజాద్ కూడా కావూరికి అడ్డం తగిలారు.

8-9-2011

పార్లమెంట్ వర్షాకాల సమావేశాలు ముగిశాయి. సర్వే సత్యనారాయణ, కోమటిరెడ్డి రాజగోపాలరెడ్డి, సురేష్ షెట్కర్, బలరాం నాయక్ (ఎంపీలు), పొంగులేటి సుధాకరరెడ్డి, కమలాకరరావు, దిలీప్ (ఎమ్మెల్సీలు), సెంట్రలోహాల్లో ఒక పక్కన కూర్చున్నాం. నేను తప్ప అందరూ తెలంగాణా వారే! మనమందరమూ కలిసి ఒక అవగాహనకు రావాలని కోరాను. గంటన్నరసేపు మాట్లాడుకున్నాం. రాజమండ్రిలో, తెలంగాణ సీమాంధ్ర కాంగ్రెస్ ఎంపీల సమావేశం ఏర్పాటు చేసుకోవాలని అనుకున్నాం.

27-12-2012

గులాంనబీ ఆజాద్ ఆఫీసులో ఆంధ్ర, తెలంగాణ కాంగ్రెస్ మీటింగ్! సీమాంధ్ర తరఫున నేనూ, గాదె వెంకటరెడ్డి (ఎమ్మెల్యే), చెంగల్రాయుడు (ఎమ్మెల్సీ) తెలంగాణ తరఫున చిన్నారెడ్డి, సురేష్ రెడ్డి, మల్లు రవి.

"మీరెవరు ఏం మాట్లాడతారో నాకు తెలుసు కాబట్టి మళ్లీ మళ్లీ తెలుసుకోనక్కర్లేదు" అంటూ గులాం నబీ ప్రారంభించారు.

"ఒకసారి పంజాబ్ ముఖ్యమంత్రితో కలిసి రాత్రివేళ కారులో వెళ్తున్నాం. లైట్ల వెలుతుర్లోకి ఒక కుందేలు వచ్చి రోడ్డుకు అడ్డంగా లైట్లను చూస్తూ నిలబడిపోయింది. కారు దగ్గరికెళ్లేటప్పటికి కుందేలు పారిపోతుందనుకుని డ్రైవర్ కారు పోనిచ్చేశాడు. కుందేలు కారుకింద పడి చచ్చిపోయింది! అప్పుడు పంజాబ్ సి.ఎమ్. కుందేలు ఎందుకు చచ్చిపోయిందో విశ్లేషించారు. వచ్చిన దారినే వెనక్కి పరిగెత్తాలా, ముందుకు పరుగెత్తాలా అనే నిర్ణయం తీసుకోవటంలో జరిగిన ఆలస్యమే కుందేలు మరణానికి కారణమయ్యిందని ఇప్పుడు కాంగ్రెస్ పరిస్థితి అలాగే వుంది అని" అజాద్ అన్నారు. రేపు హోంమంత్రి దగ్గర జరగబోయే అఖిలపక్ష సమావేశంలో కాంగ్రెస్ ఏం చెప్పాలో నిర్ణయించటానికి ఏర్పాటుచేసిన సమావేశమిది! ఏ నిర్ణయం లేకుండానే సమావేశం ముగిసింది.

28-12-2012

కేంద్రప్రభుత్వం ఏర్పాటుచేసిన అఖిలపక్ష సమావేశంలో గాదె వెంకటరెడ్డి సీమాంధ్ర తరఫున, సురేష్‌రెడ్డి తెలంగాణ తరఫున పాల్గొన్నారు. వెంకటరెడ్డి సమైక్యాంధ్ర అన్నారు. సురేష్ రెడ్డి తెలంగాణ అన్నారు. సీమాంధ్ర నుంచి వై.సి.పి. తరఫున మైసూరా, తెలుగుదేశం తరఫున యనమల హాజరయ్యారు. వై.సి.పి. కూడా కాంగ్రెస్ లాగే అటూ–ఇటూగా మాట్లాడింది. తెలుగుదేశం మాత్రం తెలంగాణకు అనుకూలంగా చంద్రబాబు రాసిన 'లెటర్' అందజేశారు.

25-7-13

హైదరాబాద్ నుండి ఢిల్లీ. శైలజానాథ్ రేపు మీటింగ్ అని చెప్పారు. విమానంలో ఘంటా శ్రీనివాస్, టి.జే. వెంకటేష్, కాసు, ఏరాసు ప్రతాపరెడ్డి కలిసారు.

"మీరందరూ అసెంబ్లీలో ఉండగానే రాజశేఖర్ రెడ్డిగారు తెలంగాణా ఏర్పాటుకు మాకు అభ్యంతరం లేదు అని చెప్పారు. ఇప్పుడు కూడా, మనం తెలంగాణా ఏర్పాటుకు మేం ఒప్పుకోం అంటే మిగతా రాష్ట్రాల వాళ్ళు, మిగతా పార్టీల వాళ్ళు మనకు మద్దతు ఇవ్వకపోవచ్చు. రాజధాని విషయం హైలైట్ చేద్దాం. నదికి ఒక తీరం ఒక రాష్ట్రంలో, అవతలి తీరం మరొక రాష్ట్రంలో ఉండటం వల్ల వచ్చే నష్టాలు, కష్టాలు ఎదుర్కోవలసిన విధానం రూపొందించమని అడుగుదాం. తెలంగాణాను మనం వ్యతిరేకించట్లేదనగానే, అసలు సమస్యలన్నీ చర్చనీయాంశాలవుతాయి" విచిత్రమేమిటంటే నా వాదనను ఎవ్వరూ వ్యతిరేకించలేదు... ఎవరూ అంగీకరించలేదు కూడా!

26-7-13

గులాంనబీ అజాద్, దిగ్విజయ్ సింగ్ లు ముఖ్యమంత్రి, ఉపముఖ్యమంత్రి, ఏపీసీసీ అధ్యక్షులు – ముగ్గురికీ చెప్పేసారు "తెలంగాణా నిర్ణయం జరిగిపోయిందని" –

11.00కి ఏపి భవన్ లో ముఖ్యమంత్రిని కలిసాను. మొహంలో నెత్తురుచుక్క లేదు!

11.30కి గురజాడ హాల్ – ఏపి భవన్ లో మీటింగ్.

శైలజానాథ్, టిజీ, ఘంటా, వట్టి వసంత్, కాసు, ఏరాసు, ఆనం, కొండ్రు, సి. రామచంద్రయ్య, పార్థసారధి రాష్ట్రమంత్రులు – కావూరి, పళ్లంరాజు, చిరంజీవి, శీలం, కెవిపి, లగడపాటి, మాగుంట, ఎస్పివై, సాయిప్రతాప్ హాజరయ్యారు. అందరిలో చెప్పుకోలేని ఒక శూన్యభావన..! అశక్తత, అసహనం!! పెద్దగా ఏమీ చర్చించలేదు. నేనూ, కెవిపి మీటింగ్ నుంచి మా ఇంటికొచ్చేసాం. మౌనంగా కూర్చున్నాం. ఎందుకిలా జరుగుతోంది. మనల్ని అసలు పార్టీ పరిగణనలోకే తీసుకోదా! జీవితమంతా కాంగ్రెసు కు నమ్మినబంటులుగా వ్యవహరించినా, ఇప్పుడు కాంగ్రెస్ మనల్ని 'నమ్మటం లేదా'...!

నా మొబైల్ ఫోన్ మోగుతోంది. గులాంనబీ ఫోన్! కెవిపికి చూపించాను. నీ అభిప్రాయం అడుగుతారు. సమైక్యాంధ్ర – అని చెప్పు అన్నారు కెవిపి. ఫోన్ ఆన్ చేసాను. "అరుణ్ నేనెందుకు ఫోన్ చేసానో తెలుసుగా" అన్నారు ఆజాద్.

తెలుసు సార్. తెలంగాణ ఇచ్చేసినా అక్కడ కాంగ్రెస్ గెలుస్తుందని మాత్రం అనుకోకండి అన్నాను.

సరే, ఆ గొడవెందుకు గానీ, నువ్వు విభజనకు అనుకూలమా, వ్యతిరేకమా అని అడిగారు.

ఆల్ రెడీ నిర్ణయం తీసేసుకుని ఇప్పుడు మా అభిప్రాయం అడిగి ప్రయోజనమేముంటుంది!

అస్సాం సమస్య దీర్ఘకాలికమైనది.. రాజీవ్ గాంధీ ప్రధాని కాగానే, పట్టుబట్టి కూర్చుని సమస్యను పరిష్కరించేసారు. కానీ సమస్యను పైకితెచ్చి పోరాటం చేసిన అస్సాం గణపరిషత్ ఎన్నికల్లో గెలిచింది గాని పరిష్కరించిన కాంగ్రెస్ కాదు. మీరెలాగూ మా ప్రాంతాన్ని వదిలేసుకున్నారు. తెలంగాణాలో గెలుస్తామని మాత్రం అనుకోకండి అన్నాను.

అస్సాం వేరు, తెలంగాణా వేరు అంటూ, అస్సాం ఎకార్డ్ గురించి నాటి పరిస్థితుల గురించి వివరించటం మొదలు పెట్టారు.

అస్సాం సమస్య గురించి నాకంత తెలీదు సార్. కానీ ఏ ప్రజా సమస్య విషయంలో నైనా ఒక నిజం మాత్రం తెలుసు. సమస్యపై పోరాడేవాడు లీడర్ అవుతాడు గానీ పరిష్కరించినవాడు మాత్రం కాడు. తెలంగాణాలో కేసిఆర్ లీడరౌతారు గానీ కాంగ్రెస్ మాత్రం కాదు అని చెప్పేసాను.

ఎలక్షన్ల గురించి మాట్లాడటానికి ఇంకా టైం వుందిలే అని ఆయన అంటుంటేనే నేను చెప్పేసాను. "తెలంగాణా నిర్ణయం ప్రకటించాక ఇంక మాట్లాడటానికి ఏమీ వుండదు లెండి" ఫోన్ అయిపోయాక కెవిపి చాలాసేపు కూర్చున్నారు. హైదరాబాద్ విషయం, నీటి పంపిణీ విషయాలపై ఒక నోట్ తయారు చేసాం.

రాత్రి కెవిపి ఇంట్లో సత్తిబాబు, ఆనం, ఘంటా, వసంత్, శైలజానాథ్, కన్నాలక్ష్మీనారాయణ, సాయి, అనంత మళ్లీ కలిసాం. అయిపోయింది. కాంగ్రెస్ రాష్ట్రవిభజన చేసేస్తోంది!

29-7-13

8.40 విమానంలో నేనూ, అనంత ఢిల్లీ చేరుకున్నాం. మధ్యాహ్నం ఇద్దరమూ సి.ఎం. కిరణ్‌ని కలిశాం. ఢిల్లీలో జరుగుతున్న పరిణామాలు వివరించాడు కిరణ్. రెండు మూడు రోజుల్లో కాంగ్రెస్ పార్టీ తెలంగాణ ప్రకటన చేయబోతోందని, దానిని ఎలాగో ఒకలాగ వాయిదా వేయించాలనేది కిరణ్ మీటింగ్ సారాంశం.

విమానాశ్రయం నుండి పళ్లంరాజింటికి చేరుకున్నాం. రాత్రి 11.30 కి పళ్లంరాజింటి నుండి అహ్మద్ పటేల్ ఇంటికి చేరుకున్నాం.

కావూరి, కనుమూరి, కెవిపి, శీలం, లగడపాటి, పళ్లంరాజు, అనంత, నేనూ, అహ్మద్ పటేల్ తో అరగంట కూర్చున్నాం.

మేమేమి చెప్పినా అహ్మద్ పటేల్ ఒకటే సమాధానం “తెలంగాణ నా చేతుల్లో లేదు, మీరేం చెప్పినా మేడమ్ కి చెప్తాను”.

30-7-13

కనుమూరి బాపిరాజు ఇంట్లో బ్రేక్ఫాస్ట్. చిరంజీవి, పురంధరేశ్వరి, పనబాక, హర్ష, మాగుంట, కెవిపి, కెవిస్ రావు, లగడపాటి, శీలం, అనంత అందరమూ కలిసి దిగ్విజయ్ సింగ్

ఇంటికెళ్లాం. "సాయంత్రం తెలంగాణ ప్రకటిస్తున్నాం.. అది మాత్రం ఆగదు" దిగ్విజయ్ ఏమీ నాన్చకుండా, కుండబద్దలు గొట్టారు.

అక్కణ్ణుంచి సోనియాగాంధీగారిని, రాహుల్ గాంధీ గారినీ కలవటానికి బయల్దేరాం – అక్కడేం మాట్లాడాలి నిన్న అహ్మద్ పటేల్ ని, ఈ వేళ దిగ్విజయ్ సింగ్ ని కలిశాం. ఇప్పుడు సోనియా గాంధీని కలుస్తాం... ఆవిడా అదే మాట చెప్తారు! "అప్పుడేం చెయ్యాలి" అది నిర్ణయించుకోకుండా ఆవిడ్ని కలవటం అనవసరమనేది నా అభిప్రాయం! ఎందుకో, ఎవ్వరూ నా అభిప్రాయంతో ఏకీభవించలేదు. కార్లన్నీ 10 జనపథ్ వైపు, వెనకాల మీడియా వేన్లు... ఊరేగింపు మళ్లీ బైల్దేరింది. సగం తోవలో నేను పార్లమెంట్ వైపు దారి మళ్లించాను.

సోనియా, రాహుల్ గాంధీలను కలిసిన బృందానికి నేనూహించిన స్పందనే లభించింది! 'తెలంగాణ విషయంలో మరొక మాటలేదు... మీకేమి కావాలో అడగండి' ఇదే మాట!!

కాంగ్రెస్ వర్కింగ్ కమిటీ 'తెలంగాణ' నిర్ణయాన్ని ప్రకటించేసింది. ఈ వర్కింగ్ కమిటీ సమావేశంలో ఒక్క తెలుగువాడూ లేదు. అసలు ఆంధ్రప్రదేశ్ రాష్ట్రం నుంచి వర్కింగ్ కమిటీలో ప్రాతినిధ్యం లేదు. నేను వర్కింగ్ కమిటీ శాశ్వత ఆహ్వానితుడుగా ఉన్నప్పుడు, నాతోపాటు మాజీ ముఖ్యమంత్రి నేదురుమిల్లి జనార్ధనరెడ్డి, వెంకటస్వామి, కిషోర్ చంద్రదేవ్ వర్కింగ్ కమిటీలో ఉండేవారు. ఇప్పుడు ప్రత్యేక ఆహ్వానితుడిగా ఒకే ఒక తెలుగువాడు జి. సంజీవరెడ్డి వున్నారు. తెలంగాణ ప్రాంతానికి చెందిన ఆయన INTUC కార్మికసంఘం జాతీయ అధ్యక్షుడిగా, రాజ్యసభ సభ్యుడిగా ఉన్నారు. ఈయన కూడా వర్కింగ్ కమిటీ మీటింగ్ లో పాల్గొనలేదు. తెలంగాణ ప్రాంతానికి చెందిన సీనియర్ మోస్ట్ కాంగ్రెస్ లీడర్ సంజీవరెడ్డి రాష్ట్ర విభజనకు వ్యతిరేకం. బహుశా అందుకే, సిడబ్ల్యుసి లో వున్న ఒకే ఒక తెలుగువాడిని కూడా ఆహ్వానించకుండా వర్కింగ్ కమిటీ రాష్ట్ర విభజన తీర్మానం చేసేసింది.

అజయ్ మకెన్, దిగ్విజయ్ సింగ్ – కాంగ్రెస్ ఆఫీసు ప్రెస్ మీట్లో తెలంగాణ నిర్ణయాన్ని ప్రకటించేశారు. పనిలో పనిగా తెలంగాణ రాష్ట్ర సమితి కాంగ్రెస్ లో విలీనమైపోవాలని కూడా ఆహ్వానించేశారు!

రాజమండ్రి, వైజాగ్, విజయవాడ, హైదరాబాద్ ల నుంచి ఫోన్లు. రాత్రి కెవిపి ఇంట్లో సత్తిబాబు (బొత్స సత్యనారాయణ– ఎపి కాంగ్రెస్ అధ్యక్షుడు) కలిశారు. ఎవ్వరం ఏమీ చర్చించుకునే వాతావరణం లేదు!

31-7-13

రాజకీయ క్రీడ ఆరంభమైపోయింది.

రాజమండ్రి కాంగ్రెస్ ఆఫీసు (పేరుకు కాంగ్రెస్ ఆఫీసైనా అక్కడ ఉండేది ఎంపి ఆఫీసు) మీద వైఎస్సార్ కాంగ్రెస్ వారు దాడి చేశారు.

ఆ సమయానికి ఆఫీసులో ఉన్న కొంతమంది మిత్రులు ప్రతిఘటించారు. అర్ధరాత్రి సమయంలో జిల్లా గ్రంథాలయ సంస్థ ఛైర్మన్ అల్లు బాబికి చెందినకారు, మరో మహిళా కార్యకర్త 'హారిక' కారు డామేజి చేశారు, నిప్పు పెట్టారు.

ఎన్నికలు దగ్గరపడుతున్న సమయంలో ప్రజా వ్యతిరేక నిర్ణయం తీసుకుంటే, పర్యవసానం ఎలా వుంటుందో కనబడిపోతుంది. సీమాంధ్ర ప్రాంతమంతా 'బంద్' అయిపోయింది.

ఉదయం 10గంటలకే కోట్ల, అనంత, పురంధరేశ్వరి, లగడపాటి రాష్ట్రమంత్రి పార్థసారథి – కెవిపి ఇంట్లో కలిశాం. సీమాంధ్ర ప్రాంతానికి చెందిన సభ్యులంతా రాజీనామాలు చేసేయాలని ఆవేశంగా అనుకున్నాం. మొత్తం 25 మంది లోక్ సభ సభ్యుల్లో అక్కడున్నది అయిదుగురం. నలుగురు తెలుగుదేశం, ఇద్దరు వైయస్సార్ కాంగ్రెస్. 19 మంది కాంగ్రెస్ సభ్యుల్లో కిషోర్ చంద్రదేవ్, పళ్లంరాజు, కావూరి కేబినెట్ మంత్రులు. కిల్లి కృపారాణి, పురంధరేశ్వరి, పనబాక లక్ష్మి, కోట్ల మంత్రులు. మిగతా పన్నెండుమంది లోక్ సభ సభ్యులం. అందరమూ కలిసి కూర్చుని నిర్ణయంతీసుకోవాలనుకున్నాం. అర్జంటుగా తీసుకున్న హైదరాబాద్ ఫ్లైట్ టికెట్ కేన్సిల్ చేసుకుని, రాజమండ్రి ప్రయాణం వాయిదా వేసుకున్నాను.

1-8-13

ఉదయం 10.30 కి రాజమండ్రిలో ముఖ్యుల్ని కలవాలన్న ప్రయత్నం వాయిదా పడటంతో, స్కైప్ ద్వారా రాజమండ్రి 'రివర్బే' హోటల్లో ఏర్పాటయిన సమావేశంలో పాల్గొన్నాను.

రెండు గంటల సేపు జరిగిన ఈ చర్చలో, రాజీనామాలు చేయకూడదనీ రాష్ట్రవిభజన బిల్లును అసెంబ్లీలోనూ పార్లమెంట్లోనూ ఓడించటానికి సభ్యులుగా కొనసాగాలని నిర్ణయించాం.

నిన్న అనుకున్నట్లుగానే, కెవిపి ఇంట్లో మళ్లీ ఎంపీలం కలిశాం. పళ్లంరాజు, పురంధరేశ్వరి, కిల్లి కృపారాణి, కనుమూరి, సాయి, అనంత, లగడపాటి, హర్షకుమార్, శీలం, కెవిపి.. సుదీర్ఘ చర్చలు.

5వ తారీఖు నుంచి పార్లమెంటు ప్రారంభమవుతోంది. ఆ రోజుకి అందరమూ రాజీనామాలు చేసేయాలని లగడపాటి ప్రతిపాదించారు. అందరి గురించి మనమెలా నిర్ణయం తీసుకుంటాం... ఇక్కడున్న వాళ్లం వరకే మనం మాట్లాడుకోగలం అన్నారు అనంత.

5 వరకూ ఆగటానికి వీలులేదు, ఈ వేళే ప్రకటన చేసెయ్యాలని హర్షకుమార్ అన్నారు.

'రాజీనామా' అనేమాట 'ఆమరణ నిరాహారదీక్ష' లాగే విలువ కోల్పోయిందని, ఇప్పటికే తెలంగాణ వారు అనేకసార్లు, ఆంధ్ర వారు అనేకసార్లు రాజీనామాలు చేస్తూనే వున్నారని నేనన్నాను.

రాజీనామా చేస్తే, స్పీకర్ చేత ఆమోదింప చేసుకుని, మాజీ ఎంపీ అయిపోతేనే జనం నమ్ముతారుగానీ ఉత్తుత్తి రాజీనామాల వల్ల ప్రజల్లో పల్చనయిపోతాం అన్నాను.

రాజీనామాలు చేసేసి, ఆమోదింపచేసుకుని మాజీ ఎంపీలం అయిపోయాక, లోక్ సభలో బిల్లు ఓటింగ్ కి వచ్చినప్పుడు, మన ఓట్లే తక్కువయి బిల్లు పాసయిపోతే.... శాశ్వతంగా చరిత్రహీనులమై పోతాం గదా... అన్న విషయం కూడా చర్చకు వచ్చింది.

లగడపాటి మాత్రం 'వెంటనే మనం రాజీనామా చెయ్యకపోతే రేపే చరిత్ర హీనులైపోతాం' అన్నారు. ఆయన అప్పటికే 'రాష్ట్ర విభజనే జరిగితే నేను రాజకీయాల్లోంచి శాశ్వతంగా వైదొలుగుతా'నని ప్రకటించటం వల్ల, చాలా తీవ్రంగా స్పందించారు.

'రాయల తెలంగాణ' పేరుతో మరో ప్రతిపాదన కూడా 'సర్క్యులేషన్' లో ఉంది. కర్నూలు అనంతపూర్ తెలంగాణలో కలుపుతామంటూ కొందరు ఢిల్లీ కాంగ్రెస్ పెద్దలు బహిరంగంగానే ప్రస్తావించటం జరుగుతోంది. అది జరిగితే, కర్నూలు, అనంతపూర్ నుంచి అధిక సంఖ్యాకులు విభజనను వ్యతిరేకించకపోవచ్చు!

ఈ నేపథ్యంలో నేనొక ప్రతిపాదన చేశాను. రగులుతున్న సీమాంధ్ర ప్రాంతంలో మన మాట కూడా జనం వినాలంటే, ఎంపీ పదవి రాజీనామా ఆమోదింపచేసుకుని జనంలోకి వెళ్లాలి. అందరమూ రాజీనామాలు చేసేస్తే, నిజంగా బిల్లు వచ్చినప్పుడు వ్యతిరేకించేవాడే సభలో మిగలడు. మనలో ఎవరో ఒకరు 5వ తారీఖున సభ ప్రారంభం కాగానే, సభలో మనమెందుకు రాష్ట్ర విభజనను వ్యతిరేకిస్తున్నామో ఒక ప్రకటన చేసి, సభలోనే స్పీకర్ చేతిలో రాజీనామా లేఖ పెట్టినట్లయితే, స్పీకర్ కచ్చితంగా ఆమోదించి తీరాలి. అలా మాజీ ఎంపీ అయిన మనిషి, బైటకొచ్చి, మనమందరమూ కలిసి ఈ నిర్ణయాన్ని తీసుకున్నామని, ఎవరు రాజీనామా చెయ్యాలనేది లాటరీ పద్ధతిలో నిర్ణయించామని చెప్పాలి. మిగతా సభ్యులు ఎంపీలుగా కొనసాగుతారు... బిల్లు వచ్చినప్పుడు వ్యతిరేకంగా ఓటు వేస్తారు.

ఎంతమందికి ఈ ప్రతిపాదన నచ్చిందో తెలియదు గానీ, పైకి మాత్రం ఎవ్వరూ వ్యతిరేకించలేదు. “ఆ ఒక్కరూ ఎవరు... మీరు ఉంటారా?” పురంధరేశ్వరి గారు నేరుగా నన్నే అడిగేశారు.

నేనీ ప్రతిపాదన చేస్తున్నప్పుడే ఈ ప్రశ్న వస్తుందని ఊహించాను. అందుకు నేను సిద్ధపడే ఈ ప్రతిపాదన చేశాను.

మీరందరూ ఉండమంటే, తప్పకుండా వుంటాను. అందరూ కలిసి నన్ను బలిచేశారని అనుకోను. అందరూ కలిసి నాకీ అవకాశం ఇచ్చారనే అనుకుంటాను. తర్వాత దీని పర్యవసానం ఏమవుతుందో నేను జోస్యం చెప్పలేను గానీ, తక్షణం మనమీద దాడి ఆగుతుంది అన్నాను.

అయితే, సభ జరుగుతున్న సమయంలో రాజీనామా సమర్పించిన మంత్రికి మాత్రమే స్టేట్మెంట్ ఇచ్చే అవకాశం వుందిగానీ, సభ్యుడికి ఆ రూల్ వర్తించదు. ఎంపీ రాజీనామా చేస్తే, ఎందుకు చేశాడో మాట్లాడే అవకాశం ఇవ్వరనే అంశం చర్చకు వచ్చింది.

రాజీనామా ఆమోదించుకోవటానికి సిద్ధపడే ఎంపీయే స్పీకర్ని 'కన్విన్స్' చేసి, మాట్లాడే అవకాశం తీసుకోవచ్చని చెప్పాను. అందరమూ రాజీనామాలు చేసేసేకన్నా ఒక సభ్యుడికి మాట్లాడే అవకాశమిస్తే మాత్రం బీభత్సం ఆగిపోతుందని, కమల్నాథ్ ని, షిండేనీ ఒప్పించటం పెద్ద కష్టంకాదని చెప్పాను.

కారణాలు నేను చెప్పలేను కానీ, నా వ్యూహానికి మిశ్రమ స్పందనే లభించింది. ఎవరు రాజీనామా ఆమోదింపచేసుకున్నా మిగతా అందరి మీదా తీవ్రమైన ఒత్తిడి ప్రారంభమయిపోవటం ఖాయమని, అభిప్రాయపడ్డారు. ఒకరు హీరో మిగతావారు జీరో అయిపోతామని పైకే అనేశారు!

ప్రస్తుతానికి బైట ఉన్న మీడియాతో రాజీనామాలు చేస్తున్న వాళ్లంతా కలవాలనీ... రాజీనామా చేయటం ఇష్టంలేని వారు, కారణాలు ఏమైనా, వారి వారి అభీష్టం ప్రకారమే నడుచుకోవాలిగానీ ఏ రకమైన ఒత్తిడికి లొంగిన ఫీలింగ్ రానివ్వకూడదని కెవిపి సమావేశాన్ని ముగించారు.

2-8-13

హర్షకుమార్ , అనంత వెంకట్రామిరెడ్డి, సాయిప్రతాప్, లగడపాటి, నేనూ సెక్రటరీ జనరల్ లోక్ సభకి మా రాజీనామా పత్రాలు అందజేశాం.

కెవిపి కూడా రాజ్యసభ సెక్రటరీకి తన రాజీనామా పత్రం అందజేసి వచ్చారు. నిజానికి నిన్నటి మీటింగ్ రాజ్యసభ సభ్యులు రాజీనామా చెయ్యాలని అనుకోలేదు. "మా ఇంట్లో మీటింగ్ జరిగి, అక్కడి నిర్ణయం ప్రకారం మీరంతా రాజీనామాలు చేసినప్పుడు, నేను కూడా చేయటమే గౌరవంగా వుంటుంది" అన్నారాయన.

నేను స్పీకర్ కి ఒక ఉత్తరం కూడా వ్రాశాను. నా రాజీనామా విషయం నేనే స్వయంగా లోక్ సభలో ప్రకటించి, కారణాలు వివరించే అవకాశమిప్పించమని... రాజీనామాలు ఇచ్చినా, నిన్న నేను చెప్పినట్లుగానే, ఎవ్వరూ నమ్మలేదు! మీడియా ఉత్తుత్తి రాజీనామాల్లాగానే స్పందించింది.

5 గంటల ఫ్లైట్లో హైదరాబాద్ చేరుకున్నాం.

3-8-13

హైదరాబాద్:

ముఖ్యమంత్రి కిరణ్ ఫోన్ చేశారు. నిన్నటి విషయాలన్నీ చెప్పాను. సాయంత్రం 4 గంటలకి తన కాంప్ ఆఫీసులో మీటింగ్ కి రమ్మన్నారు.

సత్తిబాబు (ఎపిసిసి) ఇంటికి వెళ్లాను. నిన్న జరిగిన విషయాలు చెప్పాను. సాయంత్రం సిఎం మీటింగ్ కి పిలిచిన విషయం కూడా చెప్పాను. అది ఎమ్మెల్యేల మీటింగ్ మాత్రమేనని బొత్స చెప్పారు. 'ఎంపీ నిన్నొక్కడినే పిలిచినట్లున్నారే' అన్నారు.

నేను మీటింగ్కి వెళ్లలేదు. సిఎం కిరణ్ కి రావటంలేదని చెప్పేశాను. "ఇంకే ఎంపీని పిలవని మాట నిజమే... ఢిల్లీ విషయాలు చెప్తావని నిన్నొక్కడ్నే పిలిచాను" అన్నారు కిరణ్. "ఢిల్లీలో

విషయాలు A to Z రోజూ అన్ని ఛానల్స్లో, పత్రికల్లో తెగ చూపించేస్తుంటే, ఇక నేనొచ్చి చెప్పేదేముంటుంది... నేనొక్కడినే ఎంపీని వస్తే రేపు అదో పెద్ద విషయమైపోతుందని చెప్పి దాటేశాను.

నాలుగైదు గంటలసేపు ఎమ్మెల్యేల మీటింగ్ జరిగింది.

4-8-13

2 గంటలకి జెట్ ఫ్లైట్లో రాజమండ్రి చేరాను. మోటారు సైకిల్ ర్యాలీగా, నేను కూడా మోటారు సైకిల్ మీదే ఎయిర్పోర్టు నుంచి రాజమండ్రి ఆఫీసుకి చేరుకున్నాను.

సుబ్రహ్మణ్య మైదానంలో బహిరంగ సభ.

ఎమ్మెల్యేలు రౌతు సూర్యప్రకాశరావు (రాజమండ్రి) శేషారెడ్డి (అనపర్తి) మాట్లాడారు. ఎమ్మెల్సీలు కందుల దుర్గేష్, చలసాని ఇందిర, మాజీ ఎపిసిసి అధ్యక్షుడు జి.ఎస్. రావు, సిటీ కాంగ్రెస్ అధ్యక్షుడు నక్కా శ్రీనగేష్ మాట్లాడారు. సభ ప్రారంభమవగానే నలుగురు వైయస్సార్ కాంగ్రెస్ వారు కేక లెయ్యటం మొదలు పెట్టారు. మొత్తం కెమెరాలన్నీ వాళ్లవైపు తిరిగిపోయాయి. వేదిక మీద 'జై ఆంధ్రప్రదేశ్' అనే బానర్ పెట్టారు. 'జై సమైక్యాంధ్ర' అని పెట్టాలి... ఇదీ గొడవ. పది నిమిషాల్లో గొడవ సద్దుమణిగింది. వేలమంది కాంగ్రెస్ కార్యకర్తలున్న మీటింగ్ లో నలుగురు వైఎస్సార్ కాంగ్రెస్ కార్యకర్తలొచ్చి అల్లరి చేసినా పెద్ద గొడవ జరగలేదు! కుర్చీలో కూర్చున్న కాంగ్రెస్ కార్యకర్తలు 'ఇది మామూలే' అన్నట్లు నిర్లిప్తంగా కూర్చునే వున్నారు.

9 నెలల్లో జరగబోయే ఎన్నికల్లో కాంగ్రెస్ పరిస్థితి ఏమిటో చాలా స్పష్టంగా అవగతమయింది.

మీటింగ్ అయిపోయాక రాష్ట్రం నలుమూలల నుంచీ చాలా ఫోన్స్ వచ్చాయి. నేను రాష్ట్రం విడిపోయినా పర్వాలేదనే మాట్లాడాను. హైదరాబాద్, రాయలసీమ, పోలవరం విషయాలలో అవగాహనకొస్తే, విభజనకు మేమెందుకు వ్యతిరేకించాలి... అని కూడా ప్రశ్నించాను. చాలా ఛానల్స్లో నా ఉపన్యాసం ప్రత్యక్షప్రసారం చేశారు. సమైక్యాంధ్ర కన్నా 'ఆమోదయోగ్యమైన విభజన' మిన్న అనే పద్ధతిలో నేను మాట్లాడినా మంచి స్పందనే వచ్చింది. చాలామంది ప్రముఖులు, రాజకీయంతో సంబంధం లేని ఎందరో, టెలిఫోన్ ద్వారా నాకు అభినందనలు తెలిపారు.

ప్రముఖ సినీ దర్శకుడు రాంగోపాల్ వర్మ 'అరుణకుమార్ స్పీచ్ వింటే మొత్తం విషయం అర్థం అవుతోంది' అని ట్వీట్ చేశారు.

5-8-13

పార్లమెంట్ వర్షాకాల సమావేశాలు ప్రారంభమయ్యాయి. ఎంపీ అయ్యాక మొదటిసారి, అక్కడ లోక్ సభ ప్రారంభం – ఇక్కడ నేను రాజమండ్రిలో. అక్కడేం జరుగుతోందా అని ఆసక్తిగా 11.00కే టివిలో 'లోక్ సభ ఛానల్' పెట్టుకుని కూర్చున్నాను.

ఆశ్చర్యం... లోక్ సభ వెల్లో రాజీనామాలు చేసిన ఎంపీలు కూడా నినాదాలు చేస్తూ కనిపించారు.

రాజమండ్రిలో నా ఆఫీసుకి వచ్చిన మిత్రులంతా, టివి చూసిన వారు, మీరు కూడా లోక్ సభ నిరసనలో కనబడాలండీ అన్నారు.

రాజీనామా చేశాక మళ్లీ సభలోకి వెళ్తే ఏం బావుంటుంది అన్నాను.

"నిన్న మీటింగ్ లో చెప్పిన అంశాలు పార్లమెంటులో చెప్పాలంటారు. లోక్ సభ నిరసనల్లో కనబడాలంటారు... రాజీనామా ప్రకటించి వచ్చారు కాబట్టే నిన్న బహిరంగ సభ సక్సెస్ అయ్యిందంటారు ఇందులో ఏదో ఒకటే చేయగలం...!" అన్నాను.

నిన్న మీటింగ్ లో మీ సలహాలేవైనా వుంటే 'ఉండవల్లి. ఆర్గ' కు మెయిల్ పోస్ట్ చెయ్యండి అని ప్రకటించాను. తెల్లారేసరికి, 8 గంటల్లో, 1600 మెసేజ్లు వచ్చాయి. ఎక్కువగా అభినందిస్తూ, కొన్ని బూతులు తిడ్తూ... చాలా తక్కువగా సలహాలూ వున్నాయి. అక్కడక్కడ కొన్ని చూశాను.

రేపు సాయంత్రం కెవిపి ఇంట్లో మళ్లీ మీటింగ్.

6-8-13

రాజమండ్రి నుంచి హైదరాబాద్ నుంచి ఢిల్లీ.

7 గంటలకి ఢిల్లీ చేరగానే నేరుగా కెవిపి ఇంటికెళ్లాను.

మళ్లీ అందరమూ కలిశాం. గంటల తరబడి తర్జనభర్జనలు. గోవా శాసనసభ్యుడు, రాహుల్ గాంధీ టీంలో ఆంధ్రప్రదేశ్ పరిశీలకుడు జితేంద్ర దేశ ప్రభు మా ఇంటికొచ్చారు. ఆంధ్రలో పరిస్థితి గురించి అడిగారు.

కాంగ్రెస్ పార్టీ చాలా తప్పు చేస్తోందనీ ఇప్పటికైనా సరిదిద్దుకునే అవకాశముందనీ చెప్పాను.

7-8-13

నిన్నా మొన్నా జరిగిన లోక్ సభ అంతరాయం ఫలితంగా 'హైకమాండ్' ఒక కమిటీ ప్రకటించింది.

రాష్ట్ర విభజన నేపథ్యంలో, సీమాంధ్ర ప్రాంత అభివృద్ధి కోసం ఏం చెయ్యాలో నిర్ణయించటం కోసం ఆంటోని కమిటీ ఏర్పడింది.

ఆంటోని, నారాయణస్వామి, మొయిలీ, దిగ్విజయ్ సింగ్, అహ్మద్ పటేల్ ఇందులో సభ్యులు.

8-8-13

లగడపాటి రాజగోపాల్ మా ఇంటికొచ్చారు!

లోక్ సభలో నిరసనలకి నన్నూ రమ్మన్నారు.

నేను మధ్యాహ్నం బయలుదేరి హైదరాబాద్ వచ్చేశాను. సాయంత్రం 7 గంటలకి సిఎం కిరణ్ మీడియాతో మాట్లాడారు.

సుమారు గంటసేపు, రాష్ట్ర విభజన వల్ల విద్యుత్, నీరు, రాజధానిల విషయంలో ఎదురయ్యే ఇబ్బందుల గురించి వివరించారు.

12-8-13

స్పీకర్‌ని కలవటానికి వెళ్లాను. లోక్ సభ సెక్రటరీ జనరల్ తో అప్పటికే నా విషయం స్పీకర్ మాట్లాడేశారు.

రాజీనామా ఎందుకు చేస్తున్నానో చెప్పే అవకాశమివ్వమని మీరు అడిగారు. రూల్ ప్రకారం అది సాధ్యం కాదు. స్పీకర్ మీకు చెప్పమన్నారు – అన్నారు సెక్రటరీ జనరల్.

రాజ్యసభలో ఇదే విషయమై చర్చ జరిగింది. టిడిపి కి చెందిన సిఎం రమేష్, సుజనా చౌదరి, హరికృష్ణ; కాంగ్రెస్‌కు చెందిన రాపోలు ఆనందభాస్కర్, కెవిపి మాట్లాడారు. వెంకయ్యనాయుడు, యేచూరి కూడా మాట్లాడారు. ఆఖర్న చిదంబరం సమాధానం ఇచ్చారు:

తెలంగాణా రాష్ట్ర ఏర్పాటు ప్రక్రియ పూర్తి చేయాలనే ప్రభుత్వ నిర్ణయాన్ని స్పష్టంగా తెలియచేస్తున్నాను. ఈ నిర్ణయం అమలుకు ఒక పద్ధతి వుంది. దానికి కొంత సమయం పడుతుంది. ఛత్తీస్ ఘడ్, జార్ఖండ్ రాష్ట్రాల ఏర్పాటు సమయంలో, ఎలా చేసారో, టైం-టేబుల్ నా దగ్గరుంది. అంత టైం తీసుకోకపోయినా, ఆ ప్రక్రియ ప్రకారమే చెయ్యాలి. నేను ఏ తేదీకి అవుతుందో చెప్పలేను గాని, రాజ్యాంగంలో చెప్పిన ప్రకారం, గతంలో అవలంబించిన పద్ధతుల్ని అనుసరించి, ప్రక్రియ పూర్తి చేస్తామని మాత్రం చెప్పగలను. (★పార్లమెంటు రికార్డుల నుంచి యథాతథంగా★....)

(జార్ఖండ్, చత్తీస్ ఘడ్ ఏర్పాటు చేసినట్లే, గత పద్ధతుల్ని అనుసరించి అన్నారు... అంటే, అసెంబ్లీ తీర్మానం లేకుండా ప్రక్రియ ప్రారంభించారనే గదా...!)

రేపు పార్లమెంటు గాంధీ విగ్రహం దగ్గర ధర్నా. రౌతు, ద్రోణంరాజు, విష్ణు ఒక్కొక్కరూ ఢిల్లీ చేరుకుంటున్నారు.

★ THE MINISTER OF FINANCE (SHRI P. CHIDAMBARAM):

Sir, I made it clear that the decision of the Government is to take forward the process of forming the State of Telangana. That decision has now to be implemented by going through a process. A process takes time. I have the timetable which was followed for Chhattisgarh and Jharkhand. I do not think it should take that long. But, we will have to follow a process. I cannot give a date. All I am saying is the process would be followed as laid down in the Constitution of India and in accordance with past practices.

13-8-13

పార్లమెంటు ఆవరణలోని గాంధీ విగ్రహం దగ్గర ధర్నా. కాంగ్రెస్ కు చెందిన ఎమ్మెల్యేలు, ఎంపీలు, మంత్రులూ పాల్గొన్నారు. కొంచెం సేపయిన తర్వాత సెక్యూరిటీ 'టైం అయిపోయింది. ఇంక వెళ్లిపోవాలి' అన్నారు. ధర్నా చేస్తున్న వాళ్లు 'లేవం' అన్నారు. నేనూ, కనుమూరి, కావూరి స్పీకర్‌ని కలిశాం. గాంధీ విగ్రహం దగ్గర ధర్నా చేస్తున్న వాళ్లందరూ పార్లమెంట్ ప్రాంగణంలోకి ప్రవేశార్హత కలిగిన శాసనసభ్యులేనని, అనవసరంగా సెక్యూరిటీ వారు అవాంఛనీయ పరిస్థితులు కల్పిస్తున్నారని చెప్పాం. స్పీకర్ అంతా విని, పర్మిషన్ ఇచ్చారు.

ఈ రోజు కూడా లోక్ సభ వాయిదా పడింది.

14-8-13

పార్లమెంటు 19 కి వాయిదా.

ఎమ్మెల్యే రౌతు సూర్యప్రకాశరావు, మంత్రి ఘంటా శ్రీనివాస్, ఎపిసిసి బొత్స – చిరంజీవి ఇంట్లో లంచ్.

ఇప్పుడేం చేసినా కాంగ్రెస్ సీమాంధ్ర ప్రాంతంలో మెరుగయ్యే పరిస్థితి లేదు. పార్టీ సంగతి పక్కనబెట్టి ప్రాంతానికి మంచి జరిగేలా ఏమైనా చేయగలమా!

'సమైక్యాంధ్ర' అనే తప్ప, ఇంకేమి మాట్లాడినా అల్లరయిపోయే పరిస్థితి.

కాంగ్రెస్ పార్టీ రాష్ట్ర వ్యవహారాల ఇన్చార్జి ఫోన్ చేసి ఆంటోనీ కమిటీ రేపు కూర్చోబోతోందని, అందరూ అందుబాటులో వుండాలనీ కెవిపితో చెప్పారట. ఆయన ఫోన్ చేశారు. 19వ తారీఖు వరకూ పార్లమెంట్ వాయిదా పడటంతో చాలామంది సొంత ఊళ్లకి ప్రయాణమై పోయారని, వేరే రోజు నిర్ణయించమని కుంతియాతో చెప్పారు!

16-8-13

మంత్రి తోట నరసింహం భార్య వాణి నిరాహార దీక్ష 6వ రోజు. కాకినాడ ఆస్పత్రికి వెళ్లి చూసి వచ్చాం.

రేపు జరగబోయే కాంగ్రెస్ ఎమ్మెల్యేల మీటింగ్ కి రౌతు వెళ్తున్నారు. సూర్యప్రకాశరావు ఇంట్లో ముఖ్యులందరం సమావేశమయ్యాం. 1972 లో ఇందిరాగాంధీ పార్లమెంట్లో ఇచ్చిన ఉపన్యాసం వివరించాను. హైదరాబాద్ నగరం అన్ని ప్రాంతాలకు చెందినది అని ఆనాడు ఇందిరమ్మ కచ్చితంగా తేల్చిచెప్పిన విషయాన్ని గుర్తు చేశాను. రేపు ఎమ్మెల్యేల మీటింగ్ లో కూడా 'ఇందిరాగాంధీ' విధానాలకే కట్టుబడి వుండాలని గట్టిగా మాట్లాడతానని రౌతు చెప్పారు.

17-8-13

రౌతు సూర్యప్రకాశరావు అసెంబ్లీ ప్రాంగణంలో పత్రికా విలేఖర్లతో మాట్లాడుతూ కొత్త రాజకీయ పార్టీ ప్రారంభమవుతుందనీ పార్లమెంట్ సమావేశాల అనంతరం మొదలయ్యే ఈ పార్టీ 'ఇందిరా కాంగ్రెస్' అవ్వొచ్చని చెప్పారు.

అంతే... ప్రత్యక్ష ప్రసారంలో చూసిన వారంతా నాకు ఫోన్లు చెయ్యటం మొదలుపెట్టారు. మంత్రులు, ఎమ్మెల్యేలు, ఎంపీలు అధికార్లూ ఇదే విషయం!

సూర్యప్రకాశరావు రాజమండ్రి ఎమ్మెల్యే అవ్వటం, నాకు సన్నిహిత మిత్రుడవ్వటంతో ఇది ఇద్దరమూ అనుకుని చేసిన వ్యాఖ్య అని ఊహించారు.

నేను 'రౌతు' ని అడిగితే, ఇష్టాగోష్ఠిగా విలేఖర్లు ఏదో అడిగితే, నిన్న మనం అనుకున్న ఇందిరాగాంధీ పార్లమెంట్లో ప్రకటన మదిలో మెదిలి, యథాలాపంగా అనేశానని చెప్పారు.

సాయంత్రం ఎమ్మెల్యేల మీటింగ్ గంటల తరబడి జరిగింది. 'సమైక్యాంధ్ర' అంతే తప్ప ఒక్క మెట్టు కూడా దిగేది లేదని నిర్ణయించారు.

మరో పక్క రాజ్యసభ సభ్యుడు వి. హనుమంతరావు తిరుపతి వెళ్లి ఏదో మాట్లాడారు. కారు అద్దాలు బద్దలయ్యిన దృశ్యం పదే పదే చూపిస్తున్నారు... అన్ని ఛానల్స్ లో!

19-8-13

10 గంటలకి కెవిపి, సాయిప్రతాప్, అనంత 187 (★) కి వచ్చారు. సాయంత్రం మీటింగ్ గురించి, ఆంధ్రలో కాంగ్రెస్ పరిస్థితి గురించి చాలాసేపు మాట్లాడుకున్నాం. సాయంత్రం 6 గంటలకు పార్లమెంట్ ఎనెక్స్ లో పళ్లంరాజు, కావూరి, పురంధరేశ్వరి, కిల్లి, పనబాక, చిరంజీవి, కోట్ల, రాయపాటి, శీలం, ఝాన్సీ, అనంత, సాయి, హర్ష, కెవిపి హాజరయ్యారు.

కాంగ్రెస్ పార్టీ ముఖ్యంగా సోనియాగాంధీ, స్వీయ పర్యవేక్షణలో తయారుచేసిన 'ఫుడ్ సెక్యూరిటీ బిల్లు' రేపు సభలో ప్రవేశపెట్టనున్నారు. మనమేం చెయ్యాలి?

ఫుడ్ సెక్యూరిటీ బిల్లును వ్యతిరేకిస్తామని చెప్తే, ఏమైనా ఉపయోగం వుంటుందా? బిల్లును ఓడించటానికి మన సంఖ్య సరిపోతుందా? ఒకవేళ ఓడిద్దామనుకున్నా అందరు ఎంపీలూ మంత్రులూ నిలబడతారా?! చాలాసేపు తర్జనభర్జనలు పడ్డాం. ఏ నిర్ణయానికీ రాకుండానే మళ్లీ కలవాలని నిర్ణయించుకున్నాం.

20-8-13

రాజీవ్ గాంధీ జయంతి.

సెంట్రల్ హాల్లో రాజీవ్ గాంధీ ఫొటో దగ్గర పూలు వేశాను.

ఆ కార్యక్రమం నుంచి అహ్మద్ పటేల్ నన్ను కమలనాథ్ ఆఫీసుకి రమ్మన్నారు. పార్లమెంటరీ వ్యవహారాల మంత్రి కమలనాథ్ కార్యాలయం లోక్ సభను ఆనుకునే వుంటుంది. మేము చేరేటప్పటికి కాంగ్రెస్ వాదులు చాలామంది అక్కడే వున్నారు.

నేను వస్తుంటే కొంతమంది బిజెపి ఎంపీలు దారిలో మాట్లాడుకుంటూ కనిపించారు. వాళ్ల మాటల్ని బట్టి, ఆ రోజు సభ జరగనివ్వరని అర్థమయ్యింది.

★ 187 సౌత్ ఎవెన్యూ – పార్లమెంట్ సభ్యుడిగా నా అధికార నివాసం మా ఇల్లు!

ఈ రోజు నలుగురు టిడిపి ఎంపీలనూ సస్పెండ్ చేస్తున్నాం. దయచేసి మీరెవ్వరూ సభలో అల్లరి చేయకండి. ఫుడ్ సెక్యూరిటీ బిల్లుకు అడ్డం పెట్టకండి. ఇది అహ్మద్ పటేల్ రిక్వెస్టు! ఈ గొడవంతా ఎందుకూ... ఫుడ్ సెక్యూరిటీ బిల్లు పాస్ అయ్యేలా ఓట్లేస్తాం. తక్షణం మా రాజీనామాలు ఆమోదించేయండి అన్నాను. అదంతా తర్వాత... ఇప్పుడు టిడిపి సభ్యుల్ని సస్పెండ్ చేసే సమయానికి మీరు 'వెల్' లోకి రాకండి చాలు అన్నారు అహ్మద్ పటేల్.

ఈ వేళ లోకసభ జరగదు... అందుచేత మీరెవ్వర్నీ సస్పెండ్ చేయలేరు. ఈ వేళ సభ జరగదని బైట బంట్రోతుతో సహా అందర్కీ తెలుసు! మనకి తప్ప!! అని వ్యంగ్యంగా వ్యాఖ్యానించాను.

'ఎందుకు జరగదు' అంటూ అహ్మద్ పటేల్, కమల్ నాథ్ అడిగారు. కమలానాథ్ నావైపు వెటకారంగా చూసి, సభ జరగటం గురించి చూసుకునేవాళ్లు వేరే వున్నారు.. ఇంతకీ వీళ్లు ఈ వేళ ఏం చేస్తారట అన్నారు.

నాకాశ్చర్యమేసింది. సభ సజావుగా ఎలా నడిపించాలా అని నిత్యం అన్ని పార్టీల నాయకులూ సభ్యులతో సంప్రదింపులు జరపవల్సిన మంత్రిగారికి గాని, సోనియాగాంధీ తర్వాత కాంగ్రెస్ ముఖ్యనాయకుడైన అహ్మద్ పటేల్ కు గాని ఈ రోజు సభ జరగనివ్వరన్న సమాచారమే లేదు!

ఉదయం పేపర్లో వచ్చిన 'బొగ్గు స్కాం' విషయమై బిజెపి వారు సభను జరగనివ్వలేదు. రేపు 'రాఖీ' పండగ కావటం వల్ల సభ ఎల్లుండికి వాయిదా పడింది.

సాయంత్రం ముఖ్యమంత్రి కిరణ్ని ఎ.పి. భవన్లో కలిశాను. రౌతు ప్రకటించిన 'ఇందిరా కాంగ్రెస్' గొడవ ఏమిటని అడిగారు. ఇంకా కొందరు ఎంపీలు కూడా వున్నారు. "నిన్న రౌతు ఆ మాట అనటం యాదృచ్ఛికమే అయినా, పరిస్థితులు చూస్తుంటే, అదే కరెక్ట్ అనిపిస్తోంది" అన్నాను.

ఎంపీలు, ఎమ్మెల్యేలు పదవులకు రాజీనామా చేసి రాష్ట్ర విభజన సులువు చేసేసేకన్నా అందరమూ మూకుమ్మడిగా పార్టీకి రాజీనామాలు చేయటం బెటర్ అన్నాను. పార్టీలో ఉండాలనుకుంటే బహిరంగంగా పార్టీ నిర్ణయాన్ని ఎలా వ్యతిరేకిస్తాం? వ్యతిరేకించినా అందరూ 'డ్రామా' అనే అంటున్నారు. రౌతు చెప్పినట్లు బైటకుపోయి ఇందిరా కాంగ్రెస్ పెట్టుకుందాం అని చెప్పి నేను బైటకొచ్చేశాను. వచ్చేస్తుంటే, ఒకాయన కిరణ్ మెల్లగా చెప్పటం వినిపించింది. "ఇలాంటి సలహాలు విన్నారంటే అడ్రస్ లేకుండా పోతారు. అరుణ్ లాంటి వాడేమైనా చెప్తాడు. అతనికి పోయేదేముంది! మనం ఇన్నాళ్లు కష్టపడిందంతా ఒక్క రాంగ్ స్టెప్తో ఫినిష్ అయిపోతుంది!!"

22-8-13

లోకసభ ప్రారంభమవగానే పార్లమెంటరీ వ్యవహారాల మంత్రి కమల్ నాథ్ తన ప్రతిపాదన చదివారు. సభ జరగకుండా నిరంతరం అంతరాయం కల్పిస్తున్న సభ్యుల్ని సభ నుంచి సస్పెండ్ చేసే అంశమిది...

నల్గురు టిడిపి సభ్యులు, పదకొండుమంది కాంగ్రెస్ సభ్యుల పేర్లు కమలనాథ్ చదువుతుంటేనే, ప్రతిపక్ష సభ్యులందరూ లేచి నిలబడి సస్పెన్షన్లకు అభ్యంతరం వ్యక్తం చేసారు. ఈ రకంగా సభకు అంతరాయమనేది ఒక నిరంతర ప్రక్రియ అయిపోయింది. ఇప్పుడెందుకు సస్పెండ్ చేయాలనేది ప్రతిపక్షాల అభ్యంతరం!

తెలంగాణా కాంగ్రెస్ ఎంపీలు బిజెపి నాయకుల దగ్గరకెళ్లి, ఈ సస్పెన్షన్లు వ్యతిరేకిస్తే మీకు తెలంగాణా వ్యతిరేకులుగా ముద్రపడే ప్రమాదముందని, బిజెపి మౌనంగా వుంటే మంచిదని ఒప్పించే ప్రయత్నం చేసారు. అప్పటికే, సభ్యులందరూ లేచి నిలబడి 'సస్పెన్షన్లు ఒప్పుకోం' అని కేకలు వేయటంతో, కమల్ నాథ్ ప్రతిపాదన ఓటింగ్ కి పెట్టకుండానే సభ రేపటికి వాయిదా వేసేసారు – స్పీకర్.

సాయంత్రం కెవిపి ఇంట్లో మళ్లీ లగడపాటి, సాయి, అనంత, మాగుంట, కోట్ల, శీలం... అందరమూ కలిసాం. సస్పెన్షన్లను ప్రతిపక్షాలు వ్యతిరేకించటంతో, రాష్ట్ర విభజననే వ్యతిరేకించినంతగా ఉత్సాహంతో ఉన్నారు. రేపు స్పీకర్ విస్తృతాధికారాలను ఉపయోగించి సస్పెండ్ చేసేస్తారని స్పీకర్ ఆఫీసు ఉద్యోగుల ద్వారా తెలిసింది. అదే మాట చెప్పాను. అదే జరిగితే ఇక ఈ సెషన్ జరగదనీ, ప్రతిపక్షాలు ఫుడ్ బిల్ పాస్ కాకుండా ఆపటానికి ఈ సస్పెన్షన్లు అవకాశంగా వాడుకుంటారని అనుకున్నాం. ప్రభుత్వం తెలంగాణా మీద ఒక కమిటీ వేయబోతోందనే వార్త కూడా వచ్చింది.

మధ్యాహ్నం అహ్మద్ పటేల్ నాకు ఫోన్ చేసిన విషయం కూడా అందరికీ చెప్పాను. కాంగ్రెస్ పార్టీ, సోనియాగాంధీ ప్రతిష్ఠాత్మకంగా తయారుచేసిన ఫుడ్ సెక్యూరిటీ బిల్లు విషయంలో సహకరించాలని కోరిన విషయం.... నా ఒక్కరికే కాదు, దాదాపు అందరికీ ఫోన్ చేసారని తెలిసింది!

23-8-13

లోక్ సభలో మళ్లీ మామూలే! ప్రారంభమవగానే 'వెల్' లోకి వెళ్లి స్లోగన్స్. నిన్ననే నిర్ణయమైన విధంగా స్పీకర్ ఏడుగురు కాంగ్రెస్, నలుగురు తెలుగుదేశం సభ్యుల్ని, పేర్లు చదివి సస్పెండ్ చేశారు.

నారాయణ, కిష్టప్ప, మోదుగుల, శివప్రసాద్ (టిడిపి) నేనూ, లగడపాటి, సాయిప్రతాప్, అనంత వెంకట్రామరెడ్డి, కనుమూరి, మాగుంట, సబ్బం (కాంగ్రెసు). సభను

రేపటికి వాయిదా వేశారు. ఈ నిర్ణయాన్ని వ్యతిరేకించిన ప్రతిపక్షాల వారికి మాట్లాడే అవకాశమే లేకుండా సభ రేపటికి వాయిదాపడింది.

రాత్రి పది గంటలకి కెవిపి ఇంటికి రమ్మని అర్జంటు కబురు.

ఎందుకు పిలిచారో పి.ఎ చెప్పలేదు! ఆయనతోనే మాట్లాడదామంటే 'సార్ లోపల ఎవరితోనో మాట్లాడుతున్నారు... మిమ్మల్ని అర్జంటుగా రమ్మన్నారు' ఇదే పి.ఎ. సమాధానం.

కెవిపి – దిగ్విజయ్ సింగ్... ఇద్దరే కూర్చున్నారు.

తెలంగాణ నుంచి ఒకరు సీమాంధ్ర నుంచి ఒకరు కూర్చుని 'విభజన' విషయమై ఇరుపక్షాలకు నష్టంలేని విధంగా ఒక అవగాహనకు రావాలనేది దిగ్విజయ్ ఆలోచన. ఇదే విషయం ఆయన కెవిపితో చర్చించి, ఆంధ్ర తరఫున నేనైతే బాగుంటుందన్న కెవిపి సూచన మేరకు నాకు కబురు పెట్టారు.

ఇంతకుముందు మధ్యప్రదేశ్ రాష్ట్ర కాంగ్రెస్ ఇన్‌ఛార్జి కార్యదర్శిగా పనిచేయటం, కాంగ్రెస్ వర్కింగ్ కమిటీలో కూడా కొంతకాలం పనిచేయటం వల్ల దిగ్విజయ్ నాకు మంచి సంబంధాలే వున్నాయి. వ్యక్తిగతంగా దిగ్విజయ్ కి ఈ విభజన విధానం అంతగా నచ్చలేదు. కానీ ఏమీ చెయ్యలేని పరిస్థితి!

జైపాల్‌రెడ్డి నేనూ కూర్చుని చర్చించటం ప్రారంభించాలనీ ఈ చర్చల విషయం బైటకు పొక్కకూడదనీ నిర్ణయించారు. 'సమైక్యాంధ్ర' కు ఒక మెట్టు తగ్గినా సీమాంధ్రలో, ప్రత్యేక తెలంగాణకు ఒక మెట్టు తగ్గినా తెలంగాణలో అపఖ్యాతి పాలయ్యే ప్రమాదం ఉంది కాబట్టి, ఈ అనధికారిక ద్విసభ్య– కమిటీ విషయం అత్యంత రహస్యంగా ఉంచాలని నిర్ణయించి, మర్నాడు సాయంత్రం గురుద్వారా రోడ్ లోని 'కాంగ్రెస్ వార్ రూం' లో మొదటి సమావేశం ఏర్పాటు జరిగింది.

24-8-13, జైపాల్ రెడ్డి – వార్ రూం

లోక్ సభ సభ్యుల నిర్ణయానికి వ్యతిరేకంగా, స్పీకర్ ప్రత్యేకాధికారాలు ఉపయోగించి మమ్మల్ని సస్పెండ్' చేయటంవల్ల సభలో తీవ్ర ప్రతిఘటన ఉంటుందని, నిన్న సభ వాయిదా పడగానే సెంట్రల్ హాల్లో అన్ని కాంగ్రేసేతర పక్షాలూ అభిప్రాయపడ్డారు.

ఏ అవరోధమూ లేకుండా లోక్ సభ సజావుగా సాగిపోయింది. రాత్రి 7 గంటల వరకూ ఏ గొడవా లేకుండా సభ జరిగిపోవటమే కాకుండా, మమ్మల్నెందుకు సస్పెండ్ చేశారని ఏ సభ్యుడూ లేచి ప్రశ్నించనే లేదు!

సెంట్రల్ హాల్లో కూర్చున్నాం. నేనూ, సాయి, అనంత, కోట్ల, కనుమూరి, కెవిపి వగైరాలు. మన సస్పెన్షన్ రూల్స్ కి విరుద్ధమంటూ స్పీకర్ కి ఒక లెటర్ పెట్టాలన్న లగడపాటి అభిప్రాయాన్ని నేను వ్యతిరేకించాను. "రాజీనామాలు పంపి, రాజీనామాలు ఆమోదించమని గొడవ చేస్తూ, సస్పెన్షన్ తప్పు అని ఎలా అంటాం. ఒకవేళ 'ఇక వెల్లోకి వెళ్లం' అని వ్రాసిస్తే సస్పెన్షన్

రద్దు చేస్తామని జవాబు వస్తే... ఏం చెయ్యాలి?" అని అడిగాను. అందరూ నా వాదంతో ఏకీభవించారు. అప్పటికే స్పీకర్ కి వ్రాయవలసిన లెటర్ డ్రాఫ్ట్ తీసుకొచ్చిన లగడపాటి, మేము వ్యతిరేకించటంతో టిడిపి ఎంపీలకు ఇచ్చి, సంతకాలు పెట్టి స్పీకర్ కి ఇమ్మన్నారు. అనంత వెంకట్రామిరెడ్డి టిడిపి వాళ్లతో లగడపాటి కలవటం ఏమాత్రం ఇష్టపడలేదు! ఈవేళ సెంట్రల్ హాల్ లో అందరి 'మూడ్' అధ్వాన్నంగానే వుంది!! కోట్ల, కనుమూరి, కెవిపి, సాయి, అనంత, లగడపాటి అందరికీ అర్థమయిపోయింది. ప్రతిపక్ష బిజెపి, రాష్ట్ర విభజనను వ్యతిరేకిస్తున్న ములాయం, తృణమూల్, సిపిఎం లతో సహా అన్ని పార్టీలూ కలిసిపోయాయి. నిన్న మా సస్పెన్షన్లని వ్యతిరేకించిన సభ్యులెవ్వరూ ఈ వేళ ఆ విషయమే ప్రస్తావించలేదు. విషయం అర్థమైపోయింది. ఎన్నికలు దగ్గరపడుతున్న సమయంలో, ఇంత ఏకపక్షంగా కేంద్రం నిర్ణయం తీసుకుందంటే... కాంగ్రెస్ సీమాంధ్ర ప్రాంతాన్ని కోల్పోవడానికి సిద్ధపడిందన్నమాట! మిగతా పార్టీలకు ఎలాగూ ఆంధ్ర ప్రాంతంలో ఆసక్తిలేదు!!

లంచ్ చిరంజీవి ఇంట్లో. కావూరి, కనుమూరి, కిల్లి, బొత్స, కెవిపి, సాయి, అనంత, కోట్ల, నేనూ ఉన్నాం. నిన్న సోనియాగాంధీని కలిసిన చిరంజీవి ఆ సమావేశ వివరాలు తెలియజేశారు. ప్రత్యేక తెలంగాణ విషయంలో పునరాలోచన లేదని ఆమె కచ్చితంగా చెప్పారని, హైదరాబాద్ ని యూనియన్ టెరిటరీ చేయడంతో సహా ఇతర డిమాండ్ల విషయమై సంప్రదింపులు చేయమని ఆవిడ తనతో చెప్పిన విషయం చిరంజీవి చెప్పారు.

కేబినెట్ మంత్రి కావూరి, రాయలసీమ తెలంగాణలను కలిపి రాయలతెలంగాణ ఏర్పాటు చేసే ఆలోచన బలపడ్తోందని కాంగ్రెస్ కూడా ఆ దిశలోనే పావులు కదుపుతున్నట్లు చెప్పారు. మొత్తం మీద తెలంగాణ విషయంలో పునరాలోచన లేదనీ హైదరాబాద్ UT, రాయల తెలంగాణ... ఏమైనా చర్చించవచ్చు, సాధించుకోవచ్చు గాని 'సమైక్యాంధ్ర' జరిగే పని కాదన్నది అర్థమయ్యింది.

సాయంత్రం 4 గంటలకి వార్ రూంలో దిగ్విజయ్, జైపాల్‌రెడ్డి, కెవిపి నేనూ కూర్చున్నాం. రెండు గంటల మించి చర్చించాం. దిగ్విజయ్ కెవిపి ప్రేక్షకపాత్ర వహించారు. జైపాల్‌రెడ్డి 80% మాట్లాడితే, నేనొక 20% మాట్లాడివుంటాను.

"ఒకప్పటి కరడుగట్టిన సమైక్యవాది జైపాల్‌రెడ్డి రాష్ట్రవిభజన సమర్థిస్తూ – ఒకప్పటి జైఆంధ్ర ఉద్యమంలో జైలుకు కూడా వెళ్లిన వేర్పాటువాది అరుణకుమార్, మారిన పరిస్థితుల్లో జైపాల్ వేర్పాటువాదిగా అరుణ్ సమైక్యవాదిగా ఈ సమస్యకు ఒక విన్–విన్ పరిష్కారం సూచిస్తారని ఈ మీటింగ్–" అని ఉపోద్ఘాతం చెప్పి దిగ్విజయ్ మీటింగ్ ప్రారంభించారు.

స్వతహాగా మంచి మాటకారి, విషయపరిజ్ఞానం కలిగిన మేధావి అయిన జైపాల్‌రెడ్డి ప్రసంగం, తెలంగాణ చరిత్ర, ఆంధ్రప్రదేశ్ చరిత్ర వివిధ నాయకుల మనస్తత్వాలు, ప్రవర్తనా... అనర్గళంగా సాగింది. ఆసక్తికరంగా సాగుతున్న ఆ ఉపన్యాసాన్ని ముగ్గురమూ ఆసక్తిగా వింటున్నాం.

రాజ్యాంగం వ్రాసినప్పుడు, ఎలాంటెలాంటి మేధావులు పాల్గొన్నారో, వారేమేమి మాట్లాడారో చెప్తున్నప్పుడు, డా॥ అంబేద్కర్ సమర్థతను, అంతర్జాతీయ అంశాల మీద ఆయనకున్న అవగాహనను ప్రస్తావించారు జైపాల్‌రెడ్డి. నేనా అవకాశాన్ని వాడుకుంటూ 'సార్' అంబేద్కర్ హైదరాబాద్ ని ఇండియాకు రెండవ రాజధాని చెయ్యాలన్నారు' అన్నాను. జైపాల్‌రెడ్డిగారు చిరాగ్గా చూస్తూ, “అది ఒక 'పాసింగ్ రిమార్క్! అటువంటి వాళ్ళు అనేక సందర్భాలలో అనేక 'కామెంట్స్' చేస్తుంటారు.... అవి మనకి ఇష్టమొచ్చినట్లు వాడుకోవటానికి కాదు” అన్నారు.

నా చేతిలో ఉన్న బాగ్ లోంచి డా॥ అంబేద్కర్ వ్రాసిన 'థాట్స్ ఆన్ లింగ్విస్టిక్ స్టేట్స్' బుక్ తీశాను. అది 1950 ల్లో అచ్చయిన ప్రతి. జీర్ణావస్థలో వున్న బుక్! 'సార్–పాసింగ్ కామెంట్ కాదండి.. చాలా డిటెయిల్డ్ గా వ్రాసారు. చాలా ఇంట్రెస్టింగ్ ఆర్గ్యుమెంట్! మొఘల్స్ టైంలోనూ, బ్రిటిష్ రూల్లోనూ కూడా ఇండియాకి రెండు కాపిటల్స్ వుండేవని, రాబోయే రోజుల్లో దక్షిణ ఉత్తర భారతాల మధ్య 'టెన్షన్' పెరిగే ప్రమాదం రావొచ్చనీ, హైదరాబాద్ లో సెకండ్ కాపిటల్ అన్నిరకాలుగా ఉపయోగమనీ వ్రాసారు.. అంతేకాదు, చైనాని మనం ఎక్కువగా నమ్మకూడదని కూడా వ్రాసారు...” అంటూ బుక్ ఆయనకి ఇచ్చాను. "బానే సంపాదించావు అప్పటి బుక్కు'... అంటూ దాన్ని పట్టించుకోకుండా తన ఉపన్యాసం కొనసాగించారు.

గాంధీ నెహ్రూ పటేల్ల గురించి మాట్లాడుతూ ఈ దేశంలో, రావల్సినంత గుర్తింపురాని ఒక మహామేధావి రాజాజీ. చక్రవర్తుల రాజగోపాలాచారి చేసిన ప్రతిపాదన గనక ఆనాటి ప్రభుత్వం అంగీకరించి వుంటే, ఈ రోజు కాశ్మీర్ సమస్యేవుండి వుండేది కాదు. పాకిస్తాన్ తో తగాదాయే లేకుండా వుండి వుంటే... ఈ రోజు మన దేశం ఎంతటి అభివృద్ధి సాధించి వుండేదో.. ఊహించలేం కూడా..” అన్నారాయన.

'ఏమిటా ప్రతిపాదన?” అప్రయత్నంగా మా ముగ్గురి నోళ్లల్లోంచీ ఒకేసారి ఈ ప్రశ్న బైటకొచ్చింది.

"కాశ్మీర్‌కి కండొమోనియమ్ స్టేటస్" – అన్నారు జైపాల్. కండొమోనియమ్ అంటే అపార్ట్‌మెంట్స్ కదా... అన్నాను.

నా మాట పూర్తయ్యేలోగానే దిగ్విజయ్ తన చేతిలోని సెల్‌ఫోన్లో ఇంటర్నెట్ సెర్చ్‌లోకి వెళ్ళి ‘కండొమోనియమ్' అంటే అర్థం చూసేశారు. జైపాల్‌రెడ్డి వైపు అభినందన పూర్వకంగా చూస్తూనే 'కరెక్ట్' అంటూ నాకు చేతిలోని సెల్‌ఫోన్ చూపించారు.

నేను కూడా నా ఫోన్లో సెర్చ్‌లోకి వెళ్లేముందే జైపాల్‌రెడ్డి చెప్పారు... ఒక ప్రాంతం పరిపాలన ఇతర దేశాల ఉమ్మడి ఆధిపత్యం కింద నడపటం. ఫ్రాన్స్ స్పెయిన్ రెండుదేశాల ప్రభుత్వాలు ‘అండొరా' అనే ఒక ప్రాంతాన్ని పరిపాలిస్తున్న తరహాలో 'కాశ్మీర్' ప్రాంతాన్ని ఇండియా పాకిస్థాన్లు కలిసి పరిపాలించాలన్నదే రాజాజీ ప్రతిపాదన!

ఇంకా ఇలాంటి కొన్ని 'కండొమోనియం' ఉదాహరణలు వివరించారు జైపాల్‌రెడ్డి. రాజాజీ మేధను పొగుడ్తూ తన మేధస్సు, ప్రపంచ చరిత్రపై తనకున్న అపారమైన అవగాహన మాకు అవగతపరిచారు జైపాల్!

"సార్ మన సమస్యకు పరిష్కారం చెప్పేసారు జైపాల్‌రెడ్డిగారు" అన్నాన్నేను! దిగ్విజయ్, కెవిపి విస్తుబోయిచూశారు. జైపాల్ తన ప్రసంగానికి అనుకోని అంతరాయం ఎదురవటంతో ఆగిపోయి ప్రశ్నార్థకంగా నావైపు చూశారు.

హైదరాబాద్ ఉమ్మడి రాజధానిగా ఎలాగూ అంగీకరించారు. కండొమోనియం స్టేటస్ ఇచ్చి ఆంధ్ర తెలంగాణ ప్రాంతాల ఉమ్మడిపాలనలో పెట్టేయడమే సరైన పరిష్కారం. అనుకోకుండా, ఈ ప్రతిపాదన ఆనాడు రాజాజీ నుండి ఈనాడు జైపాల్‌రెడ్డి నుంచి రావటమే యాదృచ్ఛికం. ఇద్దరూ మేధావులే! ఆనాడు రాజాజీ చెప్పిన మాటను వినకపోవటం నాటి ప్రభుత్వం చేసిన ఎంత పెద్ద తప్పిదమో, ఈరోజు జైపాల్‌రెడ్డిగారి నోట్లోంచి వచ్చిన కండొమోనియం అనే కొత్త మాటని మనం విస్మరిస్తే అంతకన్నా పెద్ద తప్పిదమవుతుంది – అన్నాను.

జైపాల్‌రెడ్డి గారికి చాలా కోపం వచ్చింది. నా అభిప్రాయాన్ని ఆయన అభిప్రాయంగా చెప్పేస్తున్నానని అబ్జక్ట్ చేశారు. హైదరాబాద్ విషయంలో తాను కండొమోనియం ప్రసక్తి తేలేదని, తానన్న మాటలు, సందర్భాసందర్భాలు తారుమారు చేసి అరుణ్ గారడీ చేస్తున్నాడని ఆరోపించారు. ఆయనకి అంత ఆగ్రహం కలగటం నేనెప్పుడూ చూడలేదు. క్షమించమని అడిగాను. రాష్ట్ర విభజన అంశంలో ఆంధ్రప్రాంతం వారికి అత్యంత అభ్యంతరకరమైన విషయం రాజధాని హైదరాబాద్ విషయమే! కేంద్రపాలితం చేయడానికి తెలంగాణ వారికి అభ్యంతరాలున్నాయి. ఉమ్మడి రాజధానిగా పదేళ్లుంటుందని కాంగ్రెస్ వర్కింగ్ కమిటీ ప్రకటించింది. కండొమోనియం అంటే ఉమ్మడి పరిపాలన అని, మీరు చెప్పేదాకా నాకు తెలియనే తెలియదు! ఈ ఉద్రిక్త వాతావరణంలో ఇంతకన్నా ఉపశమనం మరేముంటుందనే నాకు ఇంత ఆనందం కలిగింది– అన్నాను.

జైపాల్‌రెడ్డి గారికి, బహుశా, ఎప్పుడూ అంత కోపం వచ్చి వుండదు. నన్ను నానా మాటలూ అన్నారు. దిగ్విజయ్ సింగ్ కలగజేసుకుని ఈ మీటింగ్ ఇక ముగిస్తున్నాం తర్వాత మీటింగ్ లో రాజధాని కాకుండా మిగతా విషయాలు చర్చిద్దాం అన్నారు.

26-8-13

మంత్రి కావూరి సాంబశివరావుకు కేటాయించిన పార్లమెంట్ లోని 38 నెంబర్ రూంలో సమావేశమయ్యాం. పళ్లంరాజు, పురంధరేశ్వరి, కిల్లి, శీలం, సాయి, అనంత, కెవిపి, కనుమూరి, లగడపాటి, రాయపాటి, శీలం, ఝూన్సీలతో పాటు కిషోర్ చంద్రదేవ్ కూడా వచ్చారు.

మొన్న మమ్మల్ని సస్పెండ్ చేసినా అటు ప్రతిపక్షం నుంచి గానీ ఇటు మిగతా ఆంధ్ర ఎంపీల నుంచిగానీ గట్టిగా వ్యతిరేకత వ్యక్తం కాకపోవటం ప్రస్తావించాను. మీటింగ్ చాలాసేపు జరిగింది. సస్పెండ్ కాని ఎంపీలు 'వెల్'లోకి వెళ్లాలన్న విషయం మీద కూడా నిర్ణయం జరగలేదు.

సాయంత్రం కాన్స్టిట్యూషన్ క్లబ్లో ఉస్మానియా లా కాలేజీ ప్రిన్సిపాల్ గాలి వినోద్ కుమార్ అధ్యక్షతన “అంబేద్కర్ – హైదరాబాద్ IInd కాపిటల్" అనే అంశం మీద సెమినార్. ప్రముఖ సీనియర్ అడ్వకేట్ పి.పి.రావు, సుప్రీంకోర్టు న్యాయవాది రమేష్ (రాజమండ్రి) తో సహా కెవిపి, లగడపాటి, సాయి, సిఎమ్ రమేష్ –వసంత్ కుమార్, సోమిరెడ్డి చంద్రమోహన్‌రెడ్డి, టిడిపి నాయకుడు సుధీష్ రాంభొట్ల – ఇంకా ఎందరో ప్రముఖులు హాజరయ్యారు. రాజమండ్రి నుంచి వచ్చిన పొడిపిరెడ్డి అచ్యుత్ దేశాయ్, రాజమండ్రి కాంగ్రెస్ అధ్యక్షుడు నక్కా శ్రీనగేష్ తూర్పుగోదావరి జిల్లా గ్రంథాలయ సంస్థ చైర్మన్ అల్లు బాబి కూడా హాజరయ్యారు.

మరోపక్క పార్లమెంట్ ఆవరణలోని గాంధీ విగ్రహం దగ్గర నిరసన దీక్ష చేస్తున్న మోదుగుల, నిమ్మల, కొనగళ్ల ముగ్గురూ ఎండదెబ్బకి పడిపోయారు.

'రాత్రి నేనూ, కెవిపి, సాయి, అనంత, కనుమూరి, లాంకో, హర్ష వార్ రూంలో ఆంటోనీ, దిగ్విజయ్, కుంతియాలను కలిసాం. ముందు అనుకున్నట్లుగా నేనే ఎక్కువ మాట్లాడాను. రాజమండ్రి వెళ్లి పబ్లిక్ మీటింగ్ కూడా పెట్టి రావటం వల్ల, నా మాటకి 'వాల్యూ' పెరిగింది. జనంలో మోసగించబడ్డాం – ద్రోహానికి గురయ్యాం – కాంగ్రెస్ మనల్ని ముంచేసింది అనే ఫీలింగ్ బలంగా వుందని చెప్పాను. తెలంగాణాలో రాజకీయ లబ్ధికోసం ఆంధ్రాని శాశ్వతంగా కాంగ్రెస్ వదిలేసిందని ప్రజలు నమ్ముతున్నారని కూడా చెప్పాను. రాష్ట్ర విభజన ప్రకటనతో పాటు కేసీఆర్ ని కాంగ్రెస్ లో కలిసిపొమ్మని ఆహ్వానించటం, ఆ భావనను మరింత బలపరుస్తోందని... గత నలభై ఏళ్లలో ఇలాంటి ప్రజాగ్రహం ఎప్పుడూ చూడలేదని చెప్పాను.

ఫుడ్ సెక్యూరిటీ బిల్లు లోక్ సభలో పాసయ్యింది. తీవ్ర అస్వస్థతవల్ల లోక్ సభ నుంచి నేరుగా సోనియాగాంధీ ఆస్పత్రికి వెళ్లిపోయారు.

ఆల్ ఇండియా ఇన్స్టిట్యూట్ ఆఫ్ మెడికల్ సైన్సెస్ లో ఇన్–పేషెంట్గా జాయిన్ అయ్యారు.

27-8-13

ఎన్.జి.వో నాయకులతో లగడపాటి ప్రధానమంత్రిని కలిసారు. సెంట్రల్ హాల్లో అందరమూ కూర్చున్నాం.

సాయిప్రతాప్, అనంత వెంకట్రామరెడ్డి నేను లోక్ సభలో మాట్లాడి తీరవల్సిందేనని అన్నారు. అసలేం జరుగుతుందో, సీమాంధ్ర ఎందుకు అలా విభజన కథ రగిలిపోతోందో, లోక్ సభలో ప్రస్తావనే లేకపోతే ఎలా...! లగడపాటి కూడా అంగీకరించారు. రూల్ 193 కింద మాట్లాడాలి అన్నారు. రూల్ 193 అంటే ఎక్కువమందికి మాట్లాడే అవకాశమొస్తుంది.

రాష్ట్రమంతటా ఎంపీలని విలన్లుగా చేసి ప్రదర్శనలు, మీడియాలో కథనాలు ఎక్కువైపోతున్నాయి.

28-8-13

మంత్రి వట్టి వసంత్ కుమార్, కెవిపి, సీనియర్ అడ్వకేట్ ఎస్.ఎస్. ప్రసాద్ ఆంధ్రప్రదేశ్ ఆక్వా ఫార్మర్స్ అసోసియేషన్ ప్రతినిధులతో కలిసి సుప్రీంకోర్టులో బాగా పేరున్న సీనియర్ కె.కె. వేణుగోపాల్ – అడ్వకేట్ ని కలిసాం.

371 (డి) గురించి ఆయన అభిప్రాయం తెలుసుకోడానికి అప్పాయింట్మెంట్ తీసుకొని వెళ్లాం. గంటసేపు చర్చ!

విజయవాడలో లగడపాటిని సమైక్యవాదులు ఎటాక్ చేసారు. ఇది ఊహించని పరిణామం. రాష్ట్రం విడిపోతే రాజకీయాల్లోనే వుండనని ప్రతిజ్ఞ చేసిన లగడపాటి 2009లో కూడా చిదంబరం ప్రకటనను వ్యతిరేకించిన మొట్టమొదటి వ్యక్తి! లగడపాటి సమైక్యవాదం విషయంలో ఎవ్వరికీ ఏ అనుమానాలూ లేవు. టివిలన్నిటిలో చూపిస్తూనే వున్నారు. 'రాజీనామా చేసి రా' అంటూ దుర్భాషలాడారు. అక్కడే ధర్నాకు కూర్చోబోయిన లగడపాటిని పోలీసులు తప్పించి తీసుకెళ్లిపోయారు!

లగడపాటితో ఫోన్లో మాట్లాడాను. వాళ్లంతా తెలుగుదేశం వాళ్లని చెప్పారు లగడపాటి! పార్టీలేమైనా కానీ, లగడపాటితోనే ఇలా ప్రవర్తించారంటే, పార్టీ రాజకీయాలు ప్రారంభమయి పోయాయన్నమాట!

బహుశా ఈ దృశ్యాలు టివిల్లో చూసి వుంటారు. తెలంగాణా వాదులెవ్వరూ ఏమీ మాట్లాడవద్దని కేసిఆర్ పిలుపిచ్చారు. సీమాంధ్ర నాయకుల ప్రకటనలకు జవాబివ్వొద్దని కేసిఆర్ మీడియాలో కోరారు.

ఎన్నికల రాజకీయం ప్రారంభమయింది. మనవాళ్లెవ్వరూ అర్థం చేసుకోవటం లేదా... అర్థమయినా చేసేదేముందనే నిర్లిప్తతా?

చంద్రబాబునాయుడు ప్రధానమంత్రికి లేఖ వ్రాశారు. రాత్రి 12 గంటలకు ముఖ్యమంత్రి కిరణ్ ఫోన్! లోక్ సభలో మాట్లాడటం చాలా అవసరమని, కొన్ని పాయింట్లు డిస్కస్ చేసారు. పార్లమెంట్ ఎనెక్సీలో ఎన్జీవో నాయకులతో మీటింగ్ అశోక్ బాబు ఆధ్వర్యంలో సీమాంధ్ర ఎన్జీవో నాయకులందరూ వచ్చారు. పళ్లంరాజు, కావూరి, కోట్ల, శీలం, పనబాక, చిరంజీవి, కిల్లి కృపారాణి, కెవిపి, లగడపాటి, హర్ష, సాయి, అనంత – మూడు గంటల మీటింగ్ వెంటనే అందరూ రాజీనామాలు చేయాలని ఎన్జీవో నాయకులు కోరారు.

"ఏం చెయ్యాలో తెలియక, జరుగుతున్నది ఎలా ఆపాలో అర్థంకాక కుక్కచావుకి సిద్ధమైన మమ్మల్ని, ఎన్నికలకు ఆర్నెల్ల ముందు అమరజీవుల్ని చేస్తామని మీరంటే, అందుకు మాకు అభ్యంతరం ఏముంటుంది" అన్నాను. (రాజీనామాలు చేస్తాం ఒత్తిడికిలోనై చేసిన రాజీనామాలు ఆమోదించరు – సభలో రాజీనామా ప్రకటించాలంటే సభ జరగదు. సభ జరిగిన రోజున,

హఠాత్తుగా, రాజీనామాలు ప్రకటిస్తే, ఆరోజు సభలో లేనివారు, ఆ సమయానికి సభకి రానివారు.. ప్రజాద్రోహులైపోతారు. అందరమూ కలిసి ఒకేరోజు చెయ్యాలి. ఎవరికి వారు నిర్ణయం తీసుకునేలా అయితే, నేను మొదటిరోజునే సభలో రాజీనామా చేసేసి వుండేవాణ్ణి.)

ఎన్జీవో నాయకులతో కలిసి ఏపి భవన్ రెస్టారెంట్లో భోజనం చేసాం. రవీంద్రభారతి - హైదరాబాద్ లో జరిగిన తెలుగు మహాసభలో సిఎం కిరణ్ ప్రసంగించారు. "ప్రజాభిప్రాయానికి వ్యతిరేకంగా వ్యవహరించిన ప్రభుత్వాలకూ పార్టీలకూ ప్రజలే శెలవ్ ప్రకటిస్తారు" అన్నారు. స్పీకర్ ని ఛాంబర్స్ లో కలిసి మాట్లాడే అవకాశమివ్వమని కోరాను. లోక్ సభలో సాయి, లగడపాటి, అనంత, కనుమూరి, మాగుంట, టిడిపి కొనగళ్ల, నిమ్మల, మోదుగుల, శివప్రసాద్ సస్పెండ్ అయిపోయారు. లోక్ సభలో ఈవేళ మాట్లాడాలన్న వ్యూహమంతా పటాపంచలయిపోయింది.

సభ మొదలవగానే తెలుగుదేశం సభ్యులు 'వెల్' లోకి వెళ్లిపోయారు. డా॥ శివప్రసాద్ రోజూ ఒక ఫ్యాన్సీ డ్రెస్ లో వచ్చేవారు. ఈవేళ ఇందిరాగాంధీ వేషం వేసుకుని వచ్చారు. ఆయన ఉద్దేశం ఇందిరాగాంధీ సమైక్యరాష్ట్రాన్ని కాపాడిందని చెప్పాలని... కాని ఆయన ఇందిరాగాంధీని తూలనాడుతున్నాడనుకుని కాంగ్రెస్ సభ్యులందరూ ఆవేశపడ్డారు. వారితో తెలంగాణా పార్లమెంట్ సభ్యులు కూడా కలిసారు. ఈ గందరగోళంలోనే స్పీకర్ సస్పెన్షన్లు ప్రకటించారు. సభ వాయిదా వేసారు. సభ వాయిదాపడ్డా తెలుగుదేశం సభ్యులు బైటకి రాలేదు. నేను సభలోకి వెళ్లి వాళ్లని బ్రతిమాలాను. 2 గంటలకి సభ మళ్లీ ప్రారంభమయినప్పుడు నాకు మాట్లాడే అవకాశమొస్తుందని, మీరు కాసేపు స్లోగన్స్ ఇవ్వకుండా, వెల్లోనే కూర్చొంటే, నేను మాట్లాడతానని, అసలు మనం ఎందుకు ఉద్యమం చేస్తున్నామో సభకు వివరించాలనీ అడిగాను. కొనగళ్ల నారాయణ, నాకు నలభై ఏళ్ల నుంచి మంచి మిత్రుడు, మిగతా ముగ్గురినీ అడిగాను, 'సరే' అన్నారు.

రెండు గంటలకి సభ ప్రారంభమయ్యింది. డిప్యూటీ స్పీకర్ నా పేరు పిలిచారు. నేను మాట్లాడటానికి లేచాను. 'వెల్'లో ఉన్న టిడిపి సభ్యులు 'జై సమైకాంధ్ర' అంటూ నినాదాలు ప్రారంభించారు. డిప్యూటీ స్పీకర్ సభను రేపటికి వాయిదా వేసి వెళ్లిపోయారు. (చూ.అను. 16) నా స్పీచ్ కి సహకరిస్తామన్న టిడిపి సభ్యులు ఎందుకు స్లోగనిచ్చారు. బహుశా, నాతో మాట్లాడిన తర్వాత, టిడిపి లోక్ సభ నాయకుడు నామా నాగేశ్వర్రావుతో చాలాసేపు మాట్లాడుతూ కూర్చున్నారు. సహకరించకూడదనే నిర్ణయం అప్పుడు తీసుకుని వుంటారు. రాత్రి సిఎం కిరణ్ ఫోన్ చేసి హైదరాబాద్ UT స్టేటస్ - ఖరారయ్యిందని చెప్పారు.

3-9-13

పార్లమెంట్లోని 63 నెం. కాన్ఫరెన్స్ రూంలో మళ్లీ అందరమూ కలిసాం. లగడపాటి చాలా ఆవేశపడ్డారు. బిల్లులు పాసయిపోతున్నాయి. పార్లమెంట్ జరిగిపోతోంది. ఎందుకీ సభ్యత్వం. నేనిప్పుడే వెళ్లి స్పీకర్ ఆఫీసు దగ్గర ధర్నాకు కూర్చుంటాను. నా రాజీనామా ఆమోదించమని నిరాహారదీక్ష మొదలెడతాను. నాతో ఎవ్వరు వచ్చినా రాకపోయినా, ఇది నా నిర్ణయం - అని అన్నారు.

కెవిపి ఒప్పుకోలేదు. లోక్ సభ ప్రారంభమయిన రోజునే సభలో లేచి రాజీనామా చేయాలని అరుణకుమార్ అంటే ఒప్పుకోలేదు. పోని తనొక్కణ్ణి రాజీనామా చేయనివ్వండి అని అడిగాడు. నువ్వు ఒప్పుకోలేదు. అందరమూ కలిసి నడవాలన్నావు. ఇప్పుడు నీవు నిర్ణయం చేసేసుకున్నానని చెప్పేస్తే అదెలా ఒప్పుకుంటాం. ఏం చేసినా అందరమూ కలిసి చెయ్యాలి అని కెవిపి కూడా అంతే స్పీడ్‌తో మాట్లాడారు.

'రాజకీయ నాయకుడికి నిరాశ, నిస్పృహ చెందే అర్హతే లేదు' అని లగడపాటికి చెప్పాను. రాష్ట్రమంతా అల్లకల్లోలంగా వున్నప్పుడు మనమిక్కడ మనలో మనం అభిప్రాయ భేదాలతో సతమతమవ్వడం కరెక్టు కాదనుకున్నాం.

ముందు జరుగుతున్న ఉద్యమం గురించి లోక్ సభ దృష్టికి తీసుకురావాలని, నాతోపాటు లగడపాటి కూడా మాట్లాడాలని నిర్ణయించాం. మీటింగ్ నుంచి నేనూ, కెవిపి, కావూరి, లగడపాటి ఇంకా కొంతమంది స్పీకర్ ఆఫీసుకు వెళ్లాం. అక్కడి నుంచి కమల్ నాథ్ ఆఫీసుకి వెళ్లాం. సస్పెన్షన్ రద్దుచేసి లగడపాటికి సభలో మాట్లాడే అవకాశం ఇవ్వాలని కోరాం.

రాత్రి ఆంటోనీ కమిటీ మీటింగ్. మీ కోర్కెలు ఏమిటో చెప్పండి అని ఆంటోని అడిగారు. రాష్ట్ర విభజన ఆపాలి అదే మా కోరిక అన్నాం. నా కమిటి అజెండా అది కాదు. రాష్ట్ర విభజన సందర్భంగా సీమాంధ్ర ప్రాంతంవారి అపోహలు తొలగించటం, వారి డిమాండ్లు పరిశీలించటమే... మీరు విభజనే అంగీకరించమంటే, అదే విషయం రిపోర్టు రాసేస్తాను – అన్నారు.

నేను చెప్పేద్దామనుకున్నాను. రాజధాని, జలవనరుల పంపిణీ ఇవే మా సమస్యలు. ఇవి మాకామోదయోగ్యంగా పరిష్కరించగలిగితే, విభజనకు మాకభ్యంతరం లేదని...! రేపట్నుంచి రాష్ట్రంలో నేనే విలన్! సమైక్యాంధ్రను ముక్కలు చేసిన దుర్మార్గుడిగా శాశ్వత ముద్ర!!

నేనేమీ మాట్లాడలేదు. పళ్లంరాజు, కావూరి ఇంకా కొందరు ఏదో చెప్పారు. మీటింగ్ ముగిసింది.

రాత్రికి ముఖ్యమంత్రి ఢిల్లీ చేరారు.

5-9-13

సభ ప్రారంభమవ్వగానే స్పీకర్ నా పేరు పిలిచారు. పదిన్నరకే ఆవిణ్ణి కలిసి నాకవకాశమివ్వమని అడిగాను. సస్పెండ్ అయిన లగడపాటిని ఇతరుల్ని సస్పెన్షన్ రద్దు చేయటానికి అవకాశం దొరక్కపోవడంతో, రేపు సభ నిరవధికంగా వాయిదా పడిపోతుండటంతో స్పీకర్ని కలిసి నాకు మాట్లాడే ఛాన్స్ ఇవ్వమని అడిగాను.

నేను మాట్లాడటం మొదలుపెట్టాను.

నలభై ఏళ్ళ క్రితం 'మేం విడిపోతాం' అని ఎందుకన్నాం. అంటూ మొదలుపెట్టాను. సభ మొత్తం నిశ్శబ్దంగా వినటం ప్రారంభించారు. "మానవ జీవితం మొత్తం స్తంభించిపోయింది. ఏ ఆఫీసూ, స్కూలూ, షాపు... ఏవీ తెరవటం లేదు. ముప్పైరోజులుగా ఇదే పరిస్థితి... మొత్తం స్తంభించిపోయింది. మేడమ్... నలభై ఒక్క సంవత్సరాలు వెనక్కు వెళితే, 1972లో ఇలాంటిదే ఒక ఉద్యమం, అదే ప్రాంతంలో జరిగింది.

ఆ ఉద్యమంలో పాల్గొన్నందుకు, 18 ఏళ్ల విద్యార్థినైన నేను, నెల్లాళ్లు సెంట్రల్ జైల్లో నిర్బంధించబడ్డాను. ఆ ఉద్యమం.. రాష్ట్రాన్ని విడదీయమని... ఇప్పటి ఉద్యమం, రాష్ట్రాన్ని కలిసి ఒక్కటిగా వుంచమని...

ఏం జరిగిందీ నలభై ఏళ్లల్లో... అదే మీ ముందుంచుతాను మేడమ్...

1972లో, సుప్రీంకోర్టు, ముల్కీ రూల్స్ చెల్లుతాయని తీర్పు ఇచ్చింది. వెంటనే రాయలసీమ కోస్తా ప్రాంతాల నుంచి ఆందోళన ప్రారంభమయ్యింది. 'ముల్కి' అంటే స్థానికుడు! మా రాజధానిలో మేము స్థానికేతరులుగా ఉండలేమన్నాం. మాకు వేరే రాష్ట్రం ఇచ్చేయండి వెళ్లిపోతాం... అన్నాం!! మేమింకేమీ కోరలేదు... 108 రోజుల అతి పెద్ద ఉద్యమం తర్వాత, ఇదే సభలో, ప్రధాని హోదాలో ఇందిరాగాంధీగారేమన్నారో వినండి...

"సార్ పార్లమెంట్ అనేది యావత్ దేశం యొక్క ప్రజల ఆకాంక్షలకు ప్రతిరూపం"...

అందరూ అటెన్షన్ గా వింటున్నారు. అప్పటిదాకా సభలో లేని తెలంగాణా సభ్యులు పరుగెత్తుకుంటూ వచ్చేసారు. నా సీటు ముందు, నా పక్క సీట్లో, చుట్టుముట్టేసారు. 'జై తెలంగాణ' అంటూ నినాదాలు మొదలెట్టేసారు. నే చెప్పేది వినండి, మీ కభ్యంతరం కలిగే మాటలు రావు. తెలంగాణా ఉద్యమం గురించి నేను మాట్లాడను. మా ఊర్లో జరుగుతున్నది చెప్పనివ్వండి అని ఎంత మొత్తుకున్నా అలా స్లొగన్స్ ఇస్తూనే వున్నారు. కాంగ్రెస్ సభ్యుడు స్పీచ్ కాంగ్రెస్ సభ్యులే ఆపేస్తుంటే... మిగతా పార్టీల వారంతా వినోదం చూస్తూ ఉండిపోయారు. టిడిపి సభ్యుడు నామా నాగేశ్వరరావు, ప్రతిపక్ష బెంచీల్లోంచి గట్టిగా అరుస్తూ నా స్పీచ్ ఆపెయ్యాలంటూ వెల్లోకి వెళ్లారు. పొన్నం, రాజయ్య, అంజన్, సుఖేందర్రెడ్డి, మంద జగన్నాథం, వివేక్ నా మాటలు సభకు వినిపించకుండా తమ స్లొగన్స్ తో అడ్డుకున్నారు.★

స్పీకర్ తర్వాత పేరు టి.ఆర్. బాలుని పిలిచారు. కాంగ్రెస్ వర్కింగ్ కమిటీ తీర్మానానికి వ్యతిరేకంగా మాట్లాడాడు కాబట్టి, మేము అరుణ్ కుమార్ ని అడ్డుకున్నాం అని మీడియా ముందు ప్రకటించారు తెలంగాణా ఎంపీలు. అడ్డుకున్నవారిలో కాంగ్రెసు రాజీనామా చేసి టిఆర్ ఎస్ లో చేరిన మంద జగన్నాథం, వివేక్ కూడా ఉండటమే విచిత్రం. టిఆర్ఎస్, కాంగ్రెస్ ఒకటయి పోయినట్టేనని కాంగ్రెసు సభ్యులు ఆలోచించటం మొదలుపెట్టేసారు.

6-9-13

సభ నిరవధికంగా వాయిదా పడిపోయింది.

నెల్లాళ్ల లోక్ సభ సెషన్, ఆంధ్రలో జరుగుతున్న ఉద్యమాన్ని గురించి ప్రస్తావించే అవకాశం కూడా లేకుండా ముగిసిపోయింది. ఆలోచించి నిర్ణయం తీసుకునే అవకాశం లేకుండా "విభజన మేం ఒప్పుకోం" అనే మాట మీదే ఉద్యమం నడుస్తోంది.

★(5 సెప్టెంబర్ 2013, నా లోక్ సభ ఉపన్యాసం యు-ట్యూబ్ లో చూడవొచ్చు) జూలై 30 నుంచి – ఫిబ్రవరి 20 వరకూ ఆ ఏడు నెలలూ, పార్లమెంట్ లో పార్టీలు లేవు ప్రాంతాలే!! 13వ తారీఖున పెప్పర్ స్ప్రే రోజున, టిడిపి సభ్యుడు మోదుగుల మీద దాడి చేసిన వారిలో రమేష్ రాథోడ్, నామా నాగేశ్వరరావు కూడా ఉన్నారు. వీరిద్దరూ తెలంగాణ టిడిపి ఎంపీలే... 20వ తారీఖున రాజ్యసభలో బిల్లును సమర్థిస్తూ మాట్లాడిన దేవేందర్ గౌడ్, సుధారాణి కూడా టిడిపి ఎంపీలే!

"ఈ విభజన మేం ఒప్పుకోం" అని నినాదం మార్చగలిగితే, కచ్చితంగా సీమాంధ్ర ప్రాంతానికి న్యాయం జరిగేలా చెయ్యవచ్చు.

ఒక్కొక్కరితో విడిగా మాట్లాడితే నా వాదన అందరూ ఒప్పుకుంటున్నారు. అందరూ కలిసున్నప్పుడు... ఎవ్వరూ దీనికి ఒప్పుకోవటం లేదు. ఒకటే మాట 'జై సమైక్యాంధ్ర'! అంతరంగిక సమావేశాల్లో కూడా కొంచెం తేడా మాట వచ్చినా, మీడియాకి లీక్ అయిపోతుంది... తెల్లారేసరికి గడ్డిబొమ్మలు దగ్ధం, ఇళ్లమీద దాడి, మీడియాలో బట్టలిప్పేయటం....!

7-9-13

హైదరాబాద్ లో సభ సక్సెస్.

ఎంపీలు టార్గెట్! ఎంపీలు రాజీనామాలు చేసేస్తే అన్ని సమస్యలు పరిష్కారమై పోతాయన్నట్లే ప్రసంగాలు సాగాయి.

రాత్రి కెవిపి ఇంట్లో దిగ్విజయ్ సింగ్ ని కలిసాను. రాష్ట్రంలో పరిస్థితి వివరించాను. రాజీనామాలు ఆమోదింప చేసుకోకపోతే కాంగ్రెస్ కి భవిష్యత్ ఉండదని చెప్పాను. 2014 ఎలక్షన్ లో కాంగ్రెస్ ఎలాగూ నెగ్గదని మీరు సీమాంధ్ర ప్రాంతాన్ని త్యాగం చేసేస్తున్నారు. కానీ మీ దూరదృష్టిలోపించిన నిర్ణయం వల్ల తమిళనాడు, యూపీ, బీహార్, బెంగాల్ రాష్ట్రాల లిస్ట్ లో ఆంధ్ర కూడా చేరిపోబోతుందని కూడా హెచ్చరించాను. కాంగ్రెస్ శాశ్వతంగా సమాధి అయిపోతుందని చెప్పాను.

"మళ్లీ నువు జైపాల్ రెడ్డి గారిని కలిసావా" అని అడిగారు. ఆ రోజు జైపాల్ రెడ్డి గారి స్పందన చూసాక ఇక మళ్లీ ఆయన్ని ఇబ్బంది పెట్టలేక... "వెళ్లలేదు" అన్నాను.

"మళ్లీ ఒకసారి కలు" అన్నారాయన, 'నిర్ణయం ప్రకటించేసాక వెనక్కి వెళ్లలేం. సీమాంధ్ర ప్రాంతానికి ఏది మంచిదో ఎవరో ఒకరు మాట్లాడకపోతే ఎలా' అన్నారు.

అనంత వెంకట్రామరెడ్డి, సాయిప్రతాప్ వచ్చి చాలాసేపు కూర్చున్నారు. హైకమాండ్, రాయల్ తెలంగాణా అంటూ రాయలసీమలో రెండు జిల్లాల్ని తెలంగాణాలో కలిపేస్తామంటూ ఒక ప్రతిపాదనను బ్రతికించే వుంచి, అప్పుడప్పుడు పైకి తెస్తోంది. అలా జరిగితే కర్నూలు అనంతపూర్ జిల్లాల్లో ఉద్యమం ఆగిపోతుంది.

అందరికీ టెన్షన్ – దుర్భర పరిస్థితులన్న రాయలసీమ వారికి ఇంకా టెన్షన్!

8-9-2013

ఉదయం 11 గంటలకు జైపాల్ రెడ్డి ఇంటికి వెళ్లాను. ఆయన కూడా నాకోసం టైం ఖాళీ పెట్టుకుని కూర్చున్నారు. ఆదివారం కావటంతో పెద్దగా విజిటర్స్ కూడా లేరు.

ఈ సారి ఆయన నేరుగా విషయంలోకి వచ్చేశారు. కాంగ్రెస్ వర్కింగ్ కమిటీ చేసిన తీర్మానానికి కట్టుబడి వుండాలనీ ఒకసారి ప్రకటన అయిపోయిన తర్వాత దాని నుంచి ఏమాత్రం వెనక్కి వెళ్లినా, తెలంగాణ ప్రజలు ఆమోదించరనీ ఖరాఖండీగా చెప్పేశారు. 'మరి ఆంధ్ర ప్రాంత

ప్రజల ఉద్యమం మాటేమిటి, వారిని కూడా కాంగ్రెస్ సంతృప్తి పరచాలి' గదా అన్నాను. ఈ పరిస్థితుల్లో ఇరు ప్రాంతాలకీ ఆమోదయోగ్యమైన పరిష్కారం అసంభవం అని తేల్చి చెప్పారు. ఇప్పుడు కాంగ్రెస్ పూర్తిగా వెనుదిరిగి రాష్ట్రవిభజన విషయంలో తమ తీర్మానాన్ని ఉపసంహరించుకుంటున్నామని ప్రకటించినా... ఆంధ్రప్రాంతంలో కాంగ్రెసుకు ఏ లాభమూ కలగదనీ, బలంగా ఉన్న తెలంగాణలో కూడా కాంగ్రెస్ తుడిచిపెట్టుకుపోతుందనీ జైపాల్‌రెడ్డి గట్టిగా చెప్పారు.

అరుణ్ నీకన్నా నా అనుభవం ఎక్కువని ఒప్పుకుంటావుగా... నే చెప్పింది విను... ఇప్పుడు నువ్వు ఏ సంప్రదింపులు జరిపినా వాటిని ఆంధ్రప్రాంత ప్రజలు అంగీకరించరు. అసలు నువ్విలా రాజీ ప్రతిపాదనలు చేస్తున్నావని బహిరంగంగా చెప్పగలవా! నా మాట అర్థం చేసుకో. ఇప్పుడు కాంగ్రెస్ వర్కింగ్ కమిటీ తీర్మానంలో ఏ చిన్న మార్పు జరిగినా 'అంతర్యుద్ధం' స్థాయి ప్రమాదం 'ఎదుర్కోవలసి వస్తుంది' అన్నారు.

జైపాల్‌రెడ్డి నోట్లోంచి అంత సీరియస్ గా 'అంతర్యుద్ధం' లాంటి తీవ్ర పదజాలం వెలువడుతుందని నేనూహించలేదు.

సార్... 69 ఉద్యమంకన్నా తీవ్రమైన ఉద్యమం కాదిది. 2008 లో మిమ్మల్ని కలిసినప్పుడు కూడా తెలంగాణ ఏర్పాటు అన్న ఆలోచనే కరక్టు కాదని మీరే చెప్పారు. నేనారోజున తెలంగాణ విభజనే ఈ సమస్యకు శాశ్వత పరిష్కారమంటే నన్ను తీవ్రంగా మందలించారు. హింసాత్మకంగా జరిగిన 69 ఉద్యమంలోనే సమైక్యవాదిగా నిలబడ్డ మీలో ఇప్పుడు 'అంతర్యుద్ధం' స్థాయి మార్పుకు కారణమేమిటి అని ప్రశ్నించాను.

"2009 డిసెంబర్ 9 ప్రకటన తర్వాత మొత్తం వాతావరణమే మారిపోయింది. అప్పటిదాకా కాంగ్రెస్ పార్టీగాని, ప్రభుత్వంగానీ ఇంత స్పష్టమైన ప్రకటన చేయలేదు. ఇచ్చేసిన తెలంగాణని ఆంధ్రవారు ఆపేస్తున్నారన్న నమ్మకం తెలంగాణ ప్రాంతంలో బలపడింది. కాంగ్రెస్ వర్కింగ్ కమిటీ ప్రకటన తర్వాత ఇక ఇప్పుడు, నేనేకాదు... ఏ తెలంగాణా నాయకుడైనా ప్రత్యేక తెలంగాణను బలపర్చవల్సిందే... తప్పదు" అన్నారు జైపాల్.

"2009 ఎన్నికల్లో తెలంగాణ ఏర్పాటుకి రెండో ఎస్సార్సీ అన్నాం. 2009 ఎన్నికలకు ముందు తెలంగాణ ఏర్పాటు మేమంగీకరిస్తున్నాం అని వైయస్ అసెంబ్లీలోనే ప్రకటన చేశాడు. ఇప్పుడు ఒప్పుకోం అని కాంగ్రెస్ వాళ్లం మనమే అంటే... దాన్నెలా సమర్థిస్తావు?" అని ప్రశ్నించారు.

2009 డిసెంబర్ 9 ప్రకటన ప్రకారం అసెంబ్లీలో తీర్మానం అవసరంగా పంపండి... తెలంగాణ ఏర్పాటుకు అనుకూలంగా... అని మళ్లీ ప్రకటించమనండి. రేపటితో ఉద్యమం ఆగిపోతుంది. ఎన్నికలకు ముందు అసెంబ్లీలో తెలంగాణ ఏర్పాటు మాకభ్యంతరం లేదు అని ప్రకటించిన వైయస్సే తెలంగాణలో పోలింగ్ పూర్తయిన వెంటనే నంద్యాలలో "హైదరాబాద్‌కు వీసా తీసుకోవాల్సి వస్తుంది" అని కూడా ప్రకటించారు. ఫిబ్రవరి 12, 2009 న వై.ఎస్ అసెంబ్లీలో

తెలంగాణకు అభ్యంతరం లేదని చెప్పిన 15 రోజులకే, సోనియాగాంధీ హైదరాబాద్ పబ్లిక్ మీటింగ్ లో 'జై ఆంధ్రప్రదేశ్' అనే స్లోగన్ తో తన స్పీచ్ ముగించారు. క్యాపిటల్ హైదరాబాద్ నుండి పదేళ్లలో ఖాళీ చెయ్యాలి అని కోర్టు ఆర్డర్ ఇచ్చినట్లు సిడబ్ల్యుసి ప్రకటిస్తే ఎలా అరాయించుకుంటారు సార్! వైయస్ హైదరాబాదుకు వీసా అన్నారు గానీ తెలంగాణకు వీసా అనలేదు గదా... అన్నాను. ఇన్నాళ్లు రాజధానిగా వున్న ప్రాంతం మీద మాకేవిధమైన హక్కులూ ఉండవా అని అడిగాను. మొన్న మీరు చెప్పిన కండొమోనియం హైదరాబాదు వర్తింపజేస్తే తెలంగాణకు వచ్చే నష్టం ఏమిటి అని అడిగాను.

అప్పటికే మధ్యాహ్నం రెండవుతోంది. నేను మళ్లీ కండొమోనియం ప్రసక్తి తేవటం ఆయనకు రుచించలేదు అనిపించింది. 'ఇంక ఆ స్టేజెస్ అన్నీ దాటిపోయాయి' అన్నారు. 'మనమిద్దరం ఎంత వాదులాడుకున్నా ఫలితం ఉండదు' అని మౌనంగా ఉండిపోయారు.

'నన్ను మళ్లీ ఎప్పుడు రమ్మంటారు' అని అడిగాను. 'నువ్వెప్పుడొచ్చినా సంతోషమే... కానీ ఈ విషయం మీద మాత్రం ఇంకిప్పుడు మనం ఏం చెయ్యలేం' అంటూ 'దిగ్విజయ్ నేను మాట్లాడతానులే' అని ముగించారు.

10-9-13

పార్లమెంట్ లైబ్రరీ నుంచి పంజాబ్ హర్యానా విభజన బిల్లు, పార్లమెంట్లో జరిగిన చర్చ తీయించి, మొత్తం రెండు ఫోటో కాపీలు చేయించి, బైండ్ బుక్ లు తయారు చేసాం.

లగడపాటి నన్ను వెతుక్కుంటూ లైబ్రరీకి వచ్చారు. 2014 ఎన్నికలకి ముఖ్యమంత్రి కిరణ్ నేతృత్వంలో పార్టీ పెట్టాలని, రాష్ట్రవిభజన బిల్లు కేబినెట్ ముందు పెట్టిన రోజునే మొత్తం ఎంపీలూ మంత్రులూ రాజీనామా చేసేయాలని అన్నారు.

అయ్యా అసలిప్పుడు ఎంతమంది మనతో వున్నారో లెక్క తెలియటం లేదు. మంత్రులెవ్వరూ రాజీనామాకి సిద్ధంగా కనబడటం లేదు. నలుగురు లోక్ సభ సభ్యులు, అందులో ఇద్దరు మంత్రులు, హైకమాండ్ మాట జవదాటమని స్పష్టంగా చెప్తున్నారు. కిరణ్ పార్టీ పెట్టినా ఎంతమందిని కలుపుకు వెళ్లగలరు – అని ప్రశ్నించాను. తనకున్న సమాచారం ప్రకారం విభజన బిల్లు విషయమై కాంగ్రెస్ దూకుడు తగ్గించిందన్నారు లగడపాటి.

అలాంటప్పుడు అసలు వేరే పార్టీ ప్రసక్తే రాదు అన్నాను. రాత్రి 12.00 కి కిరణ్ ఫోన్... 'నిజమే, హైకమాండ్ పునరాలోచనలో పడింది' అన్నారు.

18-9-13

సీమాంధ్ర నాయకులతో వీరప్పమొయిలీ భేటీ! అందరిలో 'టెన్షన్' బైటపడింది. ఆంధ్రలో తీవ్రస్థాయిలో నడుస్తున్న ఉద్యమ ప్రభావం ప్రతిఒక్కరి మొహంలో ప్రస్ఫుటంగా కనిపించింది.

ఏ ఒక్కరి వాదన మరొకరికి నచ్చలేదు! 'ఏం చేస్తే ఉద్యమాన్ని ఆపగలం' అనే విషయమే చర్చనీయాంశం.

రాజ్యసభలో చిదంబరం చేసిన ప్రకటన మరోసారి కాంగ్రెస్ వర్కింగ్ కమిటీ చేసినట్లైతే ఫలితం వుండొచ్చని నేను చెప్పాను. 9-12-09న చిదంబరం చేసిన ప్రకటన కూడా అదే కాబట్టి, మళ్లీ మేము ప్రజల్లోకి వెళ్లగలం – అని ప్రతిపాదించాను.

ఇక వర్కింగ్ కమిటీ గానీ, కాంగ్రెస్ పార్టీగానీ రాష్ట్ర విభజన విషయమై ప్రకటించవల్సిందేమీ లేదనీ, విభజన బిల్లులో, మీరు సిఫార్సులు ఏమైనా చేసినట్లైతే, పరిశీలిస్తామని మొయిలీ మళ్లీ చెప్పారు.

'సమైక్యం' అన్న 'ఆ ఒక్కటీ అడక్కు' మిగతా ఏమైనా చర్చకు సిద్ధం! ఆంటోనీ చెప్పినా, దిగ్విజయ్, మొయిలీ, ఆజాద్ ఎవ్వరు చెప్పినా ఇదే మాట!!

మొయిలీ దగ్గర్నుంచి నేనూ, లగడపాటి, కెవిపి, అనంత, హర్ష, మాగుంట, శైలజానాథ్ మా ఇంటికొచ్చేసాం. గంటన్నరసేపు మా ఇంట్లో మళ్లీ చర్చ.

రాత్రి 7.30 కి ప్రెసిడెంట్ ని కలిసాను. సీమాంధ్రలో జరుగుతున్న విషయాలన్నీ కూలంకషంగా వివరించాను. ఆయన చాలా ఆవేదన చెందారు.

నేను ప్రెసిడెంట్ ని కలుస్తున్నట్లు ఎవ్వరికీ చెప్పలేదు. కాని రాష్ట్రపతి భవన్ నుండి ఇంటికొచ్చేటప్పటికి ఇంటిముందు కెమేరాలు సిద్ధంగా వున్నాయి.

నేను రాష్ట్రపతిని కలిసానని ఛానల్స్ లో చూసి సాయిప్రతాప్, అనంత వెంకట్రామరెడ్డి 9.30కి మా ఇంటికొచ్చారు.

ఏం చెయ్యాలి... ఎలా చెయ్యాలి.. అదే చర్చ.

రాత్రి 12.00 కి ముఖ్యమంత్రి ఫోన్, ఎవ్వరూ రాజీనామాలు చెయ్యకూడదన్నారు.

19-9-13

సా 6 గంటలకి దిగ్విజయ్ మీటింగ్.

ఏం చెయ్యాలో ఆలోచించుకోవటానికి కెవిపి ఇంట్లో కలిసాం. నేనూ, అనంత, లగడపాటి, సాయి!

10 ఏళ్లు ఉమ్మడి రాజధాని అని ప్రకటించారు. అంటే రాజధాని మీద ఆ పదేళ్లూ సమాన హక్కులుంటాయనేగా...! కేంద్రపాలితం చెయ్యకుండా సమాన హక్కులు ఎలా సాధ్యం!?

ఏం మాట్లాడినా ప్రమాదమే! యూటీ గురించి, ఆర్థిక పాకేజీల గురించి, పోలవరం గురించి... మాట్లాడుతున్నామంటే చాలు ద్రోహులమైపోతాం!

సా. 6.00 దిగ్విజయ్ సింగ్ 'వార్ రూంలో' మీటింగ్.

కావూరి, పురంధరేశ్వరి, కిల్లి కృపారాణి, శీలం, కెవిపి, అనంత, సాయి, మాగుంట, హర్ష, కనుమూరి, ఝాన్సీ హాజరయ్యాం.

సమావేశంలోకి వస్తూనే దిగ్విజయ్ సింగ్ ఖరాఖండీగా చెప్పేసారు. "రాష్ట్రవిభజన అంశంలో చర్చ అనవసరం ఇంకేమైనా వుంటే చెప్పండి" ఎప్పుడూ చాలా ఆహ్లాదంగా, జోక్స్ లేస్తూ

వుండే దిగ్విజయ్ ఇంత కఠినంగా మాట్లాడటం మేమెవ్వరమూ ఇంతకుముందు చూడలేదు. మాతో మాట్లాడుతుండగానే ఆయన సెల్ఫోన్ మోగింది. వెంటనే ఆయన పక్కరూంలోకి వెళ్లి ఫోన్ మాట్లాడి వచ్చారు. ఆ ఫోన్ మాట్లాడి వచ్చాక ఇంకా సీరియస్ అయిపోయారు. “బహుశా ఆ ఫోన్ 10 జనపథ్ నుండి అనుకున్నాం”.

ఈ రోజు నేను ఎక్కువ మాట్లాడాను.

'అయ్యా, రాష్ట్ర విభజనకి మీరు డిసైడ్ అయిపోయారు. అయితే అది చిదంబరంగారు రాజ్యసభలో చెప్పిన పద్ధతిలో, చేస్తారా.. లేక ఆంధ్రప్రదేశ్‌కి వేరే పద్ధతి తయారు చేస్తారా' అన్నాను.

'చిదంబరం గారు ఏం చెప్పినా, రాష్ట్రవిభజన మాత్రం ఏ పద్ధతిలో జరగాలో, అలాగే జరుగుతుంది' అన్నారు దిగ్విజయ్.

'అంటే గతంలో జరిగినట్లే జరుగుతుందా' అన్నాను. ఆంధ్రప్రదేశ్ కోసం కొత్త పద్ధతి ఎందుకుంటుంది... ఎప్పట్లాగే జరుగుతుంది. అని సీరియస్ గా బదులిచ్చారు దిగ్విజయ్.

ఇదేమాట బైట ప్రెస్‌తో చెప్పేయండి – రేపటికి సీమాంధ్రలో ఉద్యమం ఆగిపోతుంది – అన్నాను.

అవున్సార్ మీరు ముఖ్యమంత్రిగా వున్నప్పుడు 'మధ్యప్రదేశ్ విభజన ఎలా జరిగిందో, ఇప్పుడు ఆంధ్రప్రదేశ్ విభజన కూడా అలాగే జరుగుతుంది' – అని చెప్పేయండి. ఇంక ఈ విషయంలో మనం మళ్లీ మీట్ అవ్వక్కర్లేదు అన్నాను.

ఒక్కసారిగా దిగ్విజయ్‌కి కోపం నషాళాన్నింటింది. మధ్యప్రదేశ్ విభజనకు అనుకూలంగా అసెంబ్లీ తీర్మానం చేసిన తర్వాతే ప్రక్రియ ప్రారంభమయ్యింది. ఆంధ్రప్రదేశ్ లో కూడా అసెంబ్లీ తీర్మానంతోనే ప్రక్రియ ప్రారంభమవుతుందని చెప్పమంటున్నానని ఆయనకి అర్థమైపోయింది.

అరుణ్ నువ్వొక తెలివైన బ్రాహ్మడివి... నేనొక మూర్ఖపు ఠాకూర్ని.. నీకు నేనెక్కడ సరిపోతాను. నన్ను నీ ఉచ్చులోకి లాగక! హై కమాండ్ రాష్ట్రవిభజనకు కమిట్ అయిపోయింది. అది మీకు స్పష్టంగా చెప్పాల్సిన బాధ్యత నా మీద వుంది. అర్థం చేసుకోండి అన్నారు దిగ్విజయ్.

ఆయన చాలా హర్ట్ అయ్యారని నాకర్థమయ్యింది. మా పరిస్థితి మీరు కూడా అర్థం చేసుకోండి సార్! అన్నాను.

దీంతో ఆయన కొంచెం 'కూల్' అయ్యారు. ఏం చెయ్యబోతున్నారు, ఎలా చేయబోతున్నారు నన్ను అడక్కండి. విభజన మాత్రం ఖాయం. మీ మొండివైఖరి వల్ల మీ ప్రాంతం నష్టపోతుంది. ఆంటోని కమిటి వేసిందే మీ డిమాండ్స్ అన్నిటినీ అడ్రస్ చెయ్యాలని! దాన్ని ఉపయోగించుకోండి – అన్నాడాయన.

అంటోనీ కమిటీ రిపోర్టు వచ్చేవరకూ కేంద్ర కేబినెట్ ముందుకు ఈ అంశం రాదని దిగ్విజయ్ సింగ్ బైట మీడియాతో చెప్పేందుకు అంగీకరించారు.

అందరమూ మీడియా ముందు అదే చెప్పాం.

23-9-13

సెంట్రల్ హాల్ లో అనంత, సాయి, కెవిపి, లగడపాటిలను కలిసాను. ఒక్కొక్కరికి ఒక్కోరకమైన విధంగా ఢిల్లీ కాంగ్రెస్ పెద్దలు చెప్తున్నారు. తెలంగాణా విషయంలో పునరాలోచనలేదు. ఇది మాత్రం అందరూ చెప్తున్నారు.

అనంత వెంకట్రామరెడ్డితో 'రాయల తెలంగాణా' అని ఒకాయన చెప్పారు. రాయలసీమను విడదీయమని సాయికి ఇంకొకాయన చెప్పారు. హైదరాబాద్ కంట్రోల్ సెంట్రల్ గవర్నమెంటేనని మరొకాయన చెప్పారు.

ఫిబ్రవరి నెలలో కొత్త పార్టీ ఖాయమని లగడపాటి చెప్పారు. రాష్ట్రం విడిపోవటం ఎట్టిపరిస్థితుల్లో జరగదని లగడపాటి ఆశ! ఇరవైరోజుల క్రితం తీవ్ర నిరాశకు గురైన లగడపాటి ఈ రోజు హుషార్ గా ఉండటం కూడా..... బహుశా హైకమాండ్లో ఎవరో ముఖ్యులు లగడపాటికి ఆక్సిజన్ ఇచ్చివుంటారు.

రేపు, రాజీనామా చేసిన ఎంపీలందరూ స్పీకర్ని కలిసేందుకు 'అప్పాయింట్మెంట్' లభించింది.

సాయంత్రం లగడపాటి ఇంట్లో రాజీనామాలు చేసిన సాయి, అనంత ఎస్పివై, రాయపాటి, హర్ష, కలిసాం. రేపు స్పీకర్ని కలిసి రాజీనామాలు స్వచ్ఛందంగా చేసామని చెప్పి ఆమోదించమని ఒత్తిడి తేవాలి. రాత్రి 11 గంటలకి CM కిరణ్ ఫోన్ చేసారు. 'ఒక్కసారి AP భవన్ కి రాగలవా' అని అడిగారు.

పదినిముషాల్లో చేరుకున్నాను. ఢిల్లీ ఆలోచన ఎలావుందో వివరించిన కిరణ్ రాజీనామాలు చెయ్యవద్దని చెప్పారు. రాష్ట్రంలో పరిస్థితి ఉద్రిక్తంగా ఉంది. రాజీనామాలు చేసి, ఆమోదం పొందలేదంటే, అదీ రూలింగ్ పార్టీ వాళ్ళని, ఎవ్వరూ నమ్మరని చెప్పాను. ఈ ఉద్యమంలో ఒక విచిత్రమైన పరిస్థితి ఏమిటంటే, రాష్ట్రవిభజన పై నిర్ణయం జరిగేది పార్లమెంట్లో..... పార్లమెంట్ సభ్యుల్ని రాజీనామాలు చేసేయమంటున్నారు. పోనీ, ముఖ్యమంత్రి హోదాలో, 'ఎంపీలు రాజీనామా చెయ్యవద్దు' అని మీరు ఎప్పుడూ చెప్పలేదు. ఆర్నెల్లలో అయిపోయే ఈ ఉద్యోగం ఇప్పుడే వదిలించేసుకుంటే మంచిదనే ఆలోచనలోనే ఎంపీలు ఎక్కువ మంది ఉన్నారు. అని చెప్పాను.

రేపు నేను ప్రెస్ మీట్ పిలిచాను. ఎంపీలెవ్వరూ రాజీనామా చెయ్యవద్దని అడుగుతాను అన్నారు కిరణ్.

ఇంతలో లగడపాటి అక్కడికి చేరుకున్నారు. 'రేపు పత్రికావిలేఖరుల సమావేశంలో ఎంపీలు రాజీనామా చేయకూడదు.' అని ముఖ్యమంత్రి చెప్తే, ఆయన కూడా అపఖ్యాతి పాలవుతారు అన్నారు లగడపాటి.

ఉద్యమకారుల దృష్టిలో ఢిల్లీయే విలన్ అనీ, ఢిల్లీ అంటే ఎంపీలేనని అందుకని, వెంటనే మనం రాజీనామాలు ఆమోదింపచేసుకోవాలనీ, మరుక్షణం మిగతా అందరూ కూడా రాజీనామా చేసేస్తారనీ లగడపాటి అభిప్రాయపడ్డారు. కిరణ్ లగడపాటితో ఏకీభవించలేదు.

అంత రాత్రివేళ హఠాత్తుగా లగడపాటి వచ్చారంటే ఏదో అత్యవసర విషయం చర్చించటానికి అయివుంటుందని అనిపించి, "నేను బయల్దేరతాను. రేపేం చెయ్యాలో మిగతా వాళ్ళకి సరిగ్గా చెప్పండి" అన్నాను. 'రాజీనామా లొద్దు... దానివల్ల నష్టమే ఎక్కువ. రేపు ప్రెస్ మీట్లో చెప్పేస్తాను' అన్నారు సి.ఎమ్.

12.15 అయ్యింది. నేను ఇంటి కొచ్చేసాను.

24-9-13

9 గంటలకి సిఎమ్ ఫోన్! బ్రేకఫాస్ట్‌కి ఏపి భవన్ కి రమ్మని ఫోన్!! అనంత వెంకట్రామరెడ్డి, సాయిప్రతాప్ ఫోన్ చేసారు. రాత్రి జరిగింది చెప్పాను.

అయితే స్పీకర్ అప్పాయింట్మెంట్ కాన్సిల్ చెయ్యాలా అని అడిగారు. సిఎమ్ మీడియాకు ఏం చెప్తారో చూద్దాం. దాన్ని బట్టి నిర్ణయం తీసుకుందాం అన్నాను. మేము ముగ్గురం బ్రేక్ ఫాస్ట్ కి వెళ్ళలేదు. హర్ష, రాయపాటి, ఎస్పివై, సాయి, అనంత, మాగుంట, కనుమూరి, రాష్ట్రమంత్రులు ఆనం, వసంత్, సత్తిబాబు సెంట్రల్ హాల్లో కలిసాం.

బ్రేక్ ఫాస్ట్ లో రాజీనామాలు ఆమోదింపచేసుకోవద్దని కిరణ్ ఎంపీలను కోరారట! ఇదే విషయం హర్ష ఏపి భవన్ బయట విలేఖర్లకు చెప్పారు.

కిరణ్ మాత్రం ప్రెస్‌తో ఏమీ చెప్పలేదు. రాత్రి లగడపాటి సలహా వైపే కిరణ్ మొగ్గారని అర్థమయింది!

11.30 గంటలకు స్పీకర్ సమయం! 11 గంటలకు స్పీకర్ గారు ఢిల్లీలో లేరని మీటింగ్ వాయిదా పడిందని తెలిసింది. అప్పటికే సెంట్రల్ హాల్ లో అనంత, లగడపాటిల మధ్య మాటల యుద్ధం తీవ్ర స్థాయిలో జరిగింది. 'అసలు నీ ప్లాన్ ఏమిటి మమ్మల్ని, రాష్ట్రాన్ని ఏం చెయ్యాలనుకుంటున్నావు' అనంత ప్రశ్నించారు. లగడపాటి కూడా అంతే తీవ్రంగా స్పందించారు. 'నా ప్లాన్ మిమ్మల్ని ఫాలో అవ్వమని నేనడిగానా... ఇష్టమైతేనే రాజీనామాలు, లేకపోతే మానెయ్యండి' అన్నారు. మిగతా వాళ్ళందరూ జోక్యం చేసుకుని, శాంతపరిచి, ఇద్దర్నీ కలిసి మీడియాతో మాట్లాడమని పంపించాం. స్పీకర్‌ని కలిసి రాజీనామాలు ఆమోదింపచేసుకుని వస్తామని, మీడియా అంతా ఎదురుచూస్తున్నారు. స్పీకర్ అత్యవసరంగా బైట ఊరు వెళ్ళ వలిసి వచ్చినందువల్ల రాజీనామాల ఆమోదపర్వం తాత్కాలికంగా వాయిదా పడిందని, వీళ్ళిద్దరూ కలిసి మీడియాకు చెప్పివచ్చారు.

అక్కడ నుంచి నేనూ, అనంత, సాయి మా ఇంటికొచ్చేసాం. శైలజానాథ్, కొండ్రుమురళి, లగడపాటి, కెవిపి కూడా మా ఇంటికొచ్చారు. శైలజానాథ్ లగడపాటిని అడిగారు. 'ఈ

రాజీనామాలవల్ల ఏం లాభం' అని! "మీ రాజీనామాలయి పోయాక మేమూ చెయ్యాలి గదా చెయ్యకపోతే, మీరు త్యాగపురుషులూ మేము స్వార్థపరులం అయిపోమా.....! ఏదో ఒక స్టాండ్ అందరమూ కలిసే చెయ్యాలి గానీ మీరు ఆరుగురు ఎంపీలు చేస్తే ఎలా!?" అని సూటిగా ప్రశ్నించారు.

మా ఆరుగురివి ఆమోదించాక అందరు ఎంపీలూ చెయ్యక తప్పదని, కేంద్రమంత్రులూ మిగిలిన ఎంపీలూ కూడా రాజీనామాలు చేసేస్తారని దానితో కేంద్రప్రభుత్వం మీద ఒత్తిడి పెరుగుతుందనీ లగడపాటి సమాధాన మిచ్చారు. ఈ సమాధానం శైలజానాథ్ కి నచ్చలేదు. ఆగస్టు 3న రాజీనామాలిచ్చిన వారే తప్ప ఒక్కరూ పెరగలేదు. అందరూ ఎందుకు చేస్తారు! నీ వాదనలో బలం లేదు. ఏమి చెయ్యాలన్నా అందరూ కలిసి చేద్దాం అన్నారు.

సాయంత్రం మళ్ళీ కెవిపి ఇంట్లో సమావేశం. ఆనం, వసంత్, సుబ్బిరామిరెడ్డి, సత్తిబాబు, శాసనమండలి సభ్యుడు నాయుడు కూడా వచ్చారు. మళ్ళీ అదే చర్చ! ఈసారి లగడపాటికి, సత్తిబాబుకి తీవ్రస్థాయి వాగ్యుద్ధం!! మొదటిరోజు నుంచీ తప్పు వ్యూహంలోనే వెళ్తున్నారనీ కాంగ్రెసుకు తీరని ద్రోహం చేస్తున్నారని లగడపాటిని ప్రత్యక్షంగానూ సిఎమ్ కిరణ్‌ను పరోక్షంగానూ అటాక్ చేసారు సత్తిబాబు. లగడపాటి కూడా అదే స్థాయిలో స్పందించారు. ఎవరి వాదన వారు పెద్ద స్వరంతో వినిపించే ప్రయత్నం చేయటంతో మిగతా వారు కలగజేసుకొని వాళ్ళిద్దర్నీ అతి కష్టం మీద ఊరుకోబెట్టారు. నిరాశ, నిస్పృహ, సీమాంధ్ర ప్రాంతంలో కాంగ్రెస్‌కి అనూహ్యమైన నష్టం జరిగిపోయిందని తెలిసిపోవటం... ఎవ్వరికీ బుర్ర పనిచేయటం లేదు.

25-9-13

ప్రొద్దునే సి. ఎం. ఫోన్ చేసారు. మా ఇంట్లోనే కొందరు ఎంపీలు పి.సి.సి అధ్యక్షుడు బొత్స సత్తిబాబుని కలవబోతున్నారని చెప్పాను.

మళ్ళీ మా ఇంట్లో, నిన్నంత గట్టిగా కాకపోయినా, ఒక మోస్తరు వాగ్యుద్ధం. అనంత బొత్సని నిలదీసారు.

కాంగ్రెస్ అధ్యక్షుడిగా, జరుగుతున్న అనర్థానికి సత్తిబాబు ఎంతవరకూ బాధ్యత వహిస్తారని అడిగారు అనంత.

కెవిపి, ఆనం, సాయి, వసంత్ కూడా ఉన్నారు. అనంత వేసిన ప్రశ్నలకి సత్తిబాబే కాదు, ఎవ్వరూ జవాబు చెప్పలేకపోయారు. నిజానికి మిగతా ప్రాంతాలకన్నా అనంతపురంలో ఉద్యమం తీవ్రంగా వుంది. "రాజీనామా చేసేసి వెళ్ళిపోతే రాజకీయంగా నాకు మంచిదే, కానీ ఆ తర్వాత లోక్ సభలో ఓటింగ్ జరిగి, ఆ సమయానికి నేను సభ్యుడిగా లేకపోతే శాశ్వతంగా తప్పు చేసిన వాడినైపోతాను. పిసిసి ప్రెసిడెంటూ, ముఖ్యమంత్రి ఇంత క్లిష్ట సమయంలో కూడా ఒక మాట మీదకి రాలేకపోతే, ఇంక కాంగ్రెస్ వుండదు, రాష్ట్రమూ ఉండదు" అంటూ అనంత విరుచుకుపడ్డారు.

'జనం ఎంత డిమాండ్ చేసినా మనం ఈ సమయంలో సభలో వుండాలి గానీ రాజీనామాలు చేసేస్తే ఎలా' అంటూనే 'రాజీనామాలు గొడవ మొదలు పెట్టించిందెవరు...... అసలు ఎంపీలని రాజీనామాలు చెయ్యమనడమేంటి. ఎవరు రెచ్చగొడ్తున్నారు' అని సత్తిబాబు తన బాధను వెళ్ళగక్కాడు.

గంటన్నర పైగా ఒకళ్ళనొకళ్ళు తిట్టుకుని, సముదాయించుకుని మీటింగ్ ముగించాం.

సాధారణంగా మీడియాకి దూరంగా ఉండే సాయిప్రతాప్ టి.వి.లో రెచ్చిపోయి మాట్లాడారు. కాంగ్రెస్ హైకమాండ్ నిర్ణయాన్ని తీవ్రంగా ఖండించారు. స్పీకర్ ఆఫీస్ నుంచి ఫోన్. 28న స్పీకర్ ఎప్పాయింట్మెంట్. రాత్రి లగడపాటి ఫోన్ చేసి నన్నూ, అనంత, సాయిలను వాళ్ళింటికి రమ్మన్నారు. ముఖ్యమంత్రి 9 గంటలకు ఫోన్ చేసి నలుగురితో మాట్లాడాలన్నారట!

26-9-13

9 గంటలకి లగడపాటి ఇంటికి చేరుకున్నాం. నేనూ, సాయి, అనంత, లగడపాటి సీఎం తో ఫోన్లో మాట్లాడాం.

ఎట్టి పరిస్థితుల్లోనూ రాజీనామా చెయ్యవద్దనీ, రాష్ట్రంలో ప్రెసిడెంట్ రూల్ పెట్టే ఆలోచనలో కేంద్రం ఉందనీ కిరణ్ చెప్పారు.

మొన్న మీరు ఢిల్లీ వచ్చినప్పుడు ఈ మాట మీడియాకి చెప్తానని చెప్పలేదు. ఇప్పుడు స్పీకర్ వాయిదా పడ్డ మీటింగ్ తేదీ, 28 కి ఖరారు అయ్యాక, ఆవిడని కలవకపోతే, ఇదంతా పెద్ద డ్రామా అయిపోతుంది అని చెప్పాను.

కిరణ్ ఢిల్లీలో జరుగుతున్న పరిణామాల గురించి వివరించి ఎలాగైనా శీతాకాల సమావేశాలలో విభజన బిల్లు పార్లమెంట్‌కి తెచ్చే ఆలోచనలో వున్నారని, అసెంబ్లీలో మెజార్టీ వ్యతిరేకిస్తారు కాబట్టి, అసెంబ్లీని పక్కన బెట్టి ఎలా చెయ్యాలా అనే ఆలోచన చేస్తున్నారని, చెప్పారు.

లగడపాటికే మాత్రం నచ్చలేదు. ఎలాగైనా జనంలోకి వెళ్ళిపోవాలనీ, జనంలోకి వెళ్ళాలంటే మాజీ అయిపోవటం తప్ప మరో మార్గం లేదని – లగడపాటి వాదన.

"మాజీ అయిపోయి మాత్రం ఏమిటి ప్రయోజనం... అపఖ్యాతి పాలైతే అది తాత్కాలికం, ప్రాంతానికి మనవల్ల అన్యాయం జరిగితే అది శాశ్వతం.... పార్లమెంట్లో అసలు మన బాధే చెప్పుకోలేకపోతే, ఇంతకాలం ఎంపీగా ఉండి ఏం ప్రయోజనం" అనంత.

నేను, సాయి శ్రోతలు గానే ఉండిపోయాం. మిగతా వాళ్ళతో కూడా మాట్లాడి నిర్ణయం తీసుకుందామని వాయిదా వేసాం.

27-9-13

ముఖ్యమంత్రి మళ్ళీ ఫోన్.... ఎట్టి పరిస్థితుల్లోనూ రాజీనామా ఆమోదింప చేసుకోవద్దని మళ్ళీ కోరారు. ఏ ఒక్కరు మాజీ అయినా అందరి మీదా ఒత్తిడి వస్తుందని, అది అవకాశంగా తీసుకుని రాష్ట్రపతి పాలన పెట్టేద్దామను కుంటున్నారని సీఎం చెప్పారు.

లగడపాటితో మాట్లాడమని చెప్పాను. లగడపాటి, మీరూ కలిసి ఉద్యమాన్ని నడుపుతున్నట్లు ఇక్కడ మన ఎంపీలందరూ అనుకుంటున్నారు. మొన్నటి హైదరాబాద్ మీటింగ్ లో వక్తలంతా ఎంపీల మీదే పడ్డారు. మీరు కూడా మొన్న ఢిల్లీలో ఎంపీలు రాజీనామా చెయ్యవద్దని చెప్తానన్నారు గానీ మీడియాతో చెప్పలేదు! మిమ్మల్ని మాత్రం ఉద్యమకారులంతా హీరోగా చూస్తున్నారు. ఇది నిన్న మొన్నటి దాకా మీ వ్యతిరేకులకి బాధ కలిగించింది... ఇప్పుడు మీ మీద వ్యతిరేకత లేని వాళ్ళలో కూడా అనుమానం కలిగిస్తోంది అని చెప్పాను.

సాయంత్రం 7 గంటలకి సీఎం ప్రెస్మీట్ లో మాట్లాడారు. కాంగ్రెస్ వర్కింగ్ కమిటీని, దిగ్విజయ్ సింగ్ ని విమర్శించిన సీఎం తన ముఖ్యమంత్రి పదవి మాత్రం కాంగ్రెస్, సోనియాగాంధీల వల్లే వచ్చిందని చెప్పారు. మొట్టమొదటిసారిగా, ఎంపీలు, ఎమ్మెల్యేలు ఎవ్వరూ రాజీనామా చేయకూడదని కోరారు.

ప్రెస్ మీట్ టివిలో చూసాక, లగడపాటి ఫోన్ చేసారు. కిరణ్ ఒత్తిడి తట్టుకోలేక ఆ మాట అన్నారు గానీ, మనం రేపు రాజీనామాలు ఆమోదించమని స్పీకర్ మీద ఒత్తిడి తేవల్సిందేనని చెప్పారు. ఎవరొచ్చినా రాకపోయినా నేను మాత్రం రేపు రాజీనామా ఆమోదించకపోతే స్పీకర్ ఛాంబర్ దగ్గర ధర్నా చేస్తానని కూడా లగడపాటి అన్నారు. ఎవరొచ్చినా రాకపోయినా అనే మాట ఇంకో సారి అనొద్దని నేనూ స్వరం హెచ్చించే లగడపాటితో చెప్పాను. ఇదేమీ మన వ్యక్తిగత సమస్యకాదు.... మీరు చీటికి మాటికి 'టెంపర్ లూజ్' అవ్వటం సరికాదని చెప్పాను.

లగడపాటి కూడా తన నిస్సహాయ స్థితిని అంగీకరించారు. నేను మాత్రం స్వార్థంతో చేస్తున్నానా!? ఆగష్టు 1వ తారీఖునే అందరమూ రాజీనామాలు చేస్తున్నట్లు ప్రకటన వచ్చివుంటే పరిస్థితులు ఇంకోలాగ వుండివుండేవి గదా.... అని లగడపాటి వాపోయారు.

ఈ రోజు మధ్యాహ్నం సెక్రటేరియేట్ ఆంధ్రా ఎంప్లాయిస్ జంతర్ మంతర్ దగ్గర ధర్నా చేసారు. కెవిపి, సాయి, అనంత, హర్ష, పళ్ళంరాజు పాల్గొన్నారు. నేను వెళ్ళలేదు. నంద్యాల ఎంపీ ఎస్పీవై రెడ్డి జగన్ని కలిసారు.

28-9-13

నేనూ, సాయిప్రతాప్, అనంత, లగడపాటి.... ఒకరి తర్వాత ఒకరు స్పీకర్ని కలిసి వచ్చాం.

స్పీకర్, OSD, కూర్చున్నారు. మా రాజీనామాలు స్వచ్ఛందమని, మాపై ఏ ఒత్తిడీ లేదని, రాజీనామా ఆమోదించమని కోరాను. రెండు నిముషాల్లో తతంగం ముగిసింది.

ఎవరికి వారు, ఒక్కరొక్కరే స్పీకర్ రూంలోకి వెళ్ళటం - రెండు నిముషాల్లో బైటకి రావటం...

మా తర్వాత ఎస్పీవై, మేకపాటి, సబ్బంహరి స్పీకర్ని కలిసి ఇదే మాటలు చెప్పి వచ్చారు.

బైట కొచ్చి, జరిగిన కథంతా మీడియాకి వివరించాం. ఎందుకో, లగడపాటి – అనంత, తప్పనిసరై మర్యాద కోసం పక్కపక్కన నిలబడ్తున్నారు కానీ.... ఇద్దరిలో మౌలికంగా సంబంధాలు దెబ్బతిన్నాయేమోనని నాకనిపించింది!

29-9-13

వైజాగ్ మీదుగా రాజమండ్రి చేరుకున్నాను.

30-9-13

జాంపేట కళ్యాణ మంటపంలో, ఏడు నియోజకవర్గాల నుండి కాంగ్రెస్ ముఖ్యుల సమావేశం పిలిచాను. సుమారు 200 మంది హాజరయ్యారు.

ఇప్పటిదాకా జరిగిన కథంతా వివరించాను. 1953లో పొట్టిశ్రీరాములు గారి ఆత్మత్యాగం తర్వాత ఏర్పడిన ఉద్రిక్త పరిస్థితుల్లో, తీవ్రమైన ఉద్యమ నేపథ్యంలో మదరాసు నగరం మీద హక్కు ఎలా కోల్పోవలసి వచ్చిందో వివరించాను. పొట్టి శ్రీరాములు గారు నిరాహారదీక్ష చేసిందే మదరాసు నగరంపై తెలుగు వారికున్న హక్కుల కోసమని, ఉద్రిక్త వాతావరణం కారణంగా ఆ విషయమే మరుగునపడిపోయి, మదరాసులో తాత్కాలిక రాజధాని కూడా పెట్టుకోలేని పరిస్థితుల్లో కర్నూలుకి మూటాముల్లే సర్దేసుకుని ఎలా వచ్చేసామో, చరిత్ర పుస్తకాలు చదివి వినిపించాను. జెవిపి కమిటీ (జవహర్లాల్ నెహ్రూ, వల్లభాయిపటేల్, పట్టాభి సీతారామయ్య) 1950కి ముందే, ఆంధ్రరాష్ట్రానికి అంగీకరించిందని మదరాసుపై హక్కులు తెలుగువారు వదులు కోవాలని షరతు పెట్టిందని ఆ షరతుకి అంగీకరించకపోవటం వల్లే ఆంధ్రరాష్ట్రం ఏర్పడలేదని, మదరాసు కోసం అమరజీవి చేసిన త్యాగం, అసంపూర్తిగానే మిగిలి పోయిన వైనాన్ని విశదీకరించాను.

సమైక్యాంధ్ర అనే ఒకే నినాదంతో వెళ్ళటం మనకు నష్టమవుతోందని హైదరాబాద్, నదీజలాలు ఇతర వివాదాస్పద విషయాలు తేలిస్తే మేము రాష్ట్ర విభజనకు అంగీకరిస్తామని చెప్పటం మనకు లాభదాయకమవుతుందని చెప్పాను.

మీటింగ్‌కి వచ్చిన ఒకరిద్దరు సీనియర్లు, మీరేం చేసినా మేం సపోర్టు చేస్తాం అన్నారు. మొత్తం మీద, నా వాదన అందరూ అంగీకరించినా, ఈ సమయంలో రాజీ మాటలు సమైక్యాంధ్ర ఉద్యమకారులు అంగీకరించరనే ఆలోచన మాత్రం అందరిలో కనిపించింది.

మరోసారి దెబ్బతినేస్తున్నామనే విషయం స్పష్టంగా తెలుస్తోంది. 1953లో మాకు ప్రత్యేకరాష్ట్రం కావాలన్నందుకు రాజధాని మద్రాసు కోల్పోయాం. 2013 లో మాకు ప్రత్యేక రాష్ట్రం వద్దు అన్నందుకు రాజధాని హైదరాబాద్ ను కోల్పోతున్నాం. 'ఉద్యమం' అనేది తెలుగువారికి 'శాపం' అనిపించింది.

1-10-13

ఎమ్మెల్యే రౌతు సూర్యప్రకాశరావు ఎమ్మెల్సీ దుర్గేష్ వచ్చారు. చాలా సేపు కూర్చుని మాట్లాడుకున్నాం. రౌతు చాలా అసహనంగా వున్నారు. మీరు ఎంపీ, నేను ఎమ్మెల్యే ఇద్దరం

అధికార కాంగ్రెస్ పార్టీ వాళ్లం! మనకేమీ తెలియకుండా ఏదేదో జరిగిపోతుంటే, ఇంకా మనం కాంగ్రెస్ లో ఎందుకు కొనసాగాలి అని అడిగారు. దుర్గేష్ కూడా, ఏదో ఒకటి చేయాలని, ఇలా అశక్తులుగా ఉండిపోకూడదని ఆవేదన వ్యక్తం చేసారు.

తోట త్రిమూర్తులు (రామచంద్రపురం ఎమ్మెల్యే) ఫోన్ చేసారు. ఈయన ముందు నుంచీ 'సమైక్యం' అనే మాటను వ్యతిరేకిస్తూనే వచ్చారు. 'మనకేం కావాలో మనం చెప్పుకోవాలి గానీ, వాళ్ళూ మనతో కలిసేవుండాలని ఎలా శాసించగలం' అనేది త్రిమూర్తులు వాదన. 25.1.13న నేను రాజమండ్రి సుబ్రహ్మణ్య మైదానంలో ఏర్పాటు చేసిన బహిరంగ సభకు వచ్చిన త్రిమూర్తులు, రాష్ట్రవిభజనకు మనకు అభ్యంతరం లేదనీ, ఉమ్మడి ప్రయోజనకారిగా ఎలా విడదీస్తారో డిమాండ్ చెయ్యమనీ కోరారు. ఈ రోజు కూడా ఆయన అదే విషయం చెప్పారు. ఇప్పుడిక ఏం చేసినా రాబోయే జనరల్ ఎలక్షన్స్ కి కాంగ్రెస్ ఉండదనీ, పోటీ టిడిపి, వైయస్సార్ సిపిల మధ్యే వుంటుందని చెప్తూ, మనకు నష్టం జరగకుండా ఏదో ఒక పని చెయ్యమని అడిగారు.

వైసీపీలో చేరిన మాజీమంత్రి విశ్వరూప్ మాట్లాడారు. రాబోయే అసెంబ్లీ పార్లమెంట్ ఎన్నికల్లో కాంగ్రెస్ కి ఎక్కడా డిపాజిట్ వచ్చే పరిస్థితి లేదని చెప్పారు.

అనపర్తి ఎమ్మెల్యే శేషారెడ్డి వచ్చారు. ఆయన పూర్తిగా నిరుత్సాహ పడిపోయారు. మనకొక్క మాటైనా చెప్పకుండా దారుణం చేసేసారని బాధపడ్డారు. తనకింక రాజకీయాల్లో కొనసాగాలన్న ఆసక్తి కూడా లేదని చెప్పారు.

టి.వి. వార్తల్లో అశోక్ బాబు (ఎన్జీవో అధ్యక్షులు) రాజీనామా చేసిన ఎంపీలు తమ నివాసాలు ఖాళీ చేసేసి, ఇంక ఢిల్లీకి వెళ్ళమని ప్రకటించమన్నారు. కిరణ్ వ్యతిరేకులందరూ ఆనం రామనారాయణ రెడ్డి ఇంట్లో సమావేశమయ్యారు.

అప్పుడే, కాంగ్రెస్ వర్కింగ్ కమిటి రాష్ట్రవిభజన తీర్మానం చేసి రెండు నెలలయ్యింది. సీమాంధ్ర వైపు నుంచి తీవ్రమైన ఉద్యమం జరుగుతున్నా, కేంద్రంలో గాని, కాంగ్రెస్ లో గాని వీసమెత్తు చలనం కూడా కనబడటం లేదు.

ఈ రెండ్రోజుల్లో నన్ను కలిసిన, మాట్లాడిన వారిలో ఎక్కువ మంది, అపఖ్యాతి పాలైనా సరే, సీమాంధ్రకు ఏం చెయ్యాలో స్పష్టంగా కేంద్రానికి, పార్లమెంట్ కి మన సమస్యలు చెప్పకపోవటం తప్పేనన్న అభిప్రాయమే వెలిబుచ్చారు.

3-10-13

హోరున వర్షం! నేను రాజమండ్రిలో వుండే అపార్ట్‌మెంట్ బయట ఎన్జీవోల వంటావార్పు!! కాంగ్రెస్ కార్యకర్తలు కూడా పెద్ద సంఖ్యలో చేరుకున్నారు. ఎన్జీవో నాయకులు ముందే ఈ కార్యక్రమం గురించి చెప్పడం వల్ల, నేను ఢిల్లీ ప్రయాణం వాయిదా వేసుకుని రాజమండ్రిలోనే ఉండిపోయాను. సిటి కాంగ్రెస్ అధ్యక్షుడు నక్కా నగేష్, మరో సీనియర్ నాయకుడు బుడ్డిగ శ్రీనివాస్ లతో ఎన్జీవోలకు వాగ్యుద్ధం జరిగినా ఇరుపక్షాలూ తగ్గిపోవటంతో గొడవ సద్దు

మణిగింది. 'రాజీనామా చెయ్యాలి' అనే నినాదం ఇవ్వొద్దని, ఒత్తిడి చేస్తే, రాజీనామా ఆమోదించనక్కర్లేదని స్పీకర్కి అధికార మిచ్చే రూల్స్, ఆర్టికల్స్ ఉన్నాయని ఎంత చెప్పినా ఎన్జీవో నాయకులు అవే నినాదాలిచ్చారు.

తెలంగాణా నోట్ కేంద్ర కేబినెట్ ఆమోదించింది. ఏ మార్పులూ చేర్పులూ లేకుండా కాంగ్రెస్ వర్కింగ్ కమిటి తీర్మానం యథాతథంగా కేబినెట్ ఓకె చేసేసింది. ఆంటోని కమిటి రిపోర్టు లేకుండానే కేబినెట్ ముందు నోట్ పెట్టడం, క్షణాలమీద ఆమోదం చేయటం జరిగిపోయాయి.

పదిహేను రోజుల క్రితం దిగ్విజయ్ సింగ్ గారు కాంగ్రెస్ వార్ రూంలో ఇచ్చిన మాట ప్రకారం ఆంటోనీ కమిటీ రిపోర్టు వచ్చే వరకూ విభజన బిల్లు విషయంలో ముందుకెళ్ళం అని...కనీసం వందల పేజీలున్న బిల్లు ముసాయిదాను చదవటానికైనా టైం ఇవ్వమన్న సీమాంధ్ర మంత్రుల అభ్యర్ధనను కూడా మన్నించలేదు.

కాంగ్రెస్ తెలంగాణా విభజన చేసే ఉద్దేశంలో మాత్రమే కాదు సీమాంధ్ర ప్రజల్ని లెక్కే చెయ్యకుండా తెలంగాణా ఇచ్చేసేమన్న భావన తెలంగాణాలో పుట్టించాలన్న పట్టుదలతో వున్నట్లు అర్థమయ్యింది.

సీమాంధ్రలో రాష్ట్రవిభజన చెయ్యకపోయినా ఎలక్షన్ లో గెలవం. కాంగ్రెస్ ఓటు దాదాపు మొత్తంగా జగన్ పార్టీకి వెళ్ళిపోయింది. కనీసం తెలంగాణాలో, ఆంధ్రోళ్ళ మాటే లెక్క చెయ్యకుండా కాంగ్రెస్ వ్యవహరించిందన్న పేరు సంపాదిస్తే, కేసిఆర్ ఎలాగూ తన పార్టీని కాంగ్రెస్ లో కలిపేస్తారు కాబట్టి తెలంగాణాలో సుమారుగా అన్ని స్థానాలూ గెలిచేయవచ్చు. తెలంగాణా కాంగ్రెస్ నాయకులు ఈ మాట బహిరంగంగానే అంటున్నా, వీరికి హైకమాండ్ ఆశీస్సులున్నాయని అనుకోలేదు! ఇప్పుడు 'నిజం' నగ్నంగా దర్శనమిచ్చింది. కాంగ్రెస్ సీమాంధ్రను ఒదిలేసుకుంది! జగన్ గెలవటం ఖాయం. గెలిచాక, మైనార్టీ – దళితులు ప్రధాన సపోర్టుగా నున్న వైఎస్సార్ పార్టీ బిజేపికి ఎలాగూ మద్దతు పలకలేదు. అటు జగన్, ఇటు కేసిఆర్ నాయకత్వాలతో 2009లో వచ్చినట్లే అత్యధిక సీట్లు ఇరుప్రాంతాలలో వస్తాయన్నదే కాంగ్రెస్ వ్యూహంగా నాకు కనిపిస్తోంది.

ఈ విధంగా జరుగుతోందని కొంతకాలంగా ప్రచారం జరుగుతున్నా నేను నమ్మలేదు. కాని ఈ హడావిడిగా జరిగిన కేబినెట్ అప్రూవల్ మాత్రం నేను విన్న ప్రచారమంతా నిజమేనని నమ్మక తప్పని పరిస్థితి!

నేను కాంగ్రెస్ పార్టీ ప్రాథమిక సభ్యత్వానికి రాజీనామా చేసేసాను. రాత్రి రెండు గంటలసేపు అన్ని టివి ఛానల్స్ లో మాట్లాడాను. రాష్ట్రం అన్ని చోట్ల నుంచి ఫోన్లు. రాజంపేట సాయిప్రతాప్, అనంత వెంకట్రామరెడ్డి కూడా పార్టీకి రాజీనామాలు చేసేసారు.

విచిత్రం....... ఆ రాత్రి మూడు మోటారు సైకిళ్ళ మీద వచ్చిన కొందరు నా ఆఫీసు కిటికిలోంచి పెట్రోలు పోసి నిప్పుపెట్టారు. ఆంధ్రభూమి సీనియర్ విలేఖరి శ్రీనివాస్ ఆ రోడ్ మీద

వెళ్తూ కళ్ళారా చూసి అందరికీ ఫోన్లు చేసారు. ఈ ఉద్యమం ప్రారంభమైన తర్వాత నా (కాంగ్రెస్) ఆఫీసు మీద ఇది రెండో దాడి.

4-10-13

రాత్రి నేను రాజీనామా చేసానన్న వార్తతో చాలా మంది తెల్లారేసరికి మా ఇంటికి చేరుకున్నారు.

చాలా మంది కేంద్రమంత్రులు కూడా మంత్రి పదవులకు రాజీనామా చేసారు. సిఎం కిరణ్ ఫోన్ చేసారు. తెలంగాణా బిల్ కోర్టులో ఛాలెంజ్ చేసే విషయమై మాట్లాడారు.

గౌతమీ ఎక్స్‌ప్రెస్లో హైదరాబాద్ బయల్దేరాను.

5-10-13

రాజమండ్రి ఎమ్మెల్యే రౌతు సూర్యప్రకాశరావుతో కలిసి పిసిసి ప్రెసిడెంట్ బొత్స సత్యనారాయణ ఇంటికి వెళ్ళాను. అక్కడే పిసిసి ఉపాధ్యక్షుడు మాదాసు గంగాధరం, తణుకు ఎమ్మెల్యే నాగేశ్వరరావు, ఎమ్మెల్సీ రుద్రరాజు తదితరులున్నారు.

విజయనగరంలో తీవ్రమైన ఉద్రిక్తత. బొత్స ఆస్తులు, ఆయన మిత్రులకి బంధువులకి సంబంధించిన వ్యాపారాల మీద పెద్ద ఎత్తున దాడులు జరుగుతున్నాయి. వివిధ ప్రాంతాల నుంచి ఫోన్లు, టివిల్లో విజయనగరం బీభత్స సీన్లు, చాలా టెన్షన్గా వుంది బొత్స ఇంట్లో!

నన్ను చూడగానే చూసావా ఏం చేస్తున్నారో... అన్నారు బొత్స.

చూశాను... ఇప్పటి వరకూ ఎక్కడా జరగని వైలెన్స్ ఇప్పుడు ప్రారంభమయింది అన్నాను.

ప్రారంభమవలేదు.... ప్రారంభింపచేశారు. మీ ముఖ్యమంత్రి, మీ లగడపాటి చేసిన కుట్ర ఫలించింది అన్నారు.

ముఖ్యమంత్రి, బొత్స మధ్య సత్సంబంధాలు లేవు అని నాకు తెలుసు. లగడపాటి, బొత్స లైతే బహిరంగంగానే తలపడటం నేనే చూశాను. ఈ రాష్ట్ర విభజన ప్రక్రియ ప్రారంభమయినప్పట్నుంచి నేనూ లగడపాటి, నేనూ ముఖ్యమంత్రి ఇంతకు ముందు కన్నా ఎక్కువగానే కలవటం మాట్లాడుకోవటం జరుగుతోంది. కానీ బొత్సకు నాకూ ఎప్పుడూ సంబంధాలు బాగానే వున్నాయి! పిసిసి అధ్యక్షునిగా ఎఐసిసి నిర్ణయాన్ని బహిరంగంగా ఏనాడూ వ్యతిరేకించలేకపోయినా, హైకమాండ్‌ని కలిసినప్పుడుగాని మాతో మాట్లాడినప్పుడు గానీ ఏనాడూ సత్తిబాబు రాష్ట్రవిభజన నిర్ణయాన్ని సమర్థించలేదు. కానీ సత్తిబాబును ఉద్యమ ద్రోహిగా చిత్రీకరిస్తూనే వచ్చారు.

'మీ' ముఖ్యమంత్రి 'మీ' లగడపాటి అన్న బొత్స మాటలు నాకు బాధ కలిగించాయి. పోనీలే నన్ను కూడా కుట్రదారుడినని అనలేదు అన్నాను.

బొత్సకు కోపం వచ్చింది. నేనెప్పుడూ ఎవరి మీదా అనవసరంగా ఆరోపణలు చెయ్యను. మీడియాలో నా మీద ఎలాంటి కథలు ప్రచారం అవుతున్నాయో అవి ఎవరు చేస్తున్నారో నీకు తెలీదా?

అక్కడున్న మిత్రులు కూడా ముఖ్యమంత్రి మీద తీవ్ర అసంతృప్తి వెలిబుచ్చారు. అక్కడి నుంచే, అందరి మధ్య నుంచే, సిఎం కి ఫోన్ చేసాను. ఆయన తిరుపతిలో బ్రహ్మోత్సవాల్లో ఉన్నారని పిఏ చెప్పారు.

కెవిపి, వసంత్, రఘువీరా, ఆనంలను కూడా కలిసాను. బొత్స మీద విజయనగరంలో జరిగిన దాడి కిరణ్ కుమార్ రెడ్డి ఆశీస్సులతోనే జరిగిందన్న విషయంలో ఎవ్వరికీ భిన్నాభిప్రాయం లేదు.

మరోపక్క రాజమండ్రిలో హర్షకుమార్ (అమలాపురం ఎంపీ) చెందిన కాలేజీ మీద దాడి, హర్షకుమార్ కొడుకులు, ఉద్యమకారుల మధ్య దెబ్బలాట..... అన్ని ఛానల్స్ లో ప్రముఖంగా చూపిస్తున్నారు.

6-10-13

అన్ని తెలుగు ఛానల్స్ ఎంపీలు సీమాంధ్రకు ద్రోహం చేసారంటూ కథనాలు చూపిస్తున్నాయి. నా ఫోటో, విజువల్స్ లేకుండా ఏ కథనమూ నడవటం లేదు! విజయనగరంలో కర్ఫ్యూ. ముఖ్యమంత్రిని మార్చేస్తున్నారంటూ ఢిల్లీ నుంచి కొత్త వార్త. ఢిల్లీ చేరుకున్నాను.

8-10-13

డిజిపి దినేష్ రెడ్డి ముఖ్యమంత్రిపై తీవ్రమైన ఆరోపణలు చేసారు. ఆశ్చర్యంగా మంత్రి ఆనం రామనారాయణరెడ్డి ఆరోపణలను ఖండించారు. మరో మంత్రి రఘువీరారెడ్డి కూడా దినేష్‌రెడ్డి వ్యాఖ్యలను తప్పుబట్టారు. నేను ముఖ్యమంత్రి కిరణ్‌కి ఫోన్ చేసాను. ముఖ్యమంత్రికి వ్యతిరేకులైన ఇద్దరు సీనియర్లు, కారణాలేమైనా, ముఖ్యమంత్రిని సమర్థిస్తూ మీడియాతో మాట్లాడారు. వెంటనే ఈ అవకాశాన్ని సద్వినియోగం చేసుకోమని చెప్పాను. అండగా నిలబడినందుకు వారిద్దరినీ వెంటనే ఫోన్ చేసి అభినందించమని, రేపు బ్రేకఫాస్ట్ కో భోజనానికో పిలవమని చెప్పాను. వాళ్ళిద్దరికీ సన్నిహితుడు, ప్రస్తుతం ముఖ్యమంత్రి మీద గుర్రుగా ఉన్న బొత్సను కూడా పిసిసి అధ్యక్షుని హోదాలో, ఆ విందుకు ఆహ్వానించమని చెప్పాను. సిఎమ్ నేను చెప్పింది ఓపిగ్గా విన్నారు. తప్పకుండా నా సలహా పాటిస్తారనే అనిపిస్తోంది. బహుశా రాష్ట్రంలో ప్రభుత్వం మళ్ళీ ఏకత్రాటి మీద కొచ్చి కేంద్రాన్ని గట్టిగా ఎదుర్కొంటుందేమో.

మనసంతా చికాగ్గా వుంది. విభజన ఆపలేం. మనకేం కావాలో అడగలేం..! కాంగ్రెస్ గ్రూప్ విభేదాలు బహిరంగమై పోయాయి. బొత్స ఆస్తుల మీద విజయనగరంలో దాడులు జరుగుతూనే వున్నాయి.

ఎనెక్సీలో ఉన్న పెట్రోలియం స్టాండింగ్ కమిటీ ఆఫీసుకెళ్లాను. కమిటీ జాయింట్ సెక్రటరీ, డైరెక్టరు, నాకు పార్లమెంట్ ఎలాట్ చేసిన పి.ఎ. దాడి రామకృష్ణలతో చాలాసేపు చర్చించాను.

నా పరిధిలో నేను ఆంధ్రప్రదేశ్‌కు చెయ్యగలిగిన ఉపకారం, కె.జి. బేసిన్లో, సముద్రంలో వెలికితీస్తున్న ఆయిల్–గ్యాస్ మీద, భూమి మీద తీసిన వాటికి ఎలాగైతే రాష్ట్రప్రభుత్వానికి వాటా చెల్లిస్తారో, అలాగ చెల్లించేలా తీర్మానం చేయటం... దీనివల్ల ప్రతి సంవత్సరమూ కొన్నివేల కోట్లు రాష్ట్రానికి ఆదాయం వస్తుంది. అంతేకాకుండా, కె.జి. బేసిన్లో వెలికితీసే గ్యాస్ లో 50% ఆంధ్రప్రదేశ్ కి కేటాయించేలా మరో తీర్మానం చేయటం..! నా పరిధిలో కమిటీ ఛైర్మన్ గా, నేనీ రెండూ ఆమోదింపచేయగల్గితే, వచ్చే ప్రభుత్వం అమలుచేసేలా అప్పటి రాష్ట్రప్రభుత్వం చేత ఒత్తిడి తెచ్చే ప్రయత్నం చేయవచ్చు. ముప్పైమంది ఎంపీలు సభ్యులుగా వుండే పెట్రోలియం స్టాండింగ్ కమిటీలో తెలుగువాళ్లం ముగ్గురమే! నేను కాకుండా కాంగ్రెస్ కే చెందిన మందా జగన్నాథం, తెలుగుదేశానికి చెందిన గుండు సుధారాణి... ఇద్దరూ తెలంగాణా వారే!

మిగతా సభ్యులందరూ వివిధ రాష్ట్రాలకి చెందినవారు. అందరూ ఒప్పుకుంటారా?!

ప్రయత్నం చేద్దాం అనుకుని, 17 అక్టోబర్ నాటికి మీటింగ్ పిలవమనీ, ఈ రెండు అంశాలూ అజెండాలో పెట్టమని చెప్పేశాను.

ఆగస్టులో రాజీనామా ఇచ్చేశాక, అది ఆమోదం పొందకపోయినా, నేను కమిటీ మీటింగ్ కి హాజరవ్వటం లేదు. నా స్థానంలో మరెవ్వరో అధ్యక్షత వహించి మీటింగ్ నడిపేస్తున్నారు.

రేపట్నుంచి ముఖ్యమైన సభ్యుల్ని కలిసి అడ్డుపడకుండా రిక్వెస్ట్ చెయ్యాలి! ముఖ్యంగా, సి.పి.ఎమ్.కు చెందిన తపన్ కుమార్ సేన్ అడ్డం పడకుండా ఒప్పించాలి!!

9-10-13

CNN, IBN ఛానల్లో కరణ్ థాపర్ షో.

తెలంగాణా రాష్ట్రసమితి KTR, బిజెపి జావడేకర్, కాంగ్రెస్ భక్తచరణ్ దాస్, నేనూ పాల్గొన్నాం.

6.00 గం.లకు లగడపాటి ఇంటికొచ్చారు. గంటసేపు ఇద్దరమే కూర్చున్నాం. బొత్స విషయంలో గానీ మరెవ్వరి విషయంలోనైనా తనకి వ్యక్తిగతంగా ఏ ద్వేషమూ వ్యతిరేకతా లేదని, రాష్ట్రం ఒక్కటిగా వుంచటం కోసమే తనేమైనా చేస్తున్నాననీ చెప్పారు. నదీజలాలు, హైదరాబాద్ గురించే ప్రజల ఉద్యమమనీ, లేకపోతే తెలంగాణా విడిపోయినా పెద్ద బాధ ఎందుకుండాలని ప్రశ్నించాను.

నాతో లగడపాటి ఏకీభవించలేదు. 42 మంది ఎంపీలు ఇంత పెద్ద రాష్ట్రంగా వున్నాం కాబట్టే అభివృద్ధి జరుగుతోందని, చిన్న రాష్ట్రాలు అవగానే పరిస్థితి దిగజారుతుందనీ అన్నారు.

అదే విషయం మనం చెప్పొచ్చుగదా, తెలంగాణాను మేము ఏర్పడనివ్వమన్నట్లు ఎందుకు భీష్మించుకు కూర్చోవాలి అని అడిగాను. గంటసేపు చర్చ జరిగాక నాకర్థమైనదేమిటంటే, రాష్ట్రం

కలిసుండాలనే కమిట్మెంట్ విషయంలో లగడపాటి అందరికన్నా ముందుంటారు. కాని ఆయనకి వ్యూహంలేదు. ఏ నిమిషానికి ఏమితోస్తే అది చేసుకుపోతారు. చిన్న వయస్సులోనే వ్యాపారపరంగా అతి పెద్ద సక్సెస్ అనుభవించిన ఆయనకి, తను ఫెయిల్ అవ్వననీ, ఈ రోజు తనని వ్యతిరేకించినవారే రేపు తను సక్సెస్ అయ్యాక శెహభాష్ అంటారనే నమ్మకం అతిగా వుందనీ నాకనిపించింది.

రాత్రి 9.30కి అసదుద్దీన్ ఒవైసీ ఇంటికెళ్ళాను. కేబినెట్ కూడా తెలంగాణాకు ఓకే చెప్పిన నేపథ్యంలో సోనియాగాంధీ, అహ్మద్ పటేల్ ఇతర కాంగ్రెస్ నేతలతో సత్సంబంధాలున్న ఒవైసీ ఏం చెయ్యబోతున్నారో తెలుసుకోవటానికెళ్ళాను. ఆయన స్టాండ్లో ఏ మార్పులేదు. రాష్ట్రం సమైక్యంగానే ఉండాలనేది ఆయన ఫస్ట్ ఛాయిస్. రాయలతెలంగాణ రెండో ఛాయిస్, గత్యంతరం లేకపోతే తెలంగాణా.....! ముందునుంచీ ఒవైసీ మాటలో ఏ మార్పులేదు. తెలంగాణాలో ముస్లింల పరిస్థితి, వారి చరిత్ర గురించి ఒవైసీకి పూర్తి అవగాహన వుంది.

ఆయన ఒక సూటి ప్రశ్న వేసారు. సీమాంధ్ర వారు ఏం చెయ్యబోతున్నారు...? అని

కాంగ్రెస్ వర్కింగ్ కమిటీ తీర్మానం చేసింది. అక్కడ ఉద్యమం ప్రారంభమయ్యింది. కేబినెట్ తీర్మానం చేసేసింది. అక్కడ వయెలెన్స్ ప్రారంభమయింది. రేపు పార్లమెంటు బిల్లు వస్తుంది, మీరెవ్వరూ ఉండరు. రాజీనామాలు చేసేసారు. బిల్లు పాసవుతుంది. ఏమిటి మీరు సాధించేది!

కాంగ్రెస్ ఎడ్రస్ గల్లంతు చేయటం కోసం జరుగుతున్న ఉద్యమాన్ని కాంగ్రెస్ నాయకులే నడిపిస్తున్నారన్నది యథార్థం అన్నారాయన!

అనంత వెంకట్రామిరెడ్డి హైదరాబాద్ లో జగన్‌ని కలిసారు. రాష్ట్రవిభజనకు వ్యతిరేకంగా నిరాహరదీక్ష చేస్తున్న జగన్‌ని పోలీసులు ఆస్పత్రికి తరలించారు.

10-10-13

బిల్లు అసెంబ్లీకి పంపే విషయమై రేపటి "గ్రూప్ ఆఫ్ మినిస్టర్స్" మీటింగ్ లో నిర్ణయిస్తారని వార్తలొచ్చాయి. ముఖ్యమంత్రి ఫోన్ చేసారు.

అసెంబ్లీ రాష్ట్ర విభజనపై బిల్లుకు అనుకూలంగా తీర్మానం చెయ్యమని పంపిస్తారా, ఆర్టికల్ 3 ప్రకారం అసెంబ్లీ అభిప్రాయం కోసం పంపుతున్నారా తెలుసుకోమని అడిగారు.

అనంత వెంకట్రామరెడ్డి వచ్చారు. ఇంట్లోనే చాలాసేపు కూర్చున్నాం. ఆయన తీవ్రంగా డిస్టర్బ్ అయివున్నారు. లగడపాటి ఏమి చేస్తున్నారో, ఎందుకు చేస్తున్నారో అర్థం కావటం లేదు. విభజన వల్ల కోస్తా ప్రాంతానికి వచ్చే నష్టం కన్నా రాయలసీమ కొచ్చే నష్టం ఎన్నో రెట్లు అధికం అన్నారు. 1953 లోనే రాయలసీమ ఆంధ్రలో కలవటానికి ఇష్టపడలేదు. శ్రీబాగ్ ఒప్పందంతో కలవక తప్పలేదు. నేను ఎంపీగా ఉండగా అనంతపురం అన్ని విధాలా నష్టపోయే నిర్ణయం లోక్ సభలో జరుగుతుంటే, దానిని కనీసం వ్యతిరేకించకుండా సభకు రాజీనామా చేసేయటం

సమంజసం ఎలా అవుతుందని ప్రశ్నించారు. లగడపాటితో పాటు నువ్వు రాజీనామా అంటున్నావు. ఎవరున్నా లేకపోయినా రాష్ట్రవిభజన చర్చ లోక్ సభలో జరిగే సమయానికి నువ్వు మాత్రం ఉండితీరాలి. మా అందరి తరఫున మాట్లాడవలిసింది నువ్వే.... అని నా రాజీనామా విషయాన్ని కూడా వ్యతిరేకించారు. నిన్న జగన్ ను కలిసాను గాని ఇంకా జగన్ పార్టీలో చేరే నిర్ణయం తీసుకోలేదని కూడా చెప్పారు.

ఎప్పుడూ ఎక్కువగా మాట్లాడే అలవాటులేని అనంత సీమ కష్టాల గురించి దారిద్ర్యం గురించి, నీటి ఎద్దడి గురించి గంటలు గంటలు చెప్తుంటే నాకు చాలా బాధ వేసింది! నిజమే గొంతు తడుపుకోవటానికి నీళ్ళు దొరకని ప్రాంతం అతనిది, ప్రతి ఏడూ గోదావరి వరదకి మునిగి నాశనమై పోయే ప్రాంతం నాది!

రాత్రి 11.00 మాజీమంత్రి, మాజీ ఎపిసిసి ప్రెసిడెంట్ డి. శ్రీనివాస్ ఫోన్ చేసారు. హైకమాండికి దగ్గరగా వుండే డి. శ్రీనివాస్ ఫోన్ నాకాశ్చర్యం కలిగించింది. నేను పార్టీకి రాజీనామా చేసేసాను అధ్యక్షా అన్నాను. అదంతా సరేలే గాని, ఏదైనా అందరికీ ఆమోదం అయ్యేలా రాజీసూత్రం చెప్పు అరుణ్ ఇలా విభజన జరగటం నాకు చాలా బాధగా వుంది అన్నారు.

బాధ నీకా, హైకమాండ్‌కి కూడానా అని అడిగాను. మేడమ్ కూడా చాలా బాధ పడ్తున్నారు. అరుణ్... ముఖ్యంగా, నువ్విలా చేస్తావని ఎవ్వరూ అనుకోలేదు అన్నారు.

ముందు నుంచీ రాష్ట్ర విభజన వల్ల కొంపలేమీ మునిగిపోవు అని వాదించే నువ్వు కూడా ఇంత మారిపోయావు, అదే అర్థం కావట్లేదు అన్నారు.

రాజీసూత్రం అంటున్నావు ఇది నీ మాటా.... హైకమాండ్ మాటా.....? అని అడిగాను.

నువ్వెలా అనుకున్నా సరే.... మంచి ఐడియా చెప్పు అరుణ్, ఈ వాతావరణం ఎవ్వరికీ మంచిది కాదు అన్నారు.

నేనొక మాట చెప్తాను... బాగా ఆలోచించి రేపు సమాధానం చెప్పు. పదేళ్ళపాటు ఉమ్మడి రాజధాని అనే మాట బదులు ఆంధ్రప్రదేశ్ అసెంబ్లీ వేరే చోటకి రాజధాని తరలిస్తాం అనే తీర్మానం చేసే వరకూ హైదరాబాద్ ఉమ్మడి రాజధానిగా కొనసాగుతుంది. శ్రీనివాస్ ఏదో మాట్లాడబోయారు.

ఇది ప్రారంభం మాత్రమే.... రేపు ఇది నీ మాటగా ప్రెస్‌కి చెప్పు. మళ్ళీ ఇరుప్రాంతాల కాంగ్రెస్ వాళ్ళూ కూర్చుని మాట్లాడుకుని అంగీకారంతో విభజన చేసే వాతావరణం వచ్చేస్తుంది. కనీసం నువ్వైనా 'కేసిఆర్' ధోరణి నుండి బైటపడి నీ సొంత ధోరణిలో మాట్లాడు.... అని చెప్పి ఫోన్ పెట్టేసాను.

14-10-13

స్పీకర్ ఆఫీసు ఉద్యోగి ఒకరు తెలుగు ఛానల్స్ ని పిలిచి మాట్లాడారు. రాజీనామాలు ఆమోదించే విషయమై నిర్ణయం స్పీకర్ విచక్షణాధికారంలోనిదని, ఫలానా రోజులోగా నిర్ణయించాలనే నిబంధన లేదని స్పీకర్ ఆఫీసు తెలియజేసింది.

పొద్దుట్నుంచీ అన్ని ఛానల్స్ లో ఇదే స్క్రోలింగ్. లగడపాటి ఫోన్ చేసి స్పీకర్ ఆఫీసుకి వెళ్తున్నానని చెప్పారు.

సాయంత్రానికి టివి ఛానెల్స్ లగడపాటి ఒంటరివాడై పోయాడని, హైకమాండ్, ముఖ్యమంత్రి కలిసిపోయి, మా మీద ఒత్తిడి తెచ్చి, రాజీనామాల విషయమై స్పీకర్ మీద ఒత్తిడి తేకుండా ఆపేసారనీ.... లగడపాటి ఒక్కరే ఇంకా రాజీనామా ఆమోదం కోసం ఒంటరిపోరాటం చేస్తున్నారని – టివీల్లో కథనం పదే పదే చూపిస్తున్నారు.

17-10-2013

"అజ్మీర్ దర్గాలో ఛాదర్ సమర్పించాను.

ఢిల్లీలో స్టాండింగ్ కమిటీ మీటింగ్.

ఎవరైనా అడ్డుపడితే తీర్మానం జరగదు. గుజరాత్‌కు చెందిన పటేల్ అనే సభ్యుడి అధ్యక్షత!

దర్గానుంచి బైటకి వచ్చాక 'ఫోన్'లో మాట్లాడాను. అనుకొన్న విధంగా స్టాండింగ్ కమిటీ ఏకగ్రీవంగా తీర్మానాలు ఆమోదించింది.

వెంటనే, ఈ రోజునే అవి స్పీకర్ ఆఫీసుకెళ్లి పోవాలి. ఈ రోజు 'డేట్' తో స్పీకర్ ఆఫీసులో ఆమోదం అయిపోవాలి. సాయంత్రానికి కబురు వచ్చేసింది. స్పీకర్ ఆఫీసులో సబ్ మిషన్ కూడా అయిపోయింది. (చూ.అను.17)

18-10-13

అందరి రాజీనామాలూ తిరస్కరిస్తూ స్పీకర్ నిర్ణయం తీసుకున్నారని స్పీకర్ ఆఫీస్ తెలియజేసింది.

స్పీకర్ ఆఫీసుకి వెళ్ళాను.

ఆంధ్రప్రదేశ్ వార్తాపత్రికల్లో 'ఎంపీలు రాజీనామా చెయ్యాలి' అనే వార్తలున్న పేపర్ కటింగ్ లు చూపించారు జాయింట్ సెక్రటరీ! ఒత్తిడి వల్ల రాజీనామా చేస్తున్నారనే భావన స్పీకరుకి కలిగితే, రాజీనామా తిరస్కరించవచ్చు.

సాయంత్రం రఘురామరాజు సుప్రీంకోర్టులో వెయ్యబోయే రిట్ పిటిషన్ మెయిల్ చేసారు. ఫాలీ నారిమన్, సీనియర్ అడ్వొకేట్, హాజరు అవ్వటానికి ఒప్పుకున్నారు. నారిమన్ వస్తానన్నారంటేనే కేసులో సరుకున్నట్టు లెక్క. ఈ వార్త మళ్ళీ ఆశలు చిగురింపజేసింది.

20-10-13

హైదరాబాద్ దసపల్లా హోటల్లో 'మీట్ ది ప్రెస్'. కొమ్మినేని శ్రీనివాసరావు అధ్యక్షత వహించారు.

శ్రీకాకుళంలో ముఖ్యమంత్రి కిరణ్ "ఫైలిన్ తుఫాన్ ఆపలేకపోయాను గానీ రాష్ట్రవిభజన తుఫాను ఆపే ప్రయత్నం చేస్తాను" అన్నారు.

21-10-13

రాజమండ్రి చేరాను. లగడపాటి స్పీకర్ ఆఫీసులో మళ్ళీ రాజీనామా లెటర్ ఇచ్చారు. నా లెటర్ కూడా మా పి.ఎ స్పీకర్ ఆఫీసులో ఇచ్చారు. సాయిప్రతాప్, సబ్బంహరి కూడా మళ్ళీ రాజీనామాలు చేసారు.

రౌతు సూర్యప్రకాశరావు (ఎమ్మెల్యే), దుర్గేష్ (ఎమ్మెల్సీ, మాజీ), చెరుకూరి రామారావు (మార్కెట్ యార్డ్ చైర్మన్), అల్లుబాబి (గ్రంథాలయ సంస్థ చైర్మన్), నక్కా శ్రీనగేష్ (సిటీకాంగ్రెస్ ప్రెసిడెంట్), పొడిపిరెడ్డి అచ్యుతేశాయ్ (సీనియర్ కాంగ్రెస్ నాయకులు. మా అందరికీ గురు సమానుడు) చాలా సేపు ఒక హోటల్లో కూర్చున్నాం.

ఏంచెయ్యాలి అనే చర్చ! ఎవ్వరూ, మనకేం కావాలో చెప్పలేకపోతే కాంగ్రెస్ తీర్మానమే యథాతథంగా చట్టం అయిపోతుంది. ఉద్యమం రాజకీయ మలుపు తీసుకుంది. వైయస్సార్ పార్టీ, టిడిపి ప్రజల్లోకి వెళ్తున్నారు గానీ కాంగ్రెస్ మాట్లాడలేకపోతోంది.

22-10-13

వట్టి వసంత్ కుమార్ (రాష్ట్రమంత్రి) మరో పిటిషన్ మెయిల్ చేసారు.

హరీష్ సాల్వే, ప్రస్తుతం భారతదేశంలో అత్యధిక డిమాండ్ వున్న సీనియర్ అడ్వొకేట్, హాజరవ్వటానికి సంసిద్ధత వ్యక్తం చేసారు.

నారిమన్, హరీష్ సాల్వే లాంటి ఉద్దండులు అప్పియర్ అవుతున్నారంటే, సుప్రీంకోర్టు ఖచ్చితంగా కలగచేసుకుంటుందనే నమ్మకం.

సిఎం కిరణ్ ఫోన్ చేసి చాలా ఉత్సాహంగా మాట్లాడారు. జిల్లాల వారీగా కాంగ్రెస్ నాయకులతో సమావేశాలు, కడపతో ప్రారంభం అయిందని చెప్పారు. నిన్న శ్రీకాకుళం ప్రకటనకు చాలా మంచి రెస్పాన్స్ వచ్చిందని చెప్పారు.

స్పీకర్‌ని పార్టీ చేస్తూ, తన రాజీనామా ఆమోదించాలని ఢిల్లీ హైకోర్టులో దాఖలు చేసిన పిటిషన్లని లగడపాటి ఉపసంహరించుకున్నారు.

24-10-13

రాజమండ్రిలో 'Meet the Press'

ఢిల్లీలో కాంగ్రెస్ ఎమ్మెల్యేలు, ఎమ్మెల్సీలు, ఎంపీలతో ప్రెసిడెంట్ అప్పాయింట్మెంట్. (నేను కాంగ్రెసుకి రాజీనామా చేసేసాను కాబట్టి అటెండ్ అవ్వలేదు)

25-10-13

ముఖ్యమంత్రి దేశఅధ్యక్షుడికి, ప్రధానికి లేఖలు వ్రాసారు. రాష్ట్రం, కేంద్రం మధ్య యుద్ధం ప్రారంభమయ్యింది.

24-11-13, జస్టిస్ వెంకటాచలయ్యతో ఇంటర్వ్యూ

రాజమండ్రి నుంచి విజయవాడ కారు ప్రయాణం. విజయవాడ ఎయిర్పోర్టులో మల్లాది విష్ణు స్నేహితులు రిసీవ్ చేసుకున్నారు. 1.30 కి బెంగుళూరు చేరాను.

మిత్రులు శ్రీనాథ్, వేములపల్లి సతీష్‌బాబు విమానాశ్రయం నుంచి జస్టిస్ వెంకటాచలయ్యగారింటికి తీసుకెళ్లారు.

వెంకటాచలయ్యగారు న్యాయకోవిదులలో అత్యంత గౌరవింపబడే సుప్రీంకోర్టు ప్రధాన న్యాయమూర్తిగా రిటైరైన వ్యక్తి. ఎంత నిరాడంబరంగా జీవిస్తున్నారో చూసి ఆశ్చర్యపోయాం. ఆయన ఇల్లు తెలుసుకోవటమే చాలా కష్టమయిపోయింది. ఈయన పేరుకి దగ్గరగా పేరున్న మరో రిటైర్డు హైకోర్టు జడ్జి ఇంటి దగ్గరకు వెళ్లిపోయాం. బయట సెక్యూరిటీ అదీ చూసి వెంకటాచలయ్య గారిల్లే అనుకున్నాం. అక్కడ ఎంక్వయిరీ చేస్తే తెలిసిన వెంకటాచలయ్యగారిల్లు ఎక్కడో!

ఇంట్లో ఆయన, ఒక సహాయకుడు తప్ప మరెవ్వరూ లేరు. ఆయనతో రెండు గంటలు కూర్చున్నాం. నా దగ్గరున్న కాగితాలన్నీ ఆయనకిచ్చాను. ఆయనతో పాటు హరీష్ అనే మరో యువన్యాయవాది కూడా మా మీటింగ్ లో కూర్చున్నారు. వెంకటాచలయ్యగారే మేమొచ్చే టైంకి ఆయన్ని కూడా పిలిపించారని అర్థమయ్యింది. ఆంధ్రప్రదేశ్ ని విభజించటం, దానివలన ఒనగూరే లాభనష్టాలు వగైరా విషయాలన్నీ పక్కనబెట్టి మెజార్టీ ప్రజల అభిప్రాయాలకు విరుద్ధంగా విభజన చేయటం రాజ్యాంగబద్ధమేనా?! అనే అంశం మీదే ప్రధానంగా చర్చించాం.

ఆర్టికల్ 3 పై రాజ్యాంగసభలో జరిగిన చర్చ, అంబేద్కర్, షా, సంతానం, అల్లాడి కృష్ణయ్యర్ ఇతర ప్రముఖుల ప్రసంగాలూ 1956 లో ఆర్టికల్ 3 కి జరిగిన అమెండ్మెంట్, అప్పుడు లోక్ సభలో జరిగిన ప్రసంగాలూ (5th amendment) అన్నీ వెంకటాచలయ్య గారికిచ్చాను. సుప్రీంకోర్టులో పదవీ విరమణ చేసిన జడ్జీలు న్యాయవాదవృత్తి (ప్రాక్టీసు) చెయ్యకూడదు గానీ 'ఒపీనియన్' ఇవ్వొచ్చు.

వెంకటాచలయ్యగారు చాలా కాగితాలు మా ఎదురుగుండానే చదివేశారు. తన సహాయకుడిగా పిలిపించుకున్న న్యాయవాది హరీష్ తో కొంత చర్చ కూడా చేశారు.

రాష్ట్రపతి అసెంబ్లీకి రాష్ట్ర విభజన బిల్లు పంపుతారని, ఆ బిల్లును అసెంబ్లీలో మెజార్టీ వ్యతిరేకించే పరిస్థితి ఉండనప్పుడే కేంద్ర కాబినెట్ అసెంబ్లీకి సిఫార్సు చేస్తుందనీ ఇంకా అసెంబ్లీకి రాకుండానే అసెంబ్లీ ఈ బిల్లు తిరగగొడ్తుందని చెప్పలేం గదా అన్నారాయన. సాధారణంగా కాంగ్రెస్ లాంటి పార్టీ అన్ని లెక్కలూ చూసుకోకుండా ఇంత రిస్క్ తీసుకోదని కూడా అభిప్రాయపడ్డారు.

ఒకవేళ అదే జరిగితే, అసెంబ్లీలో మెజార్టీ వ్యతిరేకించిన బిల్లును పార్లమెంట్లో ప్రవేశపెడితే, అది చాలా పెద్ద కేసు అవుతుందని కూడా జడ్జిగారు చెప్పారు. కేశవానందభారతి, మినర్వా మిల్స్, బొమ్మై కేసుల్లాంటి లాండ్ మార్క్ కేసులన్నిటినీ ఈ కేసు మించిపోతుంది. ఇలాంటి కేసులు వాదన జరుగుతున్నప్పుడు టీవీలో ప్రత్యక్ష ప్రసారం చేయాలనీ, మన రాజ్యాంగ నిర్మాతలు, ఎన్నిరకాలుగా ఆలోచించి, చర్చించి, పరస్పర భిన్నాభిప్రాయాలను గౌరవించి ఏకాభిప్రాయం సాధించారో ఇలాంటి కేసుల్లో బైటకొస్తుందని అన్నారు.

సుప్రీంకోర్టు మాజీ న్యాయమూర్తిగా తనకు ఒపీనియన్స్ ఇచ్చే అవకాశమున్నా ఒపీనియన్స్ ఇచ్చే అలవాటు తనకు లేదనీ, అవసరమైతే, ఈ కేసు నిజంగా విచారణకు వచ్చినప్పుడు మరోసారి కలిసి కొన్ని పాయింట్ల మీద మరింత విపులంగా చర్చించటానికి తనకు అభ్యంతరం లేదని వెంకటాచలయ్య గారు తెలియజేశారు.

అసెంబ్లీలో మెజార్టీ శాసనసభ్యులు నిజంగా వ్యతిరేకిస్తే, వ్యతిరేకించిన ఎమ్మెల్యేలందరూ సుప్రీంకోర్టులో పిటీషనర్స్ గా నిలబడవచ్చనీ, అది కేసు ప్రాధాన్యాన్ని మరింత పెంచుతుందని కూడా ఆయన అన్నారు. నిజంగా అసెంబ్లీయే వ్యతిరేకిస్తే, ఏం చెయ్యాలో సుప్రీంకోర్టుని అడిగే రాజ్యాంగబద్ధమైన అధికారం భారత రాష్ట్రపతికి వుండటం వల్ల, అప్పుడే ఏం జరుగుతుందో మనం ఊహించజాలమని కూడా ఆయన అన్నారు. భారత రాష్ట్రపతి ప్రణబ్ ముఖర్జీకి తనకూ మంచి పరిచయం వుందని వివరించిన వెంకటాచలయ్య, ఒకవేళ ఆయనే ఈ విషయమై తనను అభిప్రాయం అడిగితే, తప్పకుండా తన అభిప్రాయం భారత రాష్ట్రపతికి తెలియజేస్తానని కూడా చెప్పారు.

సుప్రీంకోర్టు బాధ్యత రాజ్యాంగాన్ని నిర్వచించటమే కాదు పూర్వాపరాలు పూర్తిగా అన్వేషించి వివరించాలి అని చెప్పారు.

రాత్రి పదిన్నర ఫ్లైట్లో హైదరాబాద్ వచ్చేశాను. జడ్జీగారు అనుకుంటున్నట్లుగా కాంగ్రెస్ పార్టీ అసెంబ్లీలో మెజార్టీ మేనేజ్ చేయకుండా, బిల్లుని అసెంబ్లీకే పంపరా!? కొత్త ఆలోచన మరింత కలవరపరుస్తోంది! ఇంత ఉద్యమం జరుగుతున్నా కాంగ్రెస్ ఎమ్మెల్యేలు విభజనకు అనుకూలంగా వ్యవహరిస్తారా....?!

26-11-13

జస్టిస్ వెంకటాచలమయ్యగారికి ఒక లేఖ పంపించాను.

28-11-13

వెంకటాచలమయ్యగారితో ఫోన్లో మాట్లాడాను. మళ్లీ ఎప్పుడు కలవాలనే విషయమై చర్చించాం.

మరో సుప్రీంకోర్టు చీఫ్ జస్టిస్ జి.బి. పట్నాయక్ గారు 'ఒపీనియన్' పంపించారు. జస్టిస్ జి.బి. పట్నాయక్ గారు ఆర్టికల్–3 గురించి వారి 'ఒపీనియన్' తెలియచేసారు. ఆ కాపీని భారత రాష్ట్రపతికి పంపించాను. (చూ. అను.18)

5-12-13

పార్లమెంట్ శీతాకాల సమావేశాలు ప్రారంభం.

కొందరు సభ్యుల మరణానికి సంతాపం ప్రకటిస్తూ ఉభయసభలూ వాయిదా పడ్డాయి.

రాష్ట్ర విభజన బిల్లు – కేబినెట్ చర్చ.

కావూరి ఇంట్లో అందరమూ కలిసాం! 'ఏం చెయ్యాలి' ఇదే చర్చ. కేబినెట్ మంత్రులు కావూరి, పళ్లంరాజు కేబినెట్ మీటింగ్ లోనే రాజీనామా చేసేయాలనీ, ఈ బిల్లుకు వ్యతిరేకంగా పార్లమెంట్లో ఓడిస్తామని చెప్పాలని ఎక్కువమంది అభిప్రాయపడ్డారు.

పళ్లంరాజు, కావూరి అభిప్రాయాలను కేబినెట్లో ఎవరూ పట్టించుకోలేదు. కనీసం ఇన్ని పేజీలు చదవటానికి రెండ్రోజులు టైం ఇవ్వమన్నా ఇవ్వలేదు. మార్చే ఉద్దేశం కేబినెట్ కి లేనప్పుడు, మీరు చదివినా చదవకపోయినా తేడా లేదు అనేసారట!

ముఖ్యమంత్రి ఫోన్! అసెంబ్లీ రద్దు చేసేస్తే ఎలా వుంటుంది? అసెంబ్లీ సుషుప్తావస్థలో ఉన్నప్పుడు రాష్ట్రపతి పాలనలో పంజాబ్, హర్యానాలను విడదీసినట్లు విడదీసేస్తారా!

నిరసనలు, రాజీనామాలు, బెదిరింపులు ఎంత ఎక్కువైతే అంతమంచిదన్నట్లుగా కాంగ్రెస్ ఆలోచిస్తున్నట్లు కనబడుతోంది. సీమాంధ్ర ప్రాంతంలో ఇటీవల జరిగిన ఉపఎన్నికల్లో వైయస్సార్ కాంగ్రెస్ పెద్ద మెజార్టీ సాధించింది. ఇక సీమాంధ్ర ప్రాంతంలో ఎలాగూ గెలిచే ఆశలేదు కాబట్టి తెలంగాణా ఇచ్చేసి ఆ ప్రాంతంలో విజయం పొందాలనీ, ఆంధ్ర ప్రాంతాన్ని ఒప్పించి తెలంగాణా ఇస్తే కలిగే ప్రయోజనం కన్నా సీమాంధ్రుల్ని నొప్పించి ఇవ్వగలిగితే తెలంగాణాలో మరింత ప్రయోజనం సాధించవచ్చునేది కాంగ్రెస్ వ్యూహకర్తల పన్నాగం. లేకపోతే, బిల్లు చదువుకోవటానికి రెండ్రోజులు టైం ఇవ్వమని ఇద్దరు మంత్రులు రెండుగంటలు మొత్తుకున్నా 'నో' అనరు. రెండ్రోజులు ఆలస్యం వల్ల వచ్చే నష్టం లేదు, తెలంగాణా ఆగిపోదు! చూసావా, సీమాంధ్రను లెక్క చేయలేదు కాంగ్రెస్ అనే సందేశం తెలంగాణాకి పంపించటమే ముఖ్యమనుకున్నారా!?

6-12-13

నెల్సన్ మండేలా మరణం.

సభ వాయిదా పడింది.

మళ్లీ అందరమూ సెంట్రల్ హాల్లో కలిసాం. ఒక్కొక్కరిది ఒక్కొక్క ఆలోచన! లగడపాటి, వెంటనే వెళ్లి స్పీకర్ కి రాజీనామా లిచ్చేస్తే ఆమోదం అయిపోతాయని అన్నారు. సబ్బం హరి కూడా అదే కరక్టు అన్నారు. హై కమాండ్ ఎట్టి పరిస్థితుల్లోనైనా రాష్ట్రవిభజన చేసెయ్యాలనుకుంటుంటే మనం లేకుండా పోవటం కరెక్టు కాదని అనంత వాదన. పురంధరేశ్వరి, చిరంజీవి కూడా మంత్రి

పదవులకి రాజీనామా చేసేద్దాం, సభ్యులుగా వుండకపోతే ఎలా..! బిల్లును వ్యతిరేకించొద్దా అన్నారు.

చర్చలు సాగీ సాగీ ఆఖరికి "ప్రభుత్వానికి మద్దతు ఉపసంహరించుకుంటూ ప్రభుత్వానికి లేఖ వ్రాయాలని" నిర్ణయించాం. లగడపాటి, సబ్బం పార్లమెంట్ బయట మీడియాలో ఇదే విషయాన్ని ప్రకటించారు.

నేను వెంకటాచలయ్యగారిని కలిసిన విషయం వివరంగా రాష్ట్రపతికి లేఖ వ్రాసి ఆయనకు పంపించాను.

రాష్ట్రపతికి లేఖ

గౌరవ దేశాధ్యక్షులకు,

ఇటీవల నేను బెంగుళూరులో రిటైర్డు చీఫ్ జస్టిస్ ఎం. ఎన్. వెంకటాచలయ్య గారిని కలిసాను. భారతరాజ్యాంగ నిపుణులైన వీరితో ఆర్టికల్ –3 – విషయమై చర్చించాను. శ్రీ వెంకటాచలయ్యగారు, ఆర్టికల్ – 3 విషయమై అత్యంత జాగ్రత్తగా వ్యవహరించాలనీ, దేశ ప్రయోజనాల దృష్ట్యా ఇది అత్యంత ఆవశ్యకమనీ చెప్పారు. ఈ విషయంలో జాగ్రత్తగా వ్యవహరించకపోతే, ఇతర ఆర్టికల్స్ మీద కూడా ఆ ప్రభావం పడుతుందని అన్నారు. గౌ॥ దేశాధ్యక్షులవారితో మీ అభిప్రాయాలు పంచుకోమని నేను కోరగా, తనకుతానుగా గౌ॥ దేశాధ్యక్షులవారికి అభిప్రాయం తెలియచేయలేనని, ఆయన అన్నారు.

అయ్యా, 6 కోట్ల తెలుగు ప్రజల భవిష్యత్ దృష్ట్యా, మీరు, రిటైర్డు చీఫ్ జస్టిస్ గారితో అనధికారంగా చర్చించకోరుతున్నాను. 'డ్రాఫ్ట్ బిల్' 'టేబుల్' చేయబడ్డ విధానంతో తీవ్ర ఆందోళన చెందిన తెలుగుప్రజల శ్రేయస్సుగోరి, మీరు, సాధువర్తనకు, నిష్పక్షపాత వైఖరికి ప్రతిరూపమైన వెంకటాచలయ్యగారితో సంప్రదించమని, ఈ చర్య దేశరాష్ట్రపతి కార్యాలయ హోదాను మరింత ఇనుమడింప చేస్తుందనీ మనవి చేసుకుంటూ అభివందనాలతో

మీ

ఉండవల్లి అరుణ్ కుమార్ అరుణకుమార్

(అను. 19)

7–12–13

సాయిప్రతాప్ ఇంట్లో నేనూ అనంత, సాయి కలిసాం.

పొద్దుట్నించీ సాయంత్రం వరకు చర్చలు.

లోక్ సభలో మన బాధ చెప్పకుండా రాజీనామాలు చేసి వెళ్లిపోవటమేమిటి! నువ్వే మాట్లాడాలి అరుణ్, రాయల సీమ ఎదుర్కోబోయే సమస్యలు, తెలంగాణా కొచ్చే కష్టాలు, తెలుగు వాళ్ల చరిత్ర, శ్రీబాగ్ ఒప్పందం, ఆరుసూత్రాల పథకం అన్నీ అందరికీ తెలియాలి. మన కెలాగూ రేపటి ఎన్నికల తర్వాత విశ్రాంతే. ఈ ఆఖరి సెషన్లోనైనా మన బాధ చెప్పకపోతే ఎలా...!

అనంతపురం ఎంపీ అనంత వెంకట్రామరెడ్డి బాధపడ్డారు.

రాజంపేట ఎంపీ సాయిప్రతాప్ అనంతవాదనను పూర్తిగా సమర్థించారు. అందరమూ వెళ్లి స్పీకర్ ని అడుగుదాం. నీకు మళ్లీ మాట్లాడే ఛాన్సిమ్మని... లోక్ సభలో ఆగస్టు 1న, కెవిపి ఇంట్లో, నువ్వు మాట్లాడతానన్నప్పుడే నేను సపోర్టు చేసాను. ఆరోజు నీ ప్రతిపాదన ప్రకారం నిర్ణయం జరిగివుంటే ఈ రోజు ఈ టెన్షన్ ఉండేది కాదు – అన్నారు సాయి.

వైయస్సార్ సిపి నాయకులు మైసూరారెడ్డి, మాజీ ఎంపి బాలశౌరి కూడా సాయి ఇంటికొచ్చారు.

రాజీనామాలు ఇప్పుడు ఆమోదింప చేసుకుని వెళ్లిపోతే సమయానికి సభలో లేకుండా పోయారు అంటారు. సభలో వుంటే, వుండి ఏమీ చేయలేకపోయారు అంటారు. రెండురకాలుగా మీకు రిస్కే అన్నారు మైసూరారెడ్డి.

పులిచింతల ప్రారంభోత్సవంలో ముఖ్యమంత్రి కిరణ్ "రాష్ట్రాన్ని ఎలా విడదీస్తారో చూస్తాను" అంటూ రెచ్చిపోయారు. "టి బిల్లు ఎలా పాసవుతుందో నేనూ చూస్తా" అన్నారు చంద్రబాబు ప్రెస్ మీట్లో.

8-12-13

నాలుగు రాష్ట్రాలు ఢిల్లీ మధ్యప్రదేశ్ రాజస్థాన్ ఛత్తీస్గఢ్ అసెంబ్లీ ఎన్నికల ఫలితాలు వెలువడ్డాయి.

ఎన్నికల ఫలితాలు:

	BJP	Cong	AAP
ఢిల్లీ	32	8	28
ఎమ్.పి.	165	55	
రాజస్థాన్	162	21	
ఛత్తీస్ఘఢ్	49	39	
మొత్తం	**408**	**123**	

అన్నిచోట్ల కాంగ్రెస్ భయంకరంగా దెబ్బతింది. సీమాంధ్ర కాంగ్రెస్ నాయకులది విచిత్ర పరిస్థితి. కాంగ్రెస్ చావుదెబ్బ తిన్నందుకు బాధపడాలా, మనల్ని నిర్లక్ష్యం చేసినందుకు తగిన శాస్తి జరిగిందనుకోవాలా!

నాలుగు నెలల్లో జరగబోయే పార్లమెంట్ ఎన్నికల్లో కాంగ్రెస్ ఎలాంటి ఫలితాలు సాధిస్తుందో అర్థమవుతోంది.

మళ్లీ సాయిప్రతాప్ ఇంట్లో చర్చలు.

ముఖ్యమంత్రి ఫోన్ చేసారు. రాష్ట్రపతికి లేఖ ఇవ్వబోతున్నామని చెప్పాను. మద్దతు ఉపసంహరించుకుంటూ లేఖ ఇస్తే, పార్టీ ఫిరాయింపు వర్తిస్తుందా, వర్తించదా.. కొత్త ప్రశ్న!?

వర్తిస్తే లేఖ మీద సంతకం పెట్టిన వాళ్లందరమూ అనర్హులం అయిపోతాం. ఎంపీ పదవి పోతుంది. వర్తించకపోతే యూపీఏ మరింత బలహీనమవుతుంది. ఏం జరిగినా నష్టంలేదని చెప్పాను.

రాత్రి 11.30 కి లగడపాటి వచ్చారు. నీకేమైనా న్యూస్ వచ్చిందా అని అడిగారు. నేను కాంగ్రెస్ పార్టీకి రాజీనామా ప్రకటించాక, పార్టీ హైకమాండ్ కి సంబంధించిన వారెవ్వరూ నాతో మాట్లాడటం లేదని చెప్పాను.

'రేపు సభ ప్రారంభమవుతుంది. ఎలాగూ వాయిదా పడుతుంది. వెంటనే స్పీకర్ మనల్ని ఛాంబర్స్ లోకి పిలిచి రాజీనామాలు ఆమోదించేయాలని నిర్ణయం జరిగిపోయింది' అన్నారు లగడపాటి.

ఇక మద్దతు ఉపసంహరణ లేఖకు అవకాశమే లేదు. ఏం చెయ్యాలి? ఆఖరి అస్త్రం – అవిశ్వాస తీర్మానం.

9-12-13

నేనూ, సాయి, సబ్బం హరి, లగడపాటి స్పీకర్ని కలిసాం. మా రాజీనామాలు ఉపసంహరించుకున్నాం. ఆవిడ చాలా సంతోషించారు. వెళ్లి అటెండెన్స్ రిజిస్టర్లో సంతకాలు కూడా చేసేసాం. ప్రభుత్వం మీద అవిశ్వాస తీర్మానం మా నలుగురం – మాతోపాటు హర్షకుమార్, రాయపాటి సంతకాలు చేసారు. సబ్బంహరి ఈ లేఖను తీసుకెళ్లి స్పీకర్‌కి అందజేసారు.

మా 'అవిశ్వాసం' వార్త తెలియగానే, తెలుగుదేశం సభ్యులు నలుగురూ మరో అవిశ్వాస తీర్మానాన్ని ప్రతిపాదిస్తూ స్పీకర్ కి లేఖ ఇచ్చారు. మరో లేఖ వైయస్సార్సీపీ పంపించింది. నిజానికి వైయస్సార్సీపీ లో ఇద్దరు – జగన్, మేకపాటి – సభ్యులు మాత్రమే ఉన్నారు. ఇటీవలే జగన్ పార్టీలో చేరుతున్నట్లు ప్రకటించిన ఎస్పివై రెడ్డి కూడా సంతకం చేసి మూడు సంతకాలతో మరో అవిశ్వాస ప్రతిపాదన కూడా స్పీకర్‌కు చేరింది.

నాలుగేళ్ల క్రితం 9, డిసెంబర్. సోనియాగాంధీ పుట్టినరోజు. తెలంగాణా విషయమై చిదంబరం ప్రకటన చేసిన రోజు.

యాదృచ్ఛికమే అయినా, ఈ రోజు మాచే అవిశ్వాసం ప్రతిపాదించబడింది.

10-12-13

ప్రశ్నోత్తరాల సమయం అయిపోగానే, ఎవరైనా అవిశ్వాసం నోటీసు ఇచ్చినప్పుడు, స్పీకర్ సభకు తెలియచేయాలి. ఫలానావారు ప్రభుత్వం మీద అవిశ్వాసం ప్రతిపాదించారనీ, దీనికి మద్దతిచ్చేవారు నిలబడాలని కోరాలి. పదిశాతం సభ్యులు మద్దతిస్తే, మిగతా బిజినెస్ అంతా పక్కన పెట్టి, అవిశ్వాసానికి సమయం కేటాయించాలి. అవిశ్వాసం చర్చ పూర్తయ్యి, ఓటింగ్ జరిగి, ప్రభుత్వం మెజార్టీ సపోర్టు ఉందని నిరూపించుకున్న తర్వాతే, మళ్లీ బిల్లులు, బిజినెస్ వగైరా!

సభ జరగలేదు. స్పీకర్ సభను కంట్రోల్ చేయలేకపోయారు. 'అవిశ్వాసం వుంది నిశ్శబ్దంగా వుండండి' అని స్పీకర్ విజ్ఞప్తులు పట్టించుకోకుండా చాలామంది 'వెల్'లో స్లోగన్స్ ఇస్తూ వుండటంతో సభ రేపటికి వాయిదా పడింది.

అందరం సెంట్రల్ హాల్లో కూర్చున్నాం. సీమాంధ్ర కాంగ్రెస్ సభ్యులెవ్వరూ అవిశ్వాసానికి మద్దత్తుగా నిలబడతాం అని చెప్పలేదు. కొంతమంది 'చూద్దాం' అంటే మరికొందరు 'నో' అని చెప్పేసారు. రోజూ కాంగ్రెస్ నిర్ణయాన్ని వ్యతిరేకిస్తూ సభను జరగనివ్వని వాళ్లం అవిశ్వాసానికి మద్దతుగా నిలబడితే తప్పేముందని అడిగాను. ఎందుకు అవిశ్వాసం పెట్టామో సభకు చెప్పే అవకాశమొస్తుంది. సీమాంధ్రలో ఏం జరుగుతుందో తెలియచేసే 'ఛాన్స్' వదిలేయకండి. చర్చ జరిగి ఓటింగ్ దాకా వచ్చినప్పుడు ప్రభుత్వాన్ని దించేయాలో, వద్దో ఆలోచించుకోవచ్చు అని ప్రాధేయపడ్డాను.

కాంగ్రెస్ పార్టీ, నన్నింతవాణ్ణి చేస్తే, నేను కాంగ్రెస్ కు చేసే ప్రత్యుపకారం ఇదా.. అని ఈసడించుకున్నవారు కొందరు, అరుణే అవిశ్వాసం సలహా ఇచ్చాడు- అని ఏవగించుకున్న వాళ్లు కొందరు.. కాంగ్రెస్ కార్యదర్శిగా, వర్కింగ్ కమిటీ సభ్యునిగా, స్టాండింగ్ కమిటీ చైర్మన్‌గా, ప్రతిష్ఠాత్మకమైన పబ్లిక్ ఎకౌంట్స్ కమిటీ, జాయింట్ పార్లమెంటరీ కమిటీల్లో సభ్యునిగా కాంగ్రెస్, ముఖ్యంగా సోనియాగాంధీ ఇంతటి ఉన్నతమైన గౌరవాలిస్తే ఇదా వీడు కాంగ్రెస్ కు చేసే ప్రత్యుపకారం!? మిగతా రాష్ట్రాల కాంగ్రెస్ సభ్యులు కూడా నేను చేసిన పనిని హర్షించలేకపోయారు. నిజానికి అవిశ్వాస తీర్మానం ఆలోచన అందరిదీ – అవిశ్వాస తీర్మానం చర్చకు వచ్చినప్పుడు, కచ్చితంగా 'ఇది తొందర పాటు నిర్ణయం' అని ఒప్పించగలనని నాకు నమ్మకం!! ఆఖరికి, నాకు అత్యంత సన్నిహితులైన ఒక సీనియర్ తెలుగు జర్నలిస్ట్, నా దగ్గరకు వచ్చి, నువ్విలా చేస్తావని ఎవరూ నమ్మలేకపోతున్నారు అని వెళ్లిపోయారు.

సెంట్రల్ హాల్లో కూర్చున్న బిజెపి నాయకుడు మురళీమనోహర్ జోషీని మీతో మాట్లాడాలని అడిగి లోక్ సభ 'ఇన్నర్ లాబీ'లోకి తీసుకెళ్లాను. ఇద్దరం కూర్చున్నాం. అవిశ్వాస తీర్మానానికి మద్దతు అడిగాను. 'కాంగ్రెస్ పూర్తిగా అపఖ్యాతి పాలై వుంది. ఇప్పుడు ప్రభుత్వం పడిపోతే మాకేం లాభం' అని ప్రశ్నించారాయన. 'తెలంగాణా ఏర్పాటును మేము వ్యతిరేకించం. ప్రత్యేక తెలంగాణా మా పార్టీ విధానం' అన్నారాయన. మీకు నిజంగా సభలో సపోర్టు రావాలంటే,

అవిశ్వాసం పెట్టిన ఎంపీలందరూ పార్టీకి రాజీనామా చెయ్యండి. వేరే సీట్లు కేటాయించమని అడగండి అన్నారు. నేను పరిస్థితి వివరించాను. కేవలం తెలంగాణాలో గెలుపుకోసం ఈ అఘాయిత్యానికి ఒడిగట్టారని చెప్పాను. మాకు ప్రభుత్వాన్ని పడగొట్టే ఉద్దేశం కానీ తెలంగాణాను వ్యతిరేకించే ఉద్దేశంగానీ లేదనీ సీమాంధ్ర సమస్యలు పరిష్కరించకుండా ఎలా విడదీస్తారన్నదే మా ప్రశ్న అని చెప్పాను. చాలా సేపే కూర్చున్నాం. నిర్ణయం రేపు చెప్తానన్నారు జోషీ.

11-12-13

సభ మళ్లీ వాయిదా పడిపోయింది.

అవిశ్వాసానికి కొన్నిపార్టీలు మద్దతిస్తున్నాయన్న మీడియా వార్తల నేపథ్యంలో స్పీకర్ అవిశ్వాస ప్రతిపాదన ప్రవేశపెట్టకుండా తెలంగాణా ఇతర ప్రాంతాల కాంగ్రెస్ ఎంపీలే 'వెల్'లోకి వెళ్లి సభను డిస్టర్బ్ చేసారు.

ఒక బిజెపి ఎంపీ నా దగ్గరకు వచ్చి 'పిలుస్తున్నారు' అని ప్రతిపక్ష బెంచీలవైపు చూపించాడు. అందరు సభ్యులూ, సభ వాయిదాపడిన కారణంగా బైటకి వెళ్లిపోతున్నారు. అద్వానీ, జోషీ కూర్చుని వున్నారు. నేను వెళ్లాను. అద్వానీగారు మొదటి వాక్యమే.. 'తెలంగాణాకు వ్యతిరేకంగా మా పార్టీ ఏమీ చేయలేదు' అన్నారు. 'అయ్యా అవిశ్వాస తీర్మానం ఎలా పెద్తారో మీకు నేను చెప్పక్కర్లేదు. ఒకే వాక్యం.. అందులో తెలంగాణా విషయమో మరో విషయమో ఉండదు గదా' అన్నాను.

నిజమే గానీ, అవిశ్వాసం చర్చకు వచ్చాక మీరు ఏమని మొదలు పెడ్తారు. తెలంగాణకు వ్యతిరేకంగానే కదా... అన్నారు.

సార్ చర్చ ప్రారంభించేది నేనే... తెలంగాణా ఏర్పాటుకి మాకే అభ్యంతరం లేదు అన్న వాక్యంతోనే నేను ప్రారంభిస్తాను. తెలంగాణా ఈ రకంగా విడదీయటం వల్ల జరిగే అనర్థాలను సభ దృష్టికి తీసుకురాకుండా, మేము ఎంపీలుగా వుండి ఏం ప్రయోజనం? అన్నాను.

చివరకు అద్వానీ ఓకే అన్నారు.

మధ్యాహ్నం ప్రణబముఖర్జీని కలిసాం. తెలంగాణా, ఆంధ్రా.. అన్ని రాష్ట్రాల ఎంపీలూ ఆయన పుట్టినరోజు సందర్భంగా శుభాకాంక్షలు చెప్పాం.

12-12-13

"రాష్ట్ర విభజన బిల్లుపై అభిప్రాయం చెప్పమని రాష్ట్రపతి బిల్లును ఆంధ్రప్రదేశ్ అసెంబ్లీకి పంపారు – 6 వారాల గడువు"

లోక్ సభలో గొడవ గొడవ. అవిశ్వాసం మీద సపోర్టు లెక్కపెట్టడానికి సభ ఆర్డర్లో లేదంటూనే బిల్లులు పాస్ చేసేయటం మొదలు పెట్టారు. నిన్న సపోర్టు చేస్తామన్న అద్వానీగారు, జోషీగారు ఏం మాట్లాడలేదు.

నేను 'పాయింట్ ఆఫ్ ఆర్డర్' అని ఎంత అరిచినా వెల్లో వున్నవాళ్లుగానీ, ప్రతిపక్ష సభ్యులుగానీ స్పందించలేదు.

అవిశ్వాసముండగా బిల్లులు పాస్ చేసేస్తున్నారు. రేపు సభ కూడా నిరవధికంగా వాయిదా వేసేస్తే!?

13-12-13

శుక్రవార మవ్వటంతో సభలో హాజరు పల్చగా వుంది. స్పీకర్ ఇప్పుడు గానీ నో కాన్ఫిడెన్స్ మోషన్ మెన్షన్ చేస్తే, కావల్సిన సంఖ్య లేదు. రేపు మీడియాలో పెద్దగా వచ్చేస్తుంది. “అవిశ్వాసం సంఖ్యలేక వీగిపోయింది" అని. మేమెలాగూ గొడవ చెయ్యలేం, మేమే అవిశ్వాసాన్ని ప్రతిపాదించాం కాబట్టి!

సమాజ్ వాది పార్టీ సభ్యులు నిరసన మొదలెట్టారు. 'అయిపోయింది – 'అవిశ్వాసం గాలి ఇవ్వాళ తీసేస్తున్నారు' అనుకుంటుంటే సమాజ్ వాది సభ్యులందరూ వెల్లోకి వచ్చేస్తున్నారు. చిదంబరం, కమల్ నాథ్ అడ్డంపడి ఒక్క నిముషం ఆగండి, స్పీకర్ అవిశ్వాసం చదివేయగానే మీ పని చేసుకోవచ్చు. సభ వాయిదా వేసేస్తాం అని ఎంత బ్రతిమాలినా వినలేదు.

స్పీకర్ నోకాన్ఫిడెన్స్ చేయకుండానే సభ వాయిదా పడిపోయింది.

('ఈ రోజు 'వెల్ 'లోకి వచ్చి అవిశ్వాసం గాలి తీసేయకుండా కాపాడిన సమాజ్ వాది పార్టీ సభ్యులు, సోమవారం అవిశ్వాసానికి మద్దతుగా నిలబడతామని, మిగతా సభ్యుల్ని కూడా 'రెడీ' చేసుకోమని చెప్పారు. 14, 15వ తేదీలు శని ఆదివారాలు! 16వ తేదీ సభ్యుడు సీస్రాం ఓలా మరణం కారణంగా సభ వాయిదా పడిపోయింది. 17వ తారీఖు సభ వాయిదా. 18వ తారీఖు, కాంగ్రెస్ నుంచి నేనూ, లాంకో, సబ్బం, హర్ష టిడిపి వాళ్లు నలుగురూ, వైసిపి జగన్, రాజమోహన్ రెడ్డి, ఎస్పివై గంటన్నర సేపు 'వెల్'లో అరుస్తూనే వున్నాం. అవిశ్వాసం ప్రస్తావించటానికి అడ్డమొచ్చిన 'గోల' బిల్లు పాస్ అయిపోవటానికి అడ్డం రాలేదు. ‘లోక్ పాల్’ బిల్లు పాసయిపోయింది. సభ నిరవధికంగా వాయిదా పడిపోయింది. శీతాకాల సమావేశాలూ అయిపోయాయి. రాష్ట్రవిభజన బిల్లు కూడా ఇలాగే 'పాస్' చేసేస్తే!?)

అక్కడ అసెంబ్లీ – కౌన్సిల్లలో గందరగోళం. వాయిదా!

అక్కడ హైదరాబాద్ , ప్రెసిడెంట్ పంపిన ఆంధ్రప్రదేశ్ విభజన బిల్లుపై అభిప్రాయం కోరుతూ ఉభయసభల్లో ప్రవేశపెట్టబడింది. అసెంబ్లీ, కౌన్సిలూ వాయిదా పడ్డాయి. అనారోగ్యకారణంగా ముఖ్యమంత్రి హాజరు కాలేదు.

19-12-13

రాహుల్ గాంధీ ‘టీమ్’లో సభ్యుడైన గోవా ఎమ్మెల్యే దేశప్రభు – ఇంటికొచ్చారు.

ఆంధ్రప్రదేశ్ లో కాంగ్రెస్ పార్టీ ఏవిధంగా అధోగతి పాలయ్యిందో వివరించాను!

20-12-13

ఆంధ్రప్రదేశ్ ప్రభుత్వానికి 'ఇండియా టుడే' వారు 'బెస్ట్ గవర్నెన్స్' అత్యుత్తమ పరిపాలన అవార్డు ఇచ్చారు. ఆ అవార్డు జైరాం రమేష్ చేతుల మీదుగా సి.ఎమ్. కిరణ్ అందుకున్నారు. మధ్యాహ్నం లంచ్ సి.ఎమ్. కిరణ్ , ఎ.పి. భవన్లో...!

కావూరి, శీలం, పితాని, పార్థసారథి, అనంత, సాయిప్రతాప్, లగడపాటి, రాయపాటి, హర్ష....

అసెంబ్లీ నుంచి రాష్ట్రపతి పంపిన బిల్లు తిప్పి పంపబడుతుంది.. ఆ తర్వాత...! ఇదే చర్చ.

21-12-13

రాష్ట్ర ప్రభుత్వ మాజీ సలహాదారుడు సోమయాజులుగారితో కలిసి బొత్స సత్యనారాయణ ఇంట్లో 'టీ'కి వెళ్లాను. సోమయాజులు, తణుకు ఎమ్మెల్యే కారుమూరి నాగేశ్వరరావు ఉన్నారు. గంటసేపు చర్చ. అసెంబ్లీ ఎలాగూ రాష్ట్రపతి రిఫరెన్స్ ను తిప్పి పంపేస్తుంది. తర్వాత రాష్ట్రపతి ఏం చేస్తారు. సెక్షన్ -3-లో 'రాష్ట్రపతి అసెంబ్లీ అభిప్రాయాన్ని తెలుసుకుని, పార్లమెంట్ కు సిఫార్సు చెయ్యాలి' అని అన్నారు. అసెంబ్లీ అభిప్రాయం వ్యతిరేకమయితే ఏం చెయ్యాలో స్పష్టత లేదు. కచ్చితంగా రాష్ట్రపతి సుప్రీంకోర్టును సంప్రదిస్తారనే అనుకున్నాం. సుప్రీంకోర్టు, వారంరోజులు గడువు తీసుకున్నా, లోక్ సభ కాలం తీరిపోతుంది.. వచ్చే లోక్ సభ చూసుకుంటుంది! పైకి అందరమూ ఇదే అభిప్రాయంతో ఏకీభవించినా లోపల్లోపల అనుమానమే!!

24-12-13

నరేంద్రమోడీ పార్లమెంట్‌కు వస్తున్నారు. బిజెపి పార్లమెంటరీ పార్టీ మీటింగ్ లో పాల్గొంటారు. నా మిత్రులైన కొందరు బిజెపి ఎంపీల ద్వారా ఆయన 'అప్పాయింట్మెంట్' అడిగాను. వేరే ఎప్పాయింట్మెంట్లు ఏవీ లేవనీ, పార్లమెంట్ ఎనెక్సీ బిల్డింగ్లో ఆయన ఎంపీలతో మాట్లాడేసాక, మిమ్మల్ని కలుపుతాం, అక్కడికి వచ్చేయండి- అని అన్నారు. నేను, ఆ మీటింగ్ సమయానికి 'ఎనెక్సీ'లో ఉన్న స్టాండింగ్ కమిటీ ఆఫీసులో కూర్చున్నాను. మోదీ మరో గంటలో రాబోతారనగా, పార్లమెంట్ జాయింట్ సెక్రటరీ 'సింగ్'నా రూం కొచ్చారు. (ఈయన పార్లమెంట్ ఉద్యోగి) 'మీరు మోదీగారిని కలవాలనుకుంటున్నారట. ఎందుకో ఏమిటో తెలుసుకోవటానికి, ముందు రాధామోహన్ సింగ్ గారిని ఒకసారి కలవండి' అని చెప్పారు. (రాధామోహన్ సింగ్ అప్పటి బిజెపి కార్యదర్శి – ఇప్పుడు కేంద్రమంత్రి) 'సరే ఎక్కడ కలవాలి' అంటే, తన ఆఫీసుకి రాధామోహన్ సింగ్ గారిని పిలుస్తానని జాయింట్ సెక్రటరీ చెప్పారు. రాధామోహన్ సింగ్ రాజశేఖరరెడ్డిగారి మిత్రుడు, చాలా బాగా మాట్లాడారు. తెలంగాణా విషయంలో పార్టీ నిర్ణయం తీసేసుకుందనీ ఇక మారే ప్రసక్తే లేదనీ చెప్పేసారు. బిల్లు ప్రవేశపెట్టడంలో ఉన్న రాజ్యాంగ ఇబ్బందులు వివరించాను. 'నిజమే... అవన్నీ ప్రభుత్వం చూసుకోవాలి. ప్రభుత్వం బిల్లు పెట్టేసాక మేము సమర్థించి తీరాలి' అన్నారు రాధా మోహన్ సింగ్! ఇక మోదీని కలవటం అనవసరమనిపించింది!!

25-12-13

ఢిల్లీ నుంచి హైదరాబాద్ మీదుగా విజయవాడ చేరాను. నా పక్క సీట్లో, హైదరాబాద్ వరకూ డి. శ్రీనివాస్! 'నువ్వు కూడా కాంగ్రెస్ కి ఇంత ద్రోహం చేస్తావని ఎవ్వరూ అనుకోలేదు' అన్నారు. కాంగ్రెస్ ఎందుకింత అఘాయిత్యం చేస్తోందో నాకర్థం కావట్లేదు అన్నాను. "సోనియాగాంధీతో డైరెక్టు కనెక్షన్ ఉన్నవాడివి, ఆవిడకే నేరుగా చెప్పొచ్చు గదా' అన్నారు. వైయస్ మరణం, జగన్ తిరుగుబాటు తర్వాత, ఆవిడ నన్ను నమ్మటం లేదని చెప్పాను.

విజయవాడ ఎయిర్‌పోర్ట్ లో చిరంజీవి, మంత్రులు పార్థసారథి, పితాని, ఎంపీ లగడపాటి, ఎమ్మెల్యే మల్లాది విష్ణు కలిసారు.

సి.ఎమ్. కిరణ్ రాజమండ్రి నుంచి హెలికాప్టర్లో విజయవాడ వచ్చి ఫ్లైట్ లో హైదరాబాద్ వెళ్లారు. రన్ వే మీదే, పక్కకు తీసుకెళ్లి రాధా మోహన్ సింగ్ ని కలిసిన విషయంతో సహా మిగతా వివరాలన్నీ చెప్పాను.

29-12-13

కొమ్మినేని శ్రీనివాసరావు ఆధ్వర్యంలో జరిగిన మీట్ - ది - ప్రెస్. హైదరాబాద్ టూరిస్ట్ ప్లాజాలో... అవిశ్వాసం పెట్టిన ఎంపీలు లగడపాటి, సబ్బం హరి, హర్ష, రాయపాటి, నేనూ హాజరయ్యాం. సాయి ప్రతాప్ రాలేదు.

రాష్ట్రపతితో -

బొలారం అతిథిగృహంలో రాష్ట్రపతిని కలిశాం. ముందుగానే నిర్ణయమైన అపాయింట్మెంట్ ప్రకారం లగడపాటి, సబ్బం, హర్ష, రాయపాటి సాంబశివరావులతో కలిసి ప్రణబ్ ముఖర్జీ గారిని కలిశాం. మాతో నవ్వుతూ మాటలు ప్రారంభించాడాయన! కుశల ప్రశ్నలయిన తర్వాత చర్చ రాష్ట్ర విభజన వైపు మళ్లింది.

గతంలో ప్రణబ్ ముఖర్జీ గారి ప్రసంగాన్ని గుర్తు చేశాం. ఆ రోజు వార్ రూంలో కాంగ్రెస్ శాసన, పార్లమెంట్ సభ్యుల సమావేశంలో డిసెంబర్ 9 నాటి ప్రకటనను తప్పుబడూ ప్రణబ్ ముఖర్జీ అన్న మాటలు మళ్లీ వినిపించాం. ఆయన చిరుమందహాసంతో అన్నీ విన్నారు. 'అప్పటి నేను వేరు... ఇప్పటి నేను వేరు. భారత రాష్ట్రపతిగా నేను రాజ్యాంగం ప్రకారం నడుచుకోవాలి. రాజ్యాంగం ప్రకారం కేబినెట్ నిర్ణయానికి నేను కట్టుబడి వుండాలి." కానీ ఆర్టికల్ 3 మాత్రం రాష్ట్రపతికి ప్రత్యేక బాధ్యతలిస్తోంది గదా, అసెంబ్లీ అభిప్రాయం కోరేది రాష్ట్రపతే గదా అన్నాం మేము!

ఇంతసేపూ మిగతా ఎంపీలందరూ మాట్లాడుతున్నారు గానీ నేను పెద్దగా మాట్లాడలేదు. ఇదే చర్చ అటునుంచి ఇటూ, ఇటునుంచి అటూ సాగుతోంది. నేను కలగజేసుకుంటూ 'సార్ మీరు అసెంబ్లీని అభిప్రాయం అడిగారు. ఆ అభిప్రాయం బిల్లుకు వ్యతిరేకంగా వస్తే ఏం చేస్తారు' అన్నాను.

హఠాత్తుగా నేను వేసిన ఈ ప్రశ్నకు రాష్ట్రపతి తీవ్రంగా స్పందించారు. "నీకు చెప్పి చేయాలా?" అని డైరెక్టు ఎటాక్ చేసేసారు. ఈ హఠాత్పరిణామాన్ని నేనూహించలేదు. కాంగ్రెస్

సెక్రటరీగా కాంగ్రెస్ వర్కింగ్ కమిటీలో ఉన్నప్పుడు, పబ్లిక్ అక్కౌంట్స్ కమిటీ సభ్యుడిగా ఆయన్ని అనేకసార్లు కలిశాను. అపారమైన మేధస్సు, అద్భుతమైన జ్ఞాపకశక్తీ విశేషించి అత్యధిక రాజకీయ పరిపాలనా అనుభవం వున్న ప్రణబ్ ముఖర్జీకి కోపం పాలు కూడా కొంచెం ఎక్కువే! కానీ నాతో ఎప్పుడూ ఆయన కష్టంగా మాట్లాడలేదు. అకస్మాత్తుగా ఈ దాడికి నేను ఖంగు తిన్నాను. "లేదు సార్! ఎప్పుడూ ఎదురవ్వని పరిస్థితే ఎదురయినప్పుడు, మీలాంటి సమర్థుడైన నాయకుడు ఎలా ఎదుర్కొంటారా అనే ఆసక్తి కొద్దీ, రాజ్యాంగం విషయమై 'అకడమిక్ ఇంట్రెస్ట్' కొద్దీ, ఈ ప్రశ్న వేశాను, సార్... తప్పు అయితే క్షమించండి" అన్నాను.

"భారత రాష్ట్రపతితో ఎకడమిక్ డిస్కషన్ చేయటానికొచ్చావా?" ఇంత తీవ్రంగా కోపంగా ఆయన స్పందించటంతో, నేను అవాక్కయ్యాను. అప్పటిదాకా సరదాగా మాట్లాడుతున్న మనిషి హఠాత్తుగా ఉగ్రుడై పోవటం మిగతా ఎంపీలకు అర్థం కాలేదు.

"నా దగ్గరకొచ్చి ఎకడమిక్ డిస్కషన్ అంటూ మాట్లాడతారు. బయట మీడియా దగ్గరకెళ్లి ప్రెసిడెంట్ ఇలా అన్నారు, అలా చేస్తారు అని ఏదేదో చెప్తారు" ——

నాకర్థమయిపోయింది. ఇటీవల నేను ప్రణబ్ ముఖర్జీ గారిని కలిసొచ్చి మీడియాతో రాష్ట్రపతిగారు "ఇలా అన్నారు, అలా అన్నారు"... అని చెప్పినట్లుగా తెలంగాణ నాయకులు పెద్దాయనకు ఫిర్యాదు చేశారు. ఈ విషయం వారే బైటకొచ్చి మీడియాతో కూడా చెప్పారు. ఆ కంప్లయింట్ ప్రభావం గట్టిగా పనిచేసిందన్న మాట –

నేను వెంటనే ప్రణబ్ ముఖర్జీ గారితో చెప్పేశాను. "అయ్యా నేను మిమ్మల్ని ఎప్పుడు కలిసినా, నేను మీతో ఏం చెప్పానో బైటకు చెప్పాను గాని మీరు ఇలా అన్నారని ఏనాడూ ఎవ్వరితోనూ అనలేదు. మీకు నా మీద ఫిర్యాదు చేశారని తెలుసు. కానీ మీరు నమ్ముతారని నేను అనుకోలేదు" అన్నాను.

టాపిక్ ఇతర సబ్జక్టుల మీదకు మళ్లింది. ఇంకొంచెం సేపు కూర్చున్నాం.

అనవసరంగా ఆయన నా మీద కస్సుమన్నారన్న బాధ కలిగినా, అసెంబ్లీ బిల్లును వ్యతిరేకిస్తే, ఏం చేయబోతున్నారో చెప్పటానికి పెద్దాయన ఇష్టపడకపోవటం, మళ్లీ ఆశ పుట్టించింది. మొత్తానికి బొలారంలో ప్రెసిడెంట్ మీటింగ్ ఉత్సాహం నింపిందనే చెప్పాలి!

5-1-14

ABN ఛానల్లో వేమూరి రాధాకృష్ణతో బిగ్ డిబేట్.

గంటసేపు Live ప్రసారం!

'అసెంబ్లీ వెంటనే 'ప్రెసిడెంట్ రిఫరెన్స్' మీద చర్చ ప్రారంభించాలి'– అని చెప్పాను. 'లోక్ సభలో తెలంగాణా ఎంపీలు చర్చ జరగనివ్వలేదు. నన్ను మాట్లాడనీయలేదు. సొలిసిటర్ జనరల్ అభిప్రాయాన్ని పక్కన పెట్టేసారు. రాజ్యాంగాన్ని కైమా కొట్టేస్తున్నారు' అని చెప్పాను. 'కాంగ్రెస్

చరిత్రలో... ఆ పార్టీకి కిరణ్ చేసినంత ద్రోహం ఎవ్వరూ చేయలేదు' అనీ 'కాంగ్రెస్ టైం బాడ్ ఫలితమే ఈ దుస్థితికి కారణమనీ' చెప్పాను.

గంటసేపు జరిగిన ఈ కార్యక్రమాన్ని చాలామంది చూసారు. స్పందించారు.

9-1-14

ముందుగా సమైకాంధ్ర తీర్మానం చేయాలని పట్టుబట్టి సభా కార్యక్రమాలను అడ్డుకుంటున్న వైఎస్సార్సిపి సభ్యుల్ని అసెంబ్లీ నుంచి సస్పెండ్ చేసారు.

రాష్ట్రపతి బిల్లుపై చర్చను ప్రారంభిస్తూ మంత్రి వట్టి వసంత్ కుమార్ గంటన్నర సేపు, అన్ని వివరాలూ కూలంకషంగా ప్రస్తావించారు.

10-1-14

అసెంబ్లీలో ద్రోణంరాజు శ్రీనివాస్, గాదె వెంకటరెడ్డి మీద టిఆర్ఎస్. సభ్యులు దాడి చేశారు. దాదాపు కొట్టుకున్నంత పనయ్యింది.

మధ్యలో, విరామ సమయంలో మంత్రి ఆనం రామనారాయణరెడ్డి ఛాంబర్ కి వెళ్లాను. అక్కడ బొత్స సత్తిబాబు కలిశారు. 'మా అందరికన్నా నీకు కిరణ్ ఎక్కువయిపోయాడా.. అతని పార్టీలో నీదే ముఖ్యపాత్రట గదా' అని నిష్ఠూరమాడారు. ఆ సమయానికి ఆనం, వట్టి, రఘువీరా ఇంకా చాలామంది గది నిండా ఉన్నారు.

'నువు పార్టీ పెడితే, నేను నీ పార్టీలోకే వస్తాను. కిరణ్ అయితే వెళ్లను' అన్నాను. "మా ఛాప్టర్ కాంగ్రెస్ లో క్లోజ్ అయ్యింది. అవిశ్వాసం పెట్టే స్థాయికి వెళ్లాక, మేము బహిష్కృతులం కాక తప్పదు... ఏం చెయ్యమంటావు?" అని అడిగాను.

వట్టి వసంత్ కలగజేసుకుంటూ 'మళ్లీ కొత్త పంచాయితీ పెట్టకండి. ఈ అసెంబ్లీ పంచాయితీ పూర్తి అవ్వనివ్వండి' అంటూ డిస్కషన్ క్లోజ్ చేసేశారు.

12-1-14

"పండిత పుత్రః పరమశుంఠః"

సీమాంధ్ర నాయకులనుద్దేశించి జైపాల్‌రెడ్డి చేసిన వ్యాఖ్య చాలా కలకలం రేపింది. పొద్దుటే, అన్ని టీవీల్లో ఇదే చర్చ! 10.30 కి జైపాల్‌రెడ్డి ఫోన్ చేశారు. 'అరుణ్ నేనన్నదాంట్లో అంత ఘోరం ఏముందయ్యా? ఒక సామెత యథాలాపంగా అంటే, ఎందుకింత గొడవ చేస్తున్నారు?' అన్నారు.

'ఎప్పుడూ లేనిది నాకు ఫోన్ చేసారేమిటి సార్! ఆ వ్యాఖ్య నన్నుద్దేశించి చేసిందా?' అని అడిగాను.

అప్పటికే, చాలా ఛానల్స్, జైపాల్‌రెడ్డి వ్యాఖ్య మీద స్పందించమని ఫోన్లు చేస్తున్నారు.

సాయంత్రానికి హైదరాబాద్ చేరుకున్నాను.

రాష్ట్ర విభజన అంశం మీద జైపాల్‌రెడ్డి గారితో, మీడియా ముందు 'డిబేట్'కి సిద్ధమని ప్రకటించాను.

21-1-14

మళ్లీ ఏబిఎన్ లో మూర్తితో గంట లైవ్. అసెంబ్లీలో చర్చ కొనసాగుతోంది.

22-1-14

ముఖ్యమంత్రి అసెంబ్లీలో ప్రసంగించారు. ముఖ్యమంత్రి స్పీచ్ అంతగా ఆకట్టుకోలేదు.

23-1-14

ఈ రోజు ముఖ్యమంత్రి బాగా మాట్లాడారు. రాజమండ్రి ఎమ్మెల్యే రౌతు ప్రకాశరావు కూడా బాగా మాట్లాడారు. రాష్ట్రపతి పంపిన బిల్లుపై చర్చ సమయం పొడిగించమని చేసిన అభ్యర్థన మన్నిస్తూ, ఒకవారం, 30-1-14 దాకా సమయం పొడిగించారు.

25-1-14

ఈ రోజు, సి.ఎమ్. చాలా బాగా మాట్లాడారు. ప్రతిపక్ష నాయకుడు చంద్రబాబునాయుడు చేత కూడా ఎలాగైనా మాట్లాడించాలని, నేను చేసిన ప్రతిపాదన సిఎంతో సహా ఎవ్వరికీ పెద్దగా నచ్చలేదు. చంద్రబాబు తన అభిప్రాయం చెప్పకుండా తప్పించుకుంటున్నాడనీ, స్పీకర్ చేత 'ప్రతిపక్ష నాయకునిగా మీ అభిప్రాయం చెప్పండి' అని అడిగించి, ఒకవేళ ఆయన మాట్లాడనంటే- అది రికార్డు అవ్వాలి అని నేను చెప్పినా ఎవ్వరికీ ఎక్కలేదు!

అసెంబ్లీ లాబీల్లో కలిసిన ఎమ్మెల్యేలు చాలామంది, నన్ను రాజ్యసభకు నామినేషన్ వేయమని అడిగారు.

27-1-14

కె.వి.పి. రామచంద్రరావు, టి. సుబ్బిరామిరెడ్డి, ఖాన్- ముగ్గురికీ, రాజ్యసభకు రి-నామినేషన్ చేసింది కాంగ్రెస్ పార్టీ. 'కెవిపి.' పేరు ఉండటంతో, నిన్నటిదాకా నన్ను రాజ్యసభకు నామినేషన్ వేయమన్న మిత్రులు కూడా, ఇంక ఆ విషయం ప్రస్తావించలేదు.

అసెంబ్లీ, ఏ చర్చా జరగకుండానే, వాయిదా పడిపోయింది.

28-1-14

టివి-9 రజనీకాంత్ తో లైవ్ షో.

29-1-14

ఎన్డీటివి, టైమ్స్ నౌ, సిఎన్ఎన్-ఐబిఎన్

ఢిల్లీ ఛానల్స్ అన్నీ, ఒక దాని తర్వాత ఒకటి, ప్రత్యేక ఇంటర్వ్యూలు. రేపటితో గడువు ముగుస్తోంది. అసెంబ్లీ ఏం చేయబోతోంది, పార్లమెంట్ ఏం చేస్తుంది? ఇదే ఇంటర్వ్యూ.

30-1-14

రాష్ట్రపతి పంపిన బిల్లును రాష్ట్ర అసెంబ్లీ తిప్పి పంపింది.

స్పీకర్: "16-12-2013 న రాష్ట్రపతిచే అసెంబ్లీకి పంపబడిన ఆంధ్రప్రదేశ్ రీ ఆర్గనైజేషన్ బిల్లు 2013 సభ అభిప్రాయం కోరుతూ సభ ముందుంచబడింది. 53 గంటలసేపు జరిగిన చర్చలో 86 మంది సభ్యులు పాల్గొన్నారు. దాదాపు అందరు సభ్యులూ తమ అభిప్రాయాన్ని వ్రాత పూర్వకంగా అందించారు. అవన్నీ రికార్డులో భాగమైనాయి."

వివిధ క్లాజులకు ప్రతిపాదించబడిన సవరణలు వగైరా, మొత్తం 9072, వ్రాతపూర్వకంగా సభ్యులనుంచి అందాయి. అవన్నీ రికార్డులో భాగమైనాయి. ఈ రికార్డు మొత్తం, రాష్ట్రపతికి పంపబడుతుంది. ఇవే శాసనసభ వ్యక్తపరిచిన అభిప్రాయాలు.

ప్రభుత్వ తీర్మానం:

"భారత రాష్ట్రపతి పంపిన ఏ.పి. రీ ఆర్గనైజేషన్ బిల్లు 2013 ను ఈ సభ తిరస్కరిస్తోంది. గౌ॥ రాష్ట్రపతిని, ఈ బిల్లు పార్లమెంట్ కు సిఫార్సు చేయవద్దని ఈ సభ కోరుతోంది. కారణాలుగాని, ఏకాభిప్రాయంగానీ లేకుండా, భాషా సంస్కృతుల ఏకత్వాన్ని, ప్రాంతాల ఆర్థిక-పరిపాలనా సౌలభ్యాలనీ పట్టించుకోకుండా ఈ బిల్లు తయారయ్యింది. భాషాప్రయుక్త రాష్ట్రంగా ఈ ఆంధ్రప్రదేశ్ ఏర్పడటానికి మూలకారణాలనూ ఈ బిల్లు విస్మరించింది."

రాష్ట్ర ముఖ్యమంత్రి ఎన్. కిరణ్ కుమార్ రెడ్డి ఈ ప్రభుత్వ తీర్మానాన్ని సభ ముందుంచారు.
తీర్మానానికి అనుకూలురు 'ఆయ్' అనండి (ఆయ్ అన్నారు)
వ్యతిరేకులు 'నో' అనండి (నో అన్నారు)

'ఆయ్' అన్నవారు ఎక్కువగా పరిగణిస్తూ తీర్మానం ఆమోదించబడిందని ప్రకటిస్తున్నాను. సభను నిరవధికంగా వాయిదా వేస్తున్నాను ('ఆయ్' అన్నవారు ఎక్కువగా వున్నారని స్పీకర్ ప్రకటించగానే, ఏ సభ్యుడైనా 'డివిజన్' చేయండి అని కోరితే, స్పీకర్ విధిగా ఓటింగ్ నిర్వహించాలి. శాసనసభలో ఏ సభ్యుడూ 'డివిజన్' కోరలేదు. అంటే 'వాయిస్ ఓటు' మూజువాణి ఓటుతో తీర్మానం ఆమోదించబడినట్లే...!)

4-2-14

సిఎం, ఎమ్మెల్యేలూ, ఎమ్మెల్సీలూ, మంత్రులూ ఢిల్లీ చేరుకున్నారు. రేపు 'జంతర్ మంతర్' లో ధర్నా.

పొద్దున్న వట్టి వసంత్ కుమార్- లగడపాటి రాజగోపాల్ మా ఇంట్లో చాలాసేపు కూర్చున్నారు. లగడపాటికి గట్టి నమ్మకం, ఎన్నికలముందు విభజన జరగనే జరగదని.

దిగ్విజయ్ సింగ్ ఫోన్ చేసి 'వార్ రూం'కి రమ్మన్నారు. ఎంపీల మీటింగ్. నేను కాంగ్రెస్ కి రిజైన్ చేసేశాను, రాను అని చెప్పేశాను.

సాయంత్రం కె.వి.పి ఇంట్లో, ఆయన మనవరాలి పుట్టినరోజు. మొత్తం ఏ.పి నుంచి వచ్చిన వారందరికీ డిన్నర్ ఏర్పాటు చేశారు. దాదాపు మొత్తం అందరూ వచ్చారు. నాలుగైదు గ్రూపులుగా

విడిపోయి ఎవరి టేబుల్స్ దగ్గర వాళ్లు కూర్చున్నాం. అకస్మాత్తుగా లగడపాటికి, కావూరికి వాగ్యుద్ధం ప్రారంభమయ్యింది. 'రాజీనామాలు చెయ్యని మంత్రుల సంగతి రేపట్నుంచీ ఏమవుతుందో చూపిస్తా' అని లగడపాటి అన్నారుట! కావూరి కూడా అంతే తీవ్రంగా ప్రతిఘటించారు. అప్పటిదాకా పైకి నవ్వుతూ (లోపల ఏడుస్తూ) ఉన్న ఎంపీలూ మంత్రులూ అందరికీ, ఒక్కసారిగా కోపం నషాళానికి అంటింది. అంతే.. అందరూ లగడపాటి మీద విరుచుకుపడ్డారు. 'ఏమిటి నువు చూపించేది. నువ్వు హీరోవీ, మేమంతా జీరోలమా! నువ్వూ మీ సిఎమ్ కలిసి మొత్తం భ్రష్టు పట్టించారంటూ తీవ్రంగా తిరగబడ్డారు. లగడపాటి కూడా అంతే తీవ్రంగా ఎదుర్కొన్నారు. కేంద్రమంత్రులు పదవులు పట్టుకుని వ్రేలాడడం వల్లే కేంద్రం ఏ.పీని లెక్క చెయ్యటం లేదనీ, రేపు అందరమూ రాజీనామాలు చేసేస్తే, బిల్లు లోక్ సభకి రానే రాదనీ లగడపాటి వాదించారు. ఆర్నెల్ల నుంచీ ఇలాగే చెప్తున్నారు. ఇంక పదిరోజుల్లో లోక్ సభ సమయమే ముగుస్తుంటే, ఇప్పుడు మళ్లీ మొదటికొచ్చావు. అసెంబ్లీ తీర్మానాన్నే లెక్క చెయ్యని కేంద్రం ఇప్పుడు రాజీనామాలు చేసేస్తే ఆనందంగా ఆమోదించి మనల్ని పంపేసి, వాళ్లక్కావాల్సినట్లు బిల్లు పాస్ చేసేసుకుంటారు. రాజీనామాలతో పనయిపోతుందనుకుంటే, డిసెంబర్లో రాజీనామాలు ఆమోదించేస్తామన్నప్పుడు ఎందుకు విత్ డ్రా అయ్యారు! ఎందుకు అవిశ్వాసం అంటూ కొత్త ఎత్తు ఎత్తారు!!

నేను మౌనంగా నిలబడిపోయి, గొడవలో ఎటు పక్షమూ వహించకుండా ఉండటం వల్ల నాకీ మాటలు కొన్ని వినబడ్డాయి గానీ, అక్కడ వాతావరణం అత్యంత ఉద్రిక్తంగా మారిపోయింది. ఇంక చొక్కాలు పట్టుకుని కలబడిపోతారేమో అనే సమయంలో, కె.వి.పి. రామచంద్రరావు నిలబడి అందరికీ దండం పెట్టేశారు. 'ఏదో మన వాళ్లందరూ వచ్చారని, ఫ్యామిలీ మెంబర్స్ గా భావించి, ఈ డిన్నరికి పిలిచాను! ప్లీజ్... దీన్ని ఒక 'బాడ్ మెమొరీ'గా మార్చేయకండి!!' అని వేడుకున్నారు. నేను, లగడపాటిని వాళ్లింటికి తీసుకుపోయాను. ఇంటిదగ్గర దిగగానే తిన్నగా లోపలికి వెళ్లిపోయారు లగడపాటి. పదినిమిషాల తర్వాత మొహం కడుక్కొని, బైటికొచ్చారు. బాగా ఏడ్చినట్లు అర్థమవుతోంది. 'ఏడుస్తున్నావా?' అని అడిగాను. ఇంక ఆపుకోలేకపోయారు లగడపాటి...!

'ఎందుకింత ఇమోషనల్ అయిపోతున్నావు, మన ప్రయత్నం మనం చేస్తాం, అంతకన్నా మనమేం చెయ్యగలం?! కాంగ్రెస్సూ, బిజెపి కలిసిపోయాక, ఇంకెవ్వరు మాత్రం ఏం చెయ్యగలం.." అన్నాను. "నాకేం అవసరం అరుణ్... నేనెందుకు అందరితో మాటలు పడాలి. నేను చెప్పినట్లు చేసి, ఫెయిలయితే నామీద పడొచ్చు. జూలైలో ఆరుగురుం రాజీనామాలిస్తే, డిసెంబర్ నాటికి నలుగురం అయ్యాం. నన్నేదో 'ఫాలో' అయినట్లు నావల్లే రాష్ట్రం విడిపోతున్నట్లు ఎలా మాట్లాడారో విన్నావుగా! పది రోజుల్లో అయిపోయే కేంద్ర మంత్రిపదవి, ఇప్పటికీ వదలలేరు.

నామీద విరుచుకుబడ్తున్న రాష్ట్రమంత్రుల్ని నేనేమైనా అన్నానా! కేంద్రమంత్రులు ఇప్పటికైనా రాజీనామా చెయ్యండి అన్నాను. వాళ్లకెందుకంత కోపం?" అంటూ చాలా దుఃఖ పడిపోయారు.

"రాజగోపాల్, ఎవరేమన్నా కాదన్నా ఈ ఉద్యమం నడిపింది నువ్వూ, కిరణ్! మీ వ్యూహం ఏమిటో, మీ పథకం ఏమిటో ఎవరికీ తెలియకపోయినా మిమ్మల్నే అందరూ అనుసరించారు. ఇష్టమున్నా లేకపోయినా! అసెంబ్లీ రాష్ట్రపతి బిల్లును తిప్పిపంపడంతో మీరు సక్సెస్ అయినట్లే లెక్క! అయినా పార్లమెంటు బిల్ పాస్ చేసేస్తే మీరు ఫెయిల్ అయినట్లే! అందుకే, ఇంకా నువ్వు రాజీనామాలు అనేటప్పటికి వాళ్లకి కోపం వచ్చింది. వాళ్లమీద వాళ్లకే కోపం వచ్చింది. నీ మీద కాదు. వాళ్ల అశక్తత అలా బైట పెట్టుకున్నారు! నిస్సహాయస్థితిలోకి నెట్టివేయబడ్డారు. అందుకే ఆ బాధ!!"

"నిజమే! కానీ నా మీద అంత తీవ్ర స్వరంతో దండెత్తటానికి, నేనేం చేశాను. ఇందులో నా స్వార్థం ఏమైనా వుందా. అన్ని పనులూ వదిలేసి, రోజూ అన్ని పార్టీల వారిని కలుస్తున్నదెందుకు? నేనెంత ఆవేదన పడకపోతే, కేంద్రమంత్రుల్ని నిలదీస్తాను? వాళ్లేమైనా నా శత్రువులా? ఎలాగైనా విభజన ఆపాలనే గదా నేనైనా, కిరణ్ అయినా ప్రయత్నించింది. మా రాజకీయ భవిష్యత్ ఇంకో పదిరోజుల్లో ముగిసినట్లే గదా! అయినా, నా ప్రయత్నం నేను చేస్తూనే ఉన్నాను. ఎలా అనేసారో చూశావా?!"

నాకు చాలా బాధ వేసింది. లగడపాటి పడ్తున్న శ్రమ నేను చూస్తూనే వున్నాను.

"ఇది అందరి సమస్యా! కానీ నీ సొంత సమస్యగా ట్రీట్ చేస్తున్నావు. 2009 డిసెంబర్లో, చిదంబరం ప్రకటన రోజున రాజీనామా చేసేసినప్పటి నుంచి, తర్వాత నీ నిరాహార దీక్ష, పోలీసుల నుంచి ఎస్కేప్ అంతా నీ సమస్యగానే చూశారు. అందుకే ఇప్పుడు ఫెయిల్ అయినా సక్సెస్ అయినా నీదే బాధ్యత అవుతుంది" అన్నాను.

2009 నుంచీ తనెవరెవరిని ఎప్పుడెప్పుడు కలిశారో రాష్ట్రం విడిపోకుండా ఉండటానికి ఎంత ప్రయత్నం చేశారో వివరించారు రాజగోపాల్!

ఆయన చెప్పిన మాటల్లో ఏమాత్రం అసత్యం లేదు. నిజమే! ఇంకా, రాష్ట్రవిభజన జరగదనే చెప్పారు లగడపాటి. పార్లమెంట్లో బిల్లు పెట్టరనేదే తనకున్న సమాచారం! అతని 'నమ్మకం' నాకాశ్చర్యం కలిగించింది.

రాత్రి 12 అయింది. నేనింటికొచ్చేశాను.

5-2-14

ఈ రోజు అవిశ్వాస తీర్మానం నేనే ప్రవేశపెట్టాను. పార్లమెంటరీ వ్యవహారాల మంత్రి స్వయంగా, తెలంగాణా కాంగ్రెస్ సభ్యుల్ని 'వెల్' లోకి పంపించి నినాదాలు ఇప్పించి సభను డిస్టర్బ్ చేయించారు.

అవిశ్వాసం ప్రస్తావన లేకుండానే సభ వాయిదా!

'జంతర్ మంతర్' దగ్గర ముఖ్యమంత్రితో సహా రాష్ట్రమంత్రులూ కేంద్రమంత్రులూ ఎంపీలూ ధర్నా.

సాయంత్రం 5.30కి రాష్ట్రపతి ఇంటర్వ్యూ.

కేంద్రమంత్రి కె.ఎస్. రావు, ముఖ్యమంత్రి కిరణ్ ఇద్దరే మాట్లాడారు. రిప్రజెంటేషన్ ఇచ్చాం. చాలామంది ఎమ్మెల్యేలు కూడా వచ్చారు.

6-2-14

సెంట్రల్ హాల్లో వెంకయ్యనాయుడు కలిశారు. ముఖ్యమంత్రిని మార్చేయటమో, తీసేసి రాష్ట్రపతిపాలన పెట్టడమో జరగబోతోందని చెప్పారు. వెంటనే సీఎంని అడిగాను. ఈ వార్త మూడ్రోజులనుంచీ నలుగుతోందనీ, ఈ దశలో అలా చేయరేమోననీ అన్నారు. 7 గంటలకు ఏబిఎన్, 10 గంటలకు ఎన్ టివి (హిందీ) ఛానల్స్ డిబేట్! రాజమండ్రి ఎమ్మెల్యే రౌతు సూర్యప్రకాశరావును సెంట్రల్ హాల్లోకి అనుమతించే పాస్ ఇవ్వలేదు. ఆంధ్రావారికెవ్వరికీ 'విజిటర్స్ పాస్' ఇవ్వొద్దని స్పీకర్ ఆఫీసు ఆర్డర్సు! స్పీకర్ కి కంప్లయింట్ పెట్టాను.

ఆంధ్రప్రదేశ్ లో కె.వి.పి. రామచంద్రరావు, సుబ్బిరామిరెడ్డి, ఖాన్ల రాజ్యసభ సభ్యత్వాలు ఖరారైపోయాయి. పోటీగా నామినేషన్లు వేసిన వారందరూ ఉపసంహరించుకున్నారు.

అర్ధరాత్రి సిఎం ఫోన్ చేశారు. బిల్లు పార్లమెంటులో ప్రవేశపెడ్తా, రాజీనామా చేసేస్తానని అన్నారు. అంతకుముందే, ఎమ్మెల్యేలూ, ఎమ్మెల్సీలందరి దగ్గరా తీసుకున్న "స్టాంప్ పేపర్ మీద ఎఫిడెవిట్" లను సుప్రీంకోర్టులో ఫైల్ చేస్తూ దావా చెయ్యమని అడిగాను. 'నేను నిపుణులతో సంప్రదించాను, పెద్దగా ప్రయోజనం ఉండక పోవచ్చన్నారు' అన్నారు కిరణ్. ముఖ్యమంత్రి హోదాలో రాష్ట్రప్రభుత్వం చేత మీరు కేంద్రాన్ని పార్టీ చేస్తూ సుప్రీంకోర్టులో దావా చేస్తారు. మీకు సపోర్టుగా, సీమాంధ్ర ఎమ్మెల్యేలందరూ, స్టాంప్ పేపర్లమీద ప్రమాణం చేసిన పత్రాలను దాఖలు పరుస్తాను. తెలుగుదేశం ఎమ్మెల్యేలు, ఎమ్మెల్సీలూ అందరూ సిద్ధంగా వున్నారు. ప్రయోజనం ఉంటుందా, ఉండదా వేరే విషయం. నష్టం అయితే లేదుగా! అందరి దగ్గరా తీసుకున్న స్టాంప్ ఎఫిడవిట్లు, ఆ తర్వాత, నాలిక గీసుకోవటానికి కూడా పనికిరావు అని ఆవేశపడ్డాను. 'సరే సరే... అదీ చేద్దాం' అన్నారు సీఎం.

7-2-14

తెలంగాణ బిల్లు కేబినెట్ ఖరారు చేసేసింది. మంగళవారం రాజ్యసభలో ప్రవేశపెడ్తారట!

సెంట్రల్ హాల్లో అందరం కూర్చుని ఉన్నాం. తెలుగు పత్రికా విలేకర్లు, కొందరు ఎంపీలు సడన్ గా జైరాం రమేష్ మా దగ్గరికి వచ్చారు. నన్ను పలకరించారు. నేను కూడా ముక్తసరిగా పలకరించాను. “నన్ను చూసి నువ్వు మొహం అలా పెట్టకు. నా పాత్ర పరిమితం, ఏం వ్రాయమంటే అది రాస్తాను. అంతే” అంటూ వాతావరణం చల్లబరిచే ప్రయత్నం చేశారు. నాకెందుకో చాలా కోపం-బాధ కలిగాయి. “నీకు 'రాం' అని పేరు కాదు గదా -'రావణ్' అని పెట్టినా తప్పే” అన్నాను. “ఆఖరికి రావణుడు కూడా, రాముడు సలహా అడిగితే, సరైన సలహానే ఇచ్చాడట! బ్రాహ్మడిగా పుట్టినందుకు, ఎవరైనా సలహా అడిగితే, ధర్మం చెప్పాలి. లేకపోతే నోర్మూసుకుని ఊరుకోవాలి”

అంటూ చాలా మాటలు అనేశాను. అలా మాట్లాడటం నా స్వభావానికి విరుద్ధం. పత్రికలవారు కూడా నా ఆవేశానికి నిశ్చేష్టులయిపోయారు. స్వతహాగా సరదామనిషి అయిన జైరాం రమేష్‌కూడా ఈ పరిణామం ఊహించలేకపోయారు. బహుశా, సీమాంధ్ర కాంగ్రెస్ వారి మానసికస్థితి ఎలా వుందో తెలుసుకున్న కారణంగా కావొచ్చు. కాసేపు మౌనంగా నా తిరస్కారం భరించి, "బిల్లులో తేడాలుంటే నన్ను ఏమైనా అను. విభజనే తేడా అంటే, దానికి నేను బాధ్యుణ్ణి కాను" అన్నారు.

"టైమ్స్ నౌ" ఛానల్ వారు ఇంటికొచ్చి ఇంటర్వ్యూ తీసుకున్నారు.

ఈ రోజు కూడా ఉభయసభలూ వాయిదా పడిపోయాయి.

9-2-14

Andhra Pradesh Reorganisation Bill, 2013 A Panacea or Pandora Box?
(ఆంధ్రప్రదేశ్ ఆర్గనైజేషన్ బిల్లు 2013 ఉపశమనమా... కొత్త కష్టాలకు ప్రారంభమా?)

హైదరాబాద్ నుంచి 80 పేజీల పుస్తకం, విభజన నేపథ్యం, దానివల్ల ఎదురయ్యే ఇబ్బందులూ, అన్నీ వివరంగా, ఇంగ్లీషులో ముద్రించి పంపబడ్డాయి. ఆంధ్ర రాయలసీమ పార్లమెంట్ సభ్యులు ప్రచురించిన ఈ పుస్తకంలో, అన్ని రంగాలలో ఆంధ్రప్రదేశ్ పరిస్థితి, రాష్ట్రం విడిపోతే ఎలా వుండబోతోందో, గణాంక వివరాలతో తయారయ్యింది. ముఖ్యమంత్రి స్వీయపర్యవేక్షణలో, అధికారులు నిపుణుల సహకారంతో తయారైనదీ పుస్తకం!

దీనిని మొత్తం ఎంపీలందరికీ అందించే బాధ్యత నాకప్పగించబడింది. రోజంతా ఇంట్లో కూర్చుని, పార్లమెంటులో పనిచేసేవారూ ఇతర ఎంపీల పియ్యేలనూ పిలుచుకుని, అందరికీ ఒక్కొక్క ప్రతిని అందజేశాను. నా వ్యక్తిగత పి.ఎ. గొల్లవిల్లి శ్రీనివాస్, మంత్రులూ ఎంపీలూ అందరి ఇళ్లల్లో ఈ పుస్తకాల్ని అందించారు. రాజంపేట ఎంపీ సాయిప్రతాప్ వచ్చి చాలాసేపు కూర్చున్నారు. బుక్ చదివి, "ఇవన్నీ నువ్వు లోకసభలో మాట్లాడి వుండాల్సింది. ఎంతమంది బుక్ చదివి అర్థం చేసుకోగలరు?" అన్నారు. ఆయనకి విభజన ఆగుతుందన్న నమ్మకం ఏమాత్రం లేదు. కానీ రాజ్యసభలో ప్రవేశపెడ్తున్నారంటే, ఏమో కాంగ్రెస్ పెండింగ్ పెట్టేసే ఉద్దేశంతో వచ్చిందమో? అసెంబ్లీ తీర్మానం వ్యతిరేకంగా వచ్చిన కారణంగా, ఇలాంటి పరిస్థితి వస్తే ఏం చెయ్యాలో ఆఖరి రోజుల్లోని ఈ లోక్ సభ నిర్ణయించే కన్నా, రాజ్యసభలో ప్రవేశపెట్టి, బిల్లును బతికించి వుంచి, ఎన్నికల తర్వాత కొత్త లోక్ సభ నిర్ణయం తీసుకునేలా, ఆలోచన చేస్తున్నారేమో. ఏవేవో తర్జనభర్జనలు.

10-2-14

సెంట్రల్ హాల్లో వెంకయ్యనాయుడు కలిశారు. రాజ్యసభలో తెలంగాణ బిల్లు ప్రవేశపెడ్తున్నారనీ, ఇంత అల్లకల్లోలం చేసి ఇప్పుడింకో సమస్య తెచ్చిపెడ్తున్నారనీ ఆక్షేపణగా మాట్లాడారు. "బిల్లు పెట్టడం ఇష్టంలేదీ ప్రభుత్వానికి అని తెలిసిపోతోంది. అదే విషయం స్పష్టంగా చెప్పేయాలి. ఫైనాన్స్ బిల్ రాజ్యసభలో ఎలా ప్రవేశపెడ్తారు. ఆ మాత్రం వారికి తెలియకా? ఏదో రకంగా ఈ బిల్లు ఈ సెషన్లో తప్పించుకోవాలనే ప్రయత్నం. దానితో వీరి టైం అయిపోతుంది, వచ్చే ప్రభుత్వం చూసుకుంటుందనే ఈ ఎత్తు" అంటూ చిరాకుపడ్డారు. పైకి వెంకయ్యనాయుడుగారి చిరాకు మాటలు ఎలా వున్నా, లోపల్లోపల మాకందరికీ ఆనందమే! 'కనీసం మేం ఎంపీలుగా ఉండగా రాష్ట్రవిభజన జరగలేదు' హమ్మయ్య!!

అసెంబ్లీ తిరస్కరించిన బిల్లుని రాష్ట్రపతి ఏం చెయ్యబోతున్నారనే సంశయాలకు స్వస్తి పలుకుతూ, ప్రెసిడెంట్ సంతకం చేసేసి పార్లమెంట్‌కి సిఫార్సు చేసేశారని, హైదరాబాద్ నుంచి మరో వార్త.

పార్లమెంట్లో వివిధ పార్టీల నాయకులని స్వయంగా కలిసి "A.P. bill 2013 a panacea or pandora box" **బుక్ ని** ఇచ్చాను. YMCA లో కాంగ్రెస్, టిడిపి ఎంపీలందరూ 'మీట్ ది ప్రెస్' హాజరయ్యాం. ఉపాధ్యక్షులు హమీద్ అన్సారీ, తెలంగాణా బిల్లు రాజ్యసభలో ప్రవేశపెట్టే విషయమై న్యాయశాఖను వివరణ కోరారని అన్ని ఛానెల్స్ న్యూస్!

11-2-14

ఆరుగురు లోక్ సభ సభ్యుల్ని కాంగ్రెస్ పార్టీ నుంచి బహిష్కరిస్తూ ఉత్తర్వులు జారీ అయ్యాయి. అవిశ్వాస తీర్మానం మీద సంతకాలు చేసిన నన్నూ, సబ్బం హరి, హర్షకుమార్, సాయిప్రతాప్, రాయపాటి, లగడపాటి లను పార్టీ బహిష్కరించింది. విభజన కథ

ఆరుగురుం మా ఇంట్లో కలిశాం. మా ఆరుగురికీ, మొదటి నుంచీ కాంగ్రెస్ లోనే ఉన్న రికార్డు ఉంది. రాష్ట్రం నలుమూలల నుంచీ కాంగ్రెస్ నాయకులనేకమంది పార్టీని వీడుతున్నట్లు ప్రకటనలు ఇస్తున్నారు. రాజమండ్రి ఎమ్మెల్యే రౌతు సూర్యప్రకాశరావు, ఎమ్మెల్సీ కందుల దుర్గేష్, రాజమండ్రి సిటీ కాంగ్రెస్ ప్రెసిడెంట్ నక్కా నగేష్, మార్కెటింగ్ యార్డ్ ఛైర్మన్లు చెరుకూరి రామారావు (రాజమండ్రి), బూరుగుపల్లి రాఘవులు (కొవ్వూరు) కుప్పాల దుర్గారావు (దేవరపల్లి) తూర్పుగోదావరి జిల్లా గ్రంథాలయ సంస్థ ఛైర్మన్ అల్లు బాబి... ఇంకా చాలామంది పార్టీని వదిలేశారు. రాష్ట్రమంతటా ఇవే ప్రకటనలు.

నిన్న నేను పంచిన పుస్తకం బాగా పనిచేసింది. ఉపోద్ఘాతంలోనే రాష్ట్ర అసెంబ్లీ బిల్లును తిరస్కరించిన విషయం, ప్రధానంగా ప్రాంతీయ పార్టీలను ఆకట్టుకుంది. తమిళనాడు లోని రెండు పార్టీలూ, ఒరిస్సా, బీహార్, బెంగాల్, యు.పి. మొ||న రాష్ట్రాలలోని అనేక పార్టీల లీడర్స్ సెంట్రల్ హాల్లో కలిశారు. అసెంబ్లీ హక్కుల్ని హరించటం 'ఫెడరల్ స్ఫూర్తి'కే విరుద్ధమనీ, బిల్లును అడ్డుకునే

ప్రయత్నం చేస్తామనీ గట్టిగా చెప్పారు. కాంగ్రెస్, బిజెపీలు కలిసిపోవటం వల్ల మెజార్టీ అటువైపే వున్నా, మా వ్యతిరేకత గట్టిగా రికార్డు చేస్తామనీ బలంగా చెప్పారు.

మాజీ ఎంపీ కంభంపాటి రామ్మోహనరావు కూతురి పెళ్లి రిసెప్షన్. చంద్రబాబు, రోశయ్యలతో సహా అన్ని పార్టీల ముఖ్యులూ ఎంపీలూ కలిశారు. ప్రస్తుతానికి బిల్లు వాయిదా పడినట్లే – వాతావరణం కనబడింది.

12-2-14

మంత్రులు కావూరి, కోట్ల, పురంధరేశ్వరి, చిరంజీవి లోక్ సభ 'వెల్' లోకి వచ్చి నినాదాలు చేశారు. టిడిపి ఎంపీ శివప్రసాద్ కాగితాలు చింపేసి గాల్లోకి విసురుతూ కుర్చీ మీద నిలబడ్డారు. సభ వాయిదా పడిపోయింది.

సాయంత్రం టివి-9 రజనీకాంత్ ఇంటర్వ్యూ. రాత్రి కావూరి ఇంట్లో అందరమూ కలిశాం. రేపే బిల్లు లోక్ సభలో ప్రవేశపెడ్తున్నారంటూ కోట్ల సూర్యప్రకాశరెడ్డి సమాచారమిచ్చారు.

లగడపాటికి ఫోన్ చేసి విషయం చెప్పాను. 'నో వర్రీ' అని ధీమాగా చెప్పారు లగడపాటి!

13-2-14

11 గంటలకు ప్రశ్నోత్తరాల సమయం వాయిదా పడింది. అందరమూ సెంట్రల్‌హాల్లో కూర్చున్నాం. ఒరిస్సాకి చెందిన ఒక సభ్యుడు వచ్చి 'సభలో ఎవరో విషం తాగుతారటగా' అని అడిగారు. అప్పటికే, ఈ రోజు సభలో అఘాయిత్యమొకటి జరగబోతోందని అన్ని ఛానల్సూ, అన్ని పత్రికలూ విపరీతంగా ప్రచారం చేశాయి.

12 గంటలకు సభ మళ్లీ సమావేశం అయ్యే సమయానికే, కాంగ్రెస్ సభ్యులందరూ 'వెల్' లో నిలబడ్డారు. సుమారు వందమందైనా సభ్యులు, ఆంధ్ర సభ్యులెవ్వరూ 'వెల్'లోకి ప్రవేశించకుండా అడ్డం నిలబడివున్నారు. 'వెల్' లో నినాదాలిస్తుండగా బిల్లులు పాసు చేసేసుకున్న వారికి, ఈరోజంత టెన్షన్ ఎందుకో నాకర్థం కాలేదు. ఒక తమిళనాడు సభ్యుడు, నేను లోక్ సభలో ప్రవేశిస్తుంటే, 'మీరివ్వాళ జాగ్రత్త– వెల్లోకి వచ్చే ప్రయత్నం చేస్తే గట్టిగా ప్రతిఘటించే వ్యూహం రచించారు' అని చెప్పారు. ఆ మాటింకా పూర్తవ్వనే లేదు, లోపల్నుంచి మోదుగుల వేణుగోపాల్ రెడ్డి గట్టిగా అరిచిన శబ్దం వినిపించింది. నేను లోపలికి వెళ్లేటప్పటికి, లోక్ సభ 'వెల్' అంతా యుద్ధభూమిని తలపిస్తోంది. కాంగ్రెస్ సభ్యులంతా సీమాంధ్ర సభ్యుల్ని కొట్టేయటం – తోసేయటం కనిపించింది. మిగతా పార్టీల సభ్యులందరూ తమ సెల్‌ఫోన్లతో జరుగుతున్న దృశ్యాన్ని రికార్డు చేస్తున్నారు. హఠాత్తుగా స్పీకర్ లేచి లోపలికి వెళ్లిపోయారు. అందరూ తుమ్ముతూ, దగ్గుతూ బైటకు పరుగెడ్తున్నారు. నాకు లగడపాటి కన్పించనేలేదు. ఏం జరిగింది, బిల్లు ప్రవేశపెట్టారా? పక్కనేవున్న టి.వి. దగ్గరకు వెళ్లి ఏం చూపిస్తున్నారా అని చూశాను. సభ వాయిదా పడిందనే చూపిస్తున్నారు. ఇందాకటి ఒరిస్సా సభ్యుడొచ్చి, 'పాయిజన్ గ్యాస్ రిలీజ్ చేశాడు మీ ఎంపీ. నాకు మాట మాత్రమైనా చెప్పివుంటే నేను సభలోకి వెళ్లకపోదును గదా...' అన్నారు.

సభలో జనమంతా బైటకొచ్చేశారు. లగడపాటి పెప్పర్ స్ప్రే కొట్టాడని సెంట్రల్‌హాల్ అంతా.. ఇదే టాపిక్! కె.వి.పి. రామచంద్రరావు వచ్చి నన్ను అర్జంటుగా మీడియా దగ్గరకు వెళ్లమని చెప్పారు. చాలా డిఫెన్స్ లో పడిపోయాం. అర్జంటుగా వెళ్లి కవర్ చెయ్యి అని నన్ను పంపించారు. అవిశ్వాస తీర్మానం ఉన్నప్పుడు, అది ప్రస్తావించకుండా బిల్లు ఎలా ప్రవేశపెడ్తారని మోదుగుల వేణుగోపాలరెడ్డి గట్టిగా కేకలేస్తే అందరూ చుట్టుముట్టి అతన్ని కొట్టారనీ అతన్ని కాపాడటానికి లగడపాటి 'పెప్పర్ స్ప్రే' వాడాడని మీడియాకి చెప్పాను. ఆత్మరక్షణార్థం లగడపాటి 'పెప్పర్ స్ప్రే' జేబులో పెట్టుకు తిరుగుతాడనీ, ఈ రోజు ప్రత్యేకంగా తెచ్చింది కాదనీ చెప్పాను! పెప్పర్ స్ప్రే వాడటం చట్టవిరుద్ధం కాదని కూడా చెప్పాను!!

ప్రెస్‌తో మాట్లాడి మళ్లీ సెంట్రల్‌హాల్ కి వెళ్లేటప్పటికి, కె.వి.పి. ఆదుర్దాగా కనిపించారు. నన్ను పక్కకు పిలిచి, 'లగడపాటి ఏడి?!' అని అడిగారు. అందరమూ అక్కడే వున్నాం. లగడపాటి లేరు. ఇద్దరమూ కలిసి లోక్ సభ మార్షల్స్ ని, సెక్యూరిటీ స్టాఫ్ ని అడుగుతూ ఫస్ట్ ఫ్లోర్లో రాజ్యసభ విజిటర్స్ గేలరీ దగ్గర సెక్యూరిటీ వాళ్లు కూర్చునే రూంలో లగడపాటిని కనిపెట్టాం. కమిలిపోయి, బట్టలు నలిగిపోయి ఒక బల్లమీద పడుకుని వున్నాడు లగడపాటి! పెప్పర్ స్ప్రే కొడ్తూ అందరికన్నా ఎక్కువ పీల్చేసి వుంటాడు తనే. సొమ్మసిల్లి పోయినట్లు అనిపించింది. ఇద్దరమూ లగడపాటిని లేపాం. బైటకు తెస్తుంటే సెక్యూరిటీ అభ్యంతరం పెట్టారు. నోరు మూసేయండని, అసలు ఇతన్ని ఇక్కడికి తీసుకురమ్మని ఎవరు చెప్పారనీ గట్టిగా అరవటంతో, వాళ్లేమీ అనలేకపోయారు!

రెండుగంటలకి మళ్లీ సభ ప్రారంభమవగానే 16 మంది సభ్యుల్ని సస్పెండ్ చేసేశారు. సస్పెన్షన్లు ఒప్పుకోం అంటూ నినాదాలు చేస్తూ బందరు ఎంపీ కొనగళ్ళ నారాయణ గుండెపోటుకు గురయ్యారు. వెంటనే ఆయన్ని రామ్మనోహర్ లోహియా ఆసుపత్రికి తీసుకెళ్లారు.

రాత్రి సి.ఎం. ఫోన్ చేశారు. అద్వానీతో మాట్లాడానన్నారు. జరుగుతున్న తతంగం అద్వానీకి అస్సలు నచ్చలేదనీ, సీమాంధ్ర సభ్యులు లేకుండా సీమాంధ్ర విభజన ఎలా చేబడ్తారని రేపు అద్వానీ గట్టిగా పట్టుబట్టబోతున్నారని సి.ఎమ్. చెప్పారు.

లగడపాటి పెప్పర్ స్ప్రే సంఘటన కాంగ్రెస్ ప్రేరేపితమేనని వైసిపి అధ్యక్షుడు జగన్మోహన్ రెడ్డి ఆరోపించారు. 'ఎకనామిక్ టైమ్స్' కిచ్చిన ఇంటర్వ్యూలో 'సీమాంధ్ర ఎంపీల్ని సభనుంచి సస్పెండ్ చేసి తెలంగాణ బిల్లుకు అడ్డు తొలగించుకోవాలనే లోక్ సభలో 'వయెలెన్స్' కాంగ్రెస్ పార్టీ ఏర్పాటు చేసిందని జగన్ అన్నారు. 'నేనేం చేశానని నన్ను సస్పెండ్ చేశారు' అని కూడా జగన్ ప్రశ్నించారు. రాబోయే నరేంద్ర మోడీ ప్రభుత్వం మాపార్టీ మద్దతు కోరుకుంటే, తెలంగాణ బిల్లు ఆపవల్సిందేనని ఆయన అన్నారు. అప్పుల ఊబిలో నున్న లగడపాటికి కాంగ్రెస్ కొత్త అప్పులు ఇప్పిస్తోందని, అలాంటి వ్యాపారవేత్త కాంగ్రెస్ అధిష్టానం చెప్పకుండా ఇలా చేయటం సాధ్యమా? అని ప్రశ్నించారు. (చూ. అను. 20)

17-2-14

కె.ఎస్. రావు, పల్లంరాజు, చిరంజీవి, కోట్ల సూర్యప్రకాశరెడ్డి, పురంధరేశ్వరి, కనుమూరి బాపిరాజు, హర్షకుమార్, బొత్స ఝాన్సీ లోక్ సభ 'వెల్' లో నినాదాలిస్తూనే వున్నారు. సభా కార్యక్రమాలు జరిగిపోయాయి.

లగడపాటి, నన్నూ సబ్బంహరిని రాజ్ నాథ్ సింగ్ ఇంటికి తీసుకెళ్లాడు. రాజనాథ్ సింగ్ 'ఏమీ చేయలేమని' నిర్మొహమాటంగా చెప్పేశారు. 'అసెంబ్లీ బిల్లు తిరస్కరిస్తే పార్లమెంట్లో పెట్టాలా వద్దా ప్రభుత్వం నిర్ణయం తీసుకోవాలి మేము కాదు' అన్నారు. ముగ్గురమూ బైట కొచ్చేస్తుంటే, లగడపాటి మళ్లీ ఆయన రూంలోకి వెళ్లారు. నేనూ, హరీ కొంచెం సేపు వెయిట్ చేశాం. ఇంకా లగడపాటి రాకపోవడంతో మేము పార్లమెంట్ చేరుకున్నాం.

హైదరాబాద్ నుంచి రెండు ప్రత్యేక రైళ్లలో 'రామ్లీలా' మైదానం చేరుకున్న సమైక్య ఉద్యమకారుల సభకి వెళ్లాను. సుమారు 5,000 మంది ఢిల్లీ వచ్చారు కానీ సభలో అయిదొందలు కూడా లేరు!

రాహుల్‌గాంధీని కాంగ్రెస్ ఎంపీల బృందం కలిసింది. నేను వెళ్లలేదు. కె.వి.పి, కోట్ల, అనంత వెంకట్రామరెడ్డి కూడా వెళ్లలేదని తెలిసింది.

18-2-14

లోక్ సభ గంట గంటకూ వాయిదా పడుతూనే వుంది. సస్పెండయిపోయిన వాళ్లందరమూ సెంట్రల్ హాల్లో కూర్చున్నాం. మా చుట్టూ 'మార్షల్స్' బృందం నిలబడ్డారు.

మూడుగంటలకి హఠాత్తుగా టి.వి. ప్రసారం ఆగిపోయింది. సస్పెండయినా సభ్యులకి లోక్ సభ బయట లాబీ వరకూ వెళ్లే అధికారముంది. కానీ మమ్మల్ని వెళ్లనివ్వలేదు. లోపల ఓటింగ్ జరిగేటప్పుడు తలుపులు మూసేస్తారు. ఈ రోజు ఎందుకు తలుపులు మూసేశారో అర్థం కాలేదు. మోదుగుల మార్షల్స్ మీద గట్టిగా అరిచారు. మిగతా ఎంపీలము కూడా 'ఏం జరుగుతోంది?' అంటూ గట్టిగా అరిచాం!

4.30 కి బిల్లు పాస్ అయిపోయిందంటూ సభ్యులు బైటకొచ్చేశారు. సభ వాయిదా పడిపోయింది. 'డివిజన్' జరిగిందా, ఎంతమంది అనుకూలం ఎంతమంది బిల్లుకు వ్యతిరేకం ఎవ్వరూ చెప్పలేకపోయారు! సి.ఎమ్.కు ఫోన్ చేశాను. 'రాజీనామా చేసేశారా?' అని అడిగాను. 'లేదు' అన్నారు. 'వెంటనే చేసేయండి' అన్నాను. 'రేపు చేస్తున్నాను' అన్నారు.

19-2-14

సిఎం పదవికి కిరణ్ రాజీనామా చేసేశారు. సాయిప్రతాప్, హర్షకుమార్, లగడపాటి, సబ్బంహరి మా ఇంట్లో మీటింగ్! ఎన్జీవో నాయకులు అశోక్ బాబు కూడా వచ్చారు. వెంకయ్యనాయుడికి ఫోన్ చేశాను. భద్రాచలం ఆంధ్రప్రదేశ్ లో ఉండాలిగానీ తెలంగాణలో కాదన్న విషయం చెప్పాను. ఆయన కూడా నాతో ఏకీభవించారు. ఈ ఒక్క విషయమే కాకుండా,

ఇంకా ఆంధ్రప్రదేశ్ కి కావల్సిన అనేక రాయితీలు కోరుతూ 'ఎమెండ్ మెంట్స్' పెడ్తున్నామని చెప్పారు. లోక్ సభలో జరిగినట్లు రాజ్యసభలో జరగనివ్వమనీ ఏ సవరణ అంగీకరించకపోయినా 'డివిజన్' కోరతామని, అయినా, ఈ పరిస్థితుల్లో కాంగ్రెస్ అన్ని సవరణలూ అంగీకరించక తప్పదని కూడా నాయుడు చెప్పారు. 'మీ సవరణలు ఆమోదం పొందితే మళ్లీ లోక్ సభకి రావాలిగదా' అని అడిగాను. శుక్రవారం బిల్లు మళ్లీ లోక్ సభకు వస్తుందనీ, అందరూ హాజరై సవరించిన బిల్లు మళ్లీ పాస్ చెయ్యాలనీ చెప్పారు. రాజ్యాంగ సవరణ కూడా అవసరమవుతుందని 'డివిజన్' తప్పక జరగవలసి వస్తుందనీ వెంకయ్యనాయుడు చెప్పారు.

మళ్లీ ఆశ... వెంటన సి.ఎమ్ కి ఫోన్ చేశాను. ఆయనకి 'ఎమెండ్మెంట్స్' విషయం తెలుసు! కానీ అనుమానం వెలిబుచ్చారు. లోక్ సభలో అలా జరుగుతుంటే నోరెత్తని బిజెపి వారు, రాజ్యసభలో మాత్రం పట్టుబట్టి సవరణలు ఆమోదింపచేసుకుంటారా?! వెంకయ్యనాయుడుకి అబద్ధం చెప్పవల్సిన అవసరం ఏముంటుందని అడిగాను. జాతీయనాయకుడు, ముందునుంచీ సీమాంధ్ర ప్రాంతానికి న్యాయం జరిపితేనే తెలంగాణ విడదీయాలని వాదిస్తూ వచ్చిన వెంకయ్యనాయుడు, సవరణలు ప్రతిపాదించి, ఆమోదం పొందకపోయినా, బిల్లుకు అనుకూలంగా ఎలా ఓటేస్తారని ప్రశ్నించాను. సిఎమ్ కి అంత ఆశ లేకపోయినా, నా ఉత్సాహం చూసి, 'చూద్దాం' అన్నారు.

నేను మా బ్యాచ్ బహిష్కృతులందరికీ ఎస్ఎమ్ఎస్ పంపాను. మళ్లీ బిల్లు లోక్ సభకు వస్తుంది. శుక్రవారం సిద్ధంగా ఉండండి. అందరికీ ఫోన్ చేసి కూడా చెప్పాను.

20-2-14

రాజ్యసభలో అనేక సవరణలు ప్రవేశపెట్టారు వెంకయ్యనాయుడు. లోక్ సభలో చేసినట్లు తలుపులు మూసేయలేదు, టి.వి. ప్రసారాలు నిలిపివేయలేదు.

వెంకయ్యనాయుడు ఏ సవరణ మీదా ఒత్తిడి చెయ్యలేదు. 'ప్రభుత్వం ఇచ్చిన సమాధానంతో సంతృప్తి చెందాం' అంటూ అన్ని సవరణలూ ఉపసంహరించుకున్నారు.

కె.వి.పి. రామచంద్రరావు రోజంతా రాజ్యసభ వెల్లోనే ఉన్నారు. మధ్యాహ్నం సభ వాయిదా పడ్డప్పుడు ఇంటికొచ్చి కాపడం పెట్టించుకుని, మాత్రలు వేసుకుని, మళ్లీ సభకు చేరుకున్నారు.

నేనూ, మరో స్నేహితుడు రామశాస్త్రి, సుప్రీంకోర్టులో సీనియర్ న్యాయవాది పప్పుశ్యామల, మరో రాజ్యాంగ నిపుణుడూ కె.వి.పి. ఆఫీసులో ఉన్నాం. వెంటనే మొత్తం ఎమ్మెల్యేలందరూ పార్టీలుగా, సి.ఎమ్. సుప్రీంకోర్టులో పిటిషన్ ఫైల్ చెయ్యాలని శ్యామల చెప్పారు.

ఇంతలో కె.వి.పి. భార్య సునీత కంగారుగా ఫోన్ చేశారు. రాజ్యసభ ప్రత్యక్షప్రసారం చూస్తున్న ఆవిడకి వెల్లో రామచంద్రరావు, హఠాత్తుగా కనబడటం లేదు! డిప్యూటీ ఛైర్మన్ 'రామచంద్రరావును డాక్టర్ దగ్గరకి తీసుకెళ్లండి' అనటం కూడా ఆమె విన్నారు.

నేను వెంటనే పార్లమెంటు చేరుకున్నాను. దీర్ఘకాలికంగా నడుంనొప్పి బాధితుడైన రామచంద్రరావు, ఎక్కువసేపు నుంచున్న కారణంగా, స్పృహ తప్పిపడిపోయారట. వెంటనే ప్రథమచికిత్స చేశారు. అక్కడే వెల్లోనే ఆయన కూర్చుని ఉండటం వల్ల 'కెమెరా'లో కనబడటం లేదనీ పార్లమెంట్ స్టాఫ్ చెప్పారు.

మొత్తానికి ఏ సవరణలూ లేకుండానే, ఇతర పార్టీల వారు ఓటింగ్ కావాలని అడిగినా ఓటింగ్ లేకుండానే బిల్లు పాస్ అయిపోయిందని ప్రకటించేశారు.

21-2-14

పార్లమెంట్ నిరవధికంగా వాయిదా పడిపోయింది.

పదిహేనవ లోక్ సభ గడువు ముగిసిపోయింది.

మళ్లీ బహిష్కృత ఎంపీలందరమూ, లగడపాటి, రాయపాటి, సబ్బం, హర్ష, సాయిప్రతాప్ మా ఇంట్లో కలిశాం.

ఈ రోజు మళ్లీ లోక్ సభకు బిల్లు వస్తుందనీ, రాజ్యాంగ సవరణ అవసరమవుతుందనీ – నేను పంపిన ఎస్.ఎమ్.ఎస్ చదివి, అందరూ నవ్వుకున్నారు.

సి.ఎమ్.కు ఫోన్ చేసి వెంటనే ఎమ్మెల్యేల ఎఫిడెవిట్లతో సుప్రీంకోర్టులో కేసు వేయాలని చెప్పాను. ఎందుకో సి.ఎమ్. సుముఖంగా కనబడలేదు. ఎలాగూ మీరు ఆపద్ధర్మ ముఖ్యమంత్రిగా కొనసాగనని గవర్నర్ కి చెప్పేశారు. ఇంక అడ్డేమిటి! వెంటనే కేసు ఫైల్ చెయ్యండని చెప్పాను.

సాయంత్రానికి అరుణ్ జైట్లీ ఫేస్బుక్ లో పెట్టిన 'ఆర్టికల్' ఎవరో నాకు పంపించారు. అందులో బిజెపి ఎంత కష్టపడి, కాంగ్రెస్ ను ఒత్తిడి చేసి, అయిదేళ్ల స్పెషల్ కేటగిరి స్టేటస్, పోలవరం, బడ్జెట్ లోటు భర్తీ వంటి అనేక ప్రయోజనాలు సాధించారో ఆయన వివరించారు (చూ. అను.21).

2014 ఎన్నికల ఫలితాలు

టిడిపి

సమన్యాయం, రెండు కళ్ల సిద్ధాంతం అంటూనే, తన వైఖరేమిటో ఎవరికీ స్పష్టం చేయలేదు చంద్రబాబునాయుడు. 2012 మినీ ఎన్నికల్లో వైసిపి చేతుల్లో 'చావుదెబ్బ' తిన్నా, పాదయాత్ర చేసి కష్టపడుతూ, నిరుత్సాహం దగ్గరకు రానీయకుండా ఎన్నికలకు సిద్ధమయ్యారు. బిజెపితో కలిసి పోటీ చేయటం టిడిపికి చాలా ఉపయోగపడింది. దేశవ్యాప్తంగా వీచిన మోడీ గాలితోపాటు ఆఖరి నిమిషంలో పవన్ కళ్యాణ్ సపోర్టు – చంద్రబాబును మళ్లీ ముఖ్యమంత్రిని చేశాయి.

టిడిపి + బిజెపి = 1,33,72862 (అసెంబ్లీ)

వైసిపి

లెక్కింపు తేదీ వరకూ, జగన్ పార్టీయే నెగ్గుతోందని టిడిపి వారు కూడా బలంగా నమ్మారు. సమైక్యాంధ్ర అంటూ తెలంగాణాను వదలుకున్నా, ఆంధ్రలో అధికారం అందలేదు. ప్రజల నాడి తెలిసిన సీనియర్ చంద్రబాబు, రైతు రుణమాఫీ చేస్తానని మాటివ్వటమే కాకుండా ఆ మాటను ఇంటింటికీ చేర్చటంలో సఫలీకృతులయ్యారు. రుణమాఫీ సాధ్యంకాదంటూ జగన్ చేసిన ప్రచారం కూడా వై.సి.పి. కి 'నెగెటివ్' అయ్యింది.

ఒంటరిగా పోటీ చేసినా వై.సి.పి 1,27,71,323 (అసెంబ్లీ) సాధించి ఏకైక ప్రతిపక్షంగా నిలిచింది.

కాంగ్రెస్

ఊహించినట్లుగానే కాంగ్రెస్ చావుదెబ్బ తినేసింది. ఒక్క సీటు కూడా గెలవలేకపోవటమే కాకుండా 90% మించిన సీట్లలో డిపాజిట్ కోల్పోయింది. రాష్ట్రం మొత్తం మీద కాంగ్రెస్ కి 7,17,671 ఓట్లు మాత్రం వచ్చాయి.

జై సమైక్యాంధ్ర పార్టీ

ఈ ఉద్యమంలో ప్రజలచేత తిట్టించుకోని ఒకే ఒక రాజకీయుడు ముఖ్యమంత్రి కిరణకుమార్ రెడ్డి. ఈయన పార్టీ స్థాపించేనాటికి ఇంటెలిజెన్స్ లెక్కల ప్రకారం 20% ప్రజలూ, లగడపాటి సర్వేప్రకారం 24% ప్రజలూ కిరణ్ కు ఓటేస్తామన్నారు. రాజమండ్రి ప్రారంభసభ రోజునుంచి పోలింగ్ తేదీ వరకూ రోజూ పడిపోతూనే వచ్చింది గ్రాఫ్...!

విచిత్రమేమిటంటే, మూడేళ్లు సి.ఎమ్ పనిచేసినా, పెద్దగా ఆరోపణలేమీ ఎదుర్కోకపోయినా, పరిపాలనలో ఏ రిమార్కూ లేకపోయినా ఒక్క ఎమ్మెల్యేగానీ, ఒక్క ఎంపీగానీ

ఈయనతో కలిసి పార్టీలోకి రాలేదు! లగడపాటి, సబ్బం, హర్ష, నేనూ ఎంపీలం మాత్రమే ఈయన పార్టీ... అది కూడా కాంగ్రెస్ బహిష్కృతులం కాబట్టి అయ్యుండొచ్చు!!

కిరణ్ పార్టీకి వచ్చిన ఓట్లు = 1,89, 130; సీట్లు నిల్.

లోక్ సభ

ఆంధ్రప్రదేశ్ రెండు రాష్ట్రాలయిపోయింది. 18-2-2014న లోక్ సభలో, 20-2-2014న రాజ్యసభలోనూ ఆంధ్రప్రదేశ్ పునర్విభజన బిల్లు ఆమోదం పొంది, యాక్ట్ (చట్టం) గా రూపొందింది.

లోక్ సభలో ఏం జరిగిందో మనమెవ్వరం చూడలేకపోయాం. కారణం టి.వి. ప్రత్యక్ష ప్రసారాలు ఆగిపోవటం లేదా ఆపుచేయటం!

(దీనికి కారణమేమిటని లోక్ సభ సెక్రటేరియట్ వారిని 'రైట్ టు ఇన్ఫర్మేషన్' చట్టం ప్రకారం ప్రశ్నించాను. సరిగ్గా, 18వ తారీఖున, 2 గంటల 1 నిమిషానికి, అంటే ఆంధ్రప్రదేశ్ విభజన బిల్లు మీద లోక్ సభలో చర్చ ప్రారంభమైన మరుక్షణం, లోక్ సభలో అమర్చిన తొమ్మిది ఆటోమేటిక్ కెమెరాలూ ఒకేసారి, హఠాత్తుగా, ప్రసారం చేయటానికి వీలులేకుండా ఆగిపోయాయనీ, సభ వాయిదా పడ్డ తర్వాతే రిపేరు చేయించి సరిచేశామనీ సమాధానమిచ్చారు. లోక్ సభ చరిత్రలో ఇలా ప్రత్యక్ష ప్రసారాలకు అంతరాయం కలగటం ఎప్పుడైనా జరిగిందా అన్న ప్రశ్నకు 18వ తారీఖు 2.01 నిమిషాలకి మాత్రమే జరిగిందని కూడా సమాధానం ఇచ్చారు.)

మర్నాడు పత్రికల్లో ప్రచురితమైన వార్తల ప్రకారం గంటా ఇరవై ఆరు నిమిషాల్లో చర్చ, ఆమోదం, సవరణలు, వగైరాలన్నీ పూర్తయి, బిల్లు పాసయిపోయినట్లు తెలిసింది.

20-2-2014న రాజ్యసభలో జరిగిన చర్చనంతా టీవీ ప్రత్యక్ష ప్రసారంలో చూశాం. ఓటింగ్ పెట్టండి, డివిజన్ చెయ్యండి, ఎంతమంది అనుకూలమో ఎంతమంది వ్యతిరేకమో లెక్క తేల్చండంటూ మార్క్సిస్టు సభ్యులు సీతారాం ఏచూరి తదితరులు అడిగినా అధ్యక్ష స్థానంలో ఉన్న డిప్యూటీ చైర్మన్ కురియన్ గారు అంగీకరించలేదు. సభ గందరగోళంగా ఉన్నప్పుడు 'డివిజన్' చేయటానికి రూల్స్ ఒప్పుకోవు అని తేల్చి చెప్పేశారు!

లోక్ సభలో ప్రత్యక్ష ప్రసారం ఆపు చేసినా, జరుగుతున్న ప్రొసీడింగ్స్ రికార్డు చేసే లోక్ సభ రిపోర్టర్లు, వెర్బాటం రికార్డింగ్, అంటే ఏ పదానికి ఆ పదం షార్ట్ హ్యాండ్ రాసుకుని రికార్డు చేసేశారు.

ఆ విధంగా తయారైన లోక్ సభ చర్చా – ఇతర వివరాలూ వెబ్సైట్లో పెట్టారు! తర్వాత పుస్తక రూపంలో కూడా ప్రచురించారు!!

వెబ్ సైట్ చదివి, ఆ తర్వాత పుస్తకం కూడా చదివిన తర్వాత అర్థమయింది, బిల్లు లోక్ సభలో పాస్ కాలేదని.

తలుపులు మూసేసి, టీవీ ప్రసారాలు ఆపేసి బిల్లు పాసయి పోయిందని పించేయటానికి కారణం, రూల్స్ ప్రకారం బిల్లు పాసయ్యే అవకాశమే లేకపోవటం!

18-11-2013 న ఆంధ్రప్రదేశ్ విభజన బిల్లు రాజ్యాంగ విరుద్ధమంటూ అనేక పిటిషన్లు దాఖలు అయ్యాయి. టి.డి.పి., వైఎస్సార్సిపి సభ్యులు ఇతరులు కూడా దాఖలు చేసిన పిటిషన్లకు అనుకూలంగా సుప్రీంకోర్టులో చాలా సమర్థులైన లాయర్లగా పేరున్న సీనియర్లు హరీష్ సాల్వే, నారిమన్, రోహింగటన్ నారిమన్ (ప్రస్తుత సుప్రీంకోర్టు జడ్జి) వాదించారు. జస్టిస్ దత్తు, అనుకూలంగా గాని వ్యతిరేకంగా గాని నిర్ణయం తీసుకోవటానికి సమయం కాదని, సమయం వచ్చినప్పుడు పరిగణనలోకి తీసుకోవటానికి వీలుగా పిటిషన్ కొట్టివేయకుండా, 'తెరిచే వుంచుతున్నా'ని పక్కన పెట్టారు.

30-1-2014 నాడు ఆంధ్రప్రదేశ్ అసెంబ్లీ మూజువాణీ ఓటుతో 'ప్రెసిడెంట్ రిఫరెన్స్'ను తిప్పి పంపింది.

7-2-2014 నాడు మళ్లీ సుప్రీంకోర్టులో ఈ అంశం ప్రస్తావించబడినప్పుడు కూడా 18-11-13 నాడు చెప్పిన మాటే, సుప్రీంకోర్టు మళ్లీ చెప్పింది. 1-3-14 నాడు 'భారత ప్రెసిడెంట్' ఏ.పి. రి ఆర్గనైజేషన్ యాక్టుకు సమ్మతి తెలిపారు. యాక్ట్ ఎప్పుడు అమలులోకి వస్తుందో మాత్రం చెప్పలేదు! మార్చి నాలుగో తారీఖు రాత్రి, ఎలక్షన్ కమిషన్ 2014 జనరల్ ఎలక్షన్స్ షెడ్యూల్ ప్రకటించటానికి కొన్ని గంటలు ముందు, జూన్ 2, 2014వ తారీఖు 'ఎప్పాయింటెడ్ డే' గా కేంద్ర హోంశాఖ ప్రకటన చేసింది. అంటే, జూన్ 2 నుండి రెండు రాష్ట్రాలు ఏర్పడతాయి. ఆ రోజునుంచే యాక్ట్ అమలులోకి వస్తుంది.

6-3-2014 నాడు, నేను సుప్రీంకోర్టులో పిటిషన్ దాఖలు చేసాను. కిరణ్‌కుమార్ రెడ్డి కూడా దాఖలు చేసారు. ఇంకా అనేకమంది పిటిషన్లు దాఖలు చేసారు. ఈ పిటిషన్ 5-5-2014 నాడు విచారణ చేసారు. జస్టిస్ దత్తుగారి కోర్టులో రాజీవ్ ధావన్ అనే సీనియర్ న్యాయవాది తన వాదనలు వినిపించారు. కనీసం 'ఎప్పాయింటెడ్ డే' ని 'స్టే' చెయ్యండి. కొత్త ప్రభుత్వం జూన్ 2 నాటికి ఏర్పడుతుంది. ఆ ప్రభుత్వం నిర్ణయం తీసుకుంటుందని ధావన్ కోరారు. జస్టిస్ దత్తుగారు ఒప్పుకోలేదు. కోర్టు హాలంతా కిటకిటలాడుతోంది. మొత్తం అందరూ రాష్ట్రవిభజన అంశం ! - కోర్టు ఏమంటుందా అని ఆత్రుతగా ఎదురుచూస్తున్నారు. నేను నిలబడి 'అయ్యా నేను ఎంపీని ఆంధ్రప్రదేశ్‌కు చెందినవాడిని. మా మాట లోక్ సభలో వినలేదు. సస్పెండ్ చేసేసారు. కనీసం మీరైనా వినండి" అని గట్టిగా అరిచాను. తరువాతి అంశంలోకి వెళ్లిపోతున్న జస్టిస్ దత్తు ఆగారు. నేను 11 నిముషాలసేపు చెప్పాను. లోక్ సభ తలుపులు వేసేయటం, టీవీ ఆపేయటం, ఆంధ్ర ప్రాంత సభ్యులెందరినో సస్పెండ్ చేసేయటం, రాజ్యసభలో ఓటింగ్ లేకపోవటం, జైట్లీ 'ఈ బిల్లు రాజ్యాంగ విరుద్ధం' అనటం, కపిల్ సిబల్ 'కోర్టు తేలుస్తుంది' అని సమాధానమివ్వటం మొత్తం చెప్పాను. ఆయన విని, ప్రభుత్వ వాదన వినకుండా, పార్లమెంట్ నిర్ణయాన్ని స్టే చెయ్యడం సరికాదనీ అన్నారు. 'జూన్ 2, తర్వాత రెండు రాష్ట్రాలేర్పడి పోయాక. ఇంక మీరేం చేసినా ఏం లాభం" అన్న

ప్రశ్నకు “ఈ కోర్టు ఏమైనా చేయగలదు. ఈ చట్టం, రాజ్యాంగ విరుద్ధమే అయితే, “We will set the colck back” “మళ్లీ పూర్వ పరిస్థితి తెస్తాం” అంటూ కేంద్ర ప్రభుత్వానికి ఆరువారాలు గడువిస్తూ ఆగస్టు 20, 2014 నాటికి 'పోస్ట్' చేసారు.

7వ తారీఖునాడు, అంటే ఇంక రెండురోజుల్లో, ఆంధ్రప్రదేశ్ పోలింగ్! మీడియాలో అదీ తెలుగు మీడియాలో ప్రధానంగా అరుణ్ కుమార్ ని జడ్జి 'ఇది చేపల బజారు కాదు' అని మందలించారని ప్రచురించారు. నా వాదన అయిపోయిన వెంటనే, కిక్కిరిసి ఉన్న కోర్టు లోంచి నేను బైటకొచ్చేసాను. ఇంకెవర్నీ వినటం లేదన్న కారణంగా, ఈ కేసులో వాదనలు వినిపించటానికి వచ్చిన వారంతా ఒక్కసారిగా తమ వాదనలు కూడా వినమని జడ్జిని కోరినప్పుడు ఈయన 'డోంట్ మేక్ ఇట్ ఫిష్ మార్కెట్' అన్నారట! ఆ సమయానికి నేను కోర్టు హాల్లోనే లేను!! ఇంగ్లీషు పేపర్లు సరిగ్గానే రిపోర్టు చేసినా, తెలుగు మీడియాలో అధికులకి, ఈ అంశం మీద ఇక ఆసక్తి లేదని తేలిపోయింది!!

ఆగస్టు 20న, ఈ కేసు, ఆఖరి నిముషంలో లిస్ట్ నుంచి తొలగించబడింది. ఆనాటి జస్టిస్ దత్తు తర్వాత సుప్రీంకోర్టు చీఫ్ జస్టిస్ గా కూడా పని చేసారు. డిసెంబర్ 2న ఆయన కోర్టులో హాజరై, నేను మళ్లీ ఈ కేసు ప్రస్తావించాను. ఆ తర్వాత అది రిజిస్ట్రార్ కోర్టులో పోస్టింగ్ అయ్యింది. అక్కడ మూడు వాయిదాలకి హాజరయ్యాను. రిజిస్ట్రార్ కోర్టు, ఇక రానక్కర్లేదనీ, ఏ రోజు పోస్టింగ్ అవుతుందో 'వెబ్‌సైట్' లో పెడ్తామని చెప్పేసారు.

యూ.పి.ఏ. ఆఖరి మంత్రివర్గ సమావేశం 1-3-2014న జరిగింది. మన్మోహన్ సింగ్ అధ్యక్షతన జరిగిన ఈ సమావేశంలోనే, 20-2-2014 రాజ్యసభలో ప్రధాని ఇచ్చిన వాగ్దానాలను కేబినెట్ ఆమోదించింది. అయిదేళ్ల ప్రత్యేక హోదా, పోలవరం ముంపు మండలాలు ఆంధ్రప్రదేశ్‌కు బదిలీ వంటి అంశాలను వెంటనే 'ఆర్డినెన్స్' విడుదల చేయాలని రాష్ట్రపతిని కోరుతూ కేబినెట్ నోట్ పంపింది. (5-3-2014న ఎన్నికల షెడ్యూల్ విడుదలైన కారణంగా 'ఆర్డినెన్స్' జారీ చేయబడలేదు. కొత్త ప్రభుత్వం ఏర్పడగానే, ఆ 'ఆర్డినెన్స్' నుండి 'ప్రత్యేక హోదా' అనే అంశాన్ని తొలగించి, పోలవరం ముంపు మండలాల బదలాయింపు అంశం మాత్రమే ఉంచారు. అదే ఆర్డినెన్స్ రాష్ట్రపతి సంతకం చేసారు.)

నాలుగు నెలల క్రితం ఆంధ్రప్రదేశ్ కు చెందిన ఎంపీలందరికీ లోక్ సభ ప్రొసీడింగ్స్ వాటిని బట్టి ఈ బిల్లు పాసయిందని చెప్పటానికి ఎలా వీలులేదో ఈ మెయిల్ ద్వారా పంపించాను. కొంతమంది ఎంపీల్ని మెయిల్ చదివారా అని అడిగాను కూడా!

ఎవ్వరూ పెద్దగా ఆసక్తి చూపలేదు. బిల్లు పాసవ్వక పోతే మాత్రం, ఇప్పుడు చేయగలిగిందేముంది? రాష్ట్రాన్ని మళ్లీ కలుపుతారా? ఇదే ప్రశ్న!!

ఒక పెద్ద రాష్ట్రాన్ని లోక్ సభ గడువే రెండ్రోజుల్లో ముగిసి పోతుంటే, విడదీసే తొందర్లో అధికార, ప్రతిపక్ష పార్టీలు కలసి పోయి, మొత్తం నిబంధనలన్నీ గాలికొదిలి, అయిపోయిందంటే

అయిపోయిందంటూ గంటన్నరలో 'ఓటింగ్ కూడా నిర్వహించకుండా పూర్తి చేసేస్తే' కనీసం అడిగేవాడైనా లేకపోతే, భవిష్యత్లో మన పరిస్థితి ఏమిటి అనిపించింది.

అక్టోబర్ 7న రాష్ట్రపతి ప్రణబ్ ముఖర్జీ గారిని కలసి ఒక మెమోరాండంను ఇచ్చాను. దానితో పాటే లోక్ సభ, రాజ్యసభల ప్రొసీడింగ్స్ ప్రచురించిన ఒక పుస్తకం కూడా ఇచ్చాను. "లోక్ సభలో 18-2-2014న ఆంధ్రప్రదేశ్ పునర్విభజన బిల్లు పాసయ్యిందా?" ఆ పుస్తకం ఈ ప్రశ్నతో ప్రారంభమవుతుంది.

ఆ పుస్తకం, నేను రాష్ట్రపతి గారికిచ్చిన మెమోరాండం కాపీ, ఢిల్లీలో ప్రెస్ వారికీ, కొంతమంది మిత్రులకూ ఇచ్చాను.

అయ్యా.

18-2-2014న 15వ లోక్ సభలో, సీమాంధ్రకు చెందిన అత్యధిక ఎంపీల్ని సస్పెండ్ చేసి, టీవీ ప్రత్యక్ష ప్రసారాలను నిలిపివేసి, అన్ని నిబంధనలనూ, సభా సంప్రదాయాల్ని తుంగలోకి తొక్కి ఆంధ్రప్రదేశ్ విభజన బిల్లు ఆమోదించిన తీరుకు సంబంధించి, ఆనాటి లోక్ సభ రికార్డులు పరిశీలిస్తే అసలీ బిల్లు చట్టబద్ధంగా ఆమోదించబడిందా అనే అనుమానం, ఎవ్వరికైనా వస్తుంది. దక్షిణ భారతదేశంలోని అతిపెద్ద రాష్ట్రమైన ఆంధ్రప్రదేశ్ రాష్ట్రాన్ని లోక్ సభ ఏ విధంగా విభజించిందో తెలుసుకునే అవకాశం కూడా చరిత్రకు దక్కకుండా, ఆ సమయం, వీడియో రికార్డింగ్ కూడా ఆపు చేయాల్సిందిగా లోక్ సభ సెక్రటేరియట్ ఆదేశించినట్లు తెలిసింది.

ఆంధ్రప్రదేశ్ అసెంబ్లీ, కౌన్సిల్ ఈ బిల్లును తిరస్కరించినప్పటికీ, స్వతంత్ర భారత చరిత్రలో మున్నెన్నడూ లేని విధంగా, దేశ ప్రజాస్వామ్య మౌలిక సూత్రాలకే తలవొంపులు తెచ్చే విధంగా, కేంద్ర ప్రభుత్వం హడావుడిగా ఈ బిల్లు విషయంలో వ్యవహరించింది. సరిగ్గా ఇంకో పది రోజుల్లో దేశవ్యాప్త ఎన్నికలకు షెడ్యూల్ ప్రకటించబోతున్న సమయంలో, పదేళ్లపాలన అంతమవుతున్న ఆఖరి గడియల్లో ఇంతటి ప్రధానమైన నిర్ణయం విషయంలో అంత తొందరగా ఎందుకు వ్యవహరించాలి?

ఎన్నికల ముందు బడ్జెట్ కూడా ప్రవేశపెట్టకుండా 'ఓట్ – ఆన్ – అకౌంట్' అనే తాత్కాలిక ఏర్పాటు చేసుకుని, రాబోయే కొత్త ప్రభుత్వమే బడ్జెట్ ప్రవేశపెట్టాలనే ఆలోచన చేసేవాళ్లం. దేశంలోని ప్రప్రథమ భాషా ప్రయుక్త రాష్ట్రాన్ని విడదీయాలనే తొందరలో ఎన్నికలు పది రోజుల్లో ప్రకటిస్తారు. కొత్త ప్రభుత్వం వస్తుంది కదా అనే ఆలోచన కూడా చేయలేదు.

అదృష్టం ఏమిటంటే, కనీసం లోక్ సభ ప్రొసీడింగ్స్, రిపోర్టర్లు రికార్డు చేసి పబ్లిష్ చేసిన పుస్తకమైనా దొరికింది! దానిని కూడా రిపోర్టర్లు రికార్డు చేసింది చేసినట్లు కాకుండా మార్చేసారనుకోండి.!!

ప్రజాస్వామ్యానికి దేవాలయం లాంటి లోక్ సభలో, ఏ రకంగా సభ నడిచిందో రికార్డులు చూస్తుంటే, ఇంతకన్నా దుర్దినం, సిగ్గుతో తలదించుకోవాల్సిన సంఘటనా మరొకటి ఉండదని అనిపిస్తుంది.

బహుశా, అధికార ప్రతిపక్షాలు కలసి, రాజ్యాంగ మౌలిక సూత్రాలకు, ఫెడరల్ సిద్ధాంతాలకూ తిలోదకాలిచ్చేయాలనుకున్నప్పుడు, ఇలాగే జరుగుతుందేమో!

సస్పెండ్ చేయబడిన ఎంపీలందరూ సస్పెన్షన్లు రద్దు చేయబడి సభలో కొచ్చేదాకా, సభలో పూర్తి చర్చ జరిగేదాకా ఆంధ్రప్రదేశ్ బిల్లును ఆమోదించే సమస్యే లేదని విస్పష్టంగా ప్రకటించిన బిజెపి, ఏమయ్యిందో ఏమోగాని, ఏ చర్చా లేకుండా అన్ని విలువల్ని సూత్రాల్నీ పక్కకు పెట్టి, ఎంపీల సస్పెన్షన్లు ఉపసంహరణే కోరకుండా, అధికార పార్టీతో చేతులు కలిపి దేశంలోనే ప్రప్రథమ భాషా ప్రయుక్త రాష్ట్రాన్ని ఏకపక్షంగా విడగొట్టేశారు. కొత్త రాష్ట్రం ఏర్పడాలంటే శాసన సభ నుంచి విభజన కోరుతూ తీర్మానంగానీ లేదా దీనికోసం ఏర్పరచబడిన కమిటీ లేదా కమిషన్ సిఫార్స్ గానీ కచ్చితంగా ఉండాలనే నిబంధన సంగతే ప్రస్తావించబడలేదు. ప్రతిపక్ష నాయకురాలైన శ్రీమతి సుష్మాస్వరాజ్, సభలోనున్న యావత్ ప్రతిపక్షమూ వ్యతిరేకిస్తున్నా బీజేపీ మాత్రం ఇచ్చిన మాటను తప్పకుండా ఉండటంకోసం ఈ బిల్లును సమర్థిస్తున్నామని ప్రకటించడం గమనార్హం. (వీరు ఇచ్చేమాట అధికారంలో ఉన్నప్పుడు ఒకలాగ, లేనప్పుడు మరోలాగ మారుతూ ఉంటుందనేది అందరికీ తెలిసిన విషయమే.)

లోక్ సభలో ఈ బిల్లు సరైన రీతిలో నడవలేదని మేమెందుకు బలంగా నమ్ముతున్నామంటే అనేక సవరణలు సభ్యులచే ప్రతిపాదించబడ్డాయి.

--ఆ సవరణల విషయమై సభ్యులు 'డివిజన్' కోరారు. స్పీకర్ రూల్ 367 (3) ప్రొవిజో అనుసరించి 'డివిజన్' తిరస్కరించారు. రూల్ 367(3) ప్రొవిజో ప్రకారం అనవసరంగా సభ్యులు 'డివిజన్' కోరుతున్నారని స్పీకర్ భావించినప్పుడు తిరస్కరించవచ్చు! 1956 తర్వాత, ఏ స్పీకరూ, సభ్యుల ప్రాథమిక హక్కు అయిన 'డివిజన్' తిరస్కరించటం జరగలేదు. ఎంతమంది అనుకూలమో ఎంతమంది వ్యతిరేకమో తలలు లెక్కపెడతానని స్పీకర్ అన్నప్పుడు 'మేం గొర్రెలం కాదు, అనుకూలం ఎందరో ప్రతికూలం ఎందరో 'డివిజన్' చేసి తేల్చండి' అంటూ సౌగత్ రాయ్ అనే సభ్యుడు కోరిన 'ఓటింగ్'ను స్పీకర్ తిరస్కరించారు.

--సౌగత్ రాయ్ ప్రతిపాదించిన క్లాస్ '7' సవరణ విషయమై 'డివిజన్' వ్యతిరేకించిన స్పీకర్ సవరణ వీగిపోయిదంటూ ప్రకటించేశారు. సౌగత్ రాయ్ పదే పదే 'డివిజన్' కోరుతూనే ఉన్నా, కనీసం తలలు కూడా లెక్కపెట్టకుండా స్పీకర్ ప్రకటన చేసేయటం ఏ రూలూ ఒప్పుకోదు. ఆర్టికల్ 100ను పూర్తిగా ఉల్లంఘించే చర్య! విచిత్రంగా, ఏదో తలలు 'లెక్కపెట్టినట్లు కథ నడిపించి', సవరణలు వీగిపోయినట్లు ప్రకటించి కొన్నిసార్లు అసలు లెక్కే పెట్టకుండా వీగిపోయినట్లు ప్రకటించి కొన్నిసార్లు బిల్లు అయిపోయిందనిపించేశారు. 'లెక్కపెట్టినట్లు కథ నడిపించి' అని ఎందుకు అన్నానంటే, నాలుగుసార్లు స్పీకర్ తలలు

లెక్కపెట్టారు. అనుకూలం ఎంత మందో, వ్యతిరేకం ఎంతమందో లెక్కపెట్టి, ప్రకటించాలి. అంటే నాలుగుసార్లు అనుకూలం, 4 సార్లు వ్యతిరేకం, ఎనిమిదిసార్లు లెక్క పెట్టాలి. 2 నిమిషాల్లో ఎనిమిదిసార్లు సభ్యులను లెక్క పెట్టారన్న మాట!!

-- **సౌగత్ రాయ్**, అసదుద్దీన్ ఒవైసీలు ప్రతిపాదించిన ఒక సవరణకు స్పీకర్ ఎలా తలలు లెక్క తీసుకున్నారో గమనిస్తే ఎంత కంగాళీగా సభ నడిపారో అర్థమవుతుంది. వీరిద్దరూ ప్రతిపాదించిన సవరణకు తలలు లెక్క పెట్టినట్లు కథ నడిపించి, 169–0 అని ప్రకటించారు. అంటే, సౌగత్ రాయ్, ఒవైసీ కూడా తమ ప్రతిపాదనను తామే వ్యతిరేకించారన్నమాట..!

-- 42వ సవరణ విషయంలో, 'సవరణ వీగిపోయింది' అని స్పీకర్ ప్రకటించేశారంటే డివిజన్ కోరుతున్నప్పటికీ, కనీసం తలలు లెక్క అయినా పెట్టలేదు.

-- అలాగే, క్లాజ్ 8 విషయంలో, స్పీకర్ ముందు కూర్చుని స్టెనోగ్రాఫర్స్ రికార్డు చేసిన యథాతథ వాక్యాలకూ, తరువాత మార్చి కరెక్ట్ చేయబడి, ముద్రించబడిన వాక్యాలకూ చాలా తేడా వచ్చేసింది! క్లాజ్ 8 బిల్లులో భాగమవుతుందా లేదా అని స్పీకర్ 'డివిజన్' చేసి తలలు లెక్కపెట్టినట్లు 169 అనుకూలం 0 ప్రతికూలం అయినట్లు ప్రచురించారు. ఎప్పటికప్పుడు రికార్డు చేసింది యథాతథంగా 'వెబ్ సైట్'లో పెట్టిన దానికి ముద్రించిన ప్రొసీడింగ్ కి అసలు సంబంధమే లేదు. సరిదిద్దబడని ప్రతికి, సరిదిద్ది ముద్రించిన ప్రతికి మధ్య ఉన్న వ్యత్యాసం చూస్తే ఈ విషయం అర్థమవుతుంది.

ఆశ్చర్యంగా, ఇదే ప్రక్రియ మళ్లీ రాజ్యసభలో పునరావృతమైంది. టెలివిజన్ ప్రత్యక్ష ప్రసారం నిలుపుదల చేయలేదంతే! లోక్ సభలో ఏ ఒక్క సవరణా ప్రతిపాదించని బీజేపీ పార్టీ రాజ్యసభలో 20 సవరణలు ప్రతిపాదించటమే కాకుండా, ఏ ఒక్క సవరణ ఆమోదించకపోయినా బిల్లు పాసవ్వదని ప్రకటించారు కూడా, తర్వాత జరిగిన దానికీ వాళ్లన్న దానికీ పొంతనే లేదు. లోక్ సభలో సహకరించినట్లు గానే, 20 సవరణల్లో ఏ ఒక్కటీ ఆమోదించబడకపోయినా బిల్లు పాసయిపోవటానికి సహకరించారు. సీపీఐ(ఎమ్) పార్టీ, ఇతర పార్టీలు 'డివిజన్' కోరినా రాజ్యసభ డిప్యూటీ చైర్మన్ గారు నిరాకరించారు. సభ సజావుగా లేనప్పుడు 'డివిజన్' జరపటానికి నిబంధనలు అంగీకరించవని ఆయన స్పష్టంగా ప్రకటించారు. మరి లోక్ సభ సజావుగా లేకపోయినా తలలు ఎలా లెక్కపెట్టారో, అక్కడ వేరే రూలు ఇక్కడ వేరే రూలూ ఎలా అమలు చేశారో తెలియదు. భారత రాజ్యాంగంలోని ఆర్టికల్ 100 అనుసరించి, ఏ సభలోనైనా 'డివిజన్' చేయటం తప్పనిసరి. ఆ విధంగా అధికార పక్షానికి ప్రతిపక్ష బీజేపీ తోడై ఈ బిల్లు పాస్ అయ్యేలా చేసింది. భారత పార్లమెంటరీ చరిత్రలో, 'డివిజన్' అడుగుతున్నా ఇవ్వకుండా బిల్లు పాసయిపోయిందని ప్రకటించబడినది ఒక్క ఆంధ్రప్రదేశ్ విభజన బిల్లు మాత్రమే!

ఈ ప్రక్రియ మొత్తం పరిశీలిస్తే రాజ్యాంగాన్ని లోక్ సభ రాజ్యసభ రూల్స్ ని పరిగణనలోకి తీసుకోకుండా ఎలాగోలాగ ఈ బిల్లు పాస్ చేయించాలనే ఆత్రుత స్పష్టంగా కనబడటం లేదా?

సుష్మాస్వరాజ్ "సభలోనున్న యావత్ ప్రతిపక్షమూ వ్యతిరేకిస్తున్నా' అన్న మాటల్ని బట్టి బిల్లు పాసవటానికి కావాల్సిన మెజార్టీ లేదేమో అనిపించటం లేదా?

ఈ సందర్భంగా రాజ్యాంగంలోని ఆర్టికల్ 79లో పొందుపరచబడిన 'పార్లమెంట్' నిర్వచనాన్ని మీముందుంచుతున్నాను.

'పార్లమెంట్ అంటే దేశాధ్యక్షుడు – కౌన్సిల్ ఆఫ్ స్టేట్స్ (రాజ్యసభ) హవుస్ ఆఫ్ పీపుల్ (లోక్ సభ). పార్లమెంట్లో భాగమైన మీరు, భారత దేశాధ్యక్షుడి హోదాలో, నిజానిజాలు పరిశీలించి అసలు ఆంధ్రప్రదేశ్ విభజన పార్లమెంట్ లో ఆమోదించ బడిందా, చట్టబద్ధంగా రాజ్యాంగబద్ధంగా ఆమోదం జరిగిందా అనే విషయం విచారించి అవసరమైన చర్యలు చేపట్టడం ద్వారా ప్రపంచంలోనే అతిపెద్ద ప్రజాస్వామ్య దేశమైన భారత్ లో, రాజ్యాంగ మౌలిక పునాదులకు నష్టం జరగకుండా కాపాడమని కోరుచున్నాను.మన రాజ్యాంగ నిర్మాతలు నిర్దేశించిన మౌలిక విలువలను కాపాడే విధంగా, ఈ భారతదేశ రాజ్యాంగాధిపతి అయిన మీరు తగు చర్యలు గైకొనమని ప్రార్థిస్తున్నాను.

ఇట్లు

ఉండవల్లి అరుణ్ అరుణ కుమార్

పార్లమెంటు ఉభయసభలలో జరిగినటువంటి ఉదంతం పరిశీలించబోయే ముందు పార్లమెంటు ఎలా నడవాలని రాజ్యాంగం కోరుకుందో ఆ రాజ్యాంగానికి లోబడి ఏర్పడిన రూల్స్ ఏం చెప్పాయో పరిశీలిద్దాం!

భారత రాజ్యాంగంలోని ఆర్టికల్ 100 (1)

ఉభయసభలలో గాని, ఉభయసభల ఉమ్మడి సమావేశంలో గాని, ఏ 'ప్రశ్న' లేవనెత్తబడినా, ఆ ప్రశ్నకు సమాధానం ఆ సమయానికి సభలో హాజరై ఉన్న సభ్యులతో ఓటింగ్ జరిపి, మోజారిటీ సభ్యుల అభిప్రాయాన్ని బట్టి నిర్ణయించాలి. స్పీకర్ గాని, చైర్మన్ గాని ఆ సమయానికి ఆ బాధ్యత నిర్వహిస్తున్నవారు గాని 'మొదట' ఓటింగ్ లో పాల్గొనకూడదు. ఒకవేళ ఇరుపక్షాల వారికి సమానమైన ఓట్లు వస్తే అప్పుడు స్పీకర్, చైర్మన్ కూడా తమ ఓటింగ్ హక్కు వినియోగించవచ్చును.

భారత రాజ్యాంగంలోని ఆర్టికల్ 118 (1)

పార్లమెంటులోని ఉభయసభలూ, ఈ రాజ్యాంగంలోని అంశాలకు లోబడి, తమ తమ సభలు నడుపుకోవాల్సిన నియమాలూ, నిబంధనల (రూల్స్ – రెగ్యులేషన్స్) రూపొందించుకోవచ్చును.

ఆర్టికల్ 118కి లోబడి, లోక్ సభ ఏ విధంగా నడుచుకోవాలో 'రూల్-బుక్' తయారు చేయబడింది. ఆ రూల్-బుక్లో 'డివిజన్' ఎలా జరపాలో, మెజారిటీ అభిప్రాయం ఎలా రికార్డు చెయ్యాలో, ఆ అభిప్రాయానికి కట్టుబడి స్పీకర్ సభా నిర్ణయాన్ని ఎలా ప్రకటించాలో స్పష్టంగా నిర్దేశించబడింది.

రూల్ 367

రూల్స్ బుక్

లోక్ సభ

'డివిజన్ చేసే విధానం

1. ఇరుపక్షాల వాదనలూ (డిబేట్) పూర్తయిన తర్వాత, స్పీకర్ 'ప్రశ్న'ను సభ ముందుంచి, ఎంతమంది అనుకూలమో వారు 'ఆయ్' అనమని, ఎంత మంది వ్యతిరేకమో వారిని 'నో' అనమని ఆహ్వానిస్తారు.

('డిబేట్ అంటే, ఇరుపక్షాల వాదనలూ! ఆక్స్ఫర్డ్ డిక్షనరీ ప్రకారం డిబేట్ నిర్వచనం. సభలో కానీ, చట్టసభల్లో కానీ, పరస్పర విరుద్ధ వాదనలు సభముందు ఉంచబడతాయి. సాధారణంగా ఈ వాదనలు 'ఓటింగ్ ' తో ముగుస్తాయి!

డిబేట్ పూర్తయిన తర్వాత మాత్రమే స్పీకర్ ప్రశ్నను సభ ముందుంచాలి. ఆంధ్రప్రదేశ్ విభజన బిల్లు విషయమై మాత్రం డిబేట్ జరగలేదు. హోంమంత్రి షిండే, ప్రతిపక్ష నాయకురాలు సుష్మాస్వరాజ్, మరోమంత్రి జైపాల్ రెడ్డిగార్లు మాత్రమే మాట్లాడారు. ముగ్గురూ విభజనను సమర్థిస్తున్నవారే! వ్యతిరేకిస్తున్న వారికెవ్వరికీ మాట్లాడే అవకాశమే ఇవ్వలేదు. యూపీఏని సమర్థిస్తున్న డీఎంకే. తృణమూల్ కాంగ్రెస్, సమాజ్ వాది పార్టీ వారికి గాని, సీపీఎం వారికి గాని, ఎన్డీఏలోని శివసేన, బిజేపీ, జేడీ (యూ) తదితరులెవ్వరికీ విభజన బిల్లుని వ్యతిరేకిస్తూ మాట్లాడే అవకాశమే ఇవ్వలేదు.)

367 (2) 'ఆయ్' అన్న వారి నుండి వెలువడిన శబ్దాన్నీ 'నో' అనేవారి నుండి వెలుపడిన శబ్దాన్నీ బట్టి స్పీకర్ అంచనా వేసుకుని, 'ఆయ్' ఎక్కువమంది అనో 'నో' అన్నవారు ఎక్కువమంది అనో ప్రకటిస్తారు.

ఆ ప్రకటనకు సభ నుంచి ఏ రకమైన వ్యతిరేక స్పందనా లేకపోతే రెండుసార్లు 'ఆయ్'లు అధికం అనో, స్పీకర్ సభ నిర్ణయం 'ఆమోదించబడింది' అనో, 'వ్యతిరేకించబడింది' అనో సభా నిర్ణయం ప్రకటించాలి.

367 (3) (ఎ) 'ఆయ్'లు ఎక్కువో 'నో' ఎక్కువో స్పీకర్ ప్రకటించినప్పుడు, స్పీకర్ అభిప్రాయాన్ని సవాల్ చేస్తే స్పీకర్ 'లాబీ' ఖాళీ చెయ్యమని ఆదేశించాలి.

('లాబీ' అంటే లోక్ సభ వరండా.. అక్కడిదాకా మాజీ ఎంపీలు, రాజ్యసభ సభ్యులు, ఇతర స్టాఫ్ వెళ్లడానికి అనుమతి ఉంది. స్పీకర్ ఆదేశాల మేరకు, ఓటింగ్ జరపడానికి వీలుగా 'లాబీ' ఖాళీ చేయిస్తారు.)

(బి) ఆ తర్వాత, మూడు నిమిషాల ముప్పై సెకన్లు సమయం గడిచిన తర్వాత, మరోసారి 'స్పీకర్' ప్రశ్నను మళ్లీ సభముందు చదవాలి. మళ్లీ అనుకూలురు 'ఆయ్' అనమని, వ్యతిరేకులు 'నో' అనమని కోరాలి.

(సి) స్పీకర్ మళ్లీ ప్రకటించిన తర్వాత కూడా ఆ నిర్ణయాన్ని సభ్యులెవరైనా సవాల్ చేస్తే, ఎలక్ట్రానిక్ ఓటింగ్ ద్వారా సభ్యుల అభిప్రాయాన్ని తెలియజేయమని గానీ, లేదా 'ఆయ్'-'నో' ముద్రించబడిన స్లిప్పులు సభ్యులకందించి అభిప్రాయం తెలియజేయమని గానీ, లేదా 'ఆయ్' సభ్యులు లాబీ (వరండా) లో ఒకవైపునకు 'నో' సభ్యులు మరొకవైపునకు వెళ్లమని ఆదేశించాలి.

ఒకవేళ అనవసరంగ 'డివిజన్' (ఓటింగ్) అడుగుతున్నారు అని స్పీకర్ భావించినట్లయితే, 'ఆయ్' (అనుకూలురు) అందరూ నిలబడండి అని వారిని లెక్కపెట్టి 'నో' (వ్యతిరేకులు) అందరూ నిలబడండి అని వారిని లెక్కపెట్టి – సభా నిర్ణయం ప్రకటించాలి.

ఆంధ్రప్రదేశ్ విభజన బిల్లు విషయమై 'డివిజన్' (ఓటింగ్) అనవసరంగా అడుగుతున్నారని స్పీకర్ భావించారు. 367 (3) సి కి అనుబంధంగా రాయబడిన 'తలలు లెక్కపెట్టే' పద్ధతిని ఎంచుకున్నారు. (ఈ విధంగా 'డివిజన్' నిరాకరించటం గతంలో ఎప్పుడైనా జరిగిందా అని 'కౌల్ అండ్ షక్టర్' ప్రాక్టీసు అండ్ ప్రొసీజర్ ఆఫ్ పార్లమెంట్ బుక్ లో చూశాను. 1955లోనూ 1956లో ఒకసారి మాత్రమే 'డివిజన్' నిరాకరించటం జరిగింది.)

మొట్టమొదటి లోక్ సభ జరుగుతున్నప్పుడు, 1955 లోనూ 1956లోనూ స్పీకర్ 'డివిజన్' నిరాకరించి అధికార పక్షానికి అనుకూలంగా 'ఆమోదం' ప్రకటించటం జరిగింది. ఆ రోజుల్లో, కాంగ్రెస్ సభ్యులు 364 మంది, కమ్యూనిస్టులు 16, సోషలిస్టు 12, కిసాన్ మజ్దూర్ పార్టీ 9, పీడీఎఫ్-7.. మొత్తం 409 మంది సభ్యులలో 364. అంటే మూడింట రెండొంతుల మెజారిటీతో అవసరమనుకుంటే 'రాజ్యాంగ సవరణ' కూడా ఒక్క కాంగ్రెస్ వారే చేసేయగలిగిన స్థాయిలో సంఖ్యాబలం కలిగి ఉన్నారు. 28–7–55న ఫైనాన్షియల్ కార్పొరేషన్స్ (ఎమెండ్మెంట్) బిల్లుకు ప్రతిపాదించబడిన సవరణ విషయమై 'డివిజన్' నిరాకరించబడింది. సవరణకు అనుకూలంగా కేవలం పధ్నాలుగు మంది మాత్రమే ఉన్నారని, వ్యతిరేకంగా చాలా ఎక్కువ మెజారిటీ ఉందని ప్రకటిస్తూ డిప్యూటీ స్పీకర్ సవరణ వీగిపోయినట్లు ప్రకటించారు.

19-4-1956న అప్పటి హోంమంత్రి గోవింద వల్లభ్ పంత్, గతంలో ప్రవేశపెట్టిన 6వ రాజ్యాంగ సవరణ బిల్లును ఉపసంహరించుకోటానికి సభ అనుమతి కోరారు. కొన్ని మార్పులు చేసి మళ్లీ బిల్లు ప్రవేశపెడతామని కూడా చెప్పారు. 'నో' డివిజన్ కావాల్సిందే.. మాకు సరైన

నోటీసివ్వలేదన్నారు, ప్రతిపక్ష సభ్యులు. 'ఆయ్' ఎక్కువమంది ఉన్నారు. అయినా ఇంత చిన్న విషయాలలో 'డివిజన్' కోరి సభాసమయాన్ని వృథా చేయటం కరెక్ట్ కాదు అన్నారు స్పీకర్.

పై రెండు సందర్భాలలో తప్ప మరెప్పుడూ, ఏ స్పీకరూ, లోక్ సభలో 'డివిజన్' నిరాకరించలేదు.

1.'మూజువాణి' అనే పదం ఉర్దూ భాషకు చెందినది. మూహుబానీ అంటే నోటితో వ్యక్తపరిచేది. 'ఆయ్' అనో 'నో' అనో నోటితో చేసే ధ్వని ద్వారా ఫలితం నిర్ణయించబడితే, దానిని మూజువాణి ఓటుతో ప్రతిపాదన ఆమోదించబడిందనో, వీగిపోయిందనో ప్రకటిస్తారు.

2. డివిజన్ – అంటే విభజించమని కోరటం. సభాధ్యక్షులు మూజువాణి ఓటుతో ప్రతిపాదన వీగిందనో, గెలిచిందనో ప్రకటించినప్పుడు సభ్యులెవ్వరూ ఆ ప్రకటనతో విభేదించకపోతే వాయిస్ ఓటు (మూజువాణి ఓటు)తో అధ్యక్షుని ప్రకటన ఆమోదించబడినట్లే.

ఏ సభ్యుడైనా 'డివిజన్' కోరితే, స్పీకర్ గాని, అధ్యక్ష స్థానంలో ఉన్న మరెవ్వరైనా గానీ, ఓటింగ్ నిర్వహించి 'అనుకూలం' ఎందరో 'వ్యతిరేకం' ఎందరో 'తటస్థం' ఎందరో సంఖ్యాపరంగా ప్రకటించి 'ప్రతిపాదన' ఆమోదించారో, తిరస్కరించారో ప్రకటించాలి. 'డివిజన్' ప్రజాస్వామ్యానికి ఆయువుపట్టు, పంచాయితీ నుంచి పార్లమెంట్ వరకూ ఏ సభలోనైనా, ఏ అంశంలోనైనా సభాభిప్రాయం తేలవల్సింది 'డివిజన్' ద్వారానే!

లోక్ సభ ప్రొసీడింగ్స్: 18-2-2014

11.00 లకు సభ ప్రారంభమై 12.00 వరకూ వాయిదా పడింది.

12.00 లకు మళ్లీ ప్రారంభమై 16 నిమిషాలు నడిచింది. ఈ సమయంలోనే జీవీ హర్షకుమార్ (అవిశ్వాస తీర్మానం ఇచ్చిన 13 మందిలో ఒకరు. పెప్పర్ స్ప్రే ఘటన రోజు సస్పెండ్ కాలేదు.) అవిశ్వాస తీర్మానాన్ని సభలో గందరగోళం వల్ల సభ ముందు ఉంచలేకపోతున్నానని స్పీకర్ ప్రకటించారు.

(అవిశ్వాస తీర్మానం ప్రవేశపెడుతూ సభ్యులు అందచేసిన నోటీసు సక్రమమైన పద్ధతిలో ఉందని స్పీకర్ భావించిన తర్వాత, సభలో ప్రశ్నోత్తరాల సమయం పూర్తవ్వగానే, స్పీకర్ 'అనుమతించే సభ్యులందరూ తమ తమ స్థానాల్లో లేచి నిలబడమని కోరాలి. అలా నిలబడిన సభ్యులు 50 మందికి తక్కువ కాకుండా ఉంటే, అవిశ్వాస తీర్మానం చర్చించటానికి అనుమతినివ్వాలి. (రూల్ 198- కౌల్ అండ్ షక్టర్ పేజీ 689) 9-12-2013 నుండి లోక్ సభ జరిగిన ప్రతిరోజూ అవిశ్వాస తీర్మానం ప్రవేశపెట్టబడటం, స్పీకర్ చదవటం, సభ 'ఆర్డర్' లో లేదు కాబట్టి 50 మంది ఉన్నారో లేదో లెక్క పెట్టలేకపోతున్నామని ప్రకటించటం యథావిధిగా జరుగుతూనే వచ్చింది. రాష్ట్ర విభజన బిల్లు లోక్ సభలో ప్రవేశపెట్టబడిన 13-2-2014న మాత్రం ప్రశ్నోత్తరాల సమయం వాయిదా పడి, 12 గంటలకు సమావేశం ప్రారంభమవ్వగానే అవిశ్వాస తీర్మానం చదవవలసిన స్పీకర్, షిండేగారిని పిలిచి విభజన బిల్లు ప్రవేశపెట్టే అవకాశం ఇచ్చారు. కౌల్ అండ్ షక్టర్ ప్రాక్టీస్ అండ్ ప్రొసీజర్ ఆఫ్ పార్లమెంట్ ప్రకారం, అవిశ్వాస తీర్మానం ఉన్నప్పుడు, మరే అంశాన్ని చేపట్టక ముందే, సభాపతి అవిశ్వాస తీర్మానాన్ని చదివి సభ అభిప్రాయం తెలుసుకోవాలి. ఆ రోజు మాత్రం షిండేగారు బిల్లు ప్రవేశపెట్టానని, లేదని సుష్మాస్వరాజ్, సభలో తన్నులాట, లగడపాటి పెప్పర్ స్ప్రే... సభ వాయిదా పడిపోయింది. మళ్లీ 2.00 గంటలకు సభ ప్రారంభమవ్వగానే, రూల్ 374(ఎ) కింద స్పీకర్ విస్తృతాధికారాలను ఉపయోగించి 16 మంది ఆంధ్రప్రదేశ్ సభ్యులను 5 రోజులు సభ నుంచి సస్పెండ్ చేశారు. సస్పెండ్ చేయబడిన వారిలో ఆరోజు అవిశ్వాస తీర్మానం ప్రతిపాదించిన కాంగ్రెస్ కు చెందిన సాయిప్రతాప్, తెలుగుదేశం మోదుగుల వేణుగోపాలరెడ్డి, వైఎస్ఆర్సిపీ మేకపాటి రాజమోహన్ రెడ్డి కూడా ఉన్నారు. అవిశ్వాస తీర్మానం ప్రవేశపెట్టిన వారిని సభ నుంచి సస్పెండ్ చేసి తర్వాత అవిశ్వాస తీర్మానాన్ని చదవటం, విడ్డూరం. బహుశః ఎప్పుడూ ఎక్కడా గతంలో ఇలా జరిగి ఉండదు.

సస్పెన్షన్ ప్రకటన చేసి ఆ తర్వాత అవిశ్వాస తీర్మానాన్ని చేపట్టారు. 50 మంది నిలబడండి అని కోరారు. సభ 'ఆర్డర్' లో లేదంటూ మళ్లీ వాయిదా వేసేశారు. విచిత్రమేమంటే ప్రతిరోజూ అవిశ్వాస తీర్మానానికి ఎంతమంది సపోర్ట్ చేస్తున్నారో లెక్క పెట్టడానికి అడ్డం వచ్చిన "సభ ఆర్డర్లో లేకపోవడం" ఆంధ్రప్రదేశ్ విభజన బిల్లు విషయంలో మాత్రం అడ్డురాలేదు.)

12. 14: హోంమంత్రి సుశీల్ కుమార్ షిండే, ప్రస్తుతమున్న ఆంధ్రప్రదేశ్ రాష్ట్రాన్ని విభజించే అంశమూ తత్సంబంధిత అంశాలున్న బిల్లును పరిగణనలోకి తీసుకోవలసిందిగా మనవి.

... అంతరాయం...

స్పీకర్: యస్, మంత్రిగారూ.

షిండే: బిల్లు పాస్ చెయ్యవల్సిందిగా కోరుతున్నాను.

స్పీకర్: సభలో కొంచెం 'ఆర్డర్' రానివ్వండి.

... అంతరాయం...

స్పీకర్: గౌరవ సభ్యులారా... సభ ఆర్డర్లోకి రావాలి.

... అంతరాయం...

స్పీకర్: మనముందు ఒక చట్టం చేయవల్సింది ఉంది. సభ ఆర్డర్లో లేకపోతే నేను ముందుకెలా వెళ్లగలను. దయచేసి సభను ఆర్డర్లోకి తీసుకురండి.

... అంతరాయం...

స్పీకర్: 'శాంతి'గా ఉండండి. హోంమంత్రి మాట్లాడాలనుకుంటున్నారు. హోంమంత్రిగారూ.

షిండే: ఆమోదించమని కోరుతూ బిల్లు ప్రవేశపెట్టాను. ఆమోదించి పాస్ చెయ్యాలి.

12. 16 స్పీకర్: సభ 12.45 వరకూ వాయిదా పడింది.

12. 45 స్పీకర్: హోం మినిష్టర్ సుశీల్ కుమార్ షిండే.

12. 45 1/2 (కె. బాపిరాజు, ఎ. సంపత్, కె. శివకుమార్ మరికొందరు సభ్యులు స్పీకర్ 'వెల్'లో ఉన్నారు.)

షిండే: ప్రత్యేక తెలంగాణ ఉద్యమం సుదీర్ఘమైన చరిత్ర కలిగి ఉంది. ఆంధ్రప్రదేశ్ రాష్ట్రంలో భాగమైన ఈ ప్రాంతం ఒక ప్రత్యేక రాజకీయ సాంస్కృతిక ప్రతిపత్తి కలిగి ఉంది.

స్పీకర్: సభలో 'ఆర్డర్' కావాలి.

... అంతరాయం...

షిండే: 1960–70లలో ప్రత్యేక రాష్ట్రం కోరుతూ తెలంగాణ, అలాగే మిగిలిన ఆంధ్రప్రదేశ్ లో తీవ్రమైన ఆందోళనలు నడిచాయి. తాత్కాలిక చర్యలు సంప్రదింపులతో అవి సద్దుమణిగాయి.

...అంతరాయం...

షిండే: గత పది సంవత్సరాలుగా, ఈ ప్రాంత సాంఘిక, ఆర్థిక, రాజకీయ ఆకాంక్షల ఫలితంగా...

... అంతరాయం...

12.47 స్పీకర్: 'ఆర్డర్' తీసుకురావాలి.

... అంతరాయం...

సభను 3.00 వరకూ వాయిదా వేస్తున్నాను.

15.00 మళ్లీ సభ ప్రారంభమైంది.

(లోక్ సభ టీవీ చానల్ ప్రత్యక్ష ప్రసారం ఆగిపోయింది. ప్రసారమే కాదు. ఆ గంటన్నర లోక్ సభలో జరిగిన ప్రహసనాన్ని రికార్డ్ చేయలేదు. 18-4-1994 నుంచి, లోక్ సభలో జరిగిన అన్ని ప్రొసీడింగ్స్ రికార్డు చేయబడ్డాయి. యుమాటిక్ / బీటా కామ్/ వీహెచ్ఎస్ క్యాసెట్స్ / వీడియో సీడీ రూపాల్లో ఆడియో విజువల్ లైబ్రరీలో రికార్డు మెయిన్టెయిన్ చేస్తున్నారు. 18-2-2014 ఆంధ్రప్రదేశ్ విభజన బిల్లు సభ మాత్రం రికార్డింగ్ జరగలేదు.)

15.01 (మంత్రులు కేఎస్ రావు, చిరంజీవి, కనుమూరి బాపిరాజు, రామచంద్రడోమ్ (సీపీఎం), శైలేంద్ర కుమార్ (సమాజ్వాదీ పార్టీ), కళ్యాణ్ బెనర్జీ (తృణమూల్), పి. కరుణాకరన్ (సీపీఎం), బోడోలాండ్ పీపుల్స్ ఫ్రంట్ కు చెందిన సంసుమ కునగ్గర్ విష్ణుమూర్తి, జయప్రద మొదలైనవారు స్పీకర్ 'వెల్'లో టేబుల్ దగ్గర నిలబడ్డారు.)

స్పీకర్: షిండేగారూ మీరు కొనసాగించండి.

షిండే: మేడమ్, తెలంగాణ ప్రజల ప్రజాస్వామిక ఆకాంక్షల మేరకు ఆంధ్రప్రదేశ్ రాష్ట్రాన్ని రెండుగా విభజించడానికై ఈ బిల్లు ఉద్దేశించబడింది. ఈ విభజన వల్ల ఏర్పడబోయే ప్రభావం అన్ని ప్రాంతాల ప్రజలకు ఆమోదయోగ్యంగా ఉండేలా పూర్తి కృషి చేశామని సభకు మనవి చేస్తున్నాను. రాష్ట్రంలో నలుమూలల నుండి అందిన ప్రతి సలహాను, సూచనను పరిశీలించి బిల్లులో తగు విధంగా పొందు పరచడం జరిగిందని సగర్వంగా తెలియజేస్తున్నాను. ఆ విధంగా తయారు చేసిన డ్రాఫ్టు బిల్లును రాష్ట్రపతిగారు జనవరి 23లోగా అభిప్రాయం చెప్పమని అసెంబ్లీకి పంపారు. రాష్ట్ర ప్రభుత్వ అభ్యర్థన మేరకు అభిప్రాయం చెప్పే గడువును జనవరి 30 వరకు పొడిగించారు. రాష్ట్ర అసెంబ్లీ అభిప్రాయం తెలియచేసిన తరువాత కూడా అనేక సూచనలు వచ్చాయి. ఈ సూచనలను కూడా పరిగణనలోనికి తీసుకొని పరిశీలించాం. ఆ విధంగా సవరణలు చేసి ఆ సవరణలను కూడా సభ ముందు ఉంచుతున్నాం. పార్లమెంట్ అసెంబ్లీ ప్రాతినిధ్యం, రెవెన్యూ పంపకం, ఆస్తులు అప్పుల పంపకం, నీటివనరుల యాజమాన్యం, విద్యుత్, సహజవనరుల పంపకం, శాంతి భద్రతల పరిరక్షణ, వెనుకబడ్డ ప్రాంతాల అభివృద్ధి ఈ బిల్లులో ప్రతిపాదనలు. ఆర్థిక, లా & జస్టిస్, విద్యుత్, జలవనరులు, విమానయానం, నౌకాయానం, రోడ్ రవాణా, మానవవనరులు, ఆరోగ్య కుటుంబ సంక్షేమం, బొగ్గు,

సహజవాయువు, సాంఘికసంక్షేమం, గిరిజన, రైల్వే, ట్రైనింగ్, ప్లానింగ్ కమిషన్, ఎలక్షన్ కమీషన్ మొ॥ అన్ని మంత్రిత్వ శాఖలతోనూ సంప్రదింపుల తర్వాతే పొందుపరిచాం.

ఈ మాటలతో 2014 ఆంధ్రప్రదేశ్ రాష్ట్ర విభజన బిల్లు సభముందుంచుతూ ఆమోదించి పాస్ చేయవలసిందిగా కోరుతున్నాను.

15.05

సుష్మాస్వరాజ్:

అధ్యక్షా! హోంమంత్రిగారు, ఆంధ్రప్రదేశ్ పునర్విభజన బిల్లుని ప్రవేశపెట్టారు. నేను మా పార్టీ తరపున మద్దతు తెలపటానికై నిలబడ్డాను. ఈ బిల్లును సమర్థిస్తాం. బిల్లు పాసవ్వటానికి ఓటు కూడా వేస్తాం. ఎందుకంటే, ఈ విషయం మా పార్టీ విశ్వసనీయతతో ముడిపడి వుంది. తెలంగాణ బిల్లు ప్రవేశపెట్టమని, మేము దానికి మద్దతిస్తామని, ఇప్పటికే అనేకసార్లు చెప్పాం. అంతేకాదు, ఈ ప్రభుత్వం బిల్లు తేలేకపోతే మేము అధికారంలోకి వచ్చిన 100 రోజుల్లో తెలంగాణ ఏర్పాటు చేస్తామని కూడా మాట ఇచ్చాం.

అధ్యక్షా! నేను ఇదే సభలో, మీరక్కడ అధ్యక్షస్థానంలో ఉన్నప్పుడే, తెలంగాణ విషయమై మాట్లాడుతూ, "తెలంగాణ కోసం బలిదానాలు వద్దు. తెలంగాణ చూడటానికి బ్రతకాలి బ్రతకాలి" అని తెలుగు భాషలో ఆత్మహత్యలు ఆపమంటూ చెప్పిన మాటలకి స్వయంగా మీరే సాక్షి! ఇప్పుడు, వారి కలలు సాకారం చేయటానికి ఈ బిల్లు వచ్చినప్పుడు వ్యతిరేకించి, విశ్వాసఘాతుకానికి ఎలా పాల్పడగలం! **అందుకే, ప్రతిపక్షం మొత్తం ఈ బిల్లును వ్యతిరేకిస్తున్నా మేము మాత్రం ఈ బిల్లుకు మద్దతిస్తున్నాం**. ఆ బిడ్డల కలల సాకారం కోసం ఈ బిల్లు పాసవుతుందని చెప్తూనే, కొన్ని మాటలు ఈ సందర్భంగా 'రికార్డు' అవ్వాలని కోరుకుంటున్నా. నా మొదటి ఆరోపణ కాంగ్రెస్ నాయకత్వం మీద. సోనియాగాంధీగారికి నేను కనబడనుగాని, వారీ సభలోనే వున్నారు. నా మొదటి అభియోగం మీ మీదే సోనియాజీ, 2004 లో తెలంగాణ ఇస్తామని చెప్పారు. ఇది 2014. మొదటి పరిపాలనాకాలమంతా ఏమీ చెయ్యలేదు. రెండో టర్మ్ కూడా 15 రోజుల్లో అయిపోతున్న సమయానికి బిల్లు తెచ్చారు. 21వ తారీఖున, 15 వ పార్లమెంట్ సమయం పూర్తవుతుంది. మూడ్రోజుల ముందు 18 న ఈ బిల్లు పెట్టారు. విషయాన్ని లాగి లాగి ఇంతదాకా తీసుకొచ్చారు. **మీ ఎంపీలు, మీ మంత్రులు, మీ ముఖ్యమంత్రిని కూడా ఒప్పించలేకపోయారు.**

అధ్యక్షా! ఇప్పటివరకూ ఏ ఎంపీ కూడా ఈ దృశ్యం చూసి ఉండడు. ప్రధాని కూర్చునే ఉన్నారు. మంత్రివర్గ సభ్యులు 'వెల్'లో నిలబడ్డారు. కాంగ్రెస్ అధ్యక్షురాలు కూర్చునే వున్నారు. కాంగ్రెస్ ఎంపీలే ఆవిడిని లెఫ్ట్ చెయ్యకుండా 'వెల్' లో ఉన్నారు. కాంగ్రెస్ ముఖ్యమంత్రి ధర్నా చేస్తున్నారు. ప్రధానమంత్రి కేబినెట్లో బిల్లు పాస్ చేసి పంపిస్తారు.

వారి ముఖ్యమంత్రే ఆ బిల్లును రద్దుచేసి తిప్పి పంపిస్తారు. ఆ దృశ్యాన్నీ ఈ సభ చూస్తోంది. అద్వానీ గారు హోంమంత్రిగా ఉండగా మేము మూడు రాష్ట్రాలు విభజించాం. ఒక్క రక్తపు చుక్కగాని, పార్లమెంట్లో ఒక్క క్షణం అశాంతిగానీ లేవు. పూర్తిగా శాంతియుత వాతావరణంలో మూడు రాష్ట్రాలు నిర్మించాం. ఆ మూడూ ఇప్పుడు ప్రగతిపథంలో నడుస్తున్నాయి. అన్ని పార్టీలవారూ ఈ రోజు విడిపోయి వున్నారు. తెలంగాణ, సీమాంధ్రా వారు కలిసి కూర్చోవటం లేదు. పాపం నామా నాగేశ్వరరావుగారు ఇక్కడున్నారు. నేనాయన్ని 'శాండ్విచ్' అంటాను. ఆయన తెలంగాణ కోరేవారితోనూ వస్తుంటారు, తెలంగాణ వ్యతిరేకించే వాళ్లతోనూ వస్తూ వుంటారు. కాంగ్రెస్ పార్టీదీ ఇదే పరిస్థితి, జగన్ పార్టీదీ ఇదే పరిస్థితి. అన్ని పార్టీలూ ఇలాగే విడిపోయి వున్నాయి.

షానవాజ్ హుస్సేన్ (బిజెపి): లోక్ సభ టీవీ ప్రసారాలెందుకాపేశారు? ఎందుకు ఆపేశారు?★

సుష్మాస్వరాజ్: ఈ సంక్షోభంలో కూడా, బిజెపికి చెందిన తెలంగాణ, సీమాంధ్రా నాయకులు కలిసి కూర్చుని సమస్యకు పరిష్కారాన్ని వెతుకుతున్నారన్న విషయం నేను గర్వంగా చెప్పగలను. కేవలం తెలంగాణ ఏర్పడటమే కాదు, హైదరాబాద్ తెలంగాణకే చెందాలని భారతీయ జనతాపార్టీ నాయకులు, కార్యకర్తలు మాత్రమే చెప్పారు. కానీ మాకు కూడా న్యాయం చెయ్యండని అడుగుతున్నారు. 15 వేల కోట్ల 'సర్ప్' ఆదాయమున్న హైదరాబాద్ వల్ల తెలంగాణ లోటు భర్తీ అవుతుందిగానీ, సీమాంధ్ర లోటు ఎవరు పూడుస్తారు. కేంద్ర ప్రభుత్వమే లోటు భర్తీ చెయ్యాలి. హోం మంత్రిగారు కేవలం మాట చెప్తే కాదు, ఆ మొత్తం కేటాయింపు జరపాలి.

రెండోమాట వారడిగేది ఏమిటంటే, హైదరాబాద్ లో 148 సంస్థలున్నాయి, పదేళ్లు ఉమ్మడి రాజధాని. వారికి కూడా ఏవైతే సంస్థల నిర్మాణాలు జరుపుకోవాల్సి వుందో, వాటికి ప్లానింగ్ కమీషన్ ప్రిన్సిపల్ ఎప్రూవల్ మంజూరు చేసి ఎంతో కొంత సొమ్ము కూడా ఇన్స్టర్మ్ బడ్జెట్ కేటాయించమని...

★ పాపం షానవాజ్ హుస్సేన్ గారికి ఈ 'కుట్ర' తెలిసుండదు.

టీవీ ప్రసారాలు ఎందుకాపేశారు, ఎందుకాపేశారు అంటూ విరుచుకుపడ్డారు! 'ఇదీ కథ' అని బీజేపీ అగ్రనాయకులు చెప్పి ఉంటారు. మళ్లీ నోరు విప్పలేదాయన!! ప్రతిపక్షంలోని మిగిలిన అన్ని పార్టీలూ వ్యతిరేకిస్తున్నాయని, అయినా బీజేపీ ఒక్కటే ఈ బిల్లును సపోర్టు చేస్తున్నదని సాక్షాత్తూ ప్రతిపక్ష నాయకురాలైన సుష్మాస్వరాజే ప్రకటించటం గమనార్హం!

మూడో విషయం – పోలవరం ప్రాజెక్టు జాతీయ ప్రాజెక్టు చేశారు. దానికి సంబంధించి ఏ మండలాలు ట్రాన్స్ఫర్ చెయ్యాలో మా నాయకుడు వెంకయ్య నాయుడుతో ఒప్పందం కుదిరింది. ఒప్పందం కుదిరినట్లు మా దగ్గర జైరాం రమేష్ ఉత్తరం కూడా ఉంది. కానీ కేబినెట్లో అది మారిపోయింది. మన మధ్య జరిగిన ఒప్పందాన్ని పూర్తిగా అమలుచెయ్యాలి.

అందుకే, అధ్యక్షా! తెలంగాణ ఏర్పడాలి. హైదరాబాద్ తెలంగాణలోనే వుండాలి. సీమాంధ్రకూ న్యాయం జరగాలనేదే నేను చెప్పాలనుకుంటున్నా. ఇవన్నీ బిల్లులో రావాలి అనేదే నా కోరిక.

నాలుగో మాట: ఈ బిల్లులో చట్టపరమైన లోపముంది. రాజ్యాంగానికి విరుద్ధంగా గవర్నర్ కి కొన్ని అధికారాలిస్తున్నారు. ఈ విధమైన పని చెయ్యాలంటే రాజ్యాంగ సవరణ చెయ్యాలి. మేము ప్రభుత్వానికి చెప్పాం. మీరు మామూలు బిల్లు కాకుండా రాజ్యాంగ సవరణ బిల్లు ప్రవేశపెట్టండి, మేము పాస్ చేయిస్తామని. తప్పుడు బిల్లు వద్దు అసలైన బిల్లు ప్రవేశపెట్టండని చెప్పాం.

నేనింకో మాట మా తెలంగాణ సహచరులతో చెప్పదలచుకున్నా. ఈ బిల్లు పాసయ్యాక బైటకు వెళ్లి ఒక పాట పాడటం మొదలుపెట్టారు "కాంగ్రెస్ తెలంగాణ ఇచ్చింది. సోనియమ్మ తెలంగాణ ఇచ్చింది" అని. ఆ గొంతుతో మీరు గొంతు కలపొద్దు. ఒకవేళ సోనియమ్మను మరిచిపోకూడదనుకుంటే ఈ చిన్నమ్మను కూడా మరిచిపోవద్దు. మేము కీర్తి పొందాలని ఈ బిల్లును సమర్థించటం లేదు. మా అధ్యక్షుడు రాజనాథ్ సింగ్ ఇచ్చిన మాట మేరకు సమర్థిస్తున్నాం. మా అగ్రనేత అద్వానిగారు జన చైతన్యయాత్రలో ఇచ్చిన మాట మేరకు తెలంగాణను సమర్థిస్తున్నాం. మా అధ్యక్షుడు, మా అద్వానీ గారిచ్చిన వాగ్దానాల అమలుకోసం, మా విశ్వసనీయత నిరూపించుకోవటం కోసం ఈ బిల్లుకు మద్దతిస్తున్నాం. కానీ హోంమంత్రిగారు ఈ చర్చకు సమాధానమిచ్చే వేళ, సీమాంధ్రకు న్యాయం కోసం నేను ప్రస్తావించిన విషయాలను ఈ బిల్లులో పొందుపర్చగలిగితే, సీమాంధ్రవారు కూడా సంతోషిస్తారు. ఒకవేళ అలా జరగకపోతే నేనిక్కడ నిలబడి మీకు నమ్మకం కలిగేలా చెప్తున్నా రాబోయే ప్రభుత్వం మాది, మేము న్యాయం చేస్తాం, "సీమాంధ్ర ప్రజలారా ఆందోళన చెందకండి. మీ భద్రత గురించి మీ గురించి ఆలోచన మేము చేస్తాం" అని నమ్మబలుకుతూ, మేమీ బిల్లును సమర్థిస్తున్నాం. గెలిపిస్తున్నాం. ధన్యవాదాలు.

15-10

జైపాల్ రెడ్డి : ఈ డిమాండ్ గత 60 సంవత్సరాలుగా లేవనెత్తబడుతోందని గుర్తు చేస్తున్నాను. దేశ చరిత్రలో ప్రత్యేక రాష్ట్రం కోసం ఇంతటి దీర్ఘకాలిక అలజడితో కూడిన డిమాండ్ మరొకటి లేదనుకుంటా. ఈ రోజు, ఇంతటి పవిత్రమైన ఆనందమైన సందర్భంలో మనమంతా ఇలాంటి క్రమశిక్షణ లేని దృశ్యంలో ఉండటం, ఆశ్చర్యం, బాధాకరం.

మిత్రులారా! 2004 యుపిఏ కామన్ మానిఫెస్టోలో ఈ డిమాండ్ ఉల్లేఖించబడింది. 2004 అధ్యక్షోపన్యాసంలో ఒప్పుకోబడింది. నేను నా ఆంధ్రమిత్రుల్ని అడుగుతున్నా.

ఇన్నాళ్లూ ఏం చేశారు, కుంభకర్ణుల్లా నిద్రపోతున్నారా?

సుష్మాస్వరాజ్ గారికి, మద్దతిస్తున్నందుకు కృతజ్ఞతలు తెలియచేస్తూనే, కాంగ్రెస్‌ను తప్పు పట్టవద్దని కోరుతున్నా. ఈ గొప్ప సందర్భం కోసం, కాంగ్రెస్ పునాదులు తయారుచేస్తూ వచ్చింది. ఎన్నికల్లో లబ్ధి కోసం వారు చేస్తున్నారని మీరంటున్నారు. మేడమ్, 2009 డిసెంబర్ 9న నిర్ణయం తీసుకున్నప్పుడు ఎన్నికలున్నాయా? అప్పుడు యుపిఏ ప్రభుత్వంలో వున్న సీమాంధ్ర మంత్రులు ఏం చేస్తున్నారు? నిరసన వ్యక్తం చేశారా? ఇప్పుడెందుకు తొందరపాటు నిరసనలు?

గత 45 సంవత్సరాలుగా బిజెపి తెలంగాణ డిమాండ్‌ను సమర్థించింది. నేను మొట్టమొదటిసారి 1969 లో 'కాడెద్దులు' గుర్తుతో ఎన్నిక గెలిచాను. నేనా ఒరిజినల్ కాంగ్రెస్ వాళ్లలో ఒకడిని. 1969 లోనే తెలంగాణ ఉద్యమం కూడా ప్రారంభ మయ్యింది. బిజెపి, పూర్వజన్మలో భారతీయ జనసంఘ్, అప్పుడూ తెలంగాణను సపోర్టు చేసింది. అప్పట్నుంచీ సపోర్టు చేస్తూనే వచ్చింది. బిజెపీలోనే కాక దేశంలోనే అతిపెద్ద రాజనీతిజ్ఞుడు అయిన అద్వానీ గారి వ్యతిరేక స్వరం విని నేను నిశ్చేష్టుడనయ్యాను. ఏది ఏమైనప్పటికీ, సుష్మాస్వరాజ్ గారు, వ్యక్తిగత హోదాలోనైనా, మద్దత్తుగా మాట్లాడినందుకు ధన్యవాదాలు.

'విశాలాంధ్ర' అనే పత్రిక ఉన్నప్పటికీ, మునుపటి రోజుల్లో రాష్ట్ర విభజనను వ్యతిరేకించినప్పటికీ, తెలంగాణకు ఇప్పుడు మద్దతు తెలుపుతున్న కమ్యూనిస్టు పార్టీ వారికి అభినందనలు.

ఈ అద్భుతమైన ప్రయోజనం సిద్ధించటానికి ప్రధాన కారకులు, ఒకే వ్యక్తి, ఒకే మహిళ, సోనియాగాంధీ. నేను సోనియాజీతో సన్నిహితంగా 15 ఏళ్లు పని చేశాను.

స్పీకర్: ఆల్రైట్ జైపాల్ రెడ్డిగారూ! దయచేసి ముగించండి!

జైపాల్ రెడ్డి: ఆమెకు అంతర్జాతీయ అవగాహన ఉంది. ఆమె ఏనాడు సీమాంధ్ర ప్రజల ప్రయోజనాలకు వ్యతిరేకంగా వ్యవహరించారు? ఈ సందర్భంలో నేను తెలంగాణ ప్రజల తరపున ఒకమాట చెప్తున్నా. ప్రత్యేక తెలంగాణ రాష్ట్రంలో మేము ఏనాడూ సీమాంధ్ర ప్రజలను వివక్షతతో చూడం. మనకందరికీ తెలిసిందే! చివరాఖరికి మనమంతా తెలుగువాళ్లం. మనమంతా భారతీయులం. భారత రాజ్యాంగం చేత పాలించబడుతున్న వాళ్లం.

స్పీకర్: ఆల్రైట్... ఓకే... దయచేసి ముగించండి!

జైపాల్ రెడ్డి: ఈ సందర్భంగా, సోనియాగాంధీ గారికి మరోసారి కృతజ్ఞతలు తెలియచేస్తూ సీమాంధ్ర ప్రజలకు నమ్మకంగా చెప్తున్నా. హైదరాబాద్ లో సీమాంధ్రవారిని ఎవరైనా వేరుగా చూస్తే, తలదించుకునేవాళ్లలో నేను మొదటివాడినవుతా.

స్పీకర్: ఆల్రైట్... ఓకే... దయచేసి ముగించండి!

జైపాల్ రెడ్డి: నేనింకెంతో కాలము ఉండను. ఉన్నకాలంలో, నాకివ్వబడిన సమయంలో, సీమాంధ్ర ప్రజల రక్షణకోసం నన్ను నేను అంకితం చేసుకుంటున్నా. థ్యాంక్యూ.

స్పీకర్: థాంక్యూ సో మచ్. ఎవరైనా మాట్లాడాలనుకున్నవాళ్లు రాసుకొచ్చిన ఉపన్యాసాలను 'టేబుల్' చెయ్యండి. ఇక ప్రొసీడ్ అవుతాను.★

స్పీకర్: ప్రశ్న ఏమిటంటే,

"ఆంధ్రప్రదేశ్ రాష్ట్ర ఆర్గనైజేషన్ బిల్లు, సంబంధిత అంశాలు పరిగణనలోకి తీసుకోవాలి"

ప్రతిపాదన ఆమోదించబడింది.

(సభ్యుల నుంచి అభ్యంతరాలు)

★ పార్లమెంటులో అన్ని పార్టీల సభ్యులూ సమానంగా గౌరవించే మేధావి జైపాల్ రెడ్డిగారు. ఆయన మాట్లాడుతుంటే స్పీకర్ గారు 'ఇక ముగించండి, ఇక ముగించండి' అంటూ అడ్డుతగలడం - బహుశా ఆయన సుదీర్ఘ రాజకీయ అనుభవంలో ఇదే మొదటిసారి అయి ఉంటుంది.

ఇన్నాళ్లూ 'కుంభకర్ణుల్లా నిద్రపోతున్నారా' అని ఆంధ్రా మిత్రుల్ని ప్రశ్నించారు జైపాల్ రెడ్డిగారు. నిజానికి 2004 ఎన్నికల మేనిఫెస్టోలో రెండో ఎస్సార్సీ (స్టేట్స్ రీ-ఆర్గనైజేషన్ కమిషన్) వేస్తామని చెప్పింది కాంగ్రెస్. అధికారంలోకి వచ్చిన తర్వాత జరిగిన మొదటి ఉభయ సభల సంయుక్త సమావేశంలో రాష్ట్రపతి చేత తెలంగాణ విషయమై ఈ కింది మాటలు చెప్పించింది యూపీఏ ప్రభుత్వం. "సరైన సమయంలో, తగు సంప్రతింపుల తర్వాత తెలంగాణ రాష్ట్ర ఏర్పాటు విషయమై ప్రభుత్వం నిర్ణయం తీసుకుంటుంది".

ఇక 2009లో చిదంబరం తెలంగాణ ప్రకటన తర్వాత సీమాంధ్ర భగ్గుమంది. కేంద్ర ప్రభుత్వం తన నిర్ణయాన్ని మార్చుకుని శ్రీకృష్ణ కమిషన్ ను నియమించింది. 'అద్వానీగారి వ్యతిరేక స్వరం విని నిశ్చేష్టుడనయ్యాను' అన్నారు జైపాల్ రెడ్డి. "రాష్ట్ర విభజన రాబోయే ప్రభుత్వం నిర్ణయిస్తుంది. మూడునెలల్లో కొత్త ప్రభుత్వం ఏర్పాటు జరగబోతోంది. ఎందుకీ అల్లకల్లోలంలో హడావిడి నిర్ణయం. ఓట్ ఆన్ ఎకౌంట్ పూర్తిచేసి 15వ లోక్ సభను ముగించండి" అని అద్వానీ గారు కోరిన విషయం సర్వవిదితమే. దీనినే జైపాల్ రెడ్డి ప్రస్తావిస్తూ 'వ్యతిరేకస్వరం' అన్నారు.

అరవై ఏళ్లుగా నలుగుతున్న ఆంధ్రప్రదేశ్ రాష్ట్ర విభజన మీద చర్చ ముగిసిపోయింది. ఇద్దరే ఇద్దరు పాల్గొన్నారు. సుష్మాస్వరాజ్, జైపాల్ రెడ్డి.

ఇంకెవ్వరైనా మాట్లాడానులకుంటే వారి ఉపన్యాసాల వ్రాతప్రతులు 'టేబుల్' చెయ్యండి... (అంటే స్పీకర్ ముందు కూర్చునే సెక్రటరీకి అందచెయ్యమని) అన్నారు.

బోడో ఫ్రంట్ కు చెందిన సంసుమకునగ్గర్ బిశ్వమూర్తి, శైలేంద్ర సింగ్ చౌహాన్, కిరిటీ ప్రేమ్జీ భాయ్ సోలంకి, అర్జునరామ్ మేఘవాల్, గురుదాస్ దాస్ గుప్తాలతో పాటు ఆంధ్రప్రదేశ్ కు చెందిన పనబాక లక్ష్మి, బొత్స ఝాన్సీ, మధు యాష్కీ, సురేశ్ షట్కర్, పొన్నం ప్రభాకర్, జి. వివేకానందలు కూడా తమ స్పీచ్ లు 'టేబుల్' చేశారు. ఇవన్నీ పార్లమెంట్ రికార్డుల్లో నమోదు చేయబడ్డాయి.

12-11-1962న డాక్టర్ జీఎస్ మేల్కోటే అనే లోక్ సభ సభ్యుడు తను వ్రాసుకొచ్చిన 'స్పీచ్'ని టేబుల్ చేస్తానంటే అప్పటి స్పీకర్ 'అలా చేయటానికి వీలులేదని రూలింగ్ ఇచ్చారు! ఆ తర్వాత ఎప్పుడూ, సభ్యులు రాతప్రతిని తమ స్పీచ్ గా 'టేబుల్' చేయటం జరగలేదు.

స్పీకర్: ఇప్పుడీ సభ క్లాసుల వారీగా, సభామోదం కోసం తీసుకోబడుతుంది.

క్లాజ్ 2 బిల్లులో భాగంగా ఉంటుంది.

ఆమోదించబడింది.

క్లాజ్ 3 తెలంగాణ రాష్ట్ర ఏర్పాటు.

సుశీల్ కుమార్ షిండే: ప్రతిపాదించబడిన సవరణ:

2వ పేజీ 29వ పంక్తిలో, ఖమ్మం అనే చోట, "ఖమ్మం (ఇరిగేషన్ మరియు క్యాడ్ (LA-IV-R and R-1) డిపార్టుమెంట్ వారి జీవో ఎమ్ ఎస్ నెం.111 - 27.6.2005 లో ప్రస్తావించిన గ్రామాల్ని, బూర్గంపాడు మండలంలోని బూర్గంపాడు, సీతానగరం, కొండ్రిక గ్రామాల్ని మినహాయించి)" అని మార్చాలి.

స్పీకర్: ప్రశ్న ఏమిటంటే

క్లాజు 3, సవరించిన ప్రకారం, బిల్లులో భాగమవుతుంది.

ఆమోదించబడింది.

(సభ్యుల అభ్యంతరాలు)

స్పీకర్: మీరు ఇందులో పాల్గొనాలంటే మీమీ స్థానాల్లోకి, వెనక్కి వెళ్లండి.

(సభ్యుల అభ్యంతరాలు)

స్పీకర్: మీ స్థానాల్లోకి వెళ్లండి. "వెల్" లోంచి మీరు ఏం చెప్పినా, పరిగణించబడదు.

(అభ్యంతరాలు)

స్పీకర్: ప్రశ్న ఏమిటంటే

క్లాజు 4 బిల్లులో భాగమవుతుంది.

ఆమోదించబడింది.

టి అర్ బాబులు: మేడమ్, ఒక రాష్ట్రాన్ని ఏర్పాటు చేసే విషయంలో, బిల్లు పాస్ చేసే విధానం ఇది కాదు. ఇది రాష్ట్రప్రతిపత్తి, ఫెడరల్ సూత్రాలకు విరుద్ధం. నిరసనగా మేము సభ నుండి వాకౌట్ చేస్తున్నాం.

(శ్రీ టి అర్ బాబులు మరికొందరు గౌ సభ్యులు సభను వదిలి వెళ్లిపోయారు)

క్లాజ్ 5. హైదరాబాద్ ఉమ్మడి రాజధాని.

స్పీకర్: ప్రొఫెసర్ సౌగత్ రాయ్ 39,40 సవరణలు ప్రతిపాదిస్తారు.

ప్రొ సౌగత్ రాయ్ (డమ్ డమ్ నియోజకవర్గం): మేడమ్ 2వ పేజీలో 37వ లైనులో

"పది సంవత్సరాలకు మించకుండా"

అనే పంక్తులకు బదులుగా "ఆంధ్రప్రదేశ్ నూతన రాజధాని తయారు అయ్యే వరకూ" అని (39 సవరణ) 2వ పేజీలో 38వ లైనులో

"సబ్ సెక్షన్ (1) లో చెప్పిన కాలపరిమితి ముగియగానే"

అనే లైన్లకు బదులుగా "ఆంధ్రప్రదేశ్‌కు కొత్త రాజధాని రెడీ అయిన తర్వాత" (సవరణ 40) ప్రతిపాదిస్తున్నాను.

స్పీకర్: ప్రొ॥ సౌగత్ రాయ్ 5వ క్లాజుకు ప్రతిపాదించిన నెం. 39, 40 సవరణలు సభ ఓటింగ్‌కి పెడుతున్నాను.

(అభ్యంతరాలు)

ప్రొ॥ సౌగత్ రాయ్: మేడమ్ నేను డివిజన్ కోరుతున్నాను.

స్పీకర్: గౌ॥ సభ్యులారా, నా ఉద్దేశంలో, అనవసరంగా డివిజన్ కోరుతున్నారు. అందువల్ల రూల్ 367 సబ్ రూల్ (3) ప్రొవిజన్ ప్రకారం, 'ఆయ్' అనే సభ్యులు 'నో" అనే సభ్యులు తమ తమ స్థానాల్లో నిలబడమని కోరుతున్నాను. లెక్క పెట్టి సభాభిప్రాయాన్ని ప్రకటిస్తాను. వారి వారి స్థానాల్లో లేని సభ్యులు లెక్క పెట్టబడరు.

ఇప్పుడు 'ఆయ్' (సవరణకు అనుకూలురు) తమతమ స్థానాల్లో నిలబడండి.

ప్రొ॥ సౌగత్ రాయ్: మేడమ్ 'డివిజన్' కోరుతున్నాను.

స్పీకర్: అవును. డివిజన్... లెఖ్ఖ పెట్టమన్నాను.

ప్రొ॥ సౌగత్ రాయ్:: నేను డివిజన్ కోరుతున్నాను. ఏ రూల్ ప్రకారం మీరు డివిజన్ రద్దు చేయగలరు? నేను డివిజన్ కోరుతున్నాను.

స్పీకర్: మీమీ స్థానాల్లో లేకపోతే లెక్క పెట్టబడరు. మళ్లీ చెప్తున్నా మీ స్థానంలో ఉంటేనే లెక్కలోకి వస్తారు. మీరు లెక్క పెట్టబడాలంటే మీ స్థానాల్లోకి వెళ్లండి.

(అభ్యంతరాలు)

స్పీకర్: సవరణకు అనుకూలురు కంటే ప్రతికూలురే ఎక్కువున్నారు.

ఆయ్ 29; నో 230

సవరణ వీగిపోయింది.

స్పీకర్: శ్రీ అసదుద్దీన్ ఒవైసీ, 44వ సవరణ ప్రతిపాదిస్తున్నారా.

అసరుద్దీన్ ఒవైసీ (హైదరాబాద్): మేడమ్,

2వ పేజీలో 35 నుండి 43 వ లైన్ వరకూ సవరణ "5.

(1) అపాయింటెడ్ డే (నిర్ధారితదినం) నుండి హైదరాబాద్ నగరం తెలంగాణ రాష్ట్ర రాజధానిగానూ హైదరాబాద్ నగరంలోని ఖైరతాబాద్ రెవెన్యూమండలం, రెండేళ్లు, ఆంధ్రప్రదేశ్ రాష్ట్ర తాత్కాలిక రాజధానిగాను.

(2) సబ్ సెక్షన్ (1) లో ప్రస్తావించిన కాలపరిమితి తీరిన తర్వాత హైదరాబాద్ తెలంగాణకు మాత్రమే రాజధానిగానూ ఆంధ్రప్రదేశ్ కు ఒక కొత్త రాజధాని ఉండాలని (44)

మేడమ్, 30 సెకన్ల టైమిస్తే నా సవరణ ఏమిటో వివరిస్తాను. ఇప్పటివరకూ దేశంలో ఎక్కడా మరో రాష్ట్రరాజధానిలో ఇంకో రాష్ట్ర రాజధాని ఉండటం జరగలేదు. ఇదొక ఇబ్బందికరమైన ప్రయోగం. ఇది రాజ్యాంగబద్ధం కూడా కాదు.

(అభ్యంతరాలు)

మేడమ్, స్పీకర్, హైదరాబాద్ తెలంగాణలో భాగమని నేను స్పష్టం చేయదలిచాను. మీరు ఆంధ్రప్రదేశ్‌కు ఉమ్మడి రాజధాని హైదరాబాద్ లో ఏర్పాటు చేస్తున్నారు. అదీ గ్రేటర్ హైదరాబాద్ ఏరియాలో. తెలంగాణ కాంగ్రెస్ నాయకుల ఆత్మగౌరవం ఏమైపోయిందో తెలియటం లేదు. హైదరాబాద్ నాశనమైపోయే ఈ ప్రతిపాదన ఎలా ఒప్పుకుంటున్నారో నాకు అర్థం కావటం లేదు. మేడమ్, సమయం వచ్చినప్పుడు నేను డివిజన్ కోరతాను.

మేడమ్ స్పీకర్: అసదుద్దీన్ ఒవైసీ గారి 44వ సవరణపై ఓటింగ్ కు మీ ముందుంచుతున్నాను.

ఒవైసీ: నేను డివిజన్ కోరుతున్నాను.

స్పీకర్: గౌ॥ సభ్యులారా... అవసరం లేకుండా డివిజన్ అడుగుతున్నారని నేను అభిప్రాయపడుతున్నాను. రూల్ 367 సబ్రూల్ (3) ప్రావిజన్ ననుసరించి “ఆయ్” “నో” చెప్పేవారు తమతమ స్థానాల్లో నిలబడితే, లెక్క తీసుకుని నేను సభాభిప్రాయం ప్రకటిస్తాను. ఎవరి స్థానాలకు వారు వెళ్లవల్సిందిగా కోరుతున్నాను.

ఇప్పుడు 'ఆయ్' అనేవారంతా నిలబడండి.

(అభ్యంతరాలు)

ఇప్పుడు 'నో' అనే వారంతా నిలబడండి.

స్పీకర్: ఆయ్ = 6, నో = 235

సవరణ వీగిపోయింది.

(అభ్యంతరాలు)

స్పీకర్: ఇప్పుడు ప్రశ్న "క్లాజ్ 5” బిల్లులో భాగమయ్యింది. ఆమోదించబడింది.

(అభ్యంతరాలు)

క్లాజ్ 6 ఆంధ్రప్రదేశ్ రాజధాని విషయమై నిపుణుల కమిటీ ఏర్పాటు. హోంమంత్రి ప్రతిపాదించిన సవరణ

3వ పేజీ 3వ లైనులో 45 రోజులు బదులుగా 6 నెలలు అని సవరించాలి.

స్పీకర్: ఇప్పుడు ప్రశ్న క్లాజు 6, సవరించబడినట్లుగా, బిల్లులో భాగమవుతుంది. ఆమోదించబడింది.

(అభ్యంతరాలు)

క్లాజ్ 7

ప్రస్తుత ఆంధ్రప్రదేశ్ గవర్నర్ ఉమ్మడి గవర్నర్ గా ఉంటారు.

ప్రొ॥ సౌగత్ రాయ్: 3వ పేజీలో 7వ లైన్ "ప్రెసిడెంట్ నిర్ధారించే సమయం వరకూ" బదులుగా "ఆంధ్రప్రదేశ్ రాష్ట్ర నూతన రాజధాని రెడీ అయ్యేవరకూ" అని సవరించాలి. ఈ సవరణ ప్రతిపాదిస్తూనే, మీరు మమ్మల్ని నిలబడమనటం, తలలు లెక్క పెట్టడాన్ని వ్యతిరేకిస్తున్నాను. మేం గొర్రెలం కాదు. మా ముందు ఒక స్విచ్ ఉంది. మేము సవరణల మీద ఓటింగ్ అడుగుతున్నాం. నిలబెట్టి తలలు లెక్కపెట్టడం సరికాదు. మేం గొర్రెలం కాదు.

మీరు బిల్లు ప్రవేశపెట్టిన తీరు తప్పు విధానం. ఇప్పుడు మళ్లీ తప్పుడు విధానంలోనే పోతున్నారు. దయచేసి సరైన రాజ్యాంగబద్ధమైన తీరులో బిల్లుపాస్ చేయండి.

నేను డివిజన్ కోరుతున్నాను. తలలులెక్కపెట్టటం కాదు. బిల్లు ప్రవేశపెట్టిన రీతిలోనే పాస్ చెయ్యాలనుకోవటం సరి కాదు. ఈ సభలో ఇది ఒక దుష్ట సంప్రదాయాన్ని నెలకొల్పుతుంది. మేము ఆంధ్రప్రదేశ్ విభజన వ్యతిరేకిస్తున్నాం. మేము ఏ రాష్ట్రాన్నైనా విభజించటానికి వ్యతిరేకం. ఈ విభజన భాషాప్రయుక్త రాష్ట్రాల సిద్ధాంతానికే విరుద్ధం.

స్పీకర్: డివిజన్‌కు సంబంధించినంత వరకూ, ఏ విధమైన రూల్ విరుద్ధముగా జరగటం లేదు.

15.37

(ఈ దశలో శ్రీ శరద్ యాదవ్, మరికొందరు గౌరవ సభ్యులూ సభ నుంచి వెళ్లి పోయారు)

ప్రొ. సౌగత్ రాయ్: తెలుగు వారందరికీ ఒక రాష్ట్రముండాలనే ఆంధ్రప్రదేశ్ ఏర్పాటు చేయబడింది. ఇప్పుడు, ఏ ప్రాతిపదిక మీద ఆ రాష్ట్రాన్ని విడదీస్తున్నారు? భాషాప్రయుక్త రాష్ట్రాల సిద్ధాంతాన్ని నాశనం చేస్తున్నారా? అందుకే మేము చర్చ జరపాలని కోరాం. మీరు చర్చ అయిపోయిందన్నారు. సవరణలకు తలలు లెక్కపెడుతున్నారు. ఇలా కాదు చేయాల్సింది సరైన చర్చ జరగాలి. రూల్ ప్రకారం సవరణలు నిర్ణయించాలి. మీకు ఎవరో చెప్పినదాన్ని బట్టి నడపటం కాదు.

(అభ్యంతరాలు)

స్పీకర్: ప్రశ్న ఏమిటంటే 41 వ సవరణ, సౌగత్ రాయ్ గారి ప్రతిపాదన, ఆమోదించబడాలా.

సవరణ వీగిపోయింది.

ప్రొ. సౌగత్ రాయ్: నేను డివిజన్ కోరుతున్నాను.

స్పీకర్: శ్రీ సౌగత్ రాయ్, ఇది రూల్ ప్రకారమే జరుగుతోంది. రూల్ 367 సబ్రూల్ (3) ప్రకారం ఇది పెర్ఫెక్ట్ ఉంది.

(అభ్యంతరాలు)

స్పీకర్: నాకు తెలుసు... ఇది రూల్ ప్రకారమే ఉంది.

సౌగత్ రాయ్: ఇది పద్ధతి కాదు. మీకు తప్పు సలహాలు ఇస్తున్నారు. తలలు లెక్కపెట్టడానికి మేము గొర్రెలం కాదు.

(అభ్యంతరాలు)

స్పీకర్: 45వ నెం సవరణ, క్లాజు 7. అసదుద్దీన్ ఒవైసీ ప్రతిపాదిస్తున్నారా.

ఒవైసీ: 3వ పేజీ 7వ లైన్

అపాయింటెడ్ డే నుండి ప్రస్తుత ఆంధ్రప్రదేశ్ గవర్నర్ ఆంధ్రప్రదేశ్ రాష్ట్ర గవర్నర్ గానూ, తెలంగాణ రాష్ట్రానికి వేరే గవర్నరున్నూ (45)

మేడమ్ స్పీకర్, మన రాజ్యాంగంలో ఎక్కడా, గత 66 సంవత్సరాలలో, రెండు రాష్ట్రాలకు ఉమ్మడి గవర్నర్ ఎప్పుడూ లేరు. ఒక రాష్ట్ర గవర్నర్ మరో రాష్ట్రానికి ఇన్-ఛార్జ్ ఉన్నారంతే. ఇది రాజ్యాంగ విరుద్ధం. మీరు సూపర్ గవర్నరిని తయారు చేస్తున్నారు. తెలంగాణ ప్రజలకి సొంత గవర్నర్ ఎందుకుండకూడదు? మీరెందుకు తెలంగాణ ప్రజల్ని నమ్మటం లేదు?

మీరెందుకు తెలంగాణను పరిపాలించబోయేవారిని నమ్మటం లేదు? రెండు రాష్ట్రాలకు ఒక గవర్నర్ ఎలా సాధ్యం?

నేనీ సవరణ మీద డివిజన్ కోరుతున్నాను.

15.41

(ఈ దశలో శ్రీ సంసుమ కునగ్గర్ బిష్ణుమూర్తి తన స్థానానికి వెళ్లారు.)

స్పీకర్: ఒవైసీ సవరణ ఓటింగ్‌కు పెడుతున్నాను.

ఒవైసీ: మేడమ్ నాకు డివిజన్ కావాలి. తలలు లెక్కపెట్టండి.

15.42

(బిష్ణుమూర్తి మళ్లీ స్పీకర్ టేబుల్ దగ్గరకు వచ్చారు)

స్పీకర్: తలలు లెక్కపెడతాం.

మనముందున్న ప్రశ్న

3వ పేజీ 7వ లైన్

45వ సవరణ ప్రకారం

అనుకూలం నిలబడండి

వ్యతిరేకులు నిలబడండి

పెద్ద సంఖ్యలో వ్యతిరేకులు కనబడుతున్నారు.

అయ్ 24, నో 169

సవరణ వీగిపోయింది.

ఇప్పుడు ప్రశ్న: క్లాజ్ 7 బిల్లులో భాగమయ్యింది.

ఆమోదించబడింది.

క్లాజ్ 7 బిల్లులో భాగమయ్యింది.

క్లాజ్ 8

హైదరాబాద్ రాజధానిలోని పౌరుల భద్రత విషయమై గవర్నర్ బాధ్యతలు.

స్పీకర్: క్లాజ్ 8 కి 42 వ సవరణ సౌగత్ రాయ్ గారిది. మీరు ప్రతిపాదిస్తున్నారా?

సౌగత్ రాయ్: మేడమ్

3వ పేజీలో 8 నుండి 11 లైన్లు

8(1) గవర్నర్ బాధ్యతల్లో 'లా' చూసుకోవటం

మేడమ్, సవరణ ప్రతిపాదిస్తూనే మరొకసారి రూల్ 367 (3) (ఎ) మీ ముందుంచుతున్నాను.

"స్పీకర్ అభిప్రాయాన్ని ఎవరైనా సవాల్ చేస్తే, స్పీకర్ లాబీలు ఖాళీ చెయ్యమని ఆదేశించాలి"

అప్పుడు విషయం మళ్లీ ప్రశ్నించబడాలి. ఇప్పుడు మేము మీ నిర్ణయాన్ని సవాల్ చేస్తున్నాం. అందుకే, మాకు ఓటు లెక్క కావాలి. మేము ఈ విభజనకే వ్యతిరేకం. ఈ చర్చ దేశమంతటా విభజన బీజాలు నాటుతుంది. మరిన్ని రాష్ట్రాలు కోరబడతాయి. ఇవ్వాళ జరుగుతున్నది, ఇండియా ప్రయోజనాలకు భంగం వాటిల్లే చర్య. ఒక పెద్ద రాష్ట్రాన్ని విభజించటం ద్వారా, ఇండియా అనే ఆలోచననే ఈ ప్రభుత్వం ప్రశ్నిస్తోంది.

(అభ్యంతరాలు)

నువ్వు నోర్మూయ్!

(అభ్యంతరాలు)

ఇండియా అఖండతే సవాల్ చేయబడుతోంది. అందుకే మేడమ్ నేనీ సవరణ ప్రతిపాదిస్తున్నాను.

15.44

(ఈ దశలో సంసుమ కునగ్గర్ బిష్ణుమూర్తి తన స్థానానికి వెళ్లిపోయారు)

స్పీకర్: ప్రశ్న ఏమిటంటే

పేజీ 3 లో 8 నుండి 11వ లైన్లు

'గవర్నర్ బాధ్యతలో 'లా' చూసుకోవటం'

(అభ్యంతరాలు)

సౌగత్ రాయ్: డివిజన్ కోరుతున్నాం.

ఒవైసీ: నో మేడమ్... మేము డివిజన్ కోరుతున్నాం.

స్పీకర్: ఆల్రైట్.. లెక్క పెడదాం

గౌరవ సభ్యులారా... నా ఉద్దేశంలో, అనవసరంగా డివిజన్ అడుగుతున్నారు. అందువల్ల రూల్ 367 సబూల్ 3 లోని ప్రావిజన్ ప్రకారం 'ఆయ్' అనే సభ్యులు, 'నో' అనే సభ్యులూ లెక్క సమయంలో తమ తమ స్థానాల్లో లేచి నిలబడాలి. లెక్కపెట్టిన తర్వాత నేను సభానిర్ణయం ప్రకటిస్తాను. వారి స్థానాల్లో లేని సభ్యులను పరిగణనలోకి తీసుకోము.

(అభ్యంతరాలు)

15.46

(ఈ దశలో సంసుమ కునగ్గర్ బిష్ణుమూర్తి స్పీకర్ టేబుల్ దగ్గరకు వచ్చి నిలబడ్డారు)

స్పీకర్: అనుకూలురు లేచి నిలబడండి.

వ్యతిరేకులు లేచి నిలబడండి.

'నో' లు 'ఆయ్'లు కన్నా ఎక్కువున్నాయి.

సవరణ వీగిపోయింది.

స్పీకర్: ఇప్పుడు అనుకూలురందరూ మీ స్థానాల్లో నిలబడండి. వ్యతిరేకులందరూ తమ స్థానాల్లో నిలబడండి.

ఆయ్ : 169, నో : నిల్

సవరణ వీగిపోయింది.

స్పీకర్: ది క్వశ్చన్ ఈజ్

క్లాస్ 8 బిల్లులో భాగమైంది.

ప్రతిపాదన ఆమోదించబడింది

క్లాజ్ 8 బిల్లుల్లో భాగమైంది.★

★ (అన్ కరెక్టెడ్ రికార్డింగ్ స్పీకర్ సవరణ మీద తలలు లెక్కబెట్టి 169 అనుకూలం 0 వ్యతిరేకం అని ప్రకటించినట్లు రికార్డు అవ్వగా, ప్రింట్ అయిన పుస్తకంలో, 'బిల్లులో భాగం చేస్తున్నాను ఎందరు అనుకూలం' అని స్పీకర్ తలలు లెక్కపెట్టినట్లు సరిచేశారు. అనకరెక్టేడ్ నిజమైతే, 169 మంది సవరణను బలపరిచినట్లు, వీగిపోయినట్లు స్పీకర్ ఎలా ప్రకటిస్తారు? ప్రింట్ అయిన వెర్షన్ కరెక్ట్ అయితే, తలలు కూడా లెక్కపెట్టకుండా 'స్పీకర్ సవరణ వీగిపోయింది' అని ప్రకటించేశారు. 367(3) ప్రొవిజో అనుసరించి, స్పీకర్ గనుక అనవసరంగా 'డివిజన్' అడుగుతున్నారని భావిస్తే, ఎందరు అనుకూలమో, ఎందరు వ్యతిరేకమో తలలు లెక్కపెట్టి సభా నిర్ణయాన్ని ప్రకటించవచ్చు! అసలు లెక్కపెట్టకుండా, రూల్స్ లెక్కే చేయకుండా వ్యవహరించే అధికారం స్పీకర్ కి లేదు. ఇద్దరు సభ్యులు, అంత గొడవ చేసి తలలు లెక్కపెట్టే స్థితికైనా తీసుకొస్తే కనీసం వారిద్దరి తలలైనా వ్యతిరేకిస్తున్నట్లు లెక్కపెట్టాలనే ఆలోచన కూడా చేయలేదు స్పీకర్ గారు)

స్పీకర్: క్లాజ్ 9 నుండి 14 వరకూ బిల్లుకు కలపబడ్డాయి.

...అంతరాయం...

క్లాజ్ 15. పార్లమెంట్, అసెంబ్లీ నియోజకవర్గాలకు సంబంధించి హోంమంత్రి షిండే ప్రతిపాదించిన సవరణ

స్పీకర్: ది క్వశ్చన్ ఈజ్ సవరించబడ్డ క్లాజ్ 15 బిల్లులో భాగమవుతుంది.' ప్రతిపాదన ఆమోదించబడింది.

క్లాజ్ 15 బిల్లులో భాగమైంది

క్లాజ్ 16 బిల్లులో భాగమైంది

క్లాజ్ 17 షిండేగారు ప్రతిపాదించిన సవరణలతో బిల్లులో భాగమైంది.

షిండే గారు ప్రవేశపెట్టిన రూల్ 80 (1) ని స్పెండ్ చేయనున్న సవరణ సభ ఆమోదించింది. తద్వారా క్లాజ్ 17 (ఏ) ఆంగ్లో ఇండియన్ కమ్యూనిటీకి ప్రాతినిధ్యం కల్పించబడింది.

క్లాస్ 18, 19, 20 ఆమోదించబడ్డాయి

క్లాజ్ 21, 23, 24, 25, 26 27 షిండేగారి సవరణలు ఆమోదించబడి బిల్లులలో భాగమయ్యాయి.

క్లాజ్ 22, 28, 29, 30, 31 బిల్లులో భాగమయ్యాయి.

స్పీకర్: అసదుద్దీన్ ఒవైసీ, క్లాజ్ 32 కి మీ సవరణ నెం. 46 ప్రతిపాదిస్తున్నారా?

అసదుద్దీన్ ఒవైసీ : పేజీ 8, 32 నుండి 35వ లైన్లు ఈ విధంగా సవరించ ప్రార్థిస్తున్నాను. 32 (1) అపాయింటెడ్ రోజు నుంచి తెలంగాణ రాష్ట్రానికి వేరే హైకోర్టు, హైకోర్టు ఆఫ్ హైదరాబాద్ ఉండాలి. ఇప్పుడున్న ఆంధ్రప్రదేశ్ హైకోర్టు, ఆంధ్రప్రదేశ్ హైకోర్టుగా ఉండాలి.

మేడమ్, కారణమేమిటంటే ప్రాంతాల వారీగా బార్, బెంచ్ కూడా నిలువునా చీలిపోయి ఉన్నాయి. కొత్త రాష్ట్రానికే సొంత హైకోర్టు కావాలి. తెలంగాణ రాష్ట్రాన్ని ఏర్పరుస్తున్న ప్రభుత్వం, తెలంగాణ హైకోర్టు ఏర్పాటు చేయకపోవడం దురదృష్టం, పైకిరావాలనే అడ్వొకేట్ల పరిస్థితి ఏమిటి? గవర్నమెంట్ చెయ్యలేదా? ఎగ్జిక్యూటివ్ హైకోర్టు ఏర్పాటు చేయాలి, జ్యుడీషియరీ జడ్జీల ఏర్పాటు చెయ్యాలి. ఇది చెయ్యకపోవడం వల్ల ఒక అసంపూర్ణ తెలంగాణ ఏర్పడి దాని ప్రభావం వల్ల 'రిట్లు' వేస్తారు. ప్రతి చిన్న విషయానికి స్టే ఇచ్చేస్తారు. నా సవరణ అంగీకరించి తెలంగాణ హైకోర్టు ఏర్పాటు చేయటం అన్నివిధాలా క్షేమకరం.

స్పీకర్: అసదుద్దీన్ ఒవైసీ గారి సవరణ సభ ముందు ఓటింగ్ కోసం ఉంచుతున్నాను.

సవరణ వీగిపోయింది.

దీ క్వశ్చన్ ఈజ్ = క్లాజ్ 32 బిల్లులో భాగమైంది.

ప్రతిపాదన ఆమోదించబడింది.

క్లాజ్ 32 బిల్లులో భాగమైంది.

స్పీకర్: అసదుద్దీన్ ఒవైసీ 33వ క్లాజ్ కు 47 నెం. సవరణ ప్రతిపాదిస్తున్నారా?

ఒవైసీ : పేజీ 9లో 1 నుండి 8 లైన్ల వరకూ సవరించ ప్రార్థన.

1) ఇప్పుడున్న ఆంధ్రప్రదేశ్ హైకోర్టు జడ్జీలు, రాష్ట్రపతి ఉత్తర్వుల మేరకు తెలంగాణ రాష్ట్ర హైకోర్టు ఏర్పడిన రోజు జడ్జీలుగా వ్యవహరించబడతారు.

2) ఆ రకంగా హైదరాబాద్ హైకోర్టు, ఆంధ్రప్రదేశ్ హైకోర్టు జడ్జీలైన వారు, చీఫ్ జస్టిస్ అపాయింట్ చేయబడినవారు తప్ప, జడ్జీలుగా తమ నియామకాల ప్రాధాన్యం (ప్రియారిటీ) బట్టి అపాయింటెడ్ రోజు నాటికి, రాంకింగ్ పొందాలి.

మేడమ్, ఆంధ్రప్రదేశ్ జడ్జీలు స్థానికతను బట్టి హైకోర్టు ఆఫ్ హైదరాబాద్ కు కేటాయించబడాలి. హైకోర్టు ఏర్పాటు చేయకుండా, స్థానికత ఆధారంగా జడ్జీలను నియమించకుండా, మీరు తెలంగాణను సమతుల్యం చేయలేరు. అందుచేత, సమతుల్యం, న్యాయం జరగటానికి నా సవరణ ఆమోదించవలసిందిగా కోరుతున్నాను. నేను తలలు లెక్కపెట్టమని కోరుతున్నాను. ఇంతకు ముందు సవరణకి మీరు తలలు లెక్కపెట్టడం కూడా ఒప్పుకోలేదు.

స్పీకర్: ఒవైసీ గారి క్లాజ్ 33కి 47వ సవరణ, ఓటింగ్ నిమిత్తమై సభ ముందుంచుతున్నాను.

సవరణ వీగిపోయింది.

క్వశ్చన్ ఈజ్ 33 బిల్లులో భాగమైంది. ఆమోదించబడింది.

క్లాజ్ 34, 36 కూడా బిల్లులో భాగమయ్యాయి. క్లాజ్ 47 = రెవెన్యూ డిస్ట్రిబ్యూషన్ ప్రభుత్వం తరఫున షిండేగారు సవరణలు ప్రతిపాదించారు.

స్పీకర్: ప్రొఫెసర్ సౌగత్ రాయ్, 43వ సవరణ, 47వ క్లాజుకి ప్రతిపాదిస్తున్నారా? ప్రొ॥

ప్రొఫెసర్ సౌగత్ రాయ్: క్లాజు 11లో 41వ లైన్ "అదర్ పెరామీటర్స్" (ఇతర ప్రామాణికాలు) పదాన్ని తొలగించాలి.

నేను సవరణ ప్రతిపాదిస్తున్నాను గానీ ఆంధ్రప్రదేశ్ విభజనకు మాత్రం మేము తీవ్ర వ్యతిరేకులమని మరోసారి మీ దృష్టికి తెస్తున్నాను. ఈ చర్య, వేర్పాటు వాదానికి, భాషా ప్రయుక్త రాష్ట్రాల ఉనికికి ప్రశ్నార్థకంగా మారుతుంది. కాంగ్రెస్ పార్టీ రాజకీయ లబ్ధి కోసం చేస్తున్న ఈ పనివల్ల తీవ్ర పరిణామాలుంటాయి. రూల్ 367 (3) కింద నా సవరణకు 'డివిజన్' చేయించవలసిందిగా డిమాండ్ చేస్తున్నాను.

4-00

ఇది పెద్ద విషయం కాదు. కానీ నేను ప్రజాస్వామ్య ప్రమాణాన్ని ఈ సభలో నిలపాలని ప్రయత్నిస్తున్నాను. మీరు 367(3)ని అతిక్రమించటానికి 367(2)ని వాడలేరు. మీ నిర్ణయం సవాల్ చేయబడితే, లాబీలు ఖాళీ చేయించి జరిపించి తీరాల్సిందే. మేము

ఆంధ్రప్రదేశ్ విభజనను పూర్తిగా వ్యతిరేకిస్తున్నాం. దీనివల్ల మరిన్ని రాష్ట్రాల వేర్పాటు ఉద్యమాలు ప్రారంభమై అంతర్యుద్ధం వచ్చే దుస్థితి దాపురిస్తుంది. నేను సవరణ ఎందుకు ప్రతిపాదిస్తున్నానంటే, రెవెన్యూ పంపకం, జనాభా, ఇతర పెరామీటర్స్ కు లోబడి జరుగుతుంది అని పెట్టారు. ఏమిటా పెరామీటర్స్? ఎవరు నిర్ణయిస్తారు? మాకిష్టం లేకపోయినా రాష్ట్రాన్ని విడదీస్తున్నారు. జనాభా ప్రకారమే ఆదాయం పంచాలి. ప్రభుత్వం ఆదాయ పంపకం తన చేతుల్లో పెట్టుకుంటోంది. ఈ తరహా పంపకాన్ని నేనంగీకరించ లేను. విభజనను వ్యతిరేకిస్తూనే సవరణ ప్రతిపాదిస్తున్నాను.

స్పీకర్: సౌగతాయ్ గారి సవరణ ఓటింగ్ నిమిత్తం సభ ముందుంచుతున్నా. సవరణ వీగిపోయింది.

సవరణ వీగిపోయింది.

47వ క్లాజ్ బిల్లులో భాగమైంది.

క్లాజ్ 48 కూడా బిల్లులో కలపబడింది.

క్లాజ్ 49

స్పీకర్: శ్రీ అసదుద్దీన్ ఒవైసీ, మీ 48వ సవరణ, క్లాజ్ 49కి సంబంధించి, ప్రతిపాదిస్తున్నారా?

ఒవైసి: పేజీ 12లో 11-29 వరకు లైన్లు సవరించ ప్రార్థన.'★

క్లుప్తంగా నన్ను వివరించనివ్వండి. ఆంధ్రప్రదేశ్ రాష్ట్రం ఏర్పడకముందు హైదరాబాద్ రాష్ట్రముండేది. హైదరాబాద్ హౌస్ అనే 8.79 ఎకరాలలో వున్న అత్యద్భుతమైన భవనాన్ని భారత ప్రభుత్వం తీసుకుంది. ఈ హౌస్ తీసుకున్నందుకు ప్రత్యామ్నాయంగా హైదరాబాద్ రాష్ట్రానికి 19 ఎకరాల భూమినిచ్చింది. ఇప్పటి ఈ బిల్లు ప్రకారం - ఏపీ భవన్, పక్కనున్న బహాయీ హౌస్ ఆంధ్రప్రదేశ్ కు చెందుతాయి. ఇది తెలంగాణకు చేస్తున్న అన్యాయం కాదా? తెలంగాణ గొంతుకలు ఏమైపోయాయి? తెలంగాణ కోసం ప్రాణాలు కోల్పోయినవారికి, మీరిక్కడ నోరెత్తకుండా, తీవ్రమైన అన్యాయం చేస్తున్నారు. కొంతమంది ముఖ్యమంత్రులు అవుదామనుకుంటున్న కాంగ్రెస్ వారు తెలంగాణ ఆస్తుల్ని ముక్కలు ముక్కలు చేస్తున్నారు.

★(ఆ లైన్లలో ఏముందో, ఏమని సవరించాలో ఇచ్చిన వాక్యాలు 16 లైన్లు ఉన్నాయి. దీని తర్వాత ఒవైసీ క్లుప్తంగా సవరణ ఉద్దేశం వివరించారు. అందుకని 16 లైన్లు ఇక్కడ అనువదించి మీకందివ్వటం లేదు.)

స్పీకర్: శ్రీ అసదుద్దీన్ ఒవైసీ 48వ సవరణ ఓటింగ్ కోరుతూ సభ ముందుంచుతున్నాను.

ఒవైసీ: తలలు లెక్క పెట్టండి. ప్రపంచానికి తెలియాలి.

సవరణ వీగిపోయింది★

స్పీకర్: ది క్వశ్చన్ ఈజ్

క్లాజ్ 49 బిల్లులో భాగమవుతుంది.

ప్రతిపాదన ఆమోదించబడింది.

క్లాజ్ 49 బిల్లులో భాగమయ్యింది.

క్లాజ్ 50 నుండి 54 వరకూ బిల్లులో భాగమయ్యాయి.

క్లాజ్ 55

స్పీకర్: శ్రీ అసదుద్దీన్ ఒవైసీ క్లాజ్ 55కి మీ 49, 50 సవరణలు ప్రతిపాదిస్తున్నారా.★★

ఇది చాలా అసమంజసం. జనాభాను బట్టి అప్పులెలా పంచుతారు? ఎక్కడ ఏ ప్రాజెక్టు వుందో దానిని బట్టి ఆ బకాయి ఆ రాష్ట్రానికి చెందాలి. అలా ప్రాజెక్టుల వారీగా అప్పు విడదీసిన తర్వాత, మిగిలిపోయిన రుణం రెండు రాష్ట్రాలకూ సమానంగా పంచాలి. ఈ విభజన చేసే పద్ధతే తప్పు. ఈ రుణాలు, అప్పులు ఎక్కడికెళతాయి? ఎవరు తీర్చాలి? ఇది తెలంగాణకు అన్యాయం ప్రభుత్వం ఈ క్లాజుకి ఎలా ఒప్పుకుంటోంది.

తలలు లెక్క పెట్టమని మరొక్కసారి కోరుతున్నాను.

స్పీకర్: ఒవైసీ గారి సవరణలు ఓటింగ్ నిమిత్తం సభ ముందుంచుతున్నాను.

సవరణలు వీగిపోయాయి.

ది కశ్చన్ ఈజ్.

క్లాజ్ 55 బిల్లులో భాగమయ్యింది.

క్లాజ్ 56 నుండి 59 వరకు బిల్లుకు కలపబడ్డాయి.★★★

క్లాజ్ 60 = పెన్షనర్లు ఏ ప్రాంతానికి చెందినవారిని, నేటివిటీ బట్టి ఆ రాష్ట్రానికి చెందినవారుగా చూడాలి.

క్లాజ్ 76 = పదవ షెడ్యూల్లోని సంస్థల సౌకర్యాల విభజన గురించి

క్లాజ్ 78 = సర్వీసెస్ ఆప్షన్ల గురించి

★ (ఇంక తలలు లెక్క పెట్టడం కూడా మానేశారు. ఇప్పటిదాకా కనీసం ఏవో లెక్క పెడుతున్నట్లు డ్రామా అన్నా చేశారు ఇప్పుడిక పూర్తిగా తెగించేశారు. అసలు లెక్కే పెట్టకపోతే, ఇక రాజ్యాంగానికీ, చట్టసభలకీ, ప్రజాస్వామ్యానికీ అర్థముంటుందా?!)

★★ (రాష్ట్రాల అప్పులు ఏ విధంగా పంచాలి అనే విషయమై ఒవైసీ సవరణలు 12 లైన్లు ఇక్కడ రాయటం లేదు. ఆయన వివరణ చదివితే అర్థమయిపోతుంది.)

క్లాజ్ 84 = స్టేట్ పబ్లిక్ సర్వీస్ కమిషన్ గురించి

క్లాజ్ 91 = ప్రాణహిత – చేవెళ్లను జాతీయ ప్రాజెక్టుగా ప్రకటించాలని

షెడ్యూల్ 8 = సింగరేణి కాలరీస్ గురించి

షెడ్యూల్ 11 = ఇరిగేషన్ ప్రాజెక్టుల గురించి

షెడ్యూల్ 12 = తెలంగాణ విద్యుత్ లోటు గురించి

షెడ్యూల్ 13 = ఎన్టీపీసీ గురించి

ప్లానింగ్ బోర్డులు, రీజనల్ బోర్డులు, హైదరాబాద్ త్రాగునీరు, మెగాపవర్ ప్రాజెక్టులు, హైదరాబాద్ ఓల్డ్ సిటీని వెనకబడ్డ ప్రాంతంగా గుర్తించాలని, వరంగల్, నిజామాబాద్, ఖమ్మంలలో ఎయిర్పోర్టుల నిర్మాణం, ముస్లిం రిజర్వేషన్లు, ఉర్దూను రెండవ అధికార భాష, మైనారిటీల సంక్షేమం, వెనకబడ్డ వర్గాలవారి లోకల్ బాడీ రిజర్వేషన్లు, వక్ఫ్ బోర్డు, ఉర్దూ అకాడమీ, షెడ్యూల్ క్యాస్ట్, ట్రైబ్స్ సబ్స్, మైనారిటీ సబ్స్.. ఒవైసీ సవరణలన్నీ కనీసం తలలు కూడా లెక్క పెట్టకుండా 'వీగిపోయాయని' ప్రకటించేశారు.

3 గంటల 24 నిముషాలకు ప్రారంభమైన ఓటింగ్ ప్రక్రియ 4 గంటల 24 నిమిషాలకు సభ వాయిదా పడటంతో ముగిసింది. ప్రొ॥ సౌగత్ రాయ్ అనే బెంగాల్ కు చెందిన తృణమూల్ కాంగ్రెస్ సభ్యుడు, హైదరాబాద్ ఎంపీ అసదుద్దీన్ ఒవైసీని కూడా సస్పెండ్ చేసేసి వుండుంటే, 3 గంటల 36 నిమిషాలకే సభ ముగిసిపోయేది! నిజానికి “2 నుంచి 109 క్లాజుల వరకూ మొత్తం అన్ని షెడ్యూళ్లు సభ ముందు ఓటింగ్ కు ఉంచుతున్నాను – సభ ఆమోదించింది” అని స్పీకర్ ప్రకటించటానికి రెండు నిమిషాలు చాలు. కొన్ని సవరణలు ప్రభుత్వం కూడా ప్రతిపాదించింది కాబట్టి ఇంకో పది నిమిషాలు పట్టి ఉండేది!! ప్రజాస్వామ్య భారతదేశంలో, రాజ్యాంగం ప్రకారం చట్టసభలు ఏర్పాటు చేయబడిన తర్వాత, మొట్టమొదటిసారి, అత్యున్నత సభ అయిన 'లోక్ సభ'లో ఇంతటి అఘాయిత్యం జరిగింది. సభలో ఎంతమంది రాష్ట్ర విభజనను సమర్థించారో, ఎందరు వ్యతిరేకించారో కూడా తెలియదు.

★★★(ఇంక తలలు లెక్క పెట్టడం కూడా ఆపేశారు. విసుగు చెందని విక్రమార్కుడి లాగా అసదుద్దీన్ ఒవైసీ మాత్రం సవరణలు ప్రతిపాదిస్తూనే ఉన్నారు.)

రాజ్యసభ 20.2.2014

(20-2-2014 నాడు రాజ్యసభ ప్రత్యక్ష ప్రసారాలు ఆపించలేదు. కాని గందరగోళంగా ఉన్న సభలో, ఎవరేం మాట్లాడుతున్నారో టీవీలో మనకు సరిగ్గా అర్థం కాలేదు! మాట్లాడుతున్న సభ్యుడి ముందుండే మైకుతో చెవిలో పెట్టుకునే 'ఇయర్ఫోన్'కు వుండే కనెక్షన్' వల్ల, రిపోర్టర్లకి, ఇతర సభ్యులకీ, సభాపతి అనుమతితో మాట్లాడే వారి మాటలు స్పష్టంగా వినబడతాయి. సభాపతి అనుమతి ఇవ్వగానే, ఆ సభ్యుని ముందుండే మైక్ పనిచేయడం ప్రారంభమవుతుంది. ఇక రాజ్యసభ 'తంతు' పరిశీలిద్దాం!

డిప్యూటీ చైర్మన్: గౌ॥ సభ్యులారా, ఆంధ్రప్రదేశ్ పునర్ వ్యవస్థీకరణ బిల్లు 2014 తీసుకోబడుతోంది. శ్రీ అరుణ్ జైట్లీ - ప్రతిపక్ష నాయకులు, శ్రీ నరేష్ గుజ్రాల్, రాజీవ్ చంద్రశేఖర్, శ్రీ అనిల్ దేశాయ్, శ్రీ దీపక్ ఒబెరాన్, శ్రీ వై.ఎస్. చౌదరి.

అంతరాయం...

దయచేసి వినండి. ఈ గౌ॥ సభ్యులంతా బిల్లు యొక్క రాజ్యాంగబద్ధతను ప్రశ్నిస్తూ నోటీసులిచ్చారు. మంత్రిగారు బిల్లును సభలో ప్రవేశపెట్టిన తర్వాత, ప్రతిపక్ష నాయకునికి ఈ బిల్లు రాజ్యాంగబద్ధతను ప్రశ్నిస్తూ, వ్యతిరేకంగా మాట్లాడే వారికి అవకాశమిస్తాను.

అంతరాయం...

నోటీసులిచ్చిన ఇతర సభ్యులకీ అవకాశమిస్తాను. దయచేసి వినండి...ప్లీజ్ వినండి, ప్లీజ్ వినండి.. అందుకే ప్రతిపక్ష నాయకునికి అవకాశం.. ప్లీజ్ వినండి.

హోంమంత్రి షిండే: ఆంధ్రప్రదేశ్ రాష్ట్ర పునర్వ్యస్థీకరణ చేయుట, తత్సంబంధిత విషయాలు, లోక్ సభలో పాసైన విధంగా, ఆమోదం కోరుతూ ఈ సభ ముందుంచుతున్నాను. నా ఉపన్యాసం కాపీని 'టేబుల్' చేస్తున్నాను.

(లోక్ సభలో చేసిన ఉపన్యాసాన్ని వ్రాసుకొచ్చి టేబుల్ మీద పెట్టేశారు.)

అక్కడ చెప్పనివి ఇక్కడ కొత్తగా కలిపిన అంశాలు:

ఆంధ్రప్రదేశ్ రాష్ట్రం ఆర్థికంగా అభివృద్ధి పథంలో నడవాలి. దానికోసం, పోలవరం ప్రాజెక్ట్ జాతీయ ప్రాజెక్ట్ గా, అన్ని అనుమతులూ పొందేలా నిర్వాసితుల పునరావాసం వంటి కార్యక్రమాలు పూర్తి చేసేలా, బిల్లులో మా 'కమిట్మెంట్' పొందుపర్చాం.

రాయసీమకు, ఉత్తరాంధ్రాలకు స్పెషల్ ప్యాకేజీ ఏర్పాటు చేస్తాం. సీమాంధ్రకు మొన్న లోక్ సభలో చెప్పినట్లుగా ఆర్థిక ప్యాకేజీ ఇస్తాం. ప్లానింగ్ కమిషన్లో స్పెషల్ సెల్ ఏర్పాటు చేసి,

డిప్యూటీ చైర్మన్ ఆధ్వర్యంలో, ఆంధ్రప్రదేశ్ అభివృద్ధి కోసం తగు ఆర్థిక సహాయం అందేలా చర్యలు గైకొంటాం!

(ప్రశ్న ప్రతిపాదించబడింది)

డిప్యూటీ చైర్మన్: ప్రతిపక్ష నాయకుడు, రాజ్యాంగబద్ధత గురించి, బిల్లును వ్యతిరేకిస్తామన్నారు. ఆ తర్వాత నా నిర్ణయం చెప్తాను. అరుణ్ జైట్లీ, శ్రీ అరుణ్ జైట్లీ.

అంతరాయం...

సభ వాయిదా పడింది. తిరిగి 3.20 నిమిషాలకు ప్రారంభమయ్యింది.

డిప్యూటీ చైర్మన్: గౌరవ సభ్యులారా, ప్రతిపక్ష నాయకుడు రాజ్యాంగబద్ధత గురించి పాయింట్ లేవనెత్తుతున్నారు, వ్యతిరేకించటం లేదు. పొరపాటున నోరుజారి, వ్యతిరేకిస్తున్నారన్నాను. నేనాయనను రాజ్యాంగ అంశం లేవనెత్తటానికే పిలిచాను, వ్యతిరేకించటానికి కాదు. ప్రతిపక్ష నాయకుడిని వినండి. మీకనుకూలంగానే ఉన్నారు. ప్రతిపక్ష నాయకుడు మాట్లాడుతుంటే నిశ్శబ్దంగా వినటం సభ సంప్రదాయం. దయచేసి మీ సీట్లకి వెళ్లండి.

3.23కి సభ మళ్లీ వాయిదా పడింది.

3.37కి మళ్ళీ సభ ప్రారంభమయ్యింది.

అధ్యక్ష స్థానంలో శ్రీమతి రేణుకాచౌదరి ఉన్నారు. సభ మళ్లీ వాయిదా పడింది.

4.00కి సభ మళ్లీ ప్రారంభమయ్యింది.

రాణీ లక్ష్మీబాయి అగ్రికల్చర్ యూనివర్సిటీ బిల్లు, ఢిల్లీలో రాష్ట్రపతి పాలన బిల్లు తీసుకోబడ్డాయి.

ఆంధ్రప్రదేశ్ ఆర్గనైజేషన్ బిల్లు తిరిగి ప్రారంభమయింది.

డిప్యూటీ చైర్మన్: ఎవరి స్థానాల్లో వారు కూర్చోండి. మిస్టర్ చౌదరీ మీరు అటార్నీ జనరలు సభకు పిలవాలని ఇచ్చిన అమెండ్మెంట్ ప్రతిపాదించవచ్చు. మీ మీద చర్యలు తీసుకోవాల్సి వస్తుంది. యేచూరిగారూ మీకేం కావాలి...?

(నిరంతర అంతరాయం)

యేచూరి: బిల్లు మీద చర్చ జరగాలనే ఏకాభిప్రాయానికొచ్చాం. సభను కంట్రోల్ చెయ్యండి. ఎవరి సీట్లకి వారిని వెళ్లమనండి.

డిప్యూటీ చైర్మన్: గౌరవ సభ్యులారా... అటార్నీ జనరల్ విషయమై సవరణ కూడా సరైన సమయంలో ప్రస్తావించాలి. ముందు డిస్కషన్ ప్రారంభమవ్వాలి. తరవాత సవరణలు. రూల్ నేను అతిక్రమించలేను. శ్రీ వెంకయ్యనాయుడూ, మీరు మాట్లాడతారా?

వెంకయ్యనాయుడు: సభ 'ఆర్డర్' లో ఉంటే మాట్లాడతాను.

డిప్యూటీ చైర్మన్: నేనేం చెయ్యను?

వెంకయ్యనాయుడు: అధికార సభ్యులే సభను ఆటంక పరుస్తుంటే నేనెలా మాట్లాడగలను? నేను మాట్లాడటానికి సిద్ధంగా వున్నాను. సభ వాతావరణం మార్చండి. సభలో 'ఆర్డర్' తీసుకురండి. మీ సభ్యుల్ని 'వెల్' లోంచి వెనక్కి పిలిపించి చర్చకు వీలైన వాతావరణం కల్పించవల్సిందిగా పాలక సభ్యులకు విజ్ఞప్తి.

డిప్యూటీ చైర్మన్: దయచేసి మీ స్థానాల్లోకి వెళ్లి, అవసరమనుకుంటే బిల్లును వ్యతిరేకించండి. ఓటు వెయ్యండి. ఇది ప్రజాస్వామ్యం. ఇలా చెయ్యకండి.

వెంకయ్యనాయుడు: మా బిజెపి వరకూ, మేమెప్పుడూ డిబేట్, డిస్కషన్ కోరుకుంటున్నాం. మేము కొన్ని సవరణలు కోరతాం, ప్రజాస్వామ్యాన్ని నిలబెట్టాలని కోరుకుంటాం. మా పార్టీ, మొదటిరోజు నుండి చెప్తున్నాం. మేము తెలంగాణ ఏర్పాటును సమర్థిస్తాం. అలాగే సీమాంధ్ర ప్రయోజనాలను పరిరక్షిస్తాం. దానికోసం, ముందు సభలో ఆర్డర్ తీసుకురావాలి. అలా కాకపోతే, ఇది ప్రజాస్వామ్యాన్ని పరిహాసం చేసినట్లవుతుంది.

డిప్యూటీ చైర్మన్: దయచేసి సీనియర్లు కలగచేసుకుని సభ్యుల్ని వాళ్ల సీట్లకు పంపండి. తప్పుచేస్తున్న సభ్యులకు మనవి. మీ సీట్లలోకి వెళ్లిపోండి.

సీతారామ్ యేచూరి: చర్చ జరగాలని, సభ సజావుగా నడవాలని మేమందరమూ కోరుకుంటున్నాం. సభను ఆర్డర్లో పెట్టండి.

డిప్యూటీ చైర్మన్: మీ సీట్లకు వెళ్లండి. చట్టబద్ధమో కాదో సభ తేలుస్తుంది. ఏయ్ ఏం చేస్తున్నారు. మిమ్మల్ని సస్పెండ్ చేస్తాను. ఇదిగో మీకే చెప్తున్నా. ఏమిటీ నాన్సెన్స్? డెమోక్రసీని చంపేస్తున్నారు. మీ సీనియర్లు, లీడర్లు చెప్పినట్లు వినరే!

వెంకయ్యనాయుడు: శాంతియుతంగా ఈ చర్చ జరగనీయండి. తెలంగాణ, సీమాంధ్ర ప్రజల అభిప్రాయాలను ప్రదర్శితం చేసే అవకాశమివ్వండి. సభలో 'ఆర్డరు' తీసుకురండి. ఇది చరిత్రాత్మక చట్టం. దీనిని లోతుగా చర్చించాలి. శాంతియుతంగా అందరూ చర్చలో పాల్గొనే పరిస్థితులు కల్పించమని కోరుతున్నా.

డిప్యూటీ చైర్మన్: నాకు సభను క్రమశిక్షణలో పెట్టాలనే వుంది. కానీ ఏం చెయ్యను?

వెంకయ్యనాయుడు:అధ్యక్షులే అంత నిస్సహాయస్థితిలో వుంటే, నేను బాధ్యత తీసుకోవాలా, ఏంటి!?

డిప్యూటీ చైర్మన్: ఏం చెయ్యను? మీరొప్పుకుంటే వీరి మీద చర్య తీసుకుంటా.

వెం: మీరే అలా నిస్సహాయంగా మాట్లాడితే ఎలా?

డిప్యూటీ చైర్మన్: వారి మీద చర్య తీసుకుంటా. మీరు సపోర్టు చెయ్యండి.

వెం: ఇలాగ ఈ సభ నడుస్తుందా?

డిప్యూటీ చైర్మన్: మీరు సపోర్టు ఇస్తానంటే, నేను చర్య తీసుకోవటానికి సిద్ధం.

వెంకయ్యనాయుడు: రాష్ట్ర పునర్విభజన వంటి చరిత్రాత్మక చట్టం విషయమై నిష్కర్షగా అభిప్రాయాలు చెప్పకపోతే ఎలా? ప్రభుత్వాన్ని సభానాయకుణ్ణి, మీ సభ్యుల్ని అదుపు చేయమని కోరుతున్నా. అధికార పార్టీ సభ్యులే ప్లకార్డులు ప్రదర్శిస్తూ వెల్లో ఉన్నారు. అధికార పార్టీ పరిస్థితి బాగోలేదని అర్థమవుతోంది. దేశమంతా చూస్తోంది.

'లైవ్ టెలికాస్ట్' ఇస్తున్నారని చెప్పారు. (హిందీలో) తెలంగాణ కావాలని 1969 లో, ఆంధ్ర కోసం 1972 లో వేరు వేరు ఆందోళనలు జరిగాయి. ఆంధ్రాలో బలిదానాలు చేశారు. ఆంధ్రలో 360-370 మంది బలిదానం చేశారు. ఇంతటి ప్రాధాన్యం కలిగిన అంశం/ (ఇంగ్లీషు) డిప్యూటీ చైర్మన్ గారూ, ఇలా అయితే మాట్లాడటం చాలా కష్టం.

డిప్యూటీ చైర్మన్: నాకు వినపడుతోంది.

వెంకయ్యనాయుడు: మీకు వినబడితే సరిపోదు. దేశమంతా వినాలి. ఈ సభ వినాలి. సభ్యులు ఇలా అరుస్తుంటే...

డిప్యూటీ చైర్మన్: దేశమంతా సభ్యుల ఈ అనుచిత ప్రవర్తన చూడాలి.

వెంకయ్యనాయుడు: (హిందీ) అయ్యా! ఇలాగైతే ఎలాగండి? సభను ఆర్డర్లో పెట్టండి. మేము బిల్లును సమర్థిస్తున్నాం. కానీ మా అభిప్రాయాలు, సమస్యలు, సభ ముందు పెట్టనివ్వండి. వాటికి ప్రభుత్వం సమాధానం చెప్పాలి. కానీ ఇలాగైతే కష్టం. అందుకే నేను మిమ్మల్ని, ప్రభుత్వాన్ని కోరుతున్నా సభలో సాధారణస్థితి వుంటేనే నేను మాట్లాడగలను.

డిప్యూటీ చైర్మన్: మాట్లాడండి వెంకయ్యనాయుడుగారూ, నాకు వినబడుతోంది, సభ్యులు వింటున్నారు. మాట్లాడండి.

వెంకయ్యనాయుడు: (హిందీ) ఉపసభాపతిగారూ! తెలంగాణ, ఆంధ్ర ఇద్దరూ అన్నదమ్ములు. కాని ఇప్పుడు ఇద్దరూ కలిసి ఉండే పరిస్థితే లేదు. ఈ విషయమై వేరు వేరు పార్టీలు తమతమ అభిప్రాయాలు కేంద్రప్రభుత్వానికి తెలియచేశాయి. భారతీయ జనతాపార్టీ... (సమయం: సా॥ 4.10 (సభ 15 నిముషాలు వాయిదా)

సమయం: 4.25

డిప్యూటీ చైర్మన్: వెంకయ్యాజీ! మీరు చెప్పేది నాకు వినబడుతోంది.

వెంకయ్యనాయుడు: అన్ని పార్టీల వారికీ మాట్లాడే అవకాశమొస్తుందని అధ్యక్షులు వారిని

డిప్యూటీ చైర్మన్: అన్ని పార్టీలకూ అవకాశమిస్తాం. మీరు మాట్లాడండి, వెంకయ్యాజీ.

వెంకయ్యనాయుడు: వారికి మాట్లాడే హక్కుంది. వారినీ మాట్లాడనివ్వండి. ప్రజాస్వామ్య పద్ధతిలో చర్చలు పూర్తి అయ్యాక బిల్లు మీద ఓటింగ్ జరపొచ్చు. నేనిప్పటికే చెప్పినట్లుగా బిజెపి పార్టీ తెలంగాణ రాష్ట్ర ఏర్పాటుకు కట్టుబడి వుంది. నా ఆలోచన స్పష్టంగా వుంది. నా బాధల్లా సీమాంధ్ర సమస్యల విషయంలోనే. సార్, సీమాంధ్ర ప్రజల ప్రయోజనాలు, తెలంగాణ ప్రజల ప్రయోజనాల మధ్య ఏ భేదాభిప్రాయాలూ లేవు సార్! తెలంగాణ ప్రజలకి

తెలంగాణ కావాలి. మేము 'ఎస్' అంటున్నాం. తెలంగాణ ప్రజలకి హైదరాబాద్ కావాలి. మేము దానికీ 'ఎస్' అంటున్నాం. మేము చెప్పేదల్లా, హైదరాబాద్ లో నివాసముంటున్న సీమాంధ్ర ప్రజలకు శాంతిభద్రతల విషయమై, విద్య, ఉపాధి అవకాశాల విషయమై కొన్ని అపోహలున్నాయి. వారు కూడా సంరక్షించబడాలి. దానికోసం రాజ్యాంగ సవరణ అవసరం. ఆ విషయం, మా నాయకుడు అరుణ్ జైట్లీ వివరిస్తారు. ఆర్టికల్ 3 సవరణ ఒక్కటే సరిపోదు. కోర్టులో అది కొట్టేయబడుతుందనే భయం వుంది. లోపభూయిష్టమైన చట్టాన్ని తీసుకురావద్దు. ఇదే నేను హోంమంత్రిని అడుగుతున్న మొదటి విషయం. రెండవది, అటార్నీ జనరల్ని పిలిచి అభిప్రాయం అడుగుదామంటే, మాకు అభ్యంతరం లేదు. సభానిబంధనల ప్రకారం మీరేమైనా చెయ్యవచ్చు. మూడవది, సీమాంధ్ర ఆర్థిక స్థితిగతుల విషయం. సీమాంధ్ర ప్రాంతం 60% జనాభా కలిగి ఉంది. రెవెన్యూ మాత్రం 40% మాత్రమే. 40% ఆదాయం, 60 % జనాభా.

అప్పులు, జీతాలు, వడ్డీ చెల్లింపుల విషయమై మొట్టమొదటి రోజు నుండీ కష్టాలు ఆరంభమవుతాయి. అందుకే, కన్సాలిడేటెట్ ఫండ్ నుంచి అవసరమైన మొత్తాన్ని విడుదల చేయటం ద్వారా, అవసరానికి కేంద్ర ప్రభుత్వం ఆదుకొంటుందన్న సంతృప్తి సీమాంధ్ర ప్రజలకు కలిగించాలి. అలాగే హైదరాబాద్ లోని సీమాంధ్ర ప్రజల రక్షణ విషయం, విద్యాఉపాధి అవకాశాల విషయం. మూడవది, సీమాంధ్రకు ఎదురయ్యే నష్టానికి పరిహారం చెల్లించే విషయం.

సార్! హైదరాబాద్ విషయమై కొంత చెప్పాలి. నా దగ్గర ప్రాంతాలవారీగా లెక్కలున్నాయి. కోస్తాంధ్ర ఆదాయం 47,937 కోట్లు వ్యయం 47,253

కోట్లు. అంటే 674 కోట్లు మిగులు. రాయలసీమకు 7,005 కోట్లు లోటు. ఈ ప్రాంతం కరవు ప్రాంతం బాగా వెనకబడిన ప్రాంతం. హైదరాబాద్ మినహాయించిన తెలంగాణ ప్రాంతం కూడా వెనకబడిన ప్రాంతం. 8400 కోట్లు లోటు. కాని హైదరాబాద్ లేని సీమాంధ్రప్రాంతం లోటు ప్రాంతమవుతుంది. సార్! హైదరాబాద్ ఆదాయం 2012-13 లెక్కల ప్రకారం, 20,022 కోట్లు. ఖర్చు 7,168 కోట్లు. అంటే, 12,854 కోట్లు మిగులుతుంది. ప్రస్తుత లెక్కల ప్రకారం చూసుకుంటే, సీమాంధ్ర ప్రాంతానికి 15,000 కోట్లు లోటు ఏర్పడబోతోంది. అదే వారి బాధ. జీతాలివ్వటానికి కూడా డబ్బు లేదన్నదే వారి ఆందోళన.

సార్! ఆంధ్ర అభివృద్ధి చెందిన రాష్ట్రం. వాళ్లని విడదీస్తున్నప్పుడు అన్నదమ్ముల్లా విడదీయాలి. హైదరాబాద్ లో 148 సంస్థలున్నాయి. పరిశ్రమలున్నాయి. విద్యాసంస్థలు, పెద్ద హోటళ్లు, ఐటి కంపెనీలు అన్నీ హైదరాబాద్ లో ఉన్నాయి. సభలో వారికి సులభంగా అవగతమయ్యేలా చిన్న విషయం చెప్తాను. ఐటి పరిశ్రమ ఆదాయం మొత్తం రాష్ట్రంలో 55,000 కోట్లు. ఇందులో 54,800 కోట్లు హైదరాబాద్ నుంచి, మిగతా 200 కోట్లు తెలంగాణ సీమాంధ్రలోని ఇతరప్రాంతాల నుంచి. సహజంగానే గుండెలు మండుతాయి. అందుకే సమాంతరంగా,

సీమాంధ్ర ప్రాంతంలో కూడా ఐఐటి, ఐఐఎమ్, బిజినెస్ స్కూల్స్, సెంట్రల్ యూనివర్సిటీలు ఏర్పాటు చేయాలి. ఈ బిల్లులో వాటి గురించి కేవలం మాటలున్నాయి. చేతలు కూడా కావాలని నేను ప్రభుత్వాన్ని కోరుతున్నా, దానికి నిధులు కేటాయించాలి. కేటాయించి విభజించండి. అలా చేస్తే బావుండేది. కాని ఈ ప్రభుత్వం కేవలం జాలిమాటలు మాత్రమే చెప్తోంది.

ఇక రాయలసీమ, ఉత్తరాంధ్రల విషయానికొస్తే, రెండూ వెనకబడిన ప్రాంతాలు. కేంద్రప్రభుత్వం ఈ ప్రాంతానికి ఇన్కంటాక్స్ రాయితీ, సెంట్రల్ ఎక్సైజ్ రాయితీ లాంటి పన్నురాయితీలు కల్పించి, రాయలసీమ, ఉత్తరాంధ్ర ప్రాంతాలు అభివృద్ధి చెందేలా చెయ్యాలి. హైదరాబాద్, తెలంగాణ ఇబ్బందుల్ని పరిష్కరించుకుంటుంది కానీ రాయలసీమ, ఉత్తరాంధ్ర మాత్రం నిజంగా ఇబ్బందుల్లో పడతాయి. అధ్యక్షా! విశాఖపట్నం-చెన్నై కారిడార్ ఏర్పాటు (ఢిల్లీ ముంబై తరహా కారిడార్) చేయమన్నాం.

విశాఖపట్నం, రామాయపట్నం ఓడరేవులు త్వరితగతిన అభివృద్ధి చేయమంటున్నాం.

విశాఖపట్నం, విజయవాడ, తిరుపతి విమానాశ్రయాలను వెంటనే అభివృద్ధి చేయమంటున్నాం.

తెలంగాణలో, సీమాంధ్రలో అగ్రికల్చరల్ యూనివర్సిటీలు ఏర్పాటు చేయమంటున్నాం.

రెండు ప్రాంతాల్లో గిరిజన యూనివర్సిటీలు ఏర్పాటు చేయాలి. విశాఖపట్నానికి తాగునీరు, గోదావరి ఆనకట్టకు స్థిరీకరణ, కృష్ణా డెల్టాకు నీటి బదలాయింపు, రాయలసీమకు జలాల మళ్లింపులు వంటి వాటితో ముడిపడివున్న సీమాంధ్రకు జీవనరేఖ లాంటి పోలవరం ప్రాజెక్టు అత్యంత ఆవశ్యకత కలిగిన ప్రాజెక్టు. రాయలసీమ ప్రజల చిరకాలస్వప్నం. దుమ్ముగూడెం నాగార్జునసాగర్ టైల్పాండ్, బిల్లులో ప్రస్తావనకే నోచుకోలేదు. ఇది కూడా రాయలసీమ ప్రజలకు కీలకమైన అంశం.

గాలేరు నగరి, హంద్రీ నీవా, తెలుగుగంగ, వెలుగొండ ప్రాజెక్టులు సీమాంధ్రకు, నెట్టెంపాడు తెలంగాణకు అత్యావశ్యకం. ఈ బిల్లులో ఆ ఆరు/ఏడు ప్రాజెక్టుల విషయం, ప్రధానంగా కేటాయింపులు జరపాలి. సీమాంధ్ర, తెలంగాణ ప్రాంతాలు రెండూ కట్టుబడేలా, భవిష్యత్ లో తగాదాలు రాకుండా ఉండేలా చెయ్యాలి. కృష్ణాజలాల విషయమై అన్నదమ్ముల్లాంటి తెలంగాణ, ఆంధ్రప్రాంతాల మధ్య గొడవలు రాకుండా ఒక యంత్రాంగాన్ని తయారుచెయ్యాలి. మళ్లీ వెనక్కి వస్తే BHEL, HAL, HCL, డిఫెన్స్ సంస్థలూ, దాదాపుగా అన్నీ హైదరాబాద్‌లోనే వున్నాయి.

ప్లానింగ్ కమీషన్ వారు, సీమాంధ్ర ప్రాంతంలో కూడా కొన్ని పబ్లిక్ సెక్టార్ సంస్థలు నెలకొల్పేలా ప్రభుత్వంతో చర్చించి పథకాల రూపకల్పన చెయ్యాలి. తెలంగాణలో కూడా ఉత్తర తెలంగాణ అంతే వెనకబడి వుంది. ఆ ప్రాంతాన్ని కూడా జాగ్రత్తగా చూసుకోవాలి. హైదరాబాద్ లో వున్న రైల్వేజోన్ తెలంగాణ ప్రాంత అవసరాలు తీరుస్తుంది. మేము

సీమాంధ్ర, విశాఖపట్నం, విజయవాడ, గుంటూరు, గుంతకల్ ప్రాంతాలను కలిపి కొత్త రైల్వే జోన్ కోరుకుంటున్నాం. సార్! ఇక ఇతర విషయాల్లోకి వస్తే, సరైన వాతావరణం ఏర్పడాలి. దురదృష్టవశాత్తూ భారత ప్రభుత్వం ఆ విషయమే పట్టించుకోవటం లేదు.

మొదటి సంవత్సరం సీమాంధ్రకు ఏర్పడబోయే ఆర్థిక లోటును భర్తీ చేయటానికి భారత ప్రభుత్వం 10,000 కోట్లు కేటాయించాలి. వాళ్లు ఈ విషయాన్ని ఫైనాన్స్ కమీషన్ కు పంపించి, ఫైనాన్స్ కమీషన్ వారు రిపోర్టు పంపించేంత లోపుగా, రాష్ట్రం ఇబ్బందులు పడకూడదు.

అందువల్ల ప్రధానమంత్రి 10,000 కోట్ల మొత్తాన్ని ఉదారంగా సీమాంధ్రకు ప్రకటించవలసిందిగా కోరుతున్నాను. అదేవిధంగా హిమాచల్ ప్రదేశ్, ఉత్తరాఖండ్ రాష్ట్రాల బాటలో ఉత్తరాంధ్ర, రాయలసీమల్లోని వెనకబడిన ప్రాంతాలకు కూడా పన్ను రాయితీలు, కేంద్ర సబ్సిడీలు ప్రకటించాల్సిందిగా కోరుతున్నాను.

ఆంధ్రప్రదేశ్‌కు బంగారుగని వంటిది, యావత్ భారతదేశంలోనే అత్యధిక అభివృద్ధి చెందిన ప్రాంతమైన హైదరాబాద్ ను కోల్పోతున్న సీమాంధ్ర ప్రాంతానికి సరైన నష్టపరిహారం అందాలి. సీమాంధ్రకు 'స్పెషల్ కేటగిరి స్టేటస్' ప్రకటిస్తే మాక్కూడా ఏదో జరుగుతుందనే నమ్మకం వారికి కలుగుతుంది.

ఇక పరిస్థితుల్లోకి వస్తే, నేను అన్ని పార్టీలకూ మనవి చేస్తున్నా – ఇది ఇద్దరు అన్నదమ్ముల మధ్య విభజనకు సంబంధించిన 'ఎమోషనల్' అంశం. ఇద్దరూ తెలుగువారే – తెలంగాణకు చెందిన మిత్రులు, సీమాంధ్రకు చెందిన మిత్రులు – మనమందరమూ కలిసే వున్నాం. మనం ఒకే భాష మాట్లాడతాం. "అనేక భాషలు, వేషాలున్నా మనదేశం ఒకటే" (హిందీ) "భిన్నత్వంలో ఏకత్వం భారత్ యొక్క ఔన్నత్యం".

కులం, జాతి, లింగ, ప్రాంత, మత వైరుధ్యాల కతీతంగా ఇండియా ఒక్కటే. మనమంతా ఒక దేశం. మనం దేశాన్ని విభజించటం లేదు. పరిపాలన సౌలభ్యం కోసం, త్వరితగతిని అభివృద్ధి కోసం ఒక రాష్ట్రాన్ని మాత్రమే విభజిస్తున్నాం. ఇది మనం మనస్సులో పెట్టుకోవాలి. ఇంతకుముందు అనేక రాష్ట్రాల విభజన జరిగింది. అది మనస్సులో పెట్టుకుని, అనవసరమైన ప్రాంతీయ విద్వేషాలను

పెరగనీయకూడదు.

నేను రికార్డుని తేటతెల్లం చేయదలిచాను. దాదాపు అన్ని పార్టీలూ సిపిఐ (ఎమ్) తో సహా, ఎప్పుడో ఒకప్పుడు, రాష్ట్ర విభజనకు అంగీకారం తెలిపాయి.

సీతారాం యేచూరి: అది తప్పు.

వెంకయ్యనాయుడు:అవును. ఆ విషయానికొస్తా. సిపిఐ (ఎం) వారు సమైక్య రాష్ట్రాన్నే మేము బలపరుస్తాం అన్నారు. అయినా మీరు విభజిస్తామంటే మేము అడ్డం రాము అన్నారు.

వైయస్సార్ కాంగ్రెస్ పార్టీ వాళ్లు “ఆర్టికల్–3 ప్రకారం రాష్ట్ర విభజన కేంద్రం చేతుల్లో వుంది. మీరు చెయ్యాలంటే చెయ్యండి" అన్నారు.

తెలుగుదేశం వారు “విభజన కావాలి కానీ ఇరుప్రాంతాలకీ న్యాయం జరగాలి” అన్నారు. నేను కూడా అది ఒప్పుకుంటాను. ఈ విషయంలో నిజంగా నేరం చేసింది కాంగ్రెస్ పార్టీ. చూడండి నా మిత్రుడు చిరంజీవి నిలబడి ఉన్నారు. ఎందుకు? తన ప్రాంతానికి న్యాయం చేయలేక పోతున్నారు. తన నియోజకవర్గానికి సమాధానం చెప్పుకోలేరు. అందువల్ల ఈ అంకంలో ప్రధాన ప్రతినాయకుడు కాంగ్రెస్ పార్టీయే.

2004 లో కాంగ్రెస్, టిఆర్ఎస్ పొత్తు పెట్టుకున్నారు. సోనియాగాంధీ, టిఆర్ఎస్ నాయకుడూ వేదిక పంచుకున్నారు. 2004 నుంచి 14 వరకూ, పదేళ్లు, ఏం చేశారని కాంగ్రెస్ నాయకత్వాన్ని నేను ప్రశ్నిస్తున్నా. ఎందుకు నిద్ర పోయారని అడుగుతున్నా. ఇదే విభజన రెండేళ్ల క్రితమే మామూలుగా జరిగుంటే, ఈ స్థాయి పరిస్థితులు ఎదురయ్యేవి కావు. దురదృష్టవశాత్తూ, ఎన్నికల సందర్భంగా మీరీ పని చేస్తున్నారు. ఇంకో 45 రోజుల్లో, ఎన్నికల నామినేషన్లు ప్రారంభమవుతున్నాయి. సహజంగానే, ప్రతి ఒక్కరూ తమ నియోజకవర్గ విషయమై ఆందోళనలో ఉన్నారు. కాంగ్రెస్, టిడిపి వారు, మంత్రులూ అందరికీ అదే ఆందోళన. అందుకే బాధ్యత లేకుండా ఆరోపణలు చేస్తున్నారు. పార్లమెంటరీ వ్యవహారాల మంత్రి, అందర్నీ ఒప్పించి కలుపుకుపోయే విధంగా ప్రవర్తించవలసిన మంత్రి, బిజెపి ద్వంద్వవైఖరి అవలంబిస్తోందంటూ ఆరోపిస్తారు! ఈ దేశంలో మాటకు కట్టుబడే జాతీయపార్టీ బిజెపి మాత్రమే. మేము తెలంగాణకు కట్టుబడి వున్నాం. సీమాంధ్ర అభివృద్ధికీ కట్టుబడి వున్నాం. సార్! కాంగ్రెస్సే ద్వంద్వ వైఖరి అవలంబిస్తోంది. నిన్నటిదాకా ఆంధ్రప్రదేశ్ కాంగ్రెస్ ముఖ్యమంత్రి, మీ ముఖ్యమంత్రి. ఆయన మీ నిర్ణయానికి వ్యతిరేకం. ప్రధాని ప్రతిపాదిస్తారు. ముఖ్యమంత్రి వ్యతిరేకిస్తారు. దీన్నేమంటారో కాంగ్రెస్ వివరించగలదా? **మీ ప్రతిపాదన మీ సిఎం వ్యతిరేకిస్తారు. మీ పార్టీ తీర్మానాన్ని అసెంబ్లీలో ఓడిస్తారు. మీ సభ్యులు 'వెల్' లోకి వస్తారు. మీ మంత్రులకి వారి భవిష్యత్ మీద చింత. వారూ 'వెల్' లోకి వస్తారు. మీరు మాత్రం బిజెపి మీద ఆరోపణలు చేస్తారు. ఎంత ధైర్యం.**

సార్, మా పార్టీ తెలంగాణ సీమాంధ్రలలో ఒకే మాట మీదున్నాం. తెలంగాణ ఏర్పడాలి. సీమాంధ్రకు న్యాయం జరగాలి. అదే మా మాట.

సార్– మమ్మల్ని రెచ్చగొట్టినా, మా ఆఫీసుల మీద దాడులు చేసినా మేము లెక్క చెయ్యలేదు. మేము మా ప్రిన్సిపుల్ మీదే నిలబడ్డాం. శాంతియుతమైన సోదరభావంతో కూడుకున్న విభజన కోరుకున్నాం. సీమాంధ్ర ఇబ్బందుల్ని పరిష్కరించాలని కోరుకుంటున్నాం. (తెలుగులో) తెలంగాణ, సీమాంధ్ర బిడ్డలు శాంతియుతంగా కలిసి జీవించాలని కోరుకుంటున్నాను.

డిప్యూటీ ఛైర్మన్:థాంక్యూ వెంకయ్యాజీ, థాంక్యూ.

వెంకయ్యనాయుడు: నేను కోరుకునేది శాంతి, సోదరభావంతో కూడిన విభజన, సమంజసమైన విభజన. మా నాయకుడు నరేంద్రమోదీ హైదరాబాద్ లో ఇటీవల జరిగిన మీటింగ్ లో జై తెలంగాణ! జై సీమాంధ్రా అన్నారు. తెలంగాణ ప్రజలంతా కేరింతలు కొట్టారు. అలా ఉండాలి నాయకత్వమంటే. ఈ దేశంలోనే అతి ఉన్నతమైన నాయకుడు లాల్ కృష్ణ అద్వానీగారు, మా బిజెపి నేత, ఈ విభజన ప్రజాస్వామ్యయుతంగా, శాంతియుతంగా జరగాలని కోరుకున్నారు. ఉన్మాద పద్ధతిలో కాదు! విషయం తిన్నగా చెప్తున్నా, మా పార్టీది ఒకే గళం. న్యాయం అడగటంలో తప్పు లేదు.

సార్, తొందర పెట్టకండి. నా బాధ అర్థం చేసుకోండి. నేను ఆ రాష్ట్రంలో పుట్టాను. అక్కడ ఎమ్మెల్యేని! అక్కడ ఒక పార్టీ కార్యకర్తని. తెలంగాణ ఆంధ్ర ప్రాంతాల్లో వేలాదిమంది కార్యకర్తల్ని అభివృద్ధి చేశాను. సీమాంధ్ర ప్రాంతం వాళ్లు దోపిడి దారులని కొందరు నినాదాలు చేస్తున్నారు. ఎవరు దొంగలు ఎవరు మోసగాళ్లు జనం తేలుస్తారు. నా పాయింట్ ఏమిటంటే, (హిందీలో) ఈ తొందరపాటు కుదరదు. హైదరాబాద్ ఈ దేశంలోనే ఒక ముఖ్యమైన నగరం. ఆంధ్రప్రదేశ్ రాజధాని. ఇక ముందు కూడా అందరికీ హైదరాబాద్ లో నివసించే అధికారముంది. ఆ అధికారాన్ని నిలబెట్టి ఉంచటం కోసం మేము అన్నివేళలా కృషి చేస్తూనే వుంటాం. అలా చేసేవాళ్లని భారతీయ జనతాపార్టీ సమర్థిస్తూనే ఉంటుంది.

సార్, చివరగా నేను ప్రభుత్వానికి చెప్తున్నా. అన్ని రాజకీయ పార్టీలనూ పిలవండి. అందరితో మాట్లాడి సీమాంధ్రకు న్యాయం చెయ్యండి.

డిప్యూటీ చైర్మన్: అలాగే వెంకయ్యాజీ. ఇప్పుడు చిరంజీవి గారికి ముందు, సీతారాం యేచూరిగారు రెండు నిమిషాలు.

వెంకయ్యనాయుడు: ఇది ఇంత హడావిడిగా చేయకండి. మీరు వెళ్లిపోయే సమయం వచ్చేసింది. (అధికార పార్టీ సభ్యులనుద్దేశించి)

డిప్యూటీ చైర్మన్: మీది అయిపోయింది. ఓకే యేచూరీ, రెండు నిమిషాల్లో మీరు చెప్పాలనుకున్నది చెప్పండి.

వెంకయ్యనాయుడు: (తెలుగులో) సార్! మేము అధికారంలోకి వస్తున్నాం. ఈ సవాళ్లన్నీ మేము స్వీకరిస్తాం. మేము అడుగుతున్నవన్నీ నెరవేర్చవలసిన బాధ్యత మాపై కూడా వుంది. అందుకే వారి నడుగుతున్నా. నిజమైన ఇబ్బందులని పరిగణనలోకి తీసుకోండి. మాటల్తో సరిపోదు. నాకు కేబినేట్ తీర్మానం కావాలి. ప్లానింగ్ కమిషన్ ఆమోదం కావాలి. కాంగ్రెస్ ఓటు బ్యాంక్ రాజకీయాలు నడపటం మానాలి. అధికార పార్టీకి ఇది నా విజ్ఞప్తి.

చైర్మన్ గారు వచ్చినట్లున్నారు. అన్ని పార్టీలకూ సమాన అవకాశమివ్వండి. మాకు భయం లేదు. ఆరోగ్యకరమైన చర్చ జరిగిన తర్వాత మేమిచ్చిన మూడు నాలుగు సవరణలను పరిగణనలోకి తీసుకోండి.

ప్రభుత్వం కలిసొస్తే సరే! లేకపోతే మా సవరణల విషయమై మేము ఒత్తిడి చేస్తాం. నేను మా ప్రతిపక్ష నాయకుడు లేవనెత్తే చట్టపరమైన విషయాలనూ, సవరణలనూ వినాలనుకుంటున్నా. జై తెలంగాణ, జై సీమాంధ్ర భారత్ మాతా కీ జై.

డిప్యూటీ చైర్మన్: చిరంజీవిగారిని పిలిచే ముందు యేచూరి గారి వివరణ కోసం – రెండు నిమిషాలు.

సీతారాం యేచూరి: సార్! శ్రీ వెంకయ్యనాయుడు మా పార్టీ మీద ఒక ఆరోపణ చేశారు. అది తప్పు. సిపిఐ (ఎం) ఒకే ఒక జాతీయ పార్టీ. నిరంతరమూ ఆంధ్రప్రదేశ్ విభజనను వ్యతిరేకించిన పార్టీ! భాషా ప్రయుక్త రాష్ట్రాల ఏర్పాటును మేము సమర్థిస్తున్నాం. కాంగ్రెస్, బిజెపి 'మాక్సింగ్' చేసుకున్నాయి. దీనిని మేము ఒప్పుకోం. మా మీద చేసిన ఆరోపణను మేము ఖండిస్తున్నాం. మా పాయింట్ మాకు మాట్లాడే అవకాశమిచ్చినప్పుడు చెప్తాం. కానీ మాపై చేసిన ఈ ఆరోపణను రికార్డుల నుంచి తొలగించాలి. ఎందుకంటే ఇది తప్పుడు స్టేట్‌మెంట్. వక్రీకరించిన మాటలు. తెలుగు ప్రజల ప్రయోజనాలకు విరుద్ధంగా, ఆంధ్రప్రదేశ్ ను, కాంగ్రెస్ బిజెపిలు ఏకమై, విడదీస్తున్నాయి. ఇది రికార్డులోకి ఎక్కాలి. కాంగ్రెస్ బిజెపిలు కలిసి చేస్తున్న ఈ విభజనకు వారే బాధ్యత వహించాలి. దురదృష్టవశాత్తూ రాష్ట్రం విడదీస్తున్నారు. ప్రజల్ని ఇక్కట్ల పాల్జేస్తున్నారు. మేము సమైక్య ఆంధ్రప్రదేశ్ కట్టుబడివున్నాం. భాషాప్రయుక్త రాష్ట్రాల విభజనకు మేమంగీకరించం.

చిరంజీవి: డిప్యూటీ చైర్మన్ గారికి కృతజ్ఞతలు. ఈ రోజు నేను చాలా బాధతో మాట్లాడుతున్నాను. నా పార్టీ నిర్ణయానికి వ్యతిరేకంగా నేను మాట్లాడటం, ఒక కాంగ్రెస్ వాదిగా చాలా బాధాకరం. ఇలాంటి సున్నితమైన విషయంలో, నా పార్టీ నిర్ణయంతో నేను విభేదించటం నాకు చాలా కష్టం కలిగించే అంశం. ఇది ఈ సభలో నా మొట్టమొదటి ఉపన్యాసం. ఎవరైనా మొట్టమొదటి సారిగా మాట్లాడుతుంటే, విని తీరాలనేది రూల్. నేనీవేళ తెలుగువారి తరఫున మాట్లాడతాను. ఏ ప్రాంతం వారి తరఫునా కాదు, ఎందుకంటే అన్ని ప్రాంతాల ప్రజల ప్రేమ, అభిమానాల వల్లే నేనీ స్థితికి చేరుకున్నాను.

కొన్నిరోజులుగా పార్లమెంట్‌లోని బాధాకరమైన స్థితిని నెలకొని వుంది. 11 కోట్ల తెలుగు ప్రజల గుండెలు పగిలిన జీవితాల గురించి ఆలోచించవల్సిందిగా కోరుతున్నాను.

కోట్లాది తెలుగు ప్రజలు అక్రమంగా తమ హక్కులు కోల్పోతున్నారు. నేను కాంగ్రెస్ లో చేరగానే, మీడియా నన్నడిగిన ప్రశ్న తెలంగాణ గురించే! ఒక సమైక్యవాదిగా నా వ్యక్తిగత అభిప్రాయాలు మారలేదని చెప్పాను. నేనొక పార్టీ సభ్యుడిని కాబట్టి, పార్టీ నిర్ణయానికి కట్టుబడివుంటానని చెప్పాను.

కానీ జరుగుతున్న విధానం, రాష్ట్రాన్ని విడదీస్తున్న పద్ధతి చాలా దురదృష్టకరం. తొందరపాటుతో వ్యవహరిస్తూ గబగబ నిర్ణయాలు తీసుకోవటం వల్ల, ప్రజల్లో కోపం, వ్యతిరేకత, బాధ కలుగుతున్నాయి. శ్రీకృష్ణ కమిటీ రిపోర్ట్ సబ్‌మిట్ చేసినా, దానిమీద చర్చే

లేదు. శ్రీకృష్ణ రిపోర్ట్లో రాష్ట్రం ఒకటిగా ఉండటమే అత్యుత్తమ పరిష్కారంగా సూచించారు కాబట్టి, ఆంధ్రప్రదేశ్ ఒకటిగానే ఉంటుందని అందరూ ఊహించారు. కాని తర్వాత, బిజెపి, టిఆర్ ఎస్ లు ప్రత్యేక తెలంగాణ కోసం ఒత్తిడి పెంచారు. టిడిపి, వైఎస్సార్సిపిలు వేర్వేరు పాదయాత్రల్లో, మీటింగుల్లో ప్రభుత్వమే తెలంగాణను ఆలస్యం చేస్తోందంటూ ప్రజల్ని రెచ్చగొట్టారు. కొందరు ఆ కారణంగా ఆత్మహత్యలు చేసుకున్నారు. ఆ సమయంలో ఆంధ్రప్రదేశ్ ముఖ్యమంత్రి, కాంగ్రెస్ పార్టీ, కేంద్రప్రభుత్వం తీసుకునే నిర్ణయానికి కట్టుబడి ఉంటానని ప్రకటించారు. అకస్మాత్తుగా కాంగ్రెస్ వర్కింగ్ కమిటీ విభజన నిర్ణయం ప్రకటించింది. అందరం హతాశులైనాం. ఒక్క ముఖ్యమంత్రితో తప్ప, ఇతర మంత్రులతో గాని, ఎంపీలతో గాని చర్చించలేదు. కేబినేట్ ముందు టేబుల్ చేయటం కూడా చాలా బాధాకరం.

ఆఖరుగా, ఆంటోనీ కమిటీ. ఆ కమిటీ ఏర్పాటు చేయగానే, అందరి అభిప్రాయాలూ తీసుకుంటారని ఆశించాం. అదీ జరగలేదు. 'గ్రూప్ ఆఫ్ మినిస్టర్స్' ఏర్పాటుచేసినప్పుడూ, ప్రజల ఆకాంక్షలు పరిగణనలోకి తీసుకుంటారని ఆశించాం. అది కూడా జరగలేదు. ఏ ఒక్కరికీ సంతృప్తి కల్గించలేదు.

ఏది ఏమైనా, కాంగ్రెస్ పార్టీ నొక్కదానినే బాధ్యుల్ని చేయటం అసమంజసం. ఈ నిర్ణయం తీసుకున్న చివరి పార్టీ కాంగ్రెస్ పార్టీ అనే విషయం ఈ సభ జ్ఞాపకం చేసుకోవాలి. ఆఖరుగా కాంగ్రెస్ ఈ నిర్ణయం తీసుకుంది. అంతకుముందు, బిజెపి ఎప్పుడూ తెలంగాణ ఇస్తామని చెప్పినా, ఎన్డీఏ అధికారంలో ఉన్నప్పుడు మాత్రం దాటవేసి మాట తప్పింది. ఇది సత్యం. రికార్డయిన నిజం. రెండ్రోజుల క్రితం లోక్ సభలో తెలంగాణకు మద్దతిచ్చిన బిజెపి, ఇక్కడ రాజ్యసభలో సవరణలు ప్రతిపాదించి అడ్డుకుంటోంది. ఎంఐఎం, సిపిఐ (ఎం) పార్టీలు తప్ప, టిడిపి, వైఎస్సార్ సిపి, సిపిఐ మొత్తం అన్ని పార్టీలూ ఈ స్థితికి బాధ్యత వహించక తప్పదు. టిడిపి మద్దతుగా ఉత్తరం ఇచ్చింది. ఇప్పుడు సగం మంది ఎంపీలు వ్యతిరేకిస్తుంటే సగంమంది మద్దతిస్తున్నారు. వైఎస్సార్సిపి మరో అడుగు ముందుకేసి ఆర్టికల్-3 ఉపయోగించి కొత్త రాష్ట్రాన్ని ఏర్పాటుచేయమన్నారు. వారు అనేక వేదికల మీద ఈ విషయం చెప్పారు. ఇప్పుడు వైఎస్సార్సిపి వారు రాజకీయ ప్రయోజనాల కోసం యు టర్న్ తీసుకున్నారు. 'సమన్యాయం' అనే బదులు టిడిపి వారు సీమాంధ్ర కోసం ఏమిచేయాలో అడిగితే బాగుంటుంది. కాని వారు అలా చెయ్యలేదు. సీమాంధ్ర ప్రాంతానికి వారు అందరికంటే ఎక్కువ నష్టం చేశారు. మీరు టిడిపి అగ్రనాయకుణ్ణి అడగండి. ఆయనకే స్పష్టత లేదు. 'సమన్యాయం' అంటే ఏమిటి? అదేమిటో స్పష్టత లేదు. ఇప్పుడు బిజెపి సవరణలు ప్రతిపాదిస్తోంది. నేను కూడా కొన్ని 'ఎమెండ్మెంట్స్' ప్రతిపాదిస్తున్నాను. టిడిపి 'సుప్రీమో' కు సమన్యాయమేమిటో తెలియదు. వాళ్లేం కోరుకుంటున్నారో చెప్పాలిగదా! మొదట్లో సిడబ్ల్యుసి నిర్ణయం ప్రకటించినప్పుడు ఆయన ఏం చెప్పారు? "రాజధానికి

నాలుగు లక్షల కోట్లు ఇవ్వాలి" అన్నారు. ఇప్పుడు ముందుకు వచ్చి చెప్పమనండి, ఎన్నివేల కోట్లు అవసరమో? ఆయన సంప్రదింపుల్లో పాల్గొనక పోయివుంటే రాజధానికి 4 లక్షల కోట్లు అని ఎలా అనగలిగారు? ఇదే పత్రికల్లో వచ్చింది. మీ నాయకుణ్ణి అడగండి అన్నారో లేదో? ఈ పార్టీలు అవలంబించిన అవకాశవాద వైఖరుల వల్లే ఈ పరిస్థితి వచ్చింది. కాంగ్రెస్ అధికారంలో వుంది కాబట్టి నిర్ణయం వారే తీసుకోవాలి. నిర్ణయించే వరకూ ఒత్తిడి చేసి, నిర్ణయించాక కాంగ్రెస్ ని మాత్రమే తప్పుబట్టడం సరికాదు. ప్రతి పార్టీ ప్రతి ఒక్కరూ ఇందుకు బాధ్యులే! ఆఖరికి బాధపడేది మాత్రం పార్టీలు గాదు తెలుగు ప్రజలే!! ఆఖరికి నష్టపోయింది తెలుగు ప్రజలే. సిడబ్ల్యుసి నిర్ణయం ప్రకటించిన రోజు నుంచీ నేను హైదరాబాద్ ను యుటి చెయ్యమని అడుగుతూనే వున్నా, హైద్రాబాద్ అభివృద్ధికి కారణం తెలుగు ప్రజల సమష్టి కృషి ఫలితమేనన్న విషయం మర్చిపోకూడదు. గత 58 సంవత్సరాల తెలుగు ప్రజల ఉమ్మడి కృషి ఫలితమే హైద్రాబాద్. అది జాయింట్ ప్రాపర్టీ. 1972 లో వెంకయ్యనాయుడు విద్యార్థిగా ఉన్నప్పుడు, జై ఆంధ్ర ఉద్యమంలో ఎవ్వరూ హైద్రాబాద్ లో ఉండాలని కోరుకోలేదు. ఇప్పుడెందుకు కలిసుందా మంటున్నారు? ఎందుకంటే, అందరి ప్రయోజనాలూ హైద్రాబాద్ తో ముడిపడి ఉన్నందువల్ల. అందుకే నేను హైద్రాబాద్ యుటి కావాలంటున్నా. గత ముప్పైఏళ్లలో సీమాంధ్ర ప్రాంతీయుల వల్ల హైద్రాబాద్ అభివృద్ధి చెందింది కాబట్టి.

జైట్లీ: పాయింట్ ఆఫ్ ఆర్డర్

మంత్రివర్గ సభ్యుని హోదాలో సభ్యుడు మాట్లాడుతున్నారు. ఒక మంత్రివర్గ సభ్యుడు, ప్రధానమంత్రి సమక్షంలో, "నా ప్రభుత్వం తెలంగాణకు అనుకూలం నాకు మాత్రం కొన్ని అభ్యంతరాలున్నాయి" అని అనవచ్చా?

ఆయన ఎవరి తరఫున మాట్లాడుతున్నారు? కాంగ్రెస్ తరఫునా? మంత్రివర్గం తరఫునా? మంత్రి మండలి తీసుకున్న నిర్ణయానికి వ్యతిరేకంగా ఒక మంత్రి మాట్లాడవచ్చా? ఆయన గుండె ఘోష చెప్పాలనుకుంటే, ముందు మంత్రి పదవికి రిజైన్ చెయ్యాలి. అది వదిలేసి విలువలు, మాట మీద నిలబడటం అంటూ చదువుతున్నారు. ఆయన తెలంగాణను వ్యతిరేకిస్తున్నారు. కానీ తెలంగాణని సమర్థిస్తున్న మంత్రివర్గంలో కొనసాగుతున్నారు. ఆయన దృష్టిలో మాట మీద నిలబడటం అంటే అదేనేమో! మేము తెలంగాణకు అనుకూలం. పూర్వమూ ఇప్పుడూ కూడా! మేము ఎందుకు సవరణలు అడుగుతున్నామంటే, ప్రభుత్వం ప్రతిపాదించినట్లు లోపాలతో కూడిన తెలంగాణ ఆపటం కోసం. రాజ్యాంగబద్ధమైన తెలంగాణ ఏర్పాటుకోసం. అదీ మా పాయింట్.

సార్, ఒక మంత్రి, మంత్రిమండలి ఉమ్మడి నిర్ణయాన్ని వ్యతిరేకిస్తూ ఈ సభలో మాట్లాడవచ్చా? మీ ఆదేశం/నిర్ణయం కోరుతున్నాను.

డిప్యూటీ చైర్మన్: నన్ను రూలింగ్ ఇవ్వనివ్వండి. చిరంజీవిగారూ కూర్చోండి. నా తీర్పు చెప్పనివ్వండి.

వెంకయ్యనాయుడు: సార్, మీ రూలింగ్ ఇచ్చేముందు ఒక్క విషయం. నా మిత్రుడు నిజాన్ని విప్పి చెప్పినందుకు కృతజ్ఞతలు. ఆయనతో సంప్రదించలేదు. ఆయన మంత్రివర్గ సహచరులతో సంప్రదించలేదు. సిడబ్ల్యుసి ఎవ్వర్నీ పరిగణనలోకి తీసుకోకుండా, బిల్లు ఎప్పుడొస్తుందో, ఎలా ఉంటుందో చెప్పకుండా చేసారని ఆయన ఒక్క విషయం తెలుసుకోవాలి. ఆయన నాకు మంచి మిత్రుడు, మంచి నటుడు కూడా. అంటే, సభలో నటుడు అని కాదు. చిరంజీవిగారూ, ఆయన రాష్ట్రంలో అత్యంత ప్రఖ్యాతి చెందిన నటుల్లో ఒకరని చెప్పక తప్పదు. ఇక్కడ పాయింట్ ఏమిటంటే, నేను ఈ పార్లమెంట్లో అనేక సంవత్సరాలుగా సభ్యుణ్ణి. మంత్రిమండలి నిర్ణయాన్ని వ్యతిరేకిస్తూ మంత్రి మాట్లాడకూడదని అనేకసార్లు రూలింగ్ చెప్పారు. నిర్ణయం ఆయనకు ఇష్టం లేకపోతే మంత్రిమండలిలో ఉండకూడదు. మంత్రిమండలిలో కొనసాగాలంటే నిర్ణయాన్ని ఒప్పుకోవాలి. నిర్ణయం మీద తన అసమ్మతి తెలియజేయాలంటే మంత్రివర్గ సమావేశంలో తెలియజేయాలి. లేదా మీ పార్టీ మీటింగ్ లో చెప్పాలి. రాజ్యసభలో మాట్లాడకూడదు. మాకు మార్గదర్శకంగా రూలింగ్ ఇవ్వవల్సిందిగా చైర్మన్ గారిని కోరుతున్నా.

డిప్యూటీ చైర్మన్: నన్ను రూలింగ్ ఇవ్వనివ్వండి. మొట్టమొదటగా, అధికార పక్షం తరఫున ఎవరు మాట్లాడాలో నిర్ణయించేది వారే. ఆ విషయంలో అధ్యక్షస్థానం ప్రమేయమే ఉండదు. రెండవది, మంత్రిగానీ, సభ్యుడుగానీ ఏం మాట్లాడాలో వారి నిర్ణయం. ఇలా మాట్లాడాలని అధ్యక్షులు చెప్పటానికి కుదరదు. మూడవది, గవర్నమెంట్లో వుంటూ గవర్నమెంట్ నిర్ణయాన్ని వ్యతిరేకించవచ్చా? ఇది సభ్యుడి నైతిక విచక్షణకు చెందిన విషయం. చిరంజీవిగారూ, మీరు కొనసాగించండి.

చిరంజీవి: కృతజ్ఞతలు. నాయుడుగారు నేను తెరమీదే కాని ఇక్కడ నటుణ్ణి కాదు అన్నారు. దానిని ఒక అభినందన సర్టిఫికెట్ గా భావిస్తున్నా. నేను ఎవరి తరఫున మాట్లాడుతున్నాననేగా ప్రశ్న? నేను గాయపడిన ప్రజల తరఫున మాట్లాడుతున్నా. మనమందరమూ ప్రజా ప్రతినిధులం. ప్రజల ఆవేదన వ్యక్తం చేయాలి.

డిప్యూటీ చైర్మన్: ఇక ముగించండి.

చిరంజీవి: ముగిస్తున్నా! గత మూడు దశాబ్దాలుగా హైదరాబాదులో ఐ.టి రంగంలో గానీ, వైద్య సినిమా రంగంలో గానీ, అభివృద్ధి జరిగిందంటే అది సీమాంధ్ర ప్రజల సహకారం వల్లనే. అందుకే హైదరాబాదును UT చేయమంటున్నాం. పదేళ్లు ఉమ్మడి రాజధాని అన్నారు. రాజ్యాంగ ప్రకారం ఉమ్మడి రాజధాని అనే పదానికి అర్థమేమిటో నాకు తెలియదు. ఉమ్మడి రాజధాని అంటే UT అయ్యుండాలి. అప్పుడే రెండు ప్రభుత్వాలు పని చేసే అవకాశం

ఉంటుంది. అవశేష ఆంధ్రప్రదేశ్ ముఖ్యమంత్రి హైదరాబాదులో కూర్చొని పరిపాలన చేస్తారు.

డిప్యూటీ చైర్మన్: ముగించండి.

చిరంజీవి: చండీగఢ్ లాగే హైదరాబాద్ ను యుటి చెయ్యాలి. హైద్రాబాద్ విద్యాఉపాధి రంగాలకి జీవనరేఖ లాంటిది. ప్రజలు భౌతికంగా, ఉద్వేగపరంగా హైద్రాబాద్ తో ముడిపడి వున్నారు. అందుకే నేను యుటి చెయ్యమంటున్నా. కాని మనం ఉమ్మడి రాజధాని అని అంటున్నాం. రాజ్యాంగంలో ఉమ్మడి రాజధాని అనే పదమే లేదని మనందరికీ తెలుసు.

డిప్యూటీ చైర్మన్: ముగించండి దయచేసి.

చిరంజీవి: అయిపోయింది. సార్, తెలుగు ప్రజల ఆత్మగౌరవం, మర్యాద కాపాడండి. వారి హక్కుల్ని కాల రాయకండి. అందుకే నేను యుటి అడుగుతున్నా. కనీసం ఆ పదేళ్లూ, ఆ మానసిక సౌకర్యం, ఇది నాది అనే భావన కల్పించాలి. గర్వంగా జీవించగలగాలి. సీమాంధ్ర నిర్మాణం జరిగి, అవకాశాలు పెంచుకున్న తర్వాత, అది తెలంగాణలో భాగమైపోతుంది. దయచేసి బిల్లులో ఈ సవరణ తీసుకురావాలని కోరుతున్నా. అలాగే బాగా వెనకబడ్డ కర్నూలు, అనంతపూర్ జిల్లాలు తెలంగాణలో కలిపితే, వారి తీవ్రమైన నీటి సమస్య కూడా పరిష్కరించబడుతుంది. అలాగే పోలవరం చాలా ముఖ్యమైనది. మొట్టమొదటి నదుల అనుసంధానం ప్రాజెక్ట్. పోలవరం ఏ ఇబ్బందులూ లేకుండా పూర్తికావాలని నేను అనేకసార్లు కోరాను. కేంద్రమే పూర్తి బాధ్యత తీసుకుని పూర్తి చేయాలి. ముంపునకు గురయ్యే గ్రామాలన్నీ ఆంధ్రప్రదేశ్ లో కలిపితే, ఆటంకాలు లేకుండా ప్రాజెక్ట్ పూర్తవుతుంది. ఇక ఆస్తులూ, అప్పులూ నిష్పత్తి ప్రకారం పంచాలి. సీమాంధ్రకు ఎదురయ్యే లోటు భర్తీకి ఏర్పాటు చేయాలి. ఈ లోటు భర్తీకి ఆర్థిక ప్యాకేజీ ఉండాలి. ఆంధ్రప్రదేశ్ కి స్పెషల్ కేటగిరి స్టేటస్ ఇవ్వాలి. పదేళ్లపాటు పన్ను రాయితీలు, మినహాయింపులు ఇస్తే అభివృద్ధికి అవకాశం ఉంటుంది. ఉత్తరాంధ్ర, రాయలసీమలకు ప్యాకేజీ ఇవ్వాలి. మంత్రిగారిక్కడే వున్నారు. వారి దయతో ఈ ప్రాంత అభివృద్ధిని ఆశీర్వదించాలి. అందరికీ సమాన న్యాయం కలగాలని కోరుకుంటూ, ఈ సవరణలు చేయకుండా ఈ బిల్లు పాస్ కాకూడదని గట్టిగా కోరుకుంటున్నాను. థ్యాంక్యూ.

డిప్యూటీ చైర్మన్: ఇప్పుడు కుమారి మాయావతి.

మాయావతి: ఉపసభాపతిగారూ! దక్షిణ రాష్ట్రమైన ఆంధ్రప్రదేశ్ నుంచి తెలంగాణ అనే కొత్త రాష్ట్రాన్ని ఏర్పరచటం ఆనందదాయకం.

...అంతరాయం...

డిప్యూటీ చైర్మన్: మహిళను గౌరవించండి. దయచేసి ఇలా చేయకండి. గౌరవనీయులైన మహిళా సభ్యురాలు..

మాయావతి: మా పార్టీ దీనిని సమర్థిస్తోంది.

డిప్యూటీ చైర్మన్: (అంతరాయం కలిగిస్తున్న సభ్యులను ఉద్దేశించి) అలా చెయ్యవద్దు, సహకరించండి.

మాయావతి: ఆఖరుగా నిర్ణయం...

డిప్యూటీ చైర్మన్: (అంతరాయం కలిగిస్తున్న సభ్యులను ఉద్దేశించి) ఇలా చేయకండి. తృణమూల్ కాంగ్రెస్ ఒక మహిళ నాయకత్వంలోని పార్టీ. మీరు సీనియర్ సభ్యులు.

మాయావతి: ఆంధ్రప్రదేశ్ విభజన బిల్లు తెచ్చారు. ఆంధ్రప్రదేశ్ రెండు భాగాలు చేయబడుతోంది.

డిప్యూటీ చైర్మన్: ఒక మహిళ మాట్లాడుతుంటే ఆపకండి. మీ లీడర్ మిమ్మల్ని శిక్షిస్తారు. ఇలా చేస్తున్నందుకు మీ లీడర్ మిమ్మల్ని శిక్షిస్తారనే అనుకుంటున్నాను.

మాయావతి: సీమాంధ్ర, తెలంగాణలకు పదేళ్ల పాటు హైదరాబాద్‌ను ఉమ్మడి రాజధానిగా ఉంచారు. దీనివల్ల చాలా సమస్యలు తేలికగా పరిష్కరించబడవు. అంతేకాక ఈ విషయమై కూడా ఘర్షణలు తలెత్తుతాయి. ఉపసభాపతిగారూ, పంజాబ్, హర్యానాలకు చండీగఢ్ ను రాజధాని చేసిన విషయం విదితమే. ఇప్పటికీ ఆ రెండు రాష్ట్రాల్లోనూ వేరు వేరు రాజధానుల కోసం ఉద్యమాలు నడుస్తున్నాయి. ఈ రెండు రాష్ట్రాలకీ రాజధానులు తొందరగా ఏర్పాటు చెయ్యాలి. ఎందుకంటే పదేళ్లు సుదీర్ఘ సమయం. దీనివల్ల రెండు రాష్ట్రాలకీ పెద్ద లాభమేమీ కలగదు. ఇంతకు ముందు మధ్యప్రదేశ్ నుంచి ఛత్తీస్ ఘడ్, బీహార్ నుంచి ఝార్ఖండ్, ఉత్తర్ ప్రదేశ్ నుండి ఉత్తరాఖండ్లు ఏర్పాటు చేసినప్పుడే వేరు వేరు రాజధానులు కూడా నిర్ణయించబడటం వల్ల, ఇప్పుడా మూడు రాష్ట్రాల్లో పరిస్థితులు కొంచెం బాగానే నడుస్తున్నాయి. (అంతరాయం) తెలంగాణ రాష్ట్రం ఏర్పడుతున్న ఈ సమయంలోనే సీమాంధ్రకు స్పెషల్ ప్యాకేజీ ఇవ్వాలని మీ ద్వారా ఈ ప్రభుత్వానికి విజ్ఞప్తి చేస్తున్నాను. సీమాంధ్రకు స్పెషల్ ప్యాకేజీతోపాటు తెలంగాణ రాష్ట్రం విషయంలో కూడా ప్రత్యేక శ్రద్ధ తీసుకోవాలని కోరుతున్నాను. ఎందుకంటే తెలంగాణ చాలా వెనుకబడిన రాష్ట్రం. అక్కడి ఎస్సీ, ఎస్టీ, వెనుకబడిన, ఇంకా అప్పర్ క్యాస్ట్ ప్రజలందరూ కూడా చాలా పేదరికంలో మగ్గుతున్నారు. వారి పరిస్థితి ఏమీ బాగోలేదు. అందుచేత మీరు సీమాంధ్రకు స్పెషల్ ప్యాకేజీ ఇచ్చేటప్పుడు తెలంగాణకు కూడా స్పెషల్ ప్యాకేజీ ఇవ్వాలి. ఇది చాలా అవసరం. లేకపోతే, తెలంగాణ రాష్ట్రం ఏర్పాటు వలన ఏ ప్రయోజనమూ కలగదు.

...అంతరాయం...

అందుకే నేను చెప్తున్నా. సీమాంధ్రకు ప్రత్యేక ప్యాకేజీ అంటున్నప్పుడే, తెలంగాణకు కూడా ప్రత్యేక ప్యాకేజీ ఇవ్వాలి.

...అంతరాయం...

దేశంలో ఎన్నో రాష్ట్రాల ఆర్థికస్థితి బాగోలేదు. ఉత్తరప్రదేశ్ ఆర్థికస్థితి బాగోలేదు. నా నాయకత్వంలో అక్కడ ప్రభుత్వం నడుస్తున్నప్పుడు, ప్రత్యేక ప్యాకేజీ కావాలని మేము అనేకసార్లు కేంద్రాన్ని కోరాం. కానీ ఇవ్వలేదు.

...అంతరాయం...

ఇదే విధంగా బీహార్, ఛత్తీస్‌గఢ్, ఒడిశాలు కూడా అడిగాయి. ఎవరైతే అడుగుతున్నారో వాళ్లకి స్పెషల్ ప్యాకేజీ ఇవ్వాలి.

సీమాంధ్రకు వేరే ప్యాకేజీ ఇవ్వాలనే నిర్ణయం తీసుకునే సమయంలోనే తెలంగాణకు ఇవ్వాలి. పరిస్థితి బాగులేని ఇతర రాష్ట్రాలకు ఇవ్వాలి. స్పెషల్ ప్యాకేజీ విషయంలో కేంద్రం రాజకీయాలు చేయకూడదు. రాజకీయ స్వార్థమున్న చోట స్పెషల్ ప్యాకేజీలు ఇవ్వటం, లేనిచోట ఇవ్వకపోవటం, ఆ రాష్ట్రాల్ని విస్మరించటం, సరైన పద్ధతి కాదు.

...అంతరాయం...

ఉపసభాపతిగారూ, తెలంగాణ సులువుగా ఏర్పడటం లేదనేది రహస్యమేమీ కాదు. అనేక సంవత్సరాల ప్రజాపోరాటాలు జరిగాయి. నిజానికిది చాలా ఏళ్ల ముందే ఏ పోరాటాలూ లేకుండా జరిగి ఉండాల్సింది (అంతరాయం). ఈ సందర్భంగా కేంద్ర ప్రభుత్వం, రాష్ట్ర పునర్విభజన కమిషన్ ద్వారా ఒక్క ఆంధ్రప్రదేశ్ కాకుండా, దేశంలోని ఇతర పెద్ద రాష్ట్రాలను కూడా విభజించి ఉండాల్సింది. (అంతరాయం) భారత రాజ్యాంగ నిర్మాత పరమపూజ్య బాబా సాహెబ్ అంబేద్కర్ కూడా, పెద్ద రాష్ట్రాల వల్ల ప్రజల అభివృద్ధి కష్టమని, చిన్న రాష్ట్రాలు, చిన్న జిల్లాలు, చిన్న తాలూకాలను సమర్థించారు. ఇలా జరగటం వల్ల, ప్రభుత్వాలు ప్రతి విషయంలోనూ ప్రజలతో నేరుగా సంబంధం కలిగి మంచి ఫలితాలు రాగలవు. అంటే, మంచి అభివృద్ధి జరుగుతుంది. బాబా సాహెబ్ అంబేద్కర్ ఆలోచనలతో ప్రభావితమై, ఉత్తర్ ప్రదేశ్ ల మా పార్టీ అధికారంలో ఉన్నప్పుడు, ఉత్తరా ఖండ్, ఉత్తర్ ప్రదేశ్ లో భూభాగమే, మేము ప్రతిపాదన పాస్ చేసి సెంట్రల్ గవర్నమెంట్‌కి పంపాం. ఉత్తరాఖండ్ ఏర్పడకముందు, కొండప్రాంతాలలో, దూరదూరంగా ఉన్న ఏరియాలు జిల్లాలుగా బ్లాకులుగా, తాలూకాలుగా ఏర్పాటు చేశాం. అయినా, ఉత్తరప్రదేశ్ ఇంకా అతిపెద్ద రాష్ట్రమే. 20 కోట్లకు మించి జనాభా ఉంది. గతంలో మా పార్టీ అధికారంలో ఉన్నప్పుడు అంటే నా నాయకత్వంలో నాలుగోసారి ప్రభుత్వం ఏర్పడినప్పుడు, **ఉత్తరప్రదేశ్ రాష్ట్ర సంపూర్ణ అభివృద్ధి కాంక్షిస్తూ, మా పార్టీ నడుపుతున్న ప్రభుత్వం, ఉత్తరప్రదేశ్ రాష్ట్రాన్ని పశ్చిమ యూపీ, బుందేల్ ఖండ్, పూర్వాంచల్, అవధ్ – నాలుగు రాష్ట్రాలుగా విభజించాలని అసెంబ్లీ తీర్మానం చేసి కేంద్ర ప్రభుత్వానికి పంపించాం. కానీ కేంద్రం ఇప్పటివరకూ ఆ విషయాన్ని పట్టించుకోకపోవటం అత్యంత విషాదకరం. ఎక్కడ వారికి రాజకీయ ప్రయోజనాలుంటాయో అక్కడే పట్టించుకుంటారని స్పష్టమవుతోంది. కేంద్రానికి మేము ఎన్నిసార్లు చెప్పినా పట్టించుకోకపోవటమే అత్యంత**

విషాదకరం. ఉత్తరప్రదేశ్ వలె మహారాష్ట్రలో విదర్భ డిమాండ్ చాలాకాలం నుంచి ఉంది. ఇంకా చాలా రాష్ట్రాల్లో ఇలాంటి డిమాండ్లు ఉన్నా కేంద్రం పట్టించుకోలేదు.

ఉపసభాపతిగారూ, ఇలాగే చాలా రాష్ట్రాల్లో విభజన సమస్యతోపాటు మరొక సమస్య చాలా గంభీరంగా తలెత్తుతోంది. కొన్ని రాష్ట్రాల్లో ఓబీసీలు తమని ఎస్సీల్లో చేర్చాలని కోరుతున్నారు. ఉత్తరప్రదేశ్ లో 17 ఓబీసీ కులాలు ఎస్సీల్లో చేర్చమంటున్నారు. పెద్ద పెద్ద రాష్ట్రాలు విభజించి చిన్న ముక్కలుచెయ్యాలి. అదేవిధంగా దేశంలోని అనేక ఓబీసీ కులాలు, వారి రాష్ట్రాల్లో ఎస్సీలుగా చేర్చమంటున్నారు. ఉత్తర్ ప్రదేశ్లో 17 కులాలు (అంతరాయం) ఇదే విధంగా దేశమంతా ఈ సమస్యలున్నాయి. ఉపసభాపతిగారూ, మీ ద్వారా కేంద్రాన్ని కోరుతున్నాను. ఇదే సందర్భంగా ఒక జాతీయస్థాయి కమిషన్ నియమించి ఒక విధానాన్ని ఖరారు చెయ్యండి. ఈ విషయమై మా పార్టీ సలహా ఏమిటంటే, ఎక్కడెక్కడ ఓబీసీ కులాల్నిఎస్సీ, ఎస్టీలుగా చేరుస్తారో, ఆయా రాష్ట్రాల్లో ఓబీసీ కోటా తగ్గించి ఎస్సీ, ఎస్టీ కోటా అదే దామాషాలో పెంచండి. అలా చేయకపోతే ఓబీసీలకు తాత్పర్యమేమిటంటే, ఈ దేశంలో పెద్ద పెద్ద రాష్ట్రాల విభజన సమస్య ఎలాంటిదో, వివిధ రాష్ట్రాలలో ఓబీసీల పరిస్థితి సమస్యా అలాంటిదే. వారు ఎస్సీ, ఎస్టీలు కావాలనే కోరుకుంటున్నారు. ఈ విషయంలో కేంద్రం తప్పకుండా దృష్టి సారించాలి. (అంతరాయం) ఉపసభాపతిగారూ, ఈ దేశంలో బాబా సాహెబ్ అంబేద్కర్ అధిక ప్రయాసవల్ల ఎస్సీ, ఎస్టీలకు ఏవైతే రిజర్వేషన్లు లభించాయో, వాటిని నెమ్మది నెమ్మదిగా నిష్ప్రభావంగా మార్చే ప్రయత్నాలు జరుగుతున్నాయి. అంతేకాదు, ఎస్సీ, ఎస్టీ పదోన్నతులలో రిజర్వేషన్లను నిష్ప్రభావం చేసేశారు. రాజ్యసభలో ప్రమోషన్ల రిజర్వేషన్ల బిల్లు అందరూ కలసి 'పాస్' చేశారు. లోక్ సభలో మాత్రం ఇంకా పెండింగ్ లో ఉంచారు. నేను కేంద్ర ప్రభుత్వాన్ని కోరుతున్నా. ప్రధాని కూడా సభలోనే ఉన్నారు. అవసరమైతే లోక్ సభ గడువు పొడిగించి, ఈ బిల్లు, ప్రమోషన్ల బిల్లు పాస్ చేయించాలి. ఎస్సీ, ఎస్టీల రిజర్వేషన్ల విషయమై ప్రతిసారీ ఏదో ఒక సమస్య తలెత్తుతూనే ఉంటోంది. దీనిని భారత రాజ్యాంగంలోని తొమ్మిదో షెడ్యూల్లో చేర్చినట్లయితే, శాశ్వతంగా ఈ సమస్యలు ముగుస్తాయి. ఈ మాటలతో పాటు, తెలంగాణ రాష్ట్ర ఏర్పాటును సమర్థిస్తూ, ఉత్తరప్రదేశ్ - ఇతర పెద్ద రాష్ట్రాల విభజన విషయమై కూడా పునర్విభజన చేయమని కోరుతూ ఇంతటితో ముగిస్తున్నాను. ధన్యవాదాలు.

ఎన్.కె. సింగ్ (బీహార్): (1964 బ్యాచ్ ఐఏఎస్ ఆఫీసర్. ప్రధాని వాజ్ పేయి దగ్గర ప్రిన్సిపల్ సెక్రెటరీగా రిటైర్ అయ్యారు. జనతాదళ్ యునైటెడ్ సభ్యుడు)

సార్, ఈ దశలో బిల్లు యొక్క యోగ్యత గురించి నేను మాట్లాడను. బిల్లులో తీవ్రమైన లొసుగులు మాత్రం మీ ముందుంచుతాను. ఈ బిల్లుకు కారణాలూ, ఈ బిల్లు వల్ల సిద్ధించే ప్రయోజనాలూ, ఆబ్జెక్ట్స్, రీజన్స్ ఎక్కడా లేకుండా ప్రవేశపెట్టబడిన బిల్లు ఇది. మామూలుగా అన్ని బిల్లులకూ ఆబ్జెక్ట్స్, రీజన్స్ ఉంటాయి. మరొక విచిత్రమేమిటంటే ఈ బిల్లు ఫైనాన్షియల్ మెమోరాండమ్ లేకుండా ప్రవేశపెట్టబడింది. ఎంత ఆదాయం, ఎంత ఖర్చో చెప్పకుండా

బిల్లు, ఇది చాలా సీరియస్ అంశం. అలాగే, 94(1) 94(2) 94(3) 94(4)లో ఆర్థిక ప్యాకేజీ ప్రస్తావించారు. ఎక్కడ నుంచి ప్యాకేజీ రాయితీలు వస్తాయి, ఎవరు దానిని అమలుచేస్తారో చెప్పనేలేదు. ఈ ప్యాకేజీ అమలుచేయవలసిన యంత్రాంగం ఈ బిల్లులో తీవ్రమైన వివక్ష ప్రదర్శిస్తున్నారు. సీమాంధ్రకు స్పెషల్ ప్యాకేజీని మేమందరమూ అంగీకరిస్తున్నాం. సీమాంధ్రకు స్పెషల్ కేటగిరీ స్టేటస్ మేమంగీకరిస్తున్నాం. కానీ ఇక్కడ పక్షపాతముంది. ఇతర రాష్ట్రాల్ని రాజకీయంగా వివక్షకు లోను చేస్తున్నారు. బీహార్ రాష్ట్రానికి స్పెషల్ కేటగిరీ స్టేటస్ ఇచ్చే అంశం, చాలా కాలంగా పెండింగ్ లో ఉంది. ఆర్థిక మంత్రి బడ్జెట్లోనే ఈ అంశాన్ని ప్రసావిస్తూ ప్రక్రియ ప్రారంభమైందని అన్నారు. **రఘురాం రాజన్ అధ్యక్షతన ఒక కమిటీని పరిశీలించటానికి నియమించారు. 26 సెప్టెంబర్ న కమిటీ తన సిఫార్సులు అందించింది. స్పెషల్ కేటగిరి స్టేటస్ పూర్తిగా తీసేయాలని, బాగా వెనుకబడ్డ రాష్ట్రాలను గుర్తించాలని కమిటీ సిఫార్స్ చేసింది.** ఒడిశా, వెస్ట్ బెంగాల్, ఉత్తరప్రదేశ్, బీహార్, రాజస్థాన్, మధ్యప్రదేశ్ రాష్ట్రాలను ఆ కమిటీ గుర్తించింది. కానీ, సార్, కమిటీ రిపోర్టు మీద ప్రభుత్వం నిర్ణయం తీసుకోలేదు. సీమాంధ్రకు స్పెషల్ కేటగిరీ స్టేటస్ ఇవ్వాలని బిల్లులో ప్రతిపాదిస్తున్నట్లుగానే, రఘురాం రాజన్ గుర్తించిన ఏడు రాష్ట్రాలకూ కూడా ఆ సౌకర్యం ఇవ్వాలి. బడ్జెట్ స్పీచ్ చెప్పిన విధంగా ప్రధాని, ఆర్థిక మంత్రి, బాగా వెనుకబడిన రాష్ట్రాల విషయం దుమ్ము దులిపి బైటకు తీసి, ఈ సభలో ఇచ్చిన మాటను నిలబెట్టుకోవాలని కోరుచున్నాను. సెంట్రల్ గవర్నమెంట్ కి అంత విశాల దృక్పథం ఉంటుందని, ఈ ఆఖరు సమయంలో అంతటి కీలక నిర్ణయం తీసుకుంటారనే నమ్మకం లేనందువల్ల, మేమీ ఓటింగ్ లో పాల్గొనటం ఏమంత ప్రయోజనకరంగా భావించటం లేదు.

యేచూరి: విభజనను వ్యతిరేకిస్తున్నాను. నా పార్టీ కూడా వ్యతిరేకిస్తోంది, వ్యతిరేకిస్తూ నినాదాలు చేస్తున్న సభ్యులు నేను కూడా వ్యతిరేకిస్తున్నానని పట్టించుకోకపోవటం దురదృష్టం.

డిప్యూటీ చైర్మన్: యేచూరి మిమ్మల్ని సపోర్టు చేస్తున్నారు. అయినా మీరు ఆపుచేయరే?

యేచూరి: ఈ విభజనను మేము వ్యతిరేకిస్తున్నాం. ఈ దేశానికి ఈ చర్య హాని చేస్తుంది. గుర్తు చేసుకోండి అధ్యక్షా! స్వాతంత్ర్యం వచ్చిన పదేళ్ల తర్వాత, రాజ్యాంగంలోని మొదటి క్లాజుకు మనం అంగీకరించాం. అదేమిటి? "ఇండియా రాష్ట్రాల సమాహారం". "ఇండియా అంటే భారత్ ఒక రాష్ట్రాల సమాహారం". అప్పుడొక ప్రశ్న ఉత్పన్నమయింది. రాష్ట్రం అంటే ఏమిటి. చర్చలూ, ఉద్యమాలూ విరివిగా జరిగాక, భాష ప్రాతిపదికన రాష్ట్రం ఉండాలని నిర్ణయమయింది.

ఆంధ్రప్రదేశ్ కు చెందిన మొట్టమొదటి ఆత్మత్యాగం చేసిన పొట్టి శ్రీరాములు ఆశయం మేరకు భాషాప్రయుక్త రాష్ట్రం, విశాలాంధ్ర ఏర్పడింది. విషాదం ఏమిటంటే, ఇప్పుడు ఆ ఆంధ్రప్రదేశ్ విడదీయబడుతోంది. విశాలాంధ్ర నినాదం తర్వాతే సంయుక్త మహారాష్ట్ర, ఐక్య

కేరళ వంటి ఉద్యమాలు ప్రారంభమయ్యాయి. ఈ రోజు ఆ రాష్ట్రం విడదీస్తున్నారు. మొదటినుంచీ ఈ విభజనను మేము వ్యతిరేకిస్తూనే ఉన్నాం. అందుకే వెంకయ్యనాయుడుగారు తప్పుడు అభిప్రాయం కల్గించేలా మాట్లాడినప్పుడు నేను లేచి సవరించాను. మేమెప్పుడూ ఈ విభజనను అంగీకరించలేదు. నేను వ్యక్తిగతంగా కూడా ఈ విభజన ఉద్యమాల వల్ల నష్టపోయాను. 40 ఏళ్ల క్రితం ప్రత్యేకాంధ్ర ఉద్యమ సమయంలో మేము రెండేళ్లు కోల్పోయాం. అప్పుడు ఇందిరాగాంధీ రాజ్యాంగంలో 371 డి ని చేర్చి, రాజ్యాంగ సవరణ చేశారు. అదే సరిగ్గా అమలు జరిగివుంటే, ఈ రోజు ఈ స్థితి వచ్చేదికాదు. ఆర్థిక ప్యాకేజీలు కావాలంటూ కాంగ్రెస్, బిజెపి పార్టీలు బేరాలాడటం అత్యంత దురదృష్టకరం. ఈ రెండు పార్టీల 'మ్యాచ్ ఫిక్సింగ్' విభజనకు కారణం సార్. గురజాడ అప్పారావు గారి మాట నేను చెప్పదలిచా, "దేశమంటే మట్టికాదోయ్ దేశమంటే మనుషులోయి". ఈ రోజు మనుషుల్ని విడదీస్తున్నారు. భాష కారణంగా కలిసిన మనుషుల్ని విడగొట్టేస్తున్నారు. కొన్ని ప్రయోజనాలకోసం ఈ పని చేస్తున్నారు. ఎన్నికలు దృష్టిలో పెట్టుకుని కాంగ్రెస్ ఈ అవకాశవాద చర్యకు పాల్పడింది. రెండు యుపిఏ ప్రభుత్వాలూ ఆంధ్రప్రదేశ్ సీట్ల మీదే నిలబడ్డాయి. మొదటిసారి 37, రెండోసారి 33. ఇప్పుడేమీ సీట్లొచ్చే అవకాశం లేకపోవడంతో, రాష్ట్రాన్ని విడదీసి లబ్ధి పొందాలని ఆలోచన చేశారు. కేవలం ఎన్నికలకోసం జరుగుతున్న ఈ విభజన వల్ల ఎంత నష్టం వాటిల్లుతుందో, అరాచకత్వం ప్రబలుతుందో, నీటికోసం, విద్యుత్ కోసం, ఉమ్మడి ప్రాజెక్టుల కోసం ఎన్ని ఆటంకాలు ఎదురవుతాయో! ఈ బిల్లును లోక్ సభకు తిప్పి పంపుతూ, భాషాప్రయుక్త రాష్ట్రాల విచ్ఛిన్నానికి ఈ సభ అంగీకరించదని తెలియజేయాలని నేను కోరుకుంటున్నా! ఈ బిల్లును స్పష్టంగా వ్యతిరేకిస్తూ, కాంగ్రెస్ బిజెపి పార్టీలు ఈ మ్యాచ్ ఫిక్సింగ్ ఆపి, భారతదేశ భవిష్యత్తుకే ముప్పుగా పరిణమించే ఆంధ్రప్రదేశ్ విభజన విరమించుకోవాలని కోరుతున్నా. నాకు గుర్తుంది సార్, భిన్నత్వంలో ఏకత్వం ఇదే ఇండియా... భిన్నత్వంలో ఏకత్వం అనేది భాషల ఏకత్వానికి ఉదాహరణ.

ఆ ప్రాతిపదికను ఒక చోట మీరు పాడుచేస్తే, ఇక దీనికి అంతమే ఉండదు. ఒక తేనెతుట్టెను కదుపుతున్నారు. మీరు దేశానికి ఈ అపకారం తలపెట్టవద్దు. అందుకే, మీరు చేస్తున్న సవరణల జోలికి నేను పోను. నేను విభజననే వ్యతిరేకిస్తున్నా. కాని సంపదను విభజిస్తున్నప్పుడు అందర్నీ సమానంగా చూడాలి. ఏ రాష్ట్రానికీ సవతితల్లి ప్రేమ అందించకూడదు. ప్రధానమంత్రిగారికి, ఈ సభ వివేకానికి నేను వదిలేస్తున్నా. మీరు చేస్తున్న విభజన పర్యవసానాలు అర్థం చేసుకోండి. దీని పర్యవసానం ఇండియాకు మంచి చెయ్యదు. మీ చర్యవల్ల దేశంలో ఏర్పడబోయే అల్లకల్లోలాల్ని అంచనా వేయాలి. అందుకే మీ చర్యను మేము సమర్థించం, తేనెతుట్టెను తెరవడానికి అంగీకరించం. రేపు ఘూర్ఖాలాండ్ అడుగుతారు. మళ్లీ చెప్తున్నా, తేనెతుట్టె మీద రాయి వేయకండి. ఈచర్య దేశానికి మంచిది కాదు.

ప్రొ.రాంగోపాల్ యాదవ్: (ఉత్తరప్రదేశ్): అధ్యక్షా! నేనీ బిల్లును సర్వశక్తులతో వ్యతిరేకిస్తున్నాను. ఇది ఆంధ్రప్రదేశ్ రాష్ట్ర విభజన కాదు. ప్రజల హృదయాల మధ్య అగాధం సృష్టిస్తోంది. పండిట్ జవహర్ లాల్ నెహ్రూ నుండి ఇందిరాగాంధీ వరకూ, రాష్ట్రాల విభజనను వ్యతిరేకించారు.

పండిట్ నెహ్రూ, పెద్ద రాష్ట్రాలే దేశాన్ని కలిపి వుంచే 'సిమెంట్'లా పనిచేస్తాయని నమ్మేవారు. సర్దార్ పటేల్ ఏర్పరిచిన యూనియన్ ను విచ్ఛిన్నం చేస్తున్నారు. పటేల్, నెహ్రూ, ఇందిరల ఆలోచనలను విచ్ఛిన్నం చేస్తున్నారు. అధ్యక్షా! రాజ్యాంగం ప్రకారం రాష్ట్రాలలో లా అండ్ ఆర్డర్ కేంద్రం తీసుకునే అవకాశమే లేదు. కానీ ఈ బిల్లులో రాజ్యాంగ విరుద్ధమైన, ఆ ప్రయత్నం కూడా జరుగుతోంది. న్యాయస్థానాలలో ఈ అంశం కొట్టి వేయబడుతుంది. ఇలాంటి పని, వివేకం లేకుండా ప్రభుత్వం చేస్తోంది. అధ్యక్షా! ఇది దేశ సమగ్రతకే పెద్ద విఘాతం. ఏ రాష్ట్ర విభజన జరిగినా అక్కడి ప్రజల అభీష్టం తెలుసుకుని, శాసనసభ అభిప్రాయంతో జరిగింది. మొట్టమొదటిసారిగా, శాసనసభ విభజన చెయ్యవద్దని నేను భావిస్తున్నాను. పొట్టి శ్రీరాములు మరణానంతరం, 1953లో మద్రాస్ నుండి ఆంధ్రరాష్ట్రం విభజిస్తున్న సమయంలోనే, ఈ సభలో విభజన వలన ఏర్పడబోయే భవిష్యత్ కష్టాల గురించి బాబా సాహెబ్ అంబేద్కర్ చెప్పి ఉన్నారు.

ఈ బిల్లు ఏ విధంగా పాస్ అయిందో, ఇక్కడ ఇప్పుడేమి జరుగుతోందో, ఇలా ఎప్పుడూ జరగలేదు. జరుగుతున్న అనర్థం మనల్ని దుఃఖితుల్ని చేయడమే కాదు. భవిష్యత్తరాలు, ఎందుకిలా చేశారని మనల్ని ప్రశ్నించి తీరతారు.

నేను మీ ద్వారా ఈ ప్రభుత్వాన్ని కోరుతున్నా, ప్రజాహితం కోరి ఈ బిల్లు వాపసు తీసుకోండి. ఈ దేశ సమగ్రత, అఖండతలకు ప్రమాదం వాటిల్లుతుంది. ఈ బిల్లును వ్యతిరేకిస్తూ ఇంతటితో ముగిస్తున్నా.

శ్రీమతి కనిమొళి (తమిళనాడు): ఏకాభిప్రాయం కావాలని, చాలా కాలంగా మా పార్టీ డీఎంకే మా నాయకుడు కలైజ్ఞర్ కరుణానిధి చెప్తూనే వచ్చాం.

డా. నజ్మా హెప్తుల్లా (మధ్యప్రదేశ్): సభ పొడిగించటానికి ఒప్పుకుంటారనుకుంటున్నా.

కొందరు సభ్యులు : ఎస్.

సీతారాం ఏచూరి: ఓటింగ్ ఎన్ని గంటలకో నిర్ణయించండి.

డిప్యూటీ చైర్మన్: వస్తా. మీ దగ్గరకొస్తా.

ఏచూరి: ఓటింగ్ టైం ఎప్పుడో నిర్ణయించమని అడగొచ్చా?

డిప్యూటీ చైర్మన్: తప్పకుండా చేద్దాం. మీ దగ్గరకొస్తా.

కనిమొళి: ఏకాభిప్రాయం దిశగా చర్యలు చేపట్టమని మేము చెప్పాం. నాలుగేళ్లయినా ప్రభుత్వం చేయలేక పోయింది. అన్నిటినీ మించి, ప్రజల భావనలు ప్రతిబింబించే **రాష్ట్ర అసెంబ్లీని**

పరిగణనలోకి తీసుకోవాలి. అది జరగలేదు. దేశం యొక్క ఫెడరల్ ప్రతిపత్తి మీదే ప్రశ్నలు తలెత్తుతున్నాయి. కేంద్ర ప్రభుత్వం రాష్ట్రాల హక్కులను హరించజాలదు. ఇది కొనసాగకూడదు. అందుకే మేము దీనిని వ్యతిరేకిస్తూ వాకౌట్ చేస్తున్నాం.

(కొందరు సభ్యులు సభ నుంచి వెళ్లిపోయారు)

సి.ఎం. రమేష్: (ఆంధ్రప్రదేశ్) సార్, ఇది పూర్తిగా చట్టవిరుద్ధమైన బిల్లు. నేను దీనిని వ్యతిరేకిస్తున్నా, అంతే.

వెంకయ్యనాయుడు: సార్, నేను మాట్లాడుతున్నప్పుడు చాలా గందరగోళం నడిచింది.

ఇప్పుడు సభ శాంతిగా ఉంది. చాలా సంతోషం. గౌరవ సభ్యులొకరు, గత ఐదు రోజులుగా 'వెల్'లో నిలబడే ఉండేవారు. ఇప్పుడు అక్కడే కూర్చున్నారు.

డిప్యూటీ చైర్మన్: నిలబడలేక అలసిపోయారు.

వెంకయ్యనాయుడు: వారి విషయమై నాకు పూర్తి సానుభూతి ఉంది.

డిప్యూటీ చైర్మన్: నా సానుభూతి కూడా ఉంది.

వెంకయ్యనాయుడు: ఇలా వెల్ లోకి రావడాన్ని సమ్మతించారా?

డిప్యూటీ చైర్మన్: 'వెల్' లో ఏం జరుగుతున్నా అది అధ్యక్షుని సమ్మతికి వ్యతిరేకంగా జరుగుతున్నదే. ఇది మంచి పార్లమెంటరీ విధానం కాదు. ఇది దుష్ప్రవర్తన, సహించలేని ప్రవర్తన!

వెంకయ్యనాయుడు: నేను ఇది దుష్ప్రవర్తన అనటం లేదు. అలా ఉండటం సబబే అనిపిస్తే, సభ కొనసాగించవచ్చు.

డిప్యూటీ చైర్మన్: నేను ఆయన అక్కడ ఉండటాన్ని అనుమతించలేదు.

('వెల్'లో కూర్చుండిపోయిన సభ్యుడు డా. కె.వి.పి. రామచంద్రరావు)

ప్రకాశ్ జావదేకర్ (మహారాష్ట్ర): ఉప సభాపతి మహోదయా, తెలంగాణ నిర్మాణం, సీమాంధ్రకు న్యాయం భారతీయ జనతా పార్టీ విధానం. ఎందుకంటే వారేమీ శత్రువులు కారు, పరస్పరం సహాయం చేసుకునేవారు కాబట్టి. తెలంగాణ కేసే (డిమెర్జర్) కలిపిన దానిని విడదీయటం మాత్రమే. 'తెలంగాణ' మొదటి ఎస్సార్సీ సిఫార్సు చేసినదే. ప్రధాన మంత్రిగారూ వినండి, ఈ రోజు సభలో జరుగుతున్న దానికి కాంగ్రెస్సే ప్రధాన కారణం. అటల్ బిహారీ వాజ్పేయి రాష్ట్రాల విభజన ఎలా చెయ్యాలో చూపించారు. మూడు రాష్ట్రాలు నిర్మించారు. ఇరువైపులా మిఠాయి పంచుకున్నారు. మీరొక్క రాష్ట్రం ప్రకటించి, సరిగ్గా తయారు చేయలేకపోయారు. రాష్ట్రం విభజించటం కాదు, ప్రజల్ని విభజించారు. ఇది కాంగ్రెస్ యొక్క అతిపెద్ద పరాజయం! ఇప్పుడే మీ మంత్రి చిరంజీవి మాట్లాడారు. ఆయన ఉపన్యాసం విన్నాక తెలుస్తోంది, మీరెంతటి కపట నాటకం రచించారో! మీరేం చేశారో, మీ మంత్రులు ఏం చెప్తున్నారో తెలుస్తోంది. మీ ముఖ్యమంత్రి, మీ మంత్రులు, మీ

పార్లమెంట్ సభ్యులు మిమ్మల్ని వ్యతిరేకిస్తున్నారు. మీ సభ్యులే మీ మీద అవిశ్వాసం ప్రవేశపెడతారు. రాష్ట్రం ఎలా విడదీయకూడదో మీరొక ఉదాహరణ చూపించారు. ఇది మీ రాజకీయ దివాలాకోరుతనం. ఎన్డీఏ 1999 మేనిఫెస్టోలో మూడు రాష్ట్రాలకు మాటిచ్చింది. మూడు రాష్ట్రాలు ఏర్పాటుచేశాం. మీరు పదేళ్లలో ఒక్క రాష్ట్రాన్ని సరిగ్గా ఏర్పాటు చేయలేకపోయారు. అదీ మీ రికార్డు.

చిరంజీవి హైదరాబాద్‌ను యూనియన్ టెరిటరీ చేయాలన్నారు. ఎట్టి పరిస్థితులలో అది కూడదు. హైదరాబాద్ తెలంగాణలో భాగం. హైదరాబాద్ తెలంగాణ రాజధాని. ఇప్పుడు పదేళ్లు రెండు రాష్ట్రాలకీ రాజధానిగా ఉంటుంది. దానికి బదులుగా సీమాంధ్రకు ఏం న్యాయం చేయాలో వెంకయ్యగారు విశ్లేషించారు. మేమూ ఏకీభవిస్తున్నాం. కానీ మీరేం చేశారు. 56 సంవత్సరాల నుంచీ తెలంగాణకు ద్రోహం చేస్తూనే ఉన్నారు. 56 సంవత్సరాలుగా తెలంగాణ వారి ఆకాంక్షలు, భావనల విషయంలో మోసగిస్తూనే వచ్చారు? వేలమంది బలయ్యారు. గత పదేళ్లలో ఎందరో యువకులు ఆత్మహత్యలు చేసుకున్నారు. ఈ పాపం ఎవరిది? ఎవరు బాధ్యులు? కాంగ్రెస్ బాధ్యత వహించాలి. చెన్నారెడ్డి సమయంలో ఇలాగే ఆందోళన జరిగింది. కాని మీరు వారిని మీతో విలీనం చేసేసుకున్నారు. మీరేవిధంగా ఈ బిల్లు తెచ్చారో, రాష్ట్ర విభజన ఏ ప్రకారం చేస్తున్నారో, ప్రధాన మంత్రిగారూ, మీదే బాధ్యత! ఎందుకంటే, ఇది మీ ప్రభుత్వ వైఫల్యం. ఇది మీ పార్టీ ద్వంద్వనీతి ఫలితం, మీరు చిమ్మిన విషం, మీ ముఖ్యమంత్రే మిమ్మల్ని వ్యతిరేకించారు. సీమాంధ్రలో ఏమవుతుందో మీకర్థమయ్యింది. తెలంగాణలో కూడా మీకు ఓట్లు రావు. కాంగ్రెస్ ద్వంద్వనీతి దేశానికి ప్రమాదకరం. మేము చెప్పాం. తెలంగాణ నిర్మాణం, సీమాంధ్రకు న్యాయం, రెండూ సమంజసమే. అందుకే ఈ నినాదంతో ముగిస్తా.

జై తెలంగాణ జై ఆంధ్రప్రదేశ్ జైహింద్!

డిప్యూటీ చైర్మన్: థాంక్యూ వెరీమచ్.

వి. హనుమంతరావు (ఆంధ్రప్రదేశ్): డిప్యూటీ చైర్మన్ గారూ, నేను ఆంధ్రప్రదేశ్ పునర్విభజన బిల్లు 2014ను సమర్థించటానికై లేచాను. అందరూ విభజన గురించి మాట్లాడుతున్నారు. కానీ ఇది ఉత్తరప్రదేశ్ నుండి ఉత్తరాఖండ్ ఏర్పడినట్లో, మధ్యప్రదేశ్ నుండి ఛత్తీస్ ఘడ్ ఏర్పడినట్లో, బీహార్ నుండి ఝార్ఖండ్ ఏర్పడినట్లో జరుగుతున్నది కాదు. 1954-56ల మధ్య ఆంధ్ర మద్రాస్ రాష్ట్రంలో ఉండేది. తర్వాత వారు ఆంధ్రకు వచ్చారు, కర్నూలు రాజధానిగా. అదే సమయంలో, నిజాం సమయంలో, దేశానికి స్వాతంత్ర్యం వచ్చిన తర్వాత, హైదరాబాద్ లో మా ముఖ్యమంత్రి బూర్గుల రామకృష్ణారావు. ఆ తర్వాత ఏం జరిగింది? తెలుగు ప్రజల పేరుతో అందరూ కలిశారు. బూర్గుల రామకృష్ణారావు సంజీవరెడ్డి కోసం తన పదవిని త్యాగం చేశారు.

సంజీవరెడ్డి ముఖ్యమంత్రి అయ్యారు. ఆ తర్వాత జి.నం. 610, 6 సూత్రాల ఫార్ములా. ఇంకా చాలా ప్యాకేజీలు తెలంగాణకు ఇచ్చారు. దురదృష్టవశాత్తూ అవేవీ తెలంగాణ ప్రాంతంలో అమలుకాలేదు. ఉద్యోగాలు, విద్య, సాగునీరు వంటి అంశాలలో తెలంగాణకు అన్యాయం చేశారు. 1969 లో డా॥ ఎం. చెన్నారెడ్డి పెద్ద తెలంగాణ ఉద్యమం ప్రారంభించారు. 1972లో ప్రత్యేకాంధ్ర ఉద్యమం ప్రారంభమయ్యింది. ఈ సభలోనే ఉన్న ఎం. వెంకయ్యనాయుడు అప్పుడు విద్యార్థి నాయకుడు. వెంకటరత్నం నాయకుడు. నాయుడు ప్రత్యేక ఆంధ్ర పేరుతో విద్యార్థి నాయకుడు. ఇన్ని సంవత్సరాలూ తెలంగాణ పట్ల జరిగిన అన్యాయం వల్ల 1100 మందికి మించి, ఆడ-మగ పిల్లలు ప్రత్యేక తెలంగాణ కోసం ప్రాణాలర్పించారు.

డిప్యూటీ చైర్మన్: మిస్టర్ హనుమంతరావు, ఒక్క సెకన్. కేవీపీ రామచంద్రరావు ఆరోగ్యపరిస్థితి, బాగుందా లేదా? పార్లమెంటరీ ఎఫైర్స్ మినిస్టర్ని పరిశీలించ కోరుతున్నా, బాగోకపోతే వెంటనే హాస్పిటల్ కి తీసుకెళ్లండి. హనుమంతరావ్ కొనసాగించండి.

వి. హనుమంతరావు: నేనెక్కువ సమయం తీసుకోను. గౌ॥ సభ్యులు ఇది డివిజన్ అనుకుంటున్నారు. కాని ఇది డిటాచ్మెంట్ మాత్రమే. 1956 లో వారు హైదరాబాద్ వచ్చారు. ఇప్పుడిది డివిజన్ అంటున్నారు. ఇది ఉత్తరాఖండ్, ఝార్ఖండ్, ఛత్తీస్ ఘడ్ లాగ డివిజన్ కాదు.

డిప్యూటీ చైర్మన్: ఆయన్ని హాస్పిటల్ కి తీసుకెళ్లమని మంత్రిని కోరాను. మీరు వర్రీ కాకండి.

వి. హనుమంతరావు: రాయలసీమకు ప్యాకేజీ వరకూ మేము వ్యతిరేకం కాదు. వారు మా పెద్దన్నయ్యలు. అందుకే మేము అలాంటిది చెయ్యం. అదే సందర్భంలో తెలంగాణకు అన్యాయం మాత్రం జరగకూడదు. ప్రభుత్వం మా సోదరులకు ప్యాకేజీ ఇవ్వమనండి, మాకే అభ్యంతరమూ లేదు. అదే సమయంలో హైదరాబాద్ లో ఉండే రాయలసీమ, ఆంధ్ర వారికి మేము రక్షణ కల్పిస్తాం.

పంజాబ్, గుజరాత్ నుంచి వచ్చిన వాళ్లే హైదరాబాద్ లో ఉంటున్నప్పుడు రాయలసీమ ఆంధ్రకి చెందిన మా సోదరుల్ని మేం ఏం అంటాం? అందరూ హైదరాబాద్ లో ఉండొచ్చు. అందరు సభ్యులూ ఈ బిల్లును సపోర్టు చెయ్యాలి. 1100 మంది యువత ప్రాణాలర్పించారు కనుక. ఇది నిజమైన భావన. ప్రతి రాజకీయపార్టీ మా కోరికను సమర్థించింది. చంద్రబాబునాయుడు ఒక లెటర్ ఇచ్చారు. సీడబ్ల్యూసీ నిర్ణయాన్ని ఆయన సమర్థించారు. కిరణ్‌కుమార్ రెడ్డి సమర్థించారు. తర్వాత జగన్మోహన్ రెడ్డి కూడా. (అంతరాయం)

డిప్యూటీ చైర్మన్: త్వరగా ముగించండి.

వి. హనుమంతరావు: తర్వాత అందరూ వెనుదిరిగారు. మా నాయకురాలు (యూ టర్న్) వెనుదిరగలేదు. శ్రీమతి సోనియాగాంధీ ఇచ్చిన మాట నిలబెట్టుకున్నారు. ప్రజలు రెండు రాష్ట్రాలు కోరుకున్నారు. వారికవి లభించాయి. మేమే చేశాం. అందుచేత ప్రధాన మంత్రికి,

హోంమంత్రికి అభినందనలు తెలుపుతున్నాను. ఏ ప్యాకేజీ ఇచ్చినా మేము ఒప్పుకుంటాం. రాష్ట్రం విడిపోయినా ప్రజలు విడిపోకూడదు. మేము సోదరులం. థాంక్యూ!

శశిభూషణ్ బెహరా (ఒరిస్సా): ఈ సభకు ఇది అత్యంత దురదృష్టకరమైన పరిస్థితి. సభ ఆర్డర్లో లేదు. అలాగే మీరు సభ్యుల్ని మాట్లాడేయమంటున్నారు. వాళ్లు చర్చల్లో మాట్లాడేస్తున్నారు. నా ఉద్దేశంలో, ఈ బిల్లు ప్రవేశపెట్టడంలోనే ప్రభుత్వం ఘోరంగా విఫలమయ్యింది. తమ సహచరుల రక్షణకవచంలో నిలబడి హోంమంత్రి బిల్లు ప్రవేశపెట్టారు. హైదరాబాద్ అసెంబ్లీ తీర్మానం చేసే విషయమై కాంగ్రెస్ పార్టీ విఫలమయ్యింది. అసెంబ్లీలో విఫలం, బిల్లు ప్రవేశపెట్టడంలో విఫలం, సభ సజావుగా నడపటంలో విఫలం. మంత్రులు కూడా వెల్‌లోకి వచ్చి నిరసన తెలుపుతున్నారు. వారు బిల్లును వ్యతిరేకిస్తున్నారు. ఇది పార్లమెంట్ చరిత్రలోనే అత్యంత దురదృష్టకరమైన సంఘటన! పంజాబ్, బీహార్ విభజనలో కూడా ఇలా జరగలేదు. మా పార్టీ బిజూ జనతాదళ్, మా ముఖ్యమంత్రి చిన్న రాష్ట్రాల విభజనకు వ్యతిరేకం. కానీ తెలంగాణ కోరిక చాలా కాలంగా ఉన్న సామాన్యుల కోరిక అవటం వల్ల దీని వరకూ వేరు! కానీ ప్రభుత్వం సీమాంధ్ర సమస్యలను గుర్తించటంలో తగు జాగ్రత్త చూపలేదు. ప్రభుత్వానికి బిల్లు పాస్ చేయించాలన్న ఆసక్తి తప్ప, సభ్యుల అభిప్రాయాలు తెలుసుకోవాలనే ఆసక్తి లేదు. బిల్లు సరిగ్గా పరీక్షించలేదు. మా రాష్ట్రం, ఆంధ్రప్రదేశ్ పొరుగు రాష్ట్రాలు, ఈ బిల్లు విషయమై ఆందోళన చెందుతున్నాం. శ్రీ ఎన్.కె. సింగ్ చెప్పినట్లు ఆంధ్రప్రదేశ్ కి స్పెషల్ కేటగిరీ స్టేటస్ ఇస్తే మాకభ్యంతరం లేదు. కానీ రఘురామ రాజన్ కమిటీ రిపోర్ట్ ఏమయినట్లు? ఏడు రాష్ట్రాలు ఏమయినట్లు? నిరంతర ఉద్యమాలు ఏమైనట్లు? వెనుకబడిన రాష్ట్రాలు ఎందుకు నిర్లక్ష్యం చేయబడుతున్నాయి? ఆ రాష్ట్రాలెప్పుడూ మర్యాదగా ప్రవర్తించి, వెల్లోకి వెళ్లి అల్లరి చేయకపోవటం వల్ల ఇలాగ జరుగుతోందా? ఈ బిల్లు దానికి సంబంధించింది. మేము ఏ రాష్ట్రానికీ స్పెషల్ కేటగిరీ స్టేటస్ ఇవ్వటానికి వ్యతిరేకులం కాదు. కానీ అది ఒక క్రమపద్ధతిలో జరగాలి. ఒరిస్సా, ఛత్తీస్ ఘడ్ రాష్ట్రానికి బిల్లులో క్లాజ్ 90లోని పోలవరం ప్రాజెక్టు వల్ల దుష్పరిణామాలు ఎదురౌతాయి. విషయం సుప్రీకోర్టులో ఉంది. మీరు జాతీయ ప్రాజెక్టుగా ప్రకటించినా, అది 'సబ్యుడిస్' అవుతుంది. కేంద్రం చూపిస్తున్న నిర్లక్ష్యం, సవతి తల్లిప్రేమ ఇదే. అందుచేత ప్రభుత్వం ఈ బిల్లు యొక్క చట్టబద్ధత, రాజ్యాంగబద్ధతల విషయమై జాగ్రత్తగా పరీక్షించాలి. ప్రతిపాదించబడిన సవరణల విషయమై తగు శ్రద్ధ తీసుకుంటారని ఆశిస్తున్నా. థాంక్యూ.

డా॥ జనార్దన్ వాగ్మేర్ (మహారాష్ట్ర): నేను బిల్లును సపోర్టు చేస్తున్నాను. 58 సంవత్సరాలుగా తెలంగాణ కోసం ఉద్యమం జరుగుతోంది. చాలా మంది వారి జీవితాలు అర్పించారు, అందుచేత, తెలంగాణ కోరిక సమంజసమైనది. పూర్వమిది హైదరాబాద్ రాజ్యం. హైదరాబాద్ నగరాన్ని కూడా అక్కడి ప్రజలే అభివృద్ధి చేసుకున్నారు. సీమాంధ్ర ప్రజల సహకారం కూడా ఉందనుకోండి. అయినా వారేమీ ఆందోళన పడనక్కర్లేదు. వారు

సురక్షితులు. హైదరాబాద్ లో నివసించటానికి వారికి చట్టబద్ధమైన హక్కుంది. (అంతరాయం) సీమాంధ్ర ప్రజల సమస్యలను పరిగణనలోకి తీసుకోవాలి. వారికి స్పెషల్ ప్యాకేజీ ఇవ్వాలి. ఈ రెండు రాష్ట్రాలూ ఉంటాయి, సోదరభావంతో మెలుగుతాయి అని నేననుకుంటున్నాను. వాళ్లు కష్టపడతారు, అభివృద్ధి చెందుతారు. తెలంగాణ వారి ఆశలు నిజమవుతాయి. మేమీ బిల్లును ఆహ్వానిస్తున్నాం. సమర్థిస్తున్నాం. థాంక్యూ వెరీ మచ్.

దేవేందర్ గౌడ్, టి. (ఆంధ్రప్రదేశ్): సార్! మేమీ బిల్లు సమర్థిస్తున్నాం. ప్రజల సెంటిమెంట్‌తో రాజకీయాలు చెయ్యొద్దని ప్రభుత్వాన్ని కోరుతున్నాను. అరవై ఏళ్ల తెలంగాణ కలను నిజం చేస్తున్నందుకు, తెలంగాణ కోసం ప్రాణాలర్పించిన వారి కలలు నిజం చేస్తున్నందుకు మనఃస్ఫూర్తిగా ఈ ప్రభుత్వాన్ని అభినందిస్తూ వారికి నేనెల్లప్పుడూ రుణపడి ఉంటానని తెలియజేస్తున్నాను. (అంతరాయం) మా పార్టీ తెలంగాణకు వ్యతిరేకం కాదని ముందు నుంచీ ఒక నిర్ణయం తీసుకున్నాం. తెలంగాణకు మద్దతు ప్రకటించిన మొదటి వరుస పార్టీలలో మేమొకరం. ప్రాంతీయ వాదాలకు ఊతమిచ్చి కొత్త రాష్ట్రాలు ఏర్పరచటం ఫెడరల్ వ్యవస్థను, దేశంలో ప్రజాస్వామ్యాన్నీ బలవత్తరం చేస్తాయని నమ్ముతున్నాను. బలహీనవర్గాలనుద్దేశించిన స్కీంలు, ప్రోగ్రామ్ లు మరింత ప్రభావంతో చొచ్చుకుపోవటానికి పరిపాలన సౌలభ్యం గల చిన్న రాష్ట్రాలెంతైనా అవసరం. (అంతరాయం) ఉన్న సహజ వనరులను, మంచి పరిపాలన వల్ల రాబోయే కాలంలో తెలంగాణ దేశానికే వన్నె తెచ్చే అభివృద్ధి చెందిన రాష్ట్రంగా రూపొందుతుందని నా నమ్మకం. కాని, తెలుగుదేశం పార్టీ వారిమైన మేము, ఏ అంకితభావంతో ఈ బిల్లు తెచ్చారో అదే భావంతో ఈ విభజన వల్ల సీమాంధ్ర ప్రాంతానికి ఎదురయ్యే ఇబ్బందుల్ని కూడా పరిష్కరించాలని భావిస్తున్నాం. (అంతరాయం)

సార్! ఈ బిల్లును సపోర్టు చేస్తున్నానని చెబుతూ నేను విరమిస్తున్నాను. జై తెలంగాణ! ఏ రాజకీయ కారణంగాని, ఏ లబ్ధిగాని ఆశించకుండా ప్రాణత్యాగం చేసిన అమరవీరులను గుర్తుచేసుకుంటూ, 60 ఏళ్ల వాళ్ల త్యాగాలు వృథాపోలేదని మనవి చేస్తున్నాను.

శ్రీమతి గుండు సుధారాణి (ఆంధ్రప్రదేశ్): అధ్యక్షా! ఆంధ్రప్రదేశ్ పునర్విభజన బిల్లుకు నేను మద్దతు తెలియజేస్తున్నాను. ఈ అవకాశమిచ్చినందుకు కృతజ్ఞతలు. నాలుగున్నర కోట్ల తెలంగాణ ప్రజల చిరకాలపు కోర్కె తీరినందుకు తెలంగాణ బిడ్డగా నేను గర్వపడుతున్నాను. సంతోషపడుతున్నాను. ఈ సందర్భంగా లక్షల మంది పాల్గొన్న తెలంగాణ పోరాటం జ్ఞప్తికి తెచ్చుకుంటూ, నేను కూడా ఆ పోరాటంలో, వరంగల్ లో నిరవధిక నిరాహారదీక్ష చేసి, జైలు కెళ్లటం జరిగింది. వేలాదిమంది యువకులు, విద్యార్థులు తెలంగాణ కోసం ఆత్మహత్యలు చేసుకున్నారు. త్యాగం చేశారు. వారికి జోహార్లు, నివాళులు అర్పిస్తున్నాను. తెలంగాణ ప్రాంతానికి న్యాయం చేసే విధంగా కొన్ని సూచనలు చేస్తున్నాను. ఉద్యోగులకు, పెన్షనర్లకు స్థానికత ఆధారంగా మేలు జరగాలి.

ఆర్థిక పంపిణీ జనాభా ప్రాతిపదికన కాకుండా, ప్రాజెక్టుల ప్రాతిపదికన జరగాలి. ఉద్యోగుల పంపిణీలో స్థానికతే ప్రామాణికంగా తీసుకోవాలి.

ఉత్తరాఖండ్, ఝార్ఖండ్, ఛత్తీస్‌గఢ్ ఏర్పరుస్తూ స్థానికతకే ప్రాధాన్యం ఇచ్చారు. అదే తెలంగాణలో కూడా చెయ్యాలి. ఏ కండిషన్లు లేని తెలంగాణ కావాలి. 60 సంవత్సరాల పోరాటానికి అదే సాఫల్యం. సీమాంధ్ర ఉద్యోగుల్ని తెలంగాణకు బదిలీ చేయకుండా, అవసరమైతే కొత్త పోస్టులు ఏర్పరచి తెలంగాణ వారినే నియమించాలి. అప్పుడే ఇరు ప్రాంతాల యువతకూ న్యాయం జరుగుతుంది. పోలవరం ప్రాజెక్టు డిజైన్ మార్చాలి. ప్రాజెక్ట్ లోని 264 గ్రామాలు తెలంగాణలోనే ఉంచాలి. కొంత కాలంగా తెలంగాణవారు పోరాటం చేస్తున్నారు. 1,200 మంది యువత ఆత్మహత్యలు చేసుకున్నారు. వారి త్యాగాల ఫలితమే కొత్త తెలంగాణ రాష్ట్రం. అమరవీరులకు అంకితం.

సీమాంధ్రకు సంబంధించిన సమస్యలు పరిష్కరించాలనీ, స్పెషల్ ప్యాకేజీ ఇవ్వాలనీ డిమాండ్ చేస్తున్నాను. ఇరు ప్రాంతాల ప్రజలూ అన్నదమ్ముల్లా విడిపోయినా, శాంతంగా ఉండే వాతావరణం ప్రభుత్వం కల్పించాలి. తెలంగాణ బిడ్డగా సీమాంధ్రకు న్యాయం జరగాలని కోరుతూ జై తెలంగాణ. జై జై తెలంగాణ! థాంక్యూ.

శ్రీ డి. రాజా (తమిళనాడు): సార్, మా సీపీఐ పార్టీ ఈ బిల్లును సమర్థిస్తోంది. మా పార్టీ తెలంగాణ ఏర్పాటును సమర్థిస్తోంది. నా పార్టీ ఉద్దేశం స్పష్ట పరుస్తాను. తెలంగాణను సమర్థించడమంటే దేశాన్ని చిన్న రాష్ట్రాలుగా మార్చటాన్ని సమర్థించటం కాదు. దీనర్థం, దేశంలోని ఇతర చిన్న రాష్ట్రాల డిమాండ్ ను సమర్థిస్తామని కాదు. ప్రతి విషయం మెరిట్ ఆధారంగా నిర్ణయించబడాలి సార్. ఈ విభజన కూడా శాంతియుతంగా ఉభయుల అంగీకారంతో జరిగుండాల్సింది. మా పార్టీ సమ్మతితో విభజన జరగాలనే చెప్పింది. విభజించబడి ఎవరి కుటుంబాలు వారు, ఏ ద్వేషభావమూ లేకుండా ఏర్పరుచుకోవాలి. కానీ ఈ రోజు ఇరు ప్రాంతాలలో సంక్షోభం చూస్తున్నాం. ఈ సంక్షోభానికి బాధ్యత కాంగ్రెస్ పార్టీ ప్రభుత్వానిది. సార్, ఈ మాట చెప్తూనే, పదేళ్లు హైదరాబాద్ ఉమ్మడి రాజధాని అంశాన్ని మేము బలపరుస్తున్నాం. విద్య, ఉపాధి, సాగు నీటి పంపిణీ, విద్యుత్, నేచురల్ గ్యాస్, పెట్టుబడుల విషయంలో సీమాంధ్ర ప్రజలకు బలమైన అనుమానాలున్నాయి. ఇవి చాలా నిజమైన అనుమానాలు. వీటిని పరిష్కరించాలి. లేకపోతే శాంతియుత వాతావరణం ఏర్పడదు. కేంద్ర ప్రభుత్వం సీమాంధ్రకు కొత్త రాజధాని కోసం, రెండు రాష్ట్రాల అభివృద్ధి కోసం నిధులు కేటాయించాలి. మరీ ముఖ్యంగా సీమాంధ్ర అభివృద్ధి చెందాలి. రాయలసీమ వెనుకబడిన ప్రాంతం. దేశంలో అతి తక్కువ వర్షపాతం రాయలసీమలోనే (అంతరాయం). నిజానికి దేశం మొత్తం మీద అతి తక్కువ వర్షపాతమున్న ప్రాంతాల్లో అది రెండవది. తెలంగాణ అభివృద్ధి చెందాలి. కోస్తాంధ్ర అభివృద్ధి చెందాలి. ప్రభుత్వం రాష్ట్రాన్ని విభజిద్దామనుకున్నప్పుడు, తెలంగాణ, సీమాంధ్ర

ప్రాంతాలకు కావాల్సిన ఆర్థిక సహాయం చేయటానికి తగు ఏర్పాటు చేయాలి. రెండు ప్రాంతాలూ శాంతి సౌభాగ్యాలతో కలసిమెలసి ఉండేలా కృషి చేయాలి.

ఈ మాటలతో ఈ బిల్లును సమర్థిస్తున్నా. థాంక్యూ.

శ్రీ విశ్వజిత్ డైమారి (అస్సాం): మహోదయా, నేను బిల్లు సమర్థిస్తున్నా. తెలంగాణ ప్రజల హక్కు మేరకు వారికి తెలంగాణ రాష్ట్రం ఏర్పడుతున్నందుకు నాకు చాలా సంతోషంగా ఉంది. ప్రధానమంత్రిని, హోంమంత్రిని, యూపీఏ ప్రభుత్వాన్ని, అన్ని పార్టీలనూ, ఇంత బలమైన నిర్ణయం తీసుకున్నందుకు అభినందిస్తున్నా. దీనితో పాటే ఈశాన్య ప్రాంతంలో అస్సాంలో బోడోలాండ్ ఆందోళన మీ దృష్టికి తెస్తున్నాను. చాలా సంవత్సరాల నుంచి ప్రత్యేక రాష్ట్రం కోరుతూ ఇక్కడ ఆందోళన జరుగుతోంది. ఇండియా మొత్తం ఈ విషయం తెలుసు. భారత ప్రభుత్వం ఈ సమస్య పరిష్కారం కోసం చాలా ప్రయత్నాలు చేస్తూనే ఉంది. బోడోలాండ్ కౌన్సిల్ అని, బోడోలాండ్ టెరిటోరియల్ కౌన్సిల్ అని అనేక ప్రయోగాలు చేసింది. కాని సమస్య పరిష్కరించబడలేదు. దానితో అక్కడి ప్రజలు, మళ్లీ ప్రత్యేక రాష్ట్రం కావాలంటున్నారు. అక్కడి ప్రత్యేక రాష్ట్ర ఆందోళన చేస్తున్న ఎన్ని గ్రూపులున్నా, ఏ గ్రూపుతో సంప్రదింపులు జరిపినా, ఒకే మాట చెప్తూ వచ్చారు. కొత్త రాష్ట్రాల పునర్ఘటన కమిషన్ ఎప్పుడు ఏర్పడితే అప్పుడు బోడోలాండ్ కూడా ఏర్పడుతుంది. ఇవే కాకుండా ఇంకో మాట కూడా చెప్పవచ్చారు. అస్సాం రాష్ట్ర ప్రభుత్వం ఎప్పుడైతే సమ్మతిస్తుందో అప్పుడు ఈ రాష్ట్రం ఏర్పడుతుందని. **మహోదయా, ఏ విధంగా ఆంధ్రప్రదేశ్ ప్రభుత్వం సమ్మతి లేకుండా తెలంగాణ రాష్ట్రం ప్రటిస్తున్నారో, అదేవిధంగా బోడోలాండ్ కూడా చెయ్యాలి.**

బోడోలాండ్ సమస్య వల్ల అక్కడ ఉగ్రవాదం చాలా పెరిగిపోయింది. అక్కడి పరిస్థితి గురించి ఎక్కువగా చెప్పనక్కర్లేదు. తెలంగాణ బిల్లు అయిన తర్వాత అక్కడి అన్నివర్గాలూ ఆందోళన ప్రకటించాయి. తెలంగాణను ఏ విధంగా చేశారో అదే పద్ధతిలో బోడోలాండ్ కూడా చెయ్యమని కోరుతున్నాను. రేపు బోడోలాండ్ ఉద్యమకారుల గ్రూపులతో మీటింగ్ అయినప్పుడు, ఏదో ఒక పరిష్కారం చెయ్యాలి. కమిషన్ ఏర్పాటు చేయలేకపోతే, ఒక బలమైన కమిషన్ నియమించి, ఈ సమస్యకు పరిష్కారం సూచించాలి. ఈ బిల్లును సమర్థిస్తూ నేనింతటితో ముగిస్తున్నాను. ధన్యవాదాలు.

డిప్యూటీ చైర్మన్: ఆనంద భాస్కర్, రెండు మూడు నిముషాలు. అంతకన్నా ఎక్కువ వద్దు.

రాపోలు ఆనందభాస్కర్ (ఆంధ్రప్రదేశ్): మూడు నిమిషాల్లో ముగిస్తాను. (అంతరాయం) సావధానం, సుముహూర్త సావధానం, అరవై ఏళ్ల తెలంగాణ ప్రజల దుఃఖం దూరమవుతున్న సమయంలో సభ ముందు రెండు మాటలు చెప్పాలను కుంటున్నాను. తెలంగాణ స్థితి గజేంద్రమోక్షంలో గజేంద్రుని పరిస్థితి. 'లావొక్కింతయు లేదు, ధైర్యంబు విలోలంబయ్యె, ప్రాణంబులున్ ఠావుల్ దప్పెను, మూర్ఛవచ్చె, తనువు డస్సెన్,

శ్రమంబయ్యెడిన్ నీవే తప్ప ఇతః పరం బెరుగ మన్నింపదగున్ ఈశ్వరా!' ఈ విధంగా తెలంగాణ ప్రజలు భారత ప్రభుత్వాన్నీ, కాంగ్రెస్ నూ, కాంగ్రెస్ నాయకురాలు సోనియాగాంధీనీ వినమ్రంగా ప్రార్థిస్తూ ఇంత దూరం వచ్చారు. కాంగ్రెస్ అధినేత్రి, మా నాయకురాలు మహోన్నత మాతృ హృదయంతో తీసుకున్న నిర్ణయం కారణంగా, తెలంగాణ ప్రజలు సోనియాగాంధీని 'తెలంగాణ తల్లి'గా భావిస్తున్నారు. తెలంగాణకు ఒక పిన్ని కూడా ఉంది. ఆమే సుష్మాస్వరాజ్. అది కూడా మనం మరిచిపోకూడదు. తెలంగాణ ప్రజలకు ఆమె 'పిన్ని', తెలంగాణ ప్రజల్లో సుష్మాకు చాలా గౌరవముంది. దీంతోపాటు మాయావతిని మనం మరిచిపోలేం. మొదటినుంచీ ఆమె తెలంగాణకు మద్దతు ఇచ్చారు. సామాజిక న్యాయసూత్రాల ఆధారంగా ఏర్పడుతున్న తెలంగాణకు వీరిస్తున్న మద్దతు స్వీకరిస్తూనే, మా దీదీ, కాంగ్రెస్ ముఖ్యకార్యకర్త స్థాయి నుంచి వచ్చిన బెంగాల్ మహనీయురాలుగా ఎదిగిన, కాళిక వచ్చే బెంగాల్నుంచి వచ్చిన దీదీ మాకెందుకు సపోర్టు ఇవ్వటం లేదో మాకర్థం కావటం లేదు. ఏది ఏమైనప్పటికీ, సార్, ఆవేశం ముందు ఆర్థికశాస్త్రం నిలబడదు! ఆది రుజువయ్యింది. తెలంగాణ ప్రజాస్వామ్య ప్రక్రియలో పాల్గొనాలనుకుంటోంది.

తెలంగాణ ఆవేశం సంతృప్తి చెందింది. అదే సమయంలో, కోస్తాంధ్ర వారు కూడా విభజన కోరుకుంటున్నారు. దయచేసి కిశోర్ చంద్రదేవ్, పనబాక లక్ష్మి, చింతా మోహన్ ఏం చెప్తున్నారో వినండి. ఎస్సీలు, ఎస్టీలు, ఓబీసీలు, మైనారిటీలు, బలహీనవర్గాలు, రాయలసీమ, కోస్తాంధ్రకు చెందిన వీరందరూ వారి సమర్థత ద్వారా ఆంధ్రప్రదేశ్ లో ఏర్పడబోయే ప్రజాస్వామ్యంలో పాల్గొనాలనుకుంటున్నారు. ఇదే సమయంలో తెలంగాణ అనేక సమస్యలను కోల్పోతుంది.

డిప్యూటీ చైర్మన్: యస్. అయింది. ఇంక కూర్చోండి.

శ్రీ ఆనందభాస్కర్ రాపోలు: మేమా సమస్యలు భరిస్తాం. ఈ 29వ రాష్ట్ర ఏర్పాటుతో తెలుగు ప్రజలకు రెండు రాష్ట్రాలేర్పడతాయి. తెలుగు భాషా ప్రజలకు ఫెడరల్ రిపబ్లిక్ తో మాట్లాడటానికి రెండు ప్రభుత్వాలుంటాయి.

డిప్యూటీ చైర్మన్: దయచేసి ముగించండి.

రాపోలు ఆనందభాస్కర్: ఇది ఉద్యమం. తెలంగాణ ఏర్పడుతోంది. థాంక్యూ!

(అంతరాయం)

నరేశ్ గుజ్రాల్ (మాజీ ప్రధాని ఐకె గుజ్రాల్ కుమారుడు – పంజాబ్): అత్యంత అపఖ్యాతిపాలై అంతిమ దశలోనున్న ఈ ప్రభుత్వం, ఆంధ్రప్రదేశ్ ప్రజల ఆశలు, ఆకాంక్షలు, భావోద్వేగాలతో నీచరాజకీయం ఆటలాడుతోంది. చివరకాలంగా కాంగ్రెస్ అవలంబిస్తున్న వేర్పాటువాద ఓటు బ్యాంక్ రాజకీయాలకు ఇది పరాకాష్ఠ. 45 సంవత్సరాల క్రితం పంజాబును విడదీశారు. చండీఘర్ ఐదేళ్లు కేంద్రపాలితం

(యూటీ) గా ఉంటుంది, తర్వాత పంజాబ్లో భాగమవుతుందని ఆనాడు చెప్పారు. పంజాబీ మాట్లాడే ప్రాంతాలూ పంజాబుకు చెందాలి. ఈ రోజు వరకూ అది జరగలేదు. పంజాబ్ లో ఉగ్రవాదం ప్రజ్వరిల్లి యాభైవేల మందిని పొట్టనపెట్టుకున్నందుకు ప్రధాన కారణం ఇదే. మనం మళ్లీ అదే పని ఆంధ్రప్రదేశ్ లోనూ చేస్తున్నామని హెచ్చరిస్తున్నాను.

శుష్క వాగ్దానాలు చేస్తున్నాం. ఈ బిల్లు పర్యవసానంగా, ఆంధ్రప్రదేశ్ లో కూడా మనం హింస చూడక తప్పదు. సార్, నేనెక్కువ సమయం తీసుకోను. ఈ బిల్లు తీరు చూస్తుంటే, దీనివల్ల తెలంగాణకూ, రాయలసీమకూ తీవ్ర నష్టం వాటిల్లుతుందని తెలుస్తోంది.

అంతేకాదు సార్, ఈ బిల్లు రాజ్యాంగబద్ధత కూడా ప్రశ్నార్థకం. రాజ్యాంగ సవరణ చేయకుండా 'పోలీసు పవర్స్' గవర్నర్ కెలా కట్టబెడతారు? **సార్, నేను ఆర్టికల్ 88 కింద అటార్నీ జనరల్ ఆఫ్ ఇండియాను రేపు సభకు పిలిపించమని నోటీసు కూడా ఇచ్చాను. ఆయన చెప్తాడు, ఇది రాజ్యాంగబద్ధమా లేకపోతే కోర్టులు కొట్టేస్తాయా** అని. థాంక్యూ.

డిప్యూటీ చైర్మన్: ఇప్పుడు శ్రీ బైశ్య. రెండు నిమిషాలు మాత్రమే.

శ్రీ బీరేంద్రప్రసాద్ బైశ్య (అస్సాం): ఈ రాజ్యాంగ విరుద్ధమైన బిల్లును వ్యతిరేకించటానికి నేను నిలబడ్డాను. ఇదంతా తుచ్ఛ రాజకీయం. ఓట్ బ్యాంక్ కోసం, ఆంధ్రప్రదేశ్ ప్రజలకు వ్యతిరేకంగా మీరు బిల్లు తెచ్చారు. సార్, ఆంధ్రప్రదేశ్ అసెంబ్లీ ఈ బిల్లు ఒప్పుకోలేదు. వారీ బిల్లుపాస్ చెయ్యలేదు. కానీ మనమా బిల్లును చర్చిస్తున్నాం. ఆంధ్రప్రదేశ్ను విడదీసేస్తున్నాం. దీనివల్ల మీ ప్రభుత్వం ఒక్క ఆంధ్రప్రదేశ్ ప్రజలనే కాదు ఈ దేశ ఫెడరల్ వ్యవస్థనే అవమానిస్తోంది సార్. మీరు ఈ దేశ ఫెడరల్ సిద్ధాంతాలకు వ్యతిరేకంగా వెళ్తున్నారు. ఈ ప్రభుత్వం రాష్ట్ర ప్రభుత్వ ఉద్దేశం తీసుకోవడం లేదు. ఈ ప్రభుత్వం తమ సొంత కేబినెట్ మినిస్టర్ ఉద్దేశం కూడా తీసుకోవటం లేదు. ఈ బిల్లు రాజ్యాంగ విరుద్ధమే కాకుండా ఆంధ్రప్రదేశ్ ప్రజలకు పూర్తి వ్యతిరేకమైన బిల్లు అని ఇప్పుడే, ఈ సభలోనే మంత్రిగారు స్వయంగా చెప్పారు. అసెంబ్లీ అంటే ప్రజాప్రతినిధుల సభ. ఆంధ్రప్రదేశ్ అసెంబ్లీ ఈ బిల్లు పాస్ చెయ్యనప్పుడు మీ గవర్నమెంట్ ఈ బిల్లును ఎలా పాస్ చేస్తుంది? మా పార్టీ, అస్సాం గణపరిషత్, సిద్ధాంతపరంగా రాష్ట్రాల విభజనకు వ్యతిరేకం. ఇప్పటికే అస్సాంని అనేకమార్లు విడగొట్టారు. సార్, ఏం చేస్తున్నారు సార్. ఆంధ్రప్రదేశ్ ప్రజల మనోభావాల్ని గౌరవించండి. మీరు తెస్తున్న ఈ బిల్లు ఆత్మహత్యా సదృశ్యం. దీని ప్రభావం చాలా చోట్ల పడుతుంది. ఈ చర్య, ఒక ఆంధ్రప్రదేశ్ నే కాదు, వెస్ట్ బెంగాల్ ని, అస్సాంని, దేశంలో ఎన్నో రాష్ట్రాలని ఇబ్బందిలో పడేస్తుంది. ప్రధాన మంత్రిగారూ, మీరే బాధ్యులవుతారు. దేశంలో ఎక్కడ ఆందోళన జరిగినా మీ ప్రభుత్వమే బాధ్యత వహించాలి. ప్రజల మనోభావాలను గౌరవించండి. ఆంధ్రప్రదేశ్ ప్రజలు శాంతికాముకులు. ఈ బిల్లుతో మీరు రాష్ట్రాన్నే కాదు రాష్ట్ర ప్రజలనే రెండు వర్గాలుగా విడదీస్తున్నారు. ఇక్కడ అల్లర్లు కూడా జరగొచ్చు. ఇప్పటికే చాలాచోట్ల అల్లర్లు జరుగుతున్నాయి. ఈ ఉద్యమానికి మీరే, ఈ

ప్రభుత్వమే బాధ్యులు. సార్ ఇప్పటికీ సమయం మించిపోలేదు. ఈ రాజ్యాంగ విరుద్ధమైన బిల్లు పాస్ చెయ్యడానికి బదులుగా అందరితో మాట్లాడండి. పరిష్కారం వెతకండి. ఈ రాజ్యాంగ విరుద్ధమైన బిల్లును పాసు చెయ్యాలని మమ్మల్ని ఒత్తిడికి గురి చెయ్యకండి. ఇది రాజ్యాంగ విరుద్ధమైన బిల్లు. మీరు

డిప్యూటీ చైర్మన్: మిస్టర్ బైశ్య, దయచేసి ముగించండి.

శ్రీ బీరేంద్ర ప్రసాద్ బైశ్య: నన్ను మాట్లాడనియ్యండి. నా మనోభావాల్ని చెప్పనియ్యండి. నన్ను అర్థం చేసుకోండి. నరేష్ గుజ్రాల్ గారు ఇప్పటికే నోటీసిచ్చారు. దయచేసి అటార్నీ జనరలు పిలవండి. ఆయన అభిప్రాయం తెలుసుకోండి. మీరెవ్వరి అభిప్రాయం తీసుకోవడం లేదు. ఎవ్వరితో చర్చించటం లేదు. మీరు ఆంధ్రప్రదేశ్ ప్రజలతో చర్చించలేదు. మీ సొంత కేబినెట్ మంత్రులతో చర్చించలేదు. కాని, మీకు బలవంతంగా పొందిన మెజార్టీ ఉంది.

డిప్యూటీ చైర్మన్: బైశ్యాగారూ దయచేసి ముగించండి.

శ్రీ బీరేంద్ర ప్రసాద్: సార్! నన్ను మాట్లాడనివ్వండి. మీకు మెజార్టీ ఉంది. దీనర్థం మీరందర్నీ చంపేయమని కాదు. ఈ దేశ ఫెడరల్ వ్యవస్థనీ, ఈ దేశ ప్రజాస్వామ్యాన్నీ, ఈ దేశ రాజ్యాంగాన్నీ చంపేయమని కాదు. ఈ బిల్లు పాసు చేయడం ద్వారా మీరు దేశ ఫెడరల్ వ్యవస్థనే చంపేయబోతున్నారు. రాజ్యాంగాన్నీ, ప్రజాస్వామ్యాన్నీ చంపేయబోతున్నారు. ఆంధ్రప్రదేశ్ ప్రజల మనోభావాల్ని చంపేయబోతున్నారు.

డిప్యూటీ చైర్మన్: ఓకే.

బీరేంద్ర ప్రసాద్ బైశ్య: నేనీ బిల్లు వ్యతిరేకిస్తున్నాను. ప్రధాన మంత్రిగారిని తగు చర్యలు చేపట్టమని కోరుతున్నాను. మీ తప్పుడు విధానం వల్ల దేశంలో ఏం జరిగినా దానికి మీరే బాధ్యత వహించాల్సి ఉంటుంది.

డిప్యూటీ చైర్మన్: ఇంక మీరు చాలించండి.

బీరేంద్ర ప్రసాద్ బైశ్య: ఒక్క నిముషం. మనోభావాలకి సంబంధించిన విషయమిది. సెంటిమెంట్‌కు సంబంధించినప్పుడు అనేక విషయాలు బైటపడతాయి. ఇది ఒక్క ఆంధ్రప్రదేశ్ కాదు మొత్తం దేశానికే ముప్పుతెస్తుంది. ఈ రాజ్యాంగ విరుద్ధమైన బిల్లు కారణంగా ఏదైనా విపత్తు వాటిల్లితే గవర్నమెంటే బాధ్యత.

డిప్యూటీ చైర్మన్: ఓకే.

బీరేంద్ర ప్రసాద్ బైశ్య: దయచేసి దీన్ని ఆపండి. దయచేసి ఆపండి. మాకు న్యాయం చేయండి. థాంక్యూ.

డిప్యూటీ చైర్మన్: ఇప్పుడు శ్రీ రాజీవ్ చంద్రశేఖర్... సభలో లేరు. శ్రీ వైఎస్ చౌదరి, శ్రీ చౌదరి మాట్లాడబోయే ముందు ఒక ప్రకటన. వీడ్కోలు సభ 8 గంటలకు మార్చబడింది. అప్పటిదాకా సభ కొనసాగటానికి అంగీకరిస్తున్నారనుకుంటున్నా. ఇప్పుడు శ్రీ చౌదరి.

వై.ఎస్. చౌదరి (ప్రస్తుత కేంద్రమంత్రి సుజనాచౌదరి): గౌరవనీయులైన డిప్యూటీ చైర్మన్ గారూ, సభ్యులారా, ప్రజాస్వామ్యం పేరుతో జరుగుతున్న ఈ ప్రక్రియ పట్ల బాధ, జాలితో మాట్లాడుతున్నా. ఈ బిల్లు పాస్ చెయ్యటానికి అత్యంత అప్రజాస్వామికంగా జరుగుతున్న విధానమిది. మా పార్టీ తెలంగాణ ఏర్పాటుకు వ్యతిరేకం కాదు. కానీ కాంగ్రెస్ చేపట్టిన ఈ పద్ధతిని మేము వ్యతిరేకిస్తున్నాం. ఇది పూర్తిగా రాజ్యాంగ విరుద్ధం. ఇది అప్రజాస్వామిక నిరంకుశ విధానం. అతి కష్టం మీద మనకు స్వాతంత్ర్యం వచ్చింది. క్విట్ ఇండియా వంటి అనేక ఆందోళనలు జరిగాయి. కానీ ఈ వేళ జరుగుతున్నది, కేవలం రాజకీయ లబ్ధి కోసం తప్ప మరొకటి కాదు. యుపిఏ పదేళ్ల నుంచి అధికారంలో వుంది. ముందే ఎందుకు చెయ్యలేదు? 2004 మానిఫెస్టో ప్రకారం అంచెలంచెలుగా వారు ఈ పని మొదలు పెట్టవలసింది. లోక్ సభలో ఈ బిల్లు పాస్ చేసిన తీరు దేశమంతా భయపడేలా వుంది. ఇదేనా ప్రజాస్వామ్యం? ఎన్నికల నామినేషన్లు పది రోజుల్లో ఉండగా, ఇప్పుడిలా చేయటం చట్టవిరుద్ధం, రాజ్యాంగ విరుద్ధం! మాకు తెలుసు, ప్రజా సెంటిమెంట్ ఆర్థిక, చట్ట విలువలకి అతీతమైనది. మనకి రాష్ట్రాల (ఎస్ ఆర్సి) పునర్విభజన చట్టముంది. 1956లో ఆంధ్రప్రదేశ్ భాషా ప్రయుక్త రాష్ట్రంగా ఏర్పడింది. అప్పుడు మనకు ఎస్ఆర్సి యాక్ట్ వుంది. ఆ చట్టంలోనే, ఎప్పుడు ఏ రాష్ట్ర విభజన జరిగినా, ఉన్న పరిస్థితుల్ని బట్టి ప్రయోజనకరంగా ఉండాలని ప్రస్తావించబడింది. ఈ బిల్లుకు కారణాలేమిటో ఏం సాధించాలనుకుంటున్నారో కూడా రాయటం మరిచిపోయారు. అసెంబ్లీకి డ్రాఫ్ట్ బిల్లు పంపారు. ఇక్కడ పెట్టిన బిల్లు పూర్తిగా వేరుగా వుంది. ఏమిటంటే, అది డ్రాఫ్ట్ బిల్లు అంటారు హోం సెక్రెటరీ. మినిస్టర్ మాత్రం అది రెగ్యులర్ బిల్లు అంటారు. టిఆర్ఎస్ పార్టీతో రాజకీయ వ్యూహాలు ప్రకటిస్తారు. ఇది అయిపోయాక వైఎస్సార్ పార్టీతో పొత్తు పెట్టుకుంటారు. రాజ్యాంగం వీరికి పరిపాలన అధికారం ఇచ్చిందా, రాజకీయాలు చేసే అధికారమిచ్చిందా? ఒకానొక సమయంలో శ్రీకృష్ణ కమిషన్ నియమించారు. 30-40 కోట్లు ఖర్చు పెట్టారు. ఆ కమిటీ రిపోర్టు అవగాహన చేసుకోలేదు. శ్రీకృష్ణ కమిటీ రిపోర్టు ప్రకారం, తెలంగాణలో వెనకబడిన ప్రాంతం లేదని, అలా చూస్తే దేశం మొత్తం మీద చాలా వెనకబడిన ప్రాంతాలున్నాయనీ పేర్కొంది. మనం వేరు రాష్ట్రాలు ఇచ్చేద్దామా? కాని తర్వాత అంటున్నారు. వెనకబడిన ప్రాంతం అని కాదు, స్వయంపాలన కోసమని! స్వయంపాలన పేరుతో ఈ రకంగా దేశాన్ని ముక్కలు చేస్తారా?

సార్, ఆంధ్రప్రదేశ్ అసెంబ్లీ ఈ బిల్లును తిరస్కరించింది. కాంగ్రెస్ పార్టీ సొంత పార్టీ వారినే సమాధాన పరచలేకపోయింది, ఇలాంటి బిల్లు విషయంలో. దీనికి అనేక రాజ్యాంగ సవరణలు అవసరం. అన్నీ విస్మరించారు. అసమగ్రబిల్లు ముందు ఇక్కడకే తెద్దామనుకున్నారు. ఆర్థికపరమైన అంశాలున్నాయని మన చైర్మన్ గారికి మేము నోటీసు ఇవ్వటం వల్ల, తిప్పి పంపారు. బిల్లు ముందుగా రాజ్యసభలో ప్రవేశపెడితే, పాస్ కాకపోయినా తర్వాత ప్రభుత్వం మళ్లీ చేపట్టవచ్చు. అదే లోక్ సభలో ప్రవేశపెడితే ఆ లోక్

సభ 'డిజాల్వ్' అనగానే బిల్లు డీజాల్వ్ అయిపోతుంది. తరువాత ప్రభుత్వం చేపట్టలేదు! **ఆఖరి నిమిషంలో కాంగ్రెస్ విభజన వాయిదా వేద్దాం. బిల్లును బ్రతికించి వుంచుదాం అని ఆలోచన చేసారా!? ఎందుకు రాజ్యసభలో పెట్టాలని అనుకున్నారు**. అలా ఈ బిల్లు లోక్ సభకి వెళ్లింది.

(ఇక్కడ లోక్ సభలో జరిగిన సంఘటన మీద చేసిన వ్యాఖ్యల్ని రికార్డు నుంచి తొలగించారు)

సార్, ఆంధ్రప్రదేశ్ అసలు భారతదేశంలో భాగమేనా? మాకర్థం కావటం లేదు! ఇలాగేనా చేయటం? యుద్ధ ప్రాతిపదికన పాస్ చేస్తున్నారు, కేవలం రాజకీయ ప్రయోజనాలకోసం.

డిప్యూటీ చైర్మన్: లోక్ సభ మీద చేసిన వ్యాఖ్యలన్నీ రికార్డు నుంచి తొలగిస్తున్నాం.

చౌదరి: ఇది అన్ పార్లమెంటరీ కాదు. అదీ పార్లమెంట్లో భాగమే. ఈ బిల్లు న్యాయ నిపుణుల పరిశీలనతో జరగాలి. రూల్ 88 ప్రకారం అటార్నీ జనరల్ ని పిలవమని నేను నోటీసిచ్చాను. మనం న్యాయకోవిదులం కాదు. అసలీ బిల్లు ఇక్కడ ప్రవేశపెట్టడమే చట్ట విరుద్ధం. మన దేశానికి ప్రజాస్వామ్య దేశంగా మంచి పేరువుంది. నేను ప్రజాస్వామ్య పరిరక్షకులైన మిమ్మల్ని కోరుతున్నా, కాంగ్రెస్ ఎలక్షన్ ఏజెంట్లుగా ప్రవర్తించకండి. ఇప్పుడు అదే జరుగుతోంది. కాంగ్రెస్ పార్టీ ఆడుతున్న ఆట ఈ దేశమంతా గుర్తించాలి. గెలుపు ఓటములు ఆటలో సహజం. కాని వారు ఈ దేశ ప్రజాస్వామ్య ఫెడరల్ ప్రతిపత్తిని పాడు చేయకూడదు. ఇప్పటికే వారు ఆ ప్రతిపత్తిని నాశనం చేశారు. అంతేకాకుండా ప్రజాస్వామ్యాన్నే నవ్వులపాలు చేస్తున్నారు. ద్వైపాక్షిక పద్ధతి పనిచేయదు. ప్రజాస్వామ్య పరిరక్షణ జరగాలి. ప్రతి సభ్యుడినీ గౌరవించాలి. సంఖ్యను బట్టి కాదు. ఏమార్చే పద్ధతులు ఆపాలి. ఈ సభ అర్థం చేసుకోవాలి. ఈ మొత్తం వ్యవహారం సెలక్ట్ కమిటీకి పంపించాలి. ఈ అరుపుల మధ్య బిల్లు పాస్ చేయకూడదు. చట్ట వ్యతిరేకంగా జరగకూడదు. ఒకసారి అపహాస్యం మొదలైతే అది ఆగదు. ఏ పార్టీ అయినా, ఎన్ని పార్టీలయినా మనం ఇప్పుడు సంకీర్ణ ప్రభుత్వాల యుగంలో ఉన్నాం. సార్, ఇది చాలా ప్రమాదం. ఇలాంటిది మొదలైతే, 272 స్థానాలు పొందగలిగిన వారెవరైనా ఈ దేశాన్ని ముక్కలు చేసేయగలరు.

ఆఖరుగా, నేనందర్నీ ఆలోచించమంటున్నాను. నా ఉద్దేశం, ఆంధ్రప్రదేశ్ లోని ప్రతి తెలుగువాడి బాధా ఈ సభకు అర్థం అయ్యేలా చెయ్యటమే. ఈ బిల్లును తెస్తున్న పద్ధతి ఎవ్వరికీ మంచిదికాదు. తెలంగాణ, హైదరాబాద్ లో వారికి గాని, రాయలసీమ, కోస్తా ప్రజలకిగానీ కొద్ది సమయంలోనే ఇది ఎంత నష్టదాయకమో అర్థమవుతుంది. నీటి విషయం గాని, కరెంట్ విషయంగాని వారు పట్టించుకోలేదు. తెలంగాణలో బోరు బావుల వ్యవసాయానికి కరెంట్ కావాలి. వారికి కరెంట్ లేదు. ఎక్కడి నుంచి వస్తుంది? రాజకీయ లబ్ధికోసమే తప్ప, కాంగ్రెస్ ఇంకేమీ చెయ్యలేదు. యూనివర్సిటీలు, ఆసుపత్రులు, పరిశ్రమలు ఎలా చేసుకోవాలో ఆంధ్రప్రదేశ్ ప్రజలకు కనీసం వివరించే ప్రయత్నమే జరగలేదు. ఏమీ జరగలేదు. ఈ అప్రజాస్వామిక విధానాన్ని ప్రతి సభ్యుడూ గ్రహించాలి.

లోక్ సభ ఎన్నికలను దృష్టిలో పెట్టుకుని కాంగ్రెస్ ఈ పని చేస్తోంది. తలకిందులుగా ప్రయత్నించినా వారికి ఒక్క సీటు రాదు. అది వేరే విషయం. వాళ్ల సొంత ముఖ్యమంత్రే రాజీనామా చేశారు. 15వ లోక్ సభ ముగుస్తున్న సమయంలో ఈ రాజ్యాంగ విరుద్ధమైన, అసహజమైన బిల్లు తెచ్చారు. సాంప్రదాయికంగా ఓట్ ఆన్ ఎకౌంట్ మనమెందుకు తెస్తాం? బయటకు వెళ్లబోతున్న ప్రభుత్వం దీర్ఘకాలిక నిర్ణయాలు తీసుకోకూడదనే గదా! ఇలాంటి సమయంలో ఇలాంటి ఓటర్ల మీద ప్రభావం చూపే నిర్ణయం తీసుకోవచ్చా? ఇది సమంజసం కాదు. తెలంగాణను ఆహ్వానిస్తున్నాం. కానీ అది సీమాంధ్ర బతుకులు పణంగా పెట్టి మాత్రం కాదు. ఇప్పుడు సీమాంధ్ర ప్రజలను అయోమయంలోకి నెట్టేస్తున్నారు. అందుకే, అలా జరగకుండా, బిల్లును స్టాండింగ్ కమిటీకో, సెలెక్ట్ కమిటీకో పంపించండి. న్యాయసలహా తీసుకోండి. ఎటార్నీ జనరలు వచ్చి వివరించమనండి. మనం సంతృప్తి చెంది బలపరచవచ్చు. అలా కాకపోతే, ఈ బిల్లును పూర్తిగా వ్యతిరేకిస్తున్నాం.

డిప్యూటీ చైర్మన్: కృతజ్ఞతలు. ★

జైట్లీ: ఈ బిల్లు మీద నాకు మిశ్రమ అభిప్రాయాలున్నాయి. తెలంగాణ ఏర్పడుతున్నందుకు సంతోషంగా ఉంది. మా పార్టీ 1980 నుంచి ఆంధ్రప్రదేశ్ లో 2006 నుంచి జాతీయస్థాయిలో, తెలంగాణ డిమాండ్ ను సమర్థిస్తూనే వచ్చింది. అందుకే ఈ రోజు, తెలంగాణ రాష్ట్రం వెలుగు చూడబోతోందన్న ఆనందం కలుగుతోంది. అదే సమయంలో, నాకు రెండు మిశ్రమ అభిప్రాయాలున్నాయి. ఇప్పటివరకూ సీమాంధ్ర ప్రయోజనాలు కాపాడే ప్రయత్నం సరిగ్గా జరగలేదన్నది నా బాధ. సీమాంధ్ర వారు మనం ఏమి చేస్తామా, ముఖ్యంగా ప్రభుత్వం ఏం చేస్తుందా అని చూస్తున్నారు. తెలంగాణ ఏర్పాటు కారణంగా వారు ఏ ఇబ్బందులైతే ఎదుర్కొంటారో, ఆ ఇబ్బందుల్ని మనం సమాధాన పరచాలి. ఈ మొత్తం విషయంలో, యుపిఏ వ్యవహరించిన తీరు చాలా నిరాశకు గురిచేసిందని చెప్పక తప్పదు. తెలంగాణ డిమాండ్ కి చాలా చరిత్ర వుంది. అనేక పోరాటాల తర్వాత నిజాం రాజ్యం మన దేశంలో కలిసింది. మా పార్టీ ఈ డిమాండ్ ను పూర్తిగా బలపరిచింది. ఇక యుపిఏ ప్రభుత్వం ఈ విషయంలో ఎలా ప్రవర్తించింది అనేది రెండో విషయం. సార్, ఎన్డీఏ ప్రభుత్వం ఛత్తీస్ ఘడ్, ఝార్ఖండ్, ఉత్తరాఖండ్ అనే మూడు రాష్ట్రాలను వాజపేయి గారి నాయకత్వంలో ఏర్పాటుచేసింది.

★ మొహ్మద్ అలీఖాన్ (ఆంధ్రప్రదేశ్), రాంకృపాల్ యాదవ్ (బీహారు), రాంవిలాస్ పాశ్వాన్ (బీహారు) మొహ్మద్ అదీబ్ (యు.పి) క్లుప్తంగా ప్రసంగించారు.

మూడు రాష్ట్రాల అసెంబ్లీలు ఏకగ్రీవ తీర్మానాలు చేశాయి. ఏకగ్రీవ తీర్మానాల తర్వాత, దేశంలో అన్ని పార్టీలతో సంప్రదింపులు జరిపాం. ఎక్కడా ఒక నిరసన కూడా ఎదుర్కోవలసిన అవసరం రాలేదు. ఇంతటి తీవ్రమైన అంశంలో యుపిఏ ఏం చేసింది? కాంగ్రెస్ మానిఫెస్టో 2004 లో తెలంగాణ అంశం పెట్టింది. పదేళ్లు పక్కనపెట్టి, చివరికి ఎన్నికల సందర్భంగా, 2014 లో ఈ డిమాండ్ ను పూర్తి చేయాలనుకున్నారు. పూర్తి చేసే సమయంలో కూడా రెండు ప్రాంతాల వారినీ ఒప్పించలేకపోయారు. ఆనాటి హోంమంత్రి 9.12.2009 నాడు తెలంగాణ ఏర్పాటు ప్రకటన చేశారు. అసెంబ్లీ తీర్మానం కావాలని అడిగారు. మళ్లీ వెనక్కు తగ్గి శ్రీకృష్ణ కమిటీ నియమించారు. ఆ తర్వాత కమిటీ రిపోర్టు అమలు చెయ్యలేదు. ఇన్నేళ్లూ ఏమీ చేయలేదు. ఫలితంగా, ఈ రోజు తెలంగాణ ఏర్పాటు లాంటి ఒక మంచి పని చేస్తుంటే, ప్రభుత్వంలో మంత్రులే అడ్డుపడుతున్నారు. అధికార పార్టీ ఎంపీలు అడ్డుపడుతున్నారు. లోక్ సభ చాలామంది ఎంపీల్ని సస్పెండ్ చేసి, వారు లేకుండా రాష్ట్రం ఏర్పాటు చేయటం దురదృష్టకరం. ఒక రాష్ట్రం ఏర్పాటుని ఇంత చేదు అనుభవంగా చేశారు. తెలంగాణ ఏర్పాటు అనే ఒక మంచి కార్యక్రమం, యుపిఏ వ్యవహరించిన తీరువల్ల చెడ్డ పేరు తెచ్చుకుంది.

సార్, ఈ సందర్భంగా నేనొక అత్యంత ముఖ్యమైన అంశాన్ని లేవనెత్తుతున్నాను. మేము తెలంగాణ ఏర్పాటు బలపరుస్తున్నాం. కానీ, ఈ ప్రక్రియ న్యాయబద్ధంగా, చట్టం ముందు నిలబడేలా, సరైన రీతిలో జరగాలి. సార్ బిల్లులోని క్లాజు–8 హైద్రాబాద్ రెండు రాష్ట్రాలకు రాజధాని అని పేర్కొన్నారు. పదేళ్లు ఉమ్మడి రాజధాని విషయంలో మా కెలాంటి అభ్యంతరాలూ లేవు. మధ్యవర్తిగా గవర్నర్ చేతుల్లో శాంతిభద్రతలుంచటం కూడా మాకు అభ్యంతరం లేదు. కానీ, నా భయం ఏమిటంటే, గవర్నర్ చేతికి ఈ అధికారాలు అప్పగించడానికి మామూలుగా చట్టం చేసేస్తే, అది రాజ్యాంగ బద్ధమవుతుందా అని! రాజ్యాంగ సవరణ చేయకుండా ఇది చట్టబద్ధమవుతుందా అని.

ఆర్టికల్ 163 ప్రకారం మంత్రి మండలి గవర్నర్ కు సలహా సహకారాలిస్తారని, గవర్నర్ అవి పాటించి తీరాలని ఉంది. సుప్రీంకోర్టు కూడా అనేక తీర్పులలో దీనిని ధ్రువపరిచింది. లిస్ట్–II లోని 1, 2 ఎంట్రీలు చూస్తే శాంతిభద్రతలు రాష్ట్రపరిధిలోనివి. గవర్నర్ కేంద్ర ప్రతినిధి. రాష్ట్ర పరిధిలోని శాంతిభద్రతలు గవర్నర్‌కు బదలాయించాలంటే, రాజ్యాంగ సవరణ చేయకుండా సాధ్యమా? నా మిత్రుడు, న్యాయ మంత్రి సిబల్ గారు ఇక్కడే ఉన్నారు. అరుణాచల్ ప్రదేశ్ విషయంలో ఇలాగే చేయాల్సి వచ్చినప్పుడు రాజ్యాంగ సవరణ చేసి, ఆర్టికల్ 371 H పొందుపరిచాం. ఇప్పుడు రాజ్యాంగ సవరణ లేకుండా గవర్నరుకి అధికారాలు ఇవ్వగలరా? అందువల్ల రాజ్యాంగ సవరణ చట్టబద్ధమవుతుంది. మేము రాజ్యాంగ సవరణకు మద్దతిస్తాం. సవరణకు మేము వ్యతిరేకం కాదు. కానీ మీరెందుకు తెలంగాణ రాష్ట్రాన్ని చట్టవిరుద్ధంగా ఏర్పాటు చేస్తున్నారనేది నా ప్రశ్న. ప్రభుత్వం ఈ

విషయమై ప్రతిస్పందించాలని కోరుకుంటున్నా. సార్, నా ఆఖరి పాయింట్. నా సీనియర్ సహచరుడు వెంకయ్యనాయుడు కోరినట్లు మనం సీమాంధ్రకు పూర్తి న్యాయం చేయాలి. హైద్రాబాద్ నుంచి అత్యధిక ఆదాయం ఉంది. హైద్రాబాద్ తెలంగాణకు వెళ్తుంది. అందువల్ల సీమాంధ్ర ఆర్థిక సంక్షోభంలో పడుతుంది. సీమాంధ్ర ప్రయోజనాలు మనం కాపాడాలి. కేంద్ర ప్రాజెక్టులు హైదరాబాద్ లో ఉన్నందువల్ల సీమాంధ్రలో కూడా ప్రాజెక్టులు ఏర్పరచాలి. ప్రధానమంత్రిగారు ఇప్పుడే ఒక స్పష్టమైన ప్రకటన చేసి అవసరమైతే చట్టానికి సవరణలు చేయవల్సిందిగా కోరుతున్నాను. **ప్రభుత్వం నుంచి మా డిమాండ్లకు తగ్గ సమాధానం రాకపోతే, నేనూ వెంకయ్యనాయుడు చేసిన సవరణల విషయమై పట్టుబట్టక తప్పదని తెలియజేస్తూ థాంక్స్.**

(ప్రతిపక్షనాయకుడు ప్రసంగిస్తున్నంతసేపూ అంతరాయం కలుగుతూనే ఉంది)

డిప్యూటీ చైర్మన్: మీకేం కావాలి? (అంతరాయం) మీ పార్టీ సభ్యులు మాట్లాడారు. ఏమి పాయింట్? సరే, ఒక్క నిమిషం తీసుకోండి.

తపన్ కుమార్ సేన్, సీపీఎం సభ్యుడు (వెస్ట్ బెంగాల్): మా నాయకుడిప్పటికే భాషా ప్రయుక్త రాష్ట్రాల విభజనకు మా పార్టీ వ్యతిరేకమని స్పష్టంగా చెప్పారు. యథార్థం చెప్పటానికి నిలబడ్డాను. ఈ బిల్లును సమర్థిస్తూ మాట్లాడిన నా సహచర సభ్యులొకరు, 1950, తెలంగాణ పోరాటాన్ని ప్రస్తావించారు. ఇది చరిత్రను వక్రీకరించటం. ఆ పోరాటం పి. సుందరయ్య, బసవ పున్నయ్య, రాజేశ్వరరావుల నాయకత్వంలో జరిగింది. ఆ పోరాటం నిజాం దుశ్చర్యలకు, రజాకార్ల దారుణాలకు వ్యతిరేకంగా జరిగింది. ఆ పోరాటమే, తెలంగాణ ప్రాంతాన్ని ప్రజాస్వామ్య భారతదేశంలో పూర్తిగా విలీనం చేసింది. ఇప్పుడు జరుగుతున్నది విడదీయటం, అప్పటి విలీనానికి పూర్తి భిన్నమైన దిశలో జరుగుతోంది. దయచేసి ఇందులో కలపకండి. మళ్లీ ఆలోచించండి.

డిప్యూటీ చైర్మన్: ఓకే, ఆల్రైట్.

తపన్ కమార్ సేన్: భారతీయతను బలహీనపర్చకండి. నిన్నగాక మొన్న గౌ॥ ప్రధానమంత్రి ఇదే విషయాన్ని వీడ్కోలు సభలో కూడా చెప్పారు.

డిప్యూటీ చైర్మన్: ఓకే.

తపన్ కమార్ సేన్: దయచేసి మూలాలను కత్తిరించకండి. మళ్లీ ఆలోచించండి. ఇతర ప్రాంతాల్లో అగ్గి రాజేయకండి. (అంతరాయం).

డిప్యూటీ చైర్మన్: ఓకే. కూర్చోండి. (అంతరాయం).

తపన్ కుమార్ సేన్: రెచ్చగొట్టకండి. (అంతరాయం) నా విన్నపం. ఈ సభకి (అంతరాయం). తర్వాత సభ నిర్ణయం అందరూ పాటించాల్సిందే.

డిప్యూటీ చైర్మన్: ఇప్పుడు గౌ॥ 'లా' మంత్రి.

కపిల్ సిబల్: అధ్యక్షా! ప్రతిపక్ష నాయకుడు అరుణ్ జైట్లీ గారి మాటలను సావధానంగా విన్నాను. గవర్నర్ కిచ్చే అధికారాల రాజ్యాంగబద్ధత గురించి మాత్రమే చెప్తాను. ఒక రాష్ట్రం కొత్తగా ఏర్పాటు చేస్తున్నప్పుడు, అనేక విషయాలు ఎదురౌతాయి. వాటన్నిటినీ పరిష్కరించాలి. ఒకసారి సరిహద్దులు ఏర్పాటు చేస్తున్నప్పుడు ఉత్పన్నమయ్యే సమస్యలను ఎదుర్కోటానికి ఆర్టికల్ 3, 4 సరిపోతాయి. ఆర్టికల్ 3 కింద రాజ్యాంగం పార్లమెంటుకు అధికారాలిచ్చింది. దానికింద, ఒక రాష్ట్రం ఏర్పాటు చేస్తున్నప్పుడు ఎదురయ్యే సమస్యలు, అనుబంధ సమస్యలు, ఏర్పాటు ఫలితంగా పర్యవసాన సమస్యలూ (incidental, supplemental, conse- quential) పరిష్కరించటానికి రాజ్యాంగ సవరణ చేయకపోయినా చేసినట్లే భావించబడాలి (deemed to be) అని 4 (2) లో స్పష్టం చేయబడింది. అందుచేత, రాష్ట్ర విభజన ఫలితంగా ఉత్పన్నమైన గవర్నర్‌కు ప్రత్యేకాధికారాలు అనే అంశం, ఆర్టికల్ 3, 4 ప్రకారం రాజ్యాంగ సవరణ అవసరం లేకుండానే ఏర్పాటు చేయవచ్చు.

నా మిత్రుడు జైట్లీగారు ఆర్టికల్ 371 H గురించి కూడా చెప్పారు. అరుణాచల్ ప్రదేశ్ విషయం వేరు ఆంధ్రప్రదేశ్ వేరు. మొదటిది, రాష్ట్రం ఏర్పడుతున్నప్పుడు గవర్నర్‌కు అధికారాలివ్వలేదు కాబట్టి తర్వాత రాజ్యాంగ సవరణ చేసి అధికారాలివ్వటం జరిగింది. కాని ఇక్కడ అలా కాదు. ఏది ఏమైనప్పటికీ, ఇది ప్రతిపక్ష నాయకుడు చెప్పినట్లు ముఖ్యమైన అంశమే, ఏదైనా సంశయం ఉంటే, 2014 ఎన్నికల తర్వాత కొత్త ప్రభుత్వం, అప్పటి లోక్ సభ, రాజ్యసభ సభ్యుల కోరికను బట్టి ఎలా కావాలంటే అలా పరిష్కరించుకోవచ్చు. **ఈ విషయం చిట్టచివరిగా కోర్టు కెళ్లినప్పుడు, కచ్చితంగా వెళ్తుందనే నా నమ్మకం, కోర్టు కనక పార్లమెంట్ ఏం చెయ్యాలో చెప్పినప్పుడు, అప్పటి పార్లమెంట్ అవసరానుగుణంగా సవరణలు కావాలంటే ఓటింగ్ చేసుకుని సవరించుకోవచ్చు.** నేను చెప్పే ఆఖరి అంశం... కొత్త రాష్ట్రం ఏర్పడుతున్నప్పుడు సహజంగానే తలెత్తే ఉద్రిక్తతలను సమాధాన పరచటం క్లిష్టతరమైనది. తెలంగాణ వారైనా, సీమాంధ్ర వారైనా వారి ఆగ్రహావేశాలను అర్థం చేసుకోవాలి. గవర్నమెంట్ పార్లమెంట్ చట్టాలు చెయ్యక తప్పదు. పార్లమెంట్ చట్టాలు చెయ్యాలి. గవర్నమెంట్ నిర్ణయాలు చెయ్యాలి. అలా చెయ్యకపోతే చరిత్ర మనల్ని తప్పుబడుతుంది. తెలంగాణ ఏర్పడే సమయం వచ్చేసింది. చరిత్రాత్మక నిర్ణయం తీసుకునే సమయమిది. తెలంగాణను సమర్థించినందుకు ప్రతిపక్ష నాయికుణ్ణి నేనభినందిస్తున్నాను. ఈ అవకాశమిచ్చినందుకు కృతజ్ఞతలు.

అరుణ్ జైట్లీ: న్యాయమంత్రిగారు చెప్పిన ఒక విషయం మీద నేను మాట్లాడాలి. మనకి ఈ దేశంలో ఒక పద్ధతి వుంది. ఆ పద్ధతి ప్రకారం ప్రభుత్వాలు నడుస్తాయి. శాంతిభద్రతలు, పోలీసులు రాష్ట్ర పరిధిలోని అంశాలు. హైదరాబాద్ ఉమ్మడి రాజధాని. మాకభ్యంతరం లేదు. హైదరాబాద్ లా & ఆర్డర్ సీమాంధ్ర ప్రభుత్వం కిందగాని, లేదా తెలంగాణ ప్రభుత్వం

కిందగానీ ఉండకూడదు. న్యూట్రల్ ఏజెన్సీగా గవర్నర్ చేతుల్లో వుంటుంది. దానికి మా అభ్యంతరం లేదు. ప్రశ్న ఏమిటంటే, గవర్నరుకి ఇద్దరు సలహాదారులుంటారు. వారిని కేంద్రం నియమిస్తుంది. గవర్నర్ కూడా కేంద్ర ప్రతినిధి. అంటే, గవర్నర్ ద్వారా శాంతిభద్రతలు కేంద్రం చేతుల్లోకి తీసుకుంటోంది. ఇది మన ఫెడరల్ విధానానికి వ్యతిరేకం. సిబల్ గారు ఇది సప్లిమెంటల్, ఇన్సిడెంటల్, కాన్సీక్వెంటల్ అంటున్నారు. ఈ విషయం అనుబంధమో, ఆకస్మికమో అనుకునేంత చిన్నవిషయం కాదు. నా భయం ఏమిటంటే, ఇది మన ప్రభుత్వాల పనితీరుల్లో ప్రధానమైన మార్పు. అందుకే రాజ్యాంగ సవరణ, ఏదో ఒక స్థాయిలో తప్పనిసరి. మేము రాజ్యాంగ సవరణకు మద్దతిస్తాం. ఇప్పుడే, ఇక్కడే చట్టబద్ధంగా తెలంగాణ ఏర్పరచమంటున్నాం. రేపు ఇది రాజ్యాంగ విరుద్ధమని తీర్పు వస్తే ఏమౌతుంది? మళ్లీ పార్లమెంట్ సమావేశమై రాజ్యాంగ సవరణ చెయ్యాలి.

కపిల్ సిబల్: అపోజిషన్ లీడర్ గారు కొన్ని నిమిషాల క్రితం గవర్నర్ న్యూట్రల్ ఏజెన్సీ అన్నారు. ఇప్పుడు కేంద్ర ప్రభుత్వ ఏజెంట్ అంటున్నారు. సీమాంధ్ర తెలంగాణ ప్రజల ప్రయోజనాలు కాపాడే గవర్నర్‌కు ఇలా ఏజెంట్ బిరుదు కట్టబెట్టడం సమంజసం కాదు. గవర్నరు న్యూట్రల్ గా భావించి అధికారాలిస్తున్నాం. రాజ్యాంగబద్ధంగా, తెలంగాణ మంత్రిమండలి సలహామేరకే ఆయన నడుచుకుంటారు. కాని ఆఖరుగా నిర్ణయాధికారం మాత్రం గవర్నర్ దే. 371-H ఆర్టికల్ కూడా ఇదే చెప్పింది.

ప్రధానమంత్రి

అధ్యక్షా! ప్రతిపక్ష నాయకుడు, ఇతర ప్రతిపక్ష సభ్యులు, ముఖ్యంగా ఆంధ్రప్రదేశ్‌కు చెందిన సభ్యుల ఉపన్యాసాలు శ్రద్ధగా విన్నాను. ఇప్పటికే, ప్రభుత్వం చేపట్టనున్న ప్రత్యేక చర్యల గురించి, ముఖ్యంగా సీమాంధ్ర గురించి రాష్ట్రంలోని ఇతర ప్రాంతాల గురించి హోంమంత్రిగారు ప్రస్తావించారు.

నేను మరికొన్ని ప్రకటనలు చేయదలిచాను.

మొదటగా, కేంద్ర సహాయం అందించే నిమిత్తం, పదమూడు జిల్లాలు కలిగిన ఆంధ్రప్రదేశ్ రాష్ట్రానికి, రాయలసీమ నాలుగు జిల్లాలు, ఉత్తరాంధ్ర మూడు జిల్లాలతో సహా, 5 సంవత్సరాల పాటు "స్పెషల్ కేటగిరీ స్టేటస్" ఇవ్వబడుతుంది. ఈ చర్య రాష్ట్ర ఆర్థిక పరిస్థితిని పటిష్ఠం చేస్తుంది.

రెండవది, బిల్లులో ఇప్పటికే ప్రస్తావించిన అంశం, అవసరమైన ఆర్థిక చర్యలతోపాటు,

పన్ను మినహాయింపుల వంటి పారిశ్రామికాభివృద్ధికి, ఆర్థిక అభివృద్ధికి అవసరమైన చర్యలు కూడా రెండు రాష్ట్రాలలో చేపడతాం. కొన్ని రాష్ట్రాలకు ఎలాగైతే ఇటువంటి వెసులుబాట్లు కల్పించామో, అదే ప్రాతిపదికన ఈ ప్రోత్సాహకాలు అమలుచేస్తాం.

మూడవది, రాయలసీమ, ఉత్తరాంధ్ర జిల్లాలకు 'డెవలెప్మెంట్ ప్యాకేజి'ని బిల్లులో పొందుపరిచాం. ఈ ప్యాకేజి ఒరిస్సా, మధ్యప్రదేశ్ రాష్ట్రాలలోని కోరాపుట్ – బొలంగీర్ – కలహంది, బుందేల్ ఖండ్ తరహాలో ఉంటుంది.

నాల్గవది, పోలవరం ప్రాజెక్ట్ త్వరితగతిన రిహాబిలిటేషన్, రీసెటిల్మెంట్ (ఆర్ఆర్) కార్యక్రమాలు పూర్తి చేయటానికి అవసరమైన సవరణలు చేస్తాం. మా ప్రభుత్వం పోలవరం ప్రాజెక్ట్ పూర్తి చేస్తుంది. దీని గురించి ఎవ్వరికీ ఏ సందేహాలూ ఉండనవసరం లేదు.

ఐదవది, ఉద్యోగులు, ఆస్తి, అప్పుల, ఆర్థిక స్థితిగతుల విషయమై అన్ని లెక్కలూ పూర్తవటానికి వీలుగా వుండేలా, అపాయింటెడ్ డే (కొత్త రాష్ట్రం ఏర్పడే దినం) నిర్ధారించబడుతుంది.

ఆరవది, కొత్త రాష్ట్రం ఏర్పడిన అపాయింటెడ్ డే నుంచి 14 వ ఫైనాన్స్ కమిషన్ సిఫార్సులు వచ్చే రోజు లోపు, ఆంధ్రప్రదేశ్ రాష్ట్రానికి ఎదురయ్యే ఆర్థికలోటు, 2014–15 బడ్జెట్ లో భర్తీ చేయబడుతుంది.

అయ్యా! తెలంగాణ ఏర్పాటు విషయంలోనే కాకుండా సీమాంధ్ర అభివృద్ధి సంక్షేమం పట్ల మాకున్న శ్రద్ధ, అంకితభావం ఈ రిప్లై. అనుబంధ ప్రకటనల వల్ల ప్రస్ఫుటంగా తెలియచేస్తున్నాం.

డిప్యూటీ చైర్మన్: ఇప్పుడు...

వెంకయ్య నాయుడు: నేను రెండు విషయాలు చెప్పాలనుకుంటున్నా.

అలీ అన్వర్ అన్సారీ (బీహార్): రఘురామరాజన్ కమిటీ గురించి, బీహార్ గురించి ప్రధాని జవాబులు ఏమీ చెప్పలేదు.

శివానంద తివారీ (బీహార్): బీహార్ స్పెషల్ కేటగిరీ స్టేటస్ గురించి ప్రధాని ప్రస్తావించనందుకు నిరసనగా మేము వాకౌట్ చేస్తున్నాం.

(కొందరు సభ్యులు సభ నుండి బయటకు వెళ్లిపోయారు)

డిప్యూటీ చైర్మన్: మిస్టర్ నాయుడూ, మీకేం కావాలి?

వెంకయ్య నాయుడు: స్పెషల్ కేటగిరీ స్టేటస్ మేము పదేళ్లు అడిగాం. ప్రధాని అయిదేళ్లు అంటున్నారు. అయిదేళ్ల సమయం సరిపోదు. వాళ్లు పరిశ్రమలు పెట్టుకోవాలి. ఉత్పత్తి ప్రారంభించాలి. అందుకు పదేళ్లు చేయాల్సిందే. రెండో విషయం రాజధానికి సహాయం ఏది? ప్రధానమంత్రి ఆ విషయమే చెప్పలేదు.

డిప్యూటీ చైర్మన్: మినిస్టర్ గారూ, అయిదేళ్లా, పదేళ్లా అని సభ్యుడు అడుగుతున్నారు.

షిండే: విషయం చర్చించాం. అయిదేళ్లన్నాం. ఉదయం చర్చించినప్పుడు అయిదేళ్లు సీమాంధ్ర, హైదరాబాద్ పదేళ్లు అన్నాం.

డిప్యూటీ ఛైర్మన్: ఇక చర్చ అయిపోయింది. ప్రశ్నేమిటంటే,

ఆంధ్రప్రదేశ్ రీ – ఆర్గనైజేషన్ చట్టం – 2014 లోక్ సభలో ఏ విధంగా పాస్ అయ్యిందో, అదేవిధంగా ఆమోదించబడుతుంది. సభ ముందు ప్రవేశపెట్టాం. సభ ఆమోదించింది. ఇక క్లాజుల వారీగా తీసుకుందాం. క్లాజ్ (2) బిల్లుకు కలపబడింది. క్లాజ్ 3, క్లాజ్ 4 బిల్లులో భాగాలయ్యాయి.

వెంకయ్య నాయుడు: సార్, డివిజన్ (ఓటింగ్) కోరుతున్నాం.

డిప్యూటీ ఛైర్మన్: ఎలా డివిజన్ చేపట్టగలం? అసాధ్యం! మీరంతా మీ స్థానాలలో కూర్చుంటే (ఓటింగ్) జరపొచ్చు. అందరూ వెళ్లి కూర్చోండి. మీరు కూర్చుంటే నేను డివిజన్ చేస్తా. సవరణ తిరస్కరించబడింది.

క్లాజ్ 3, క్లాజ్ 4 బిల్లులో భాగాలయ్యాయి.

క్లాజ్ 5, 7 లకు మూడు సవరణలు పంపారు 'డిరెక్ ఒబ్రైన్' గారు. సభ ముందు పెట్టమంటారా, ఒబ్రైన్ గారూ?

ఒబ్రైన్: వద్దు. (డిరెక్ ఒబ్రైన్ తృణమూల్ కాంగ్రెస్ సభ్యుడు)

డిప్యూటీ ఛైర్మన్: ఒబ్రైన్ గారి సవరణలు ఉపసంహరిస్తున్నారు. నం. 8 కూడా మీ సవరణ.

ఒబ్రైన్: అది కూడా వద్దు.

డిప్యూటీ ఛైర్మన్: క్లాజ్ (7) పాసయ్యింది. బిల్లులో భాగమయ్యింది. క్లాజ్ (8) కి దేవేంద్ర గౌడ్, ఒబ్రైన్, వెంకయ్య నాయుడు సవరణలు ప్రతిపాదించారు. దేవేంద్ర గౌడ్, ఒబ్రైన్ 'నో' అన్నారు.

వెం: పేజీ 3, 10 వ లైన్లో "అలాంటి చోట్ల" (such area) పక్కన ఈ పదాలు చేర్చాలి. "ఆర్టికల్ 371 k ప్రకారం రాజ్యాంగబద్ధంగా భారత అధ్యక్షుడు ఎప్పుడు ఏ కార్యక్రమాలు బదలాయిస్తారో" సవరణ సభ ముందు ఉంచబడింది.

వెం: నేనొక వివరణ కోరుతున్నాను. ఈ సవరణ మీద ప్రభుత్వ వివరణ కావాలి. జైరాం రమేష్ గాని హోం మంత్రి గాని చెప్పాలి. మేము దీనిని బలపరుస్తున్నాం. దయచేసి అర్థం చేసుకోండి. బిల్లు సరిగ్గా పాస్ చేయండి. మేము సహకరిస్తున్నా మీకు సహనం లేదు. మీరు సమస్యలు సృష్టిస్తున్నారు. శాంతియుతంగా చేద్దాం. రాష్ట్రమంతా మనల్ని గమనిస్తోంది. నేనిక్కడ మీకు సహకరించటానికే ఉన్నా.

సవరణ–16 వివరణ కావాలి.

డిప్యూటీ ఛైర్మన్: 16వ సవరణ ప్రతిపాదించారు. ప్రభుత్వం ఒప్పుకుంటోందా?

హోం: నా ఉపన్యాసంలో వివరించాను. అందుచేత ఒప్పుకోవటం లేదు.

డిప్యూటీ ఛైర్మన్: వెంకయ్య నాయుడు గారూ ప్రభుత్వం ఒప్పుకోవటం లేదు.

వెంకయ్య నాయుడు: సార్, క్లాజ్ ఏమిటో, సవరణ ఏమిటో నాతో సహా ఎవ్వరికీ అర్థం కావటం లేదు ఈ అరుపులు కేకల మధ్య.

ఆయన చదువుతున్నాడో మాట్లాడుతున్నాడో...

డిప్యూటీ చైర్మన్: వెంకయ్య నాయుడుగారి సవరణ సభముందుంచుతున్నా

(16) such area పక్కనే ఈ పదాలు చేర్చాలి.

సవరణ తిరస్కరించబడింది.

క్లాజ్ 8, 9 బిల్లులో భాగాలయ్యాయి.

క్లాజ్ 11, సుఖేందు శేఖర్ రాయ్ గారి సవరణ కూడా ఆయన 'నో' అన్నారు.

క్లాజ్ 10, 11 నుంచి 29 వరకూ కలపబడ్డాయి.

డిప్యూటీ చైర్మన్: క్లాజ్ 30 కి 32 వ సవరణ, రామాజోయిస్ గారి ప్రతిపాదన.

రామాజోయిస్: ఆంధ్రప్రదేశ్ రాష్ట్రం ఉన్నాలేకపోయినా హైకోర్టు మాత్రం ఉండాలి. ఆర్టికల్ – 231 ప్రకారం రెండు రాష్ట్రాలకూ ఒకే హైకోర్టు ఉండొచ్చు. నేను పంజాబ్ – హర్యానా హైకోర్టుకి చీఫ్ జస్టిస్ గా పనిచేశాను. చెప్తుంటే వినరే...? మీరు వినకపోతే నా పాయింట్ ఎలా చెప్పను?

డిప్యూటీ చైర్మన్: నేను వింటున్నా చెప్పండి. అధ్యక్షస్థానం వింటోంది.

రామాజోయిస్: నా సవరణ ఏమిటంటే, ఆర్టికల్ 214 ఈ యాక్ట్ లోని సెక్షన్ 31 ప్రకారం "ఆంధ్రప్రదేశ్ మరో హైకోర్టు ఏర్పడే వరకూ" అనే పదాలు తొలగించాలి. అందువల్ల హైద్రాబాద్ హైకోర్టు ఉమ్మడి హైకోర్టుగా కొనసాగుతుంది.

డిప్యూటీ చైర్మన్: మీరేమయినా చెప్పాలా హోంమంత్రిగారూ?

హోం: మేం రాజ్యాంగబద్ధులం. ఈ విషయంలో సుప్రీంకోర్టు నిర్ణయం చేయాలి. అందుకే ఆ రకంగా బిల్లుతో కలిపాం.

డిప్యూటీ చైర్మన్ : రామాజోయిస్ సవరణ ఉంచాలా

రా.జో.: నేను సవరణ కోరుతున్నా.

సభ సవరణను తిరస్కరించింది. క్లాజ్ 30 కలపబడింది.

డిప్యూటీ చైర్మన్: రామాజోయిస్ గారి మరో సవరణ క్లాజ్ 31 కి. ఉంచాలా..?

రా.జో.: ఇది చాలా ముఖ్యమైనది. ఆర్టికల్ 231 ప్రకారం రెండు రాష్ట్రాలకీ హైదరాబాద్ లోనే హైకోర్టు ఉండాలి.

డిప్యూటీ చైర్మన్: సవరణ కావాలా? సభ ముందుంచాలా?

రా.జో.: అవును. 32 నుండి 41 పంక్తులు తొలగించాలి.

సవరణ తిరస్కరించబడింది. క్లాజ్ 31 కలపబడింది.

డిప్యూటీ చైర్మన్: క్లాజ్ 32 కి రామాజోయిస్ గారి సవరణ ఉంది.

రా. జో.: సార్, ఈ సవరణలన్నీ ఒక దానికొకటి అనుబంధం. సవరణ సభ ముందుంచాలి.

డిప్యూటీ చైర్మన్: సవరణ తిరస్కరించబడింది. క్లాజ్ 32 బిల్లులో కలపబడింది. 32, 34 సవరణలు మీవే రామాజోయిస్ గారూ!

రా. జో.: ఇవన్నీ కలిపే ప్రతిపాదించాను.

డిప్యూటీ చైర్మన్: ఇప్పుడు సభ ముందుకు పెట్టనక్కర్లేదుగా? సరే. ఆయన 'నో' అంటున్నారు. క్లాజ్ 34 బిల్లులో భాగమయ్యింది.

క్లాజ్ 35 నుండి 45 వరకూ బిల్లులో భాగమయ్యాయి. క్లాజ్ 46 కి మూడు సవరణలు ఉన్నాయి. దీరక్ బిరేన్, అరుణ్ జైట్లీ 'నో' అన్నారు. నరేష్ గుజ్రాల్ (అకాలీదళ్) గారూ, మీ సవరణ ఏమంటారు?

నగు: పేజీ 11 లో 51 వ లైన్ తర్వాత ఈ భాగం కలపాలి.

సబ్ క్లాజ్ (3) ప్రకారం, ఏదైనా ప్యాకేజీ ఇస్తున్నప్పుడు ఏర్పడబోయే ఆంధ్రప్రదేశ్ రాష్ట్ర ఆర్థిక లోటును పరిగణనలోకి తీసుకోవాలి.

వెంకయ్య నాయుడు: పేజీ 11 లోని 45 వ లైన్లో 'may' బదులు 'shall' అని మార్చాలి. సవరణలు సభ ముందు ఉంచబడ్డాయి.

వెంకయ్య నాయుడు: కేంద్రబడ్జెట్ ప్రతిపాదించే లోపులో సీమాంధ్రకు రెవెన్యూ లోటు ఏర్పడుతుంది. ఆ తేడా భర్తీ చేయడానికి చర్యలు చేపడతామని ప్రభుత్వం మాకు చెప్పింది. వచ్చే బడ్జెట్ వరకూ, మేం చూసుకుంటాం అని చెప్పారు. కానీ ఈ మధ్యకాలంలో రాష్ట్రం ఏమవ్వాలి? జీతాలు, పెన్షన్లు, ఇతర చెల్లింపులు ఎలా ఇస్తారు? ఇది చాలా ముఖ్యమైన విషయం. అందుకే ఒత్తిడి తెస్తున్నా. క్లాజ్ 46, పేజీ 11, లైన్ 48 లో పదాలు చూడండి. 'రాష్ట్రంలోని ఏరియాలు'. ఒక స్వతంత్ర నిపుణుల కమిటీ నియమించి, ఆర్థిక లోటును అంచనావేసి, ప్రణాళికేతర గ్రాంట్లు సిఫార్సు చేయటమే కాకుండా, రెవెన్యూ లోటు సరిపడా గ్రాంటు కూడా సెక్షన్ 67 (A) లో చెప్పినట్లు కన్సాలిడేటెడ్ ఫండ్ నుండి కనీసం పదేళ్ల పాటు అందించబడాలి. అప్పటి లోపు, మొట్టమొదటి సంవత్సరానికి, కన్సాలిడేటెడ్ ఫండ్ (ఏకీకృత నిధి) నుండి 10,000 కోట్లు ఇవ్వాలి. దీనికి ప్రభుత్వం సమాధానం చెప్పాలి. ప్రభుత్వం అనుకూలంగా స్పందిస్తే...

డిప్యూటీ చైర్మన్ : హోం మినిస్టర్ ఒప్పుకుంటున్నారా?

వెంకయ్య నాయుడు:బడ్జెట్ ప్రతిపాదించేలోపు.

హోం: సార్, విషయం వచ్చింది. కొన్ని ఇబ్బందులున్నాయి కాబట్టే ప్రధానమంత్రిగారు

సభలో ప్రకటన చేశారు. అపాయింటెడ్ రోజు నుంచి పరిగణనలోకి తీసుకోవాలి. అప్పటివరకు అవసరం లేదు.

డిప్యూటీ చైర్మన్ : సరే. నరేష్ గుజ్రాల్ గారి సవరణ మీద ఓటింగ్.

వెం: సార్, మేము సవరణ మీద ఓటింగ్ కి ఒత్తిడి చేయక తప్పని పరిస్థితి ఏర్పడుతోంది. కారణం...

డిప్యూటీ చైర్మన్ : నరేష్ గుజ్రాల్ గారి సవరణ ఓటింగ్ అయిపోనివ్వండి. నరేష్ గుజ్రాల్ గారి సవరణ సభ ముందుంచుతున్నాను.

పేజీ 11 లో 51 వ లైన్ తర్వాత ఈ మాటలు కలపబడాలి.

సవరణ తిరస్కరించబడింది

వెంకయ్య నాయుడు: సార్!

డిప్యూటీ చైర్మన్ : మీరు చెప్పారు. ప్రభుత్వవాదం స్పష్టం చేసింది.

వెంకయ్య నాయుడు: గవర్నమెంట్ కి అసలు అర్థం కాలేదు. వారేమీ చెప్పలేదు.

డిప్యూటీ చైర్మన్: అది వారిష్టం. నేను ఓటింగ్ పెట్టేస్తున్నాను.

వెంకయ్య నాయుడు: మీరెలాగైనా చేయవచ్చు కానీ...

డిప్యూటీ చైర్మన్ : నేనెలాగైనా చెయ్యటంలేదు. అనవసర ఆరోపణలు చేయవద్దు

వెంకయ్య నాయుడు: నేను ఆరోపణ చేయటం లేదు. అపాయింటెడ్ రోజు నుంచి బడ్జెట్ అయ్యేలోపు గ్యాప్ (లోటు) ఎలా భర్తీ చేస్తారో ప్రధానమంత్రి లేదా హోం మంత్రిని వివరించమనండి.

రవిశంకర ప్రసాద్: జైరాం రమేష్ గారూ, మీరు వివరించవచ్చుగదా!

డిప్యూటీ చైర్మన్: మంత్రిగారూ! వినండి.

హోం: సార్, అపాయింటెడ్ డే, ఉద్యోగ ఆర్థిక ఆస్తుల, అప్పుల పంపకాల విషయమై జరగవలసిన ముందస్తు ఏర్పాట్లన్నీ జరిగాకనే ఉండేలా ఫిక్స్ చేస్తామని, ఇప్పటికే ప్రధానమంత్రి ప్రకటించారు.

7.45

ఇక కొత్తరాష్ట్రం మొదటి సంవత్సరం ఎదురయ్యే అంశాలు, ప్రధానంగా అపాయింటెడ్ డే కి 14వ ఫైనాన్స్ కమిషన్ సిఫార్సులు కేంద్రప్రభుత్వం ఆమోదించే రోజుకి మధ్యన ఎదురయ్యే లోటు, 2014–15 బడ్జెట్లో పెడతారు.

డిప్యూటీ చైర్మన్: ఓకే, సరేనా వెంకయ్యనాయుడుగారూ! ఇంకా సవరణకు పట్టుపడతారా!

వెంకయ్య నాయుడు: పట్టుపడతాను. నేనడిగేది అదే! అపాయింటెడ్ డే కీ, బడ్జెట్స్ కీ మధ్య సమయం గురించే..

డిప్యూటీ చైర్మన్ : వెంకయ్యగారూ! ఆయన వివరించారు గదా!

డిప్యూటీ చైర్మన్ : జైరాంగారు చెప్తారట. చెప్పనివ్వండి.

డిప్యూటీ చైర్మన్ : ఓకే, జైరాం రమేష్!

వెంకయ్య నాయుడు: ఎందుకు మీరంత తొందరపడుతున్నారు?

డిప్యూటీ చైర్మన్ : నేను తొందరేమీ పడటం లేదు.

జైరాం: గౌరవసభ్యుని సంశయం. ప్రకటిత తేదీ ఒకటి (నోటీసు రోజు), నిర్ణీతమైన తేదీ రోజు (అపాయింటెడ్ డే) ఒకటి వున్నాయి. మేమింకా అపాయింటెడ్ రోజు నిర్ణయించలేదు. ఏ రోజు నిర్ణయం జరిగినా, మొదటి సంవత్సరం అంతరం (గ్యాప్) ఉన్నట్లైతే, ఆ లోటు భర్తీ చేయబడుతుంది. "భర్తీ చేయబడుతుంది" అన్నాం. లోటు భర్తీ అంటే, ఏదైతే గ్యాప్ (తేడా) వుందో, అది బడ్జెట్లో సమానం చేయబడుతుంది. 'పరిహారం' అంటే అర్థమదే! ఫైనాన్స్ బిల్లు, పాస్ అయింది. ఇన్టర్మ్ బడ్జెట్ కూడా అయిపోయింది. ఇన్టర్మ్ బడ్జెట్ లో మేము ఏమీ చెయ్యటానికి లేదు. అందుకే నోటిఫైడ్ రోజుకి, అపాయింటెడ్ రోజుకి మధ్య రోజులకోసం ఏర్పాటుచేశాం. ఛత్తీస్ ఘడ్, ఉత్తరాఖండ్, ఝార్ఖండ్ రాష్ట్రాలకు ఈ మధ్య సమయం మూడు నెలలు పట్టింది. నేనిప్పుడు రెండా, మూడా, నాలుగు నెలలా చెప్పలేను. కానీ ఏర్పడబోయే ఆంధ్రప్రదేశ్ రాష్ట్రానికి ఏ విధమైన 'గ్యాప్' లేకుండా వుండేలా అపాయింటెడ్ డే' ఏర్పాటు చేస్తామని ప్రధానమంత్రి చెప్పడం జరిగింది.

వెంకయ్య నాయుడు: నేనొక పరిష్కారం చెప్తాను. అంటే ఆ రోజు వరకు ఉమ్మడి రాష్ట్రం నుంచి డబ్బు వాడుకుంటారనేగా అర్థం... జైరాం గారూ?

జై: అపాయింటెడ్ డే వరకూ ఆంధ్రప్రదేశ్ రాష్ట్రమే కొనసాగుతుంది. అపాయింటెడ్ డే నుంచి తెలంగాణ, ఆంధ్రప్రదేశ్ రాష్ట్రాలుంటాయి.

డిప్యూటీ చైర్మన్ : ఇంకా పట్టుపడతారా వెంకయ్యగారూ?

వెం: ఇప్పుడక్కర్లేదు.

డిప్యూటీ చైర్మన్: వెంకయ్యగారు ఉపసంహరించుకున్నారు.

క్లాజు 46, 47, 48 బిల్లులో కలపబడ్డాయి.

క్లాజ్ 90 పోలవరం ఇరిగేషన్ ప్రాజెక్టు

క్లాజ్ 90 కి 6 సవరణలు ప్రతిపాదించారు. దేవేందర్ గౌడ్ 2, 3 ఉపసంహరించుకున్నారు. రబీ నారాయణ మహాపాత్రో వైష్ణవ్ పరీదా 13, 14 వెంకయ్య నాయుడు 18, 19.

మహాపాత్రో: పేజీ 24 లో 28, 31, 34, 35 లైన్లు తీసేయాలి.

డిప్యూటీ చైర్మన్ :మహాపాత్రో గారి సవరణలు సభ ముందు ఉంచుతున్నాను.

రాజీవి (కేరళ): సార్, ఆయన ఓటింగ్ జరగాలంటున్నారు.

డిప్యూటీ చైర్మన్ : సభ ఇలాగుంటే ఓటింగ్ ఎలా జరపగలం? అసాధ్యం!

ప్రొ. రాంగోపాల్ యాదవ్: సార్, ఓటింగ్ జరగడమే సాధ్యం కానప్పుడు, బిల్లు ఎందుకు పాస్ చేయిస్తున్నారు?

డిప్యూటీ చైర్మన్ : ఓటింగ్ సాధ్యం కాదు. సాధ్యం కాదు! సభ్యుల్ని వాళ్ల స్థానాలకి తీసుకెళ్లండి. అందరూ ఎవరి స్థానాల్లో వాళ్లున్నారని మీరు చెప్పగలిగితే, నేను ఓటింగ్ పెడతాను. రూల్ ప్రకారం ఇలా వుంటే ఓటింగ్ పెట్టలేం.

7.50

రాజీవి: మీరెందుకు ఒకే సభ్యుడికి మూడుసార్లు అవకాశమిస్తున్నారు. మిగతా వారెవరికీ ఎందుకు ఇవ్వటంలేదు?

డిప్యూటీ చైర్మన్ :ఎవరికీ ఇవ్వకుండా లేను.

రాజీవి: ఈయన సవరణలు పెడతానంటున్నాడు.

డిప్యూటీ చైర్మన్: ఏమిటీ అడుగుతున్నారు?

రాజీవి: ఒకే సభ్యుడికి మూడు ఛాన్స్ లు ఇచ్చారు.

డిప్యూటీ చైర్మన్ :మీరేమంటున్నారు రాజీవిగారూ?

రాజీవి: ఈయన సవరణలు పెడతారట.

డిప్యూటీ చైర్మన్ :మాట్లాడతారా?

రాజీవి: అవును.

డిప్యూటీ చైర్మన్: మాట్లాడమనండి. నేను పిలిచాను. వారు మాట్లాడలేదు. ఇప్పుడు మాట్లాడమనండి.

వైష్ణవ్ పరీదా: కాదు. కాదు మేం కొన్ని విషయాలు అడగాలి.

డిప్యూటీ చైర్మన్ :మహాపాత్రోగారూ! ఏం చెప్తారు?

యేచూరి: సార్, అధికార ప్రధాన ప్రతిపక్షాల మధ్య మ్యాచ్ ఫిక్సింగ్ జరిగింది.

డిప్యూటీ చైర్మన్ : లేదు లేదు.

యేచూరి: మీరిందులో భాగస్వాములు కావొద్దు.

డిప్యూటీ చైర్మన్ : కానే కాదు, మ్యాచ్ ఫిక్సింగ్, నాకు తెలిసి అలాంటిదేమీ లేదు. నేను రూల్ ప్రకారం నడుచుకుంటున్నాను. చెప్పండి మహాపాత్రోగారూ!

మహాపాత్రో: సార్, 90 (1) పోలవరం ప్రాజెక్టును నేషనల్ ప్రాజెక్టుగా ప్రకటించారు. గోదావరి నది ఛత్తీస్ ఘడ్, మహారాష్ట్ర, ఒరిస్సా రాష్ట్రాలతో అనుసంధానమై ఉంది.

డిప్యూటీ చైర్మన్ : మీ సవరణల గురించి మాట్లాడుతున్నారా?

మహాపాత్రో: అవును, సవరణల గురించే మాట్లాడుతున్నా.

డిప్యూటీ చైర్మన్ : సరే, గవర్నమెంట్ ఏం చెయ్యాలని మీరనుకుంటున్నారో, ఆ విషయం చెప్పండి.

మహాపాత్రో: అనేక కేసులు పెండింగ్ లో వున్నప్పుడు, ఈ ప్రాజెక్ట్ కోసం గవర్నమెంట్ ఎందుకు పట్టుపడుతోంది? ఒరిస్సాలో గ్రామస్థులు బాధలు పడతారు. ప్రభుత్వానికి ఏమిటి సమస్య?

డిప్యూటీ చైర్మన్: ఓకే.

మహాపాత్రో: నాకు స్పష్టమైన సమాధానం కావాలి.

డిప్యూటీ చైర్మన్: జైరాం రమేష్ సమాధానం చెప్తారు.

జైరాం: మీ సవరణల విషయమై, వెంకయ్యనాయుడు గారివి, మావి, సవరణల విషయమై నేను వివరిస్తాను. పోలవరం బహుళార్థ సాధక ప్రాజెక్ట్. వెంకయ్యగారూ, బిల్లులో 'ఇరిగేషన్ ప్రాజెక్ట్' అని వున్నా, విశాఖపట్నానికి తాగునీరు, గోదావరి డెల్టాకి సాగునీరు, గోదావరి నుంచి కృష్ణలోకి మళ్లింపు...

...అందుకే దీనిని నేషనల్ ప్రాజెక్ట్ గా ప్రకటించాం. దీనిలో విద్యుత్ ఉత్పత్తి కూడా వుంది. 30 ఏళ్ల క్రితం ప్రారంభమయింది. మధ్యప్రదేశ్, ఒరిస్సా ప్రభుత్వాలు తమ ఆమోదం కూడా తెలిపాయి. తర్వాత, ఛత్తీస్ ఘడ్ లోని దంతెవాడ, ఒరిస్సాలోని రత్నగిరి (మల్కనగిరి) జిల్లాలలో గ్రామాల ముంపు విషయమై...

డిప్యూటీ చైర్మన్: బాలగోపాల్ గారూ!

జైరాం: ఒరిస్సా, ఛత్తీస్ ఘడ్ ప్రభుత్వాలు సుప్రీంకోర్టుకు వెళ్లాయి. అది ప్రశ్నే కాదు. భారత ప్రభుత్వం పోలవరం పూర్తి చేయటానికి కట్టుబడి వుంది.

డిప్యూటీ చైర్మన్: ఓకే.

జైరాం: ఆర్ఆర్ ముంపు గ్రామాలకు పూర్తిగా వర్తింపజేస్తూ పర్యావరణ, అటవీ చట్టాలన్నిటినీ అమలుచేస్తూ....

డిప్యూటీ చైర్మన్: మహాపాత్రో, పరీదా గారి సవరణలు ఓటింగ్ కు పెడుతున్నా. సవరణలు తిరస్కరించారు.

పరీదా: అయ్యా! మేము వాకౌట్ చేస్తున్నాం. (వెళ్లిపోయారు)

డిప్యూటీ చైర్మన్: చెప్పండి వెంకయ్యనాయుడు

వెంకయ్య నాయుడు: నేను సవరణల విషయమై ఒత్తిడి చేయను. మంత్రి సమాధానంతో సంతృప్తి చెందాను.

డిప్యూటీ చైర్మన్: వెంకయ్యనాయుడుగారు సంతృప్తి చెందారు. క్లాజ్ 90 ఓటింగ్ కు పెడ్తున్నా.

క్లాజ్ 90 బిల్లులో భాగమయ్యింది

7.55

డిప్యూటీ ఛైర్మన్: క్లాజ్ 93 వెంకయ్యగారూ, మీ సవరణ వుంది.

వెంకయ్య నాయుడు: నేను ఉపసంహరిస్తున్నా.

డిప్యూటీ ఛైర్మన్: వెంకయ్యనాయుడుగారూ, ఒత్తిడి లేదు. 93 ఓటింగ్ పెడుతున్నా. క్లాజ్ 93 బిల్లులో భాగమయ్యింది.

క్లాజ్ 94-108 వరకూ షెడ్యూల్ 1 నుండి 10th షెడ్యూల్ వరకూ బిల్లులో కలపబడ్డాయి.

డిప్యూటీ ఛైర్మన్: పదకొండవ షెడ్యూల్. వెంకయ్యనాయుడు గారూ మీ సవరణ 21 వుంది.

పట్టుపడతారా

వెంకయ్య నాయుడు: సార్, దుమ్ముగూడెం - నాగార్జునసాగర్ టైల్ పాండ్, తెలంగాణ రాయలసీమ ప్రాంతాలకు అవసరమయిన ప్రాజెక్టు. 2009 లో శాంక్షన్ అయిన ఈ ప్రాజెక్ట్ మీద ఇప్పటికే 695 కోట్లు ఖర్చు చేశారు. కాని ఆ ప్రస్తావనే ఇక్కడ లేదు. అది పూర్తి చేస్తామని ప్రభుత్వం మాటివ్వాలి.

డిప్యూటీ ఛైర్మన్: జైరాం రమేష్ గారూ, ఇప్పటికే డబ్బు కూడా ఖర్చు పెట్టారు.

జైరాం: పోలవరం జాతీయ ప్రాజెక్టుగా ప్రకటించబడింది. దుమ్ముగూడెం లిఫ్ట్ ఇరిగేషన్ ప్రాజెక్ట్ ని ఆమోదించాం. ఇంకా కొన్ని సాంకేతిక వివరాలు కావాలి. గవర్నమెంట్‌కి కొంత సమయమిస్తే, నిర్ణయం తీసుకుంటాం.

వెంకయ్య నాయుడు: టెండర్లు పిలిచారు. పనులవుతున్నాయి. మీ ప్రభుత్వమే టెండర్లు పిలిచింది.

జైరాం: పనులవుతున్నాయి. జాతీయ ప్రాజెక్ట్ గా ప్రకటించాలంటే?

వెం: లేదు లేదు. షెడ్యూల్ ప్రకారం దుమ్ముగూడెం ప్రాజెక్ట్ పూర్తి చేసి, రాయలసీమకు సాయం అందించాలనే అడుగుతున్నా.

డిప్యూటీ ఛైర్మన్: జైరాంగారూ, ఇప్పటికే డబ్బు ఖర్చు పెట్టారు. అదే మాట చెప్పండి.

జైరాం: బిల్లులో స్పష్టంగా వుంది. ఇప్పుడున్న అన్ని ప్రాజెక్టులూ కొనసాగుతాయని, షెడ్యూల్ ప్రకారం పూర్తవుతాయని వుంది. అన్ని ప్రాజెక్టులూ...

డిప్యూటీ ఛైర్మన్: ఏమంటారు వెంకయ్యనాయుడుగారూ?

వెంకయ్య నాయుడు: సవరణ విషయమై ఒత్తిడి చెయ్యను.

డిప్యూటీ ఛైర్మన్: సవరణ లేదు. 11వ షెడ్యూల్ ఓటింగ్ కి పెడ్తున్నా.

11వ షెడ్యూల్ బిల్లులో కలపబడింది.

12వ షెడ్యూల్ బిల్లులో కలపబడింది.

ఇప్పుడు 13వ షెడ్యూల్. పది సవరణలు ప్రతిపాదించారు వెంకయ్యనాయుడు గారూ!

వెం: సార్, ప్రభుత్వం కొన్ని భరోసాలు ఇచ్చారు. "తగు చర్యలు తీసుకుంటాం" అన్నారు. ప్రభుత్వం "ఫలానా సమయం లోపు పూర్తి చెయ్యాలి" అని కచ్చితంగా చెప్పాలని నేను ప్రతిపాదించాను. ఇవ్వాళ మీరు 'చర్యలు' అన్నారు. రెండు నెలల తర్వాత మీరు అక్కడ ఉండకపోవచ్చు. వేరే ఎవరో రావొచ్చు. లేదు లేదు మేమే వస్తాం. మా ప్రభుత్వమే ఏర్పడుతుంది. మా ప్రభుత్వమే ఏర్పడుతుంది.

డిప్యూటీ చైర్మన్: వెంకయ్యగారూ, వాళ్లు ఒప్పుకోవటం లేదు.

వెంకయ్య నాయుడు: మొత్తం దేశమంతా మేము అధికారంలోకి రావాలని అనుకుంటున్నారు. వాళ్లు పోతున్నారు. అందులో సందేహమే లేదు. కానీ నేను వాళ్లని నిజాయితీగా ఉండమంటున్నా. స్పష్టంగా చెప్పండి. 70 వ పేజీలో విద్య అనే హెడ్డింగ్ కింద ఐఐటి ల గురించి ప్రస్తావించారు. "చర్యలు తీసుకుంటాం" అనే బదులు చేస్తున్నాం (shall) అని చెప్పాలి.

డిప్యూటీ చైర్మన్: స్పష్టంగా చెప్పాలి అని అంటున్నారు.

జైరాం: 13వ షెడ్యూల్ స్ఫటికమంత స్పష్టంగా వుంది. "చర్యలు తీసుకుంటున్నాం" అంటే చర్యలు తీసుకోవాలి కదా. ప్లానింగ్ కమిషన్ అనుమతి తీసుకోవాలి, ఆర్థికశాఖ అనుమతి, కేబినేట్ అనుమతి...

డిప్యూటీ చైర్మన్: ప్రభుత్వం అనేది నిరంతరం నడిచేది.

జైరాం: వెంకయ్యనాయుడు చాలా సీనియర్ సభ్యులు. ప్రభుత్వం 'may' అనలేదు. "గవర్నమెంట్ shall" అన్నాం. అంటే కట్టుబడి వున్నాం.

డిప్యూటీ చైర్మన్: వెంకయ్యగారూ, ప్రభుత్వం నిరంతరం నడుస్తూనే ఉంటుంది. ఎందుకు వర్రీ అవుతారు?

వెంకయ్య నాయుడు: సార్, నేను చెప్పేది పదప్రయోగం గురించి. ఇన్‌ఫ్రాస్ట్రక్చర్ అనే చోట 17వ పేజీలో ఒకసారి చదవండి. "ఆరునెలల్లో పరీక్షించి" అని వుంది. అంటే "పరీక్షించి తిరస్కరించి" అని కూడా అర్థం వస్తుంది.

జైరాం: నేను చెప్తాను. ప్రభుత్వమే చేయగలిగే పనులకు 'shall' అన్నాం. కానీ కొన్ని ఎన్టీపీసి లాంటి, స్టీల్ అథారిటీ, ఐఓసీ లాంటి పబ్లిక్ సెక్టార్ కంపెనీలు చేయవల్సినవి వున్నాయి. వాటి తరఫున ప్రభుత్వం మాట ఇవ్వలేదు. డిప్యూటీ చైర్మన్ వెంకయ్యగారు ఒప్పుకుంటానికి సిద్ధంగా వున్నారు.

జై: నన్ను పూర్తి చెయ్యనివ్వండి.

డిప్యూటీ చైర్మన్: ఓకే. అదే నిర్ణయం అంటే!

జై: నన్ను పూర్తి చెయ్యనివ్వండి. పబ్లిక్ రంగసంస్థల స్వయంప్రతిపత్తిని మీరు గౌరవిస్తారనే నేననుకుంటున్నా. పబ్లిక్ రంగంలోని సంస్థల తరఫున మనం నిర్ణయాలు తీసుకోం. NTPC, SAIL, IOC లు పెట్టే పెట్టుబడుల విషయమై నిర్ణయం వారే తీసుకోవాలి. అందుకే, 6 నెలల్లో సాధ్యాసాధ్యాల విషయమై అధ్యయనం పూర్తి చెయ్యమన్నాం. ఈ అధ్యయనం చేయకుండా, పెద్ద పెట్టుబడులు రావటం అసాధ్యం. కానీ IIT, IIM, AIIMS వంటి వాటి విషయమై ప్రభుత్వం బాధ్యత తీసుకుంటుంది. అందుకే 'గవర్నమెంట్ shall' అన్నాం. గౌరవసభ్యులు ప్రభుత్వ పెట్టుబడి, పబ్లిక్ రంగ సంస్థల పెట్టుబడుల సంఖ్య తేడా గమనించాలి.

డిప్యూటీ చైర్మన్: వెంకయ్యనాయుడుగారూ, సవరణ విషయమై ఒత్తిడి లేదుగా?

వెంకయ్య నాయుడు: లేదండి.

డిప్యూటీ చైర్మన్: మంత్రిగారు ఇచ్చిన వివరణ నేపథ్యంలో...

రవిశంకర్ ప్రసాద్: జైరాంగారూ! మీరు పబ్లిక్ రంగ సంస్థలు తొందరగా పని పూర్తి చేసేలా ప్రభుత్వం తరఫున ఒత్తిడి తేవాలి. తెస్తారా?

జై: మేము మళ్లీ అధికారంలోకి వస్తే తప్పకుండా తెస్తాం.

డిప్యూటీ చైర్మన్: సరే, ఇంతకంటే భరోసాగా ఎవరూ చెప్పలేరు. వెంకయ్యగారూ మీ సవరణ. ఒత్తిడి లేదుగా?

వెంకయ్య నాయుడు: మంత్రిగారి మాట, రెండు నెలల్లో ఎలాగూ మేము అధికారంలోకి వస్తున్నామన్న నమ్మకం వలన నేనిక ముందుకెళ్ల దల్చుకోలేదు.

డిప్యూటీ చైర్మన్: 13 వ షెడ్యూల్ ఓటింగ్ పెడ్తున్నా.

13 వ షెడ్యూల్ బిల్లులో చేర్చబడింది.

డిప్యూటీ చైర్మన్: డెరిక్ ఒబ్రియిన్ గారు ఒక సవరణ ప్రతిపాదించారు.

డెరిక్ ఒబ్రియిన్ గారూ! మీరు వెల్లో నిరసనలో ఉన్నారా? మిమ్మల్ని పట్టించుకోనవసరం లేదు.

క్లాజ్ 1 బిల్లులో చేర్చబడింది.

డిప్యూటీ చైర్మన్: షిండే గారూ!

షిండే: బిల్లు పాస్ చెయ్యవల్సిందిగా ప్రార్థిస్తున్నాను.

యేచూరి: ఓటింగ్ డివిజన్ కావాలి. డివిజన్ కావాలి.

డిప్యూటీ చైర్మన్: ఎలా ఓటింగ్ జరపగలం ఇలా వుంటే?

యేచూరి: మాకు బిల్లు మీద ఓటింగ్ కావాలి.

డిప్యూటీ చైర్మన్: యేచూరిగారూ మీరు సభని –

తపన్ కుమార్: ఓటింగ్ చెయ్యటం కష్టం కాదు.

యేచూరి: సార్, ఓటింగ్ జరపటం కష్టమేమీ కాదు.

డిప్యూటీ చైర్మన్: నేను రూల్ ప్రకారం నడవాలి.

తపన్: సభ కంట్రోలులోనే వుంది. ఇప్పుడు ఓటింగ్ జరిపించండి.

డిప్యూటీ చైర్మన్: వెల్లో సభ్యులుండగా ఓటింగ్ కు రూల్స్ అనుమతించవు. వాళ్లని వెనక్కి పిలవండి.

తపన్: సార్, సభ ఆర్డర్లోనే ఉంది. ఓటింగ్ జరిపించండి.

డిప్యూటీ చైర్మన్: నేను చెప్పేది వినండి. నా ఆర్డర్ వినండి.

తపన్: సభ బాగానే వుందిగా. డివిజన్ పెట్టండి.

డిప్యూటీ చైర్మన్: డివిజన్‌కి అభ్యంతరం లేదు. కానీ 'వెల్' లో సభ్యులుండగా ఓటింగ్ జరపకూడదనేది రూల్.

యేచూరి: అది మీ బాధ్యత సార్!

డిప్యూటీ చైర్మన్: నేను 'డివిజన్' చెయ్యలేను.

తపన్: సభ ఆర్డర్లోనే ఉంది సార్.

డిప్యూటీ చైర్మన్: నేను రూల్ ప్రకారం నడవాలి. బాధ్యత నాకే కాదు, సభ్యులకీ వుంది. మీ మీ సీట్లకి వెళ్లండి. మీ మిత్రులకి చెప్పి వెనక్కి పిలవండి. నేను నిస్సహాయుణ్ణి.

(సమయం 8.05)

వెంకయ్య నాయుడు: సార్, మీరు బిల్ పాస్ చెయ్యాలనుకుంటున్నారు. నిన్నటిదాకా కాంగ్రెస్ పార్టీతో చేయి చేయీ కలిపినవారు, కాంగ్రెస్ ఒళ్లో కూర్చున్నవారు, నినాదాలిస్తే నేను లెక్క చేయను. UPA-1 స్కాములలో భాగస్వాములైన వారి మాటలు నేను పట్టించుకోను. నేను చెప్పేది ఏమిటంటే మేము పూర్తిగా సంతృప్తి చెందకపోయినా, తెలంగాణ ప్రజల ఆకాంక్షలు, ప్రయోజనాలూ దృష్టిలో పెట్టుకుని, ఈ ప్రభుత్వం పదవీ కాలం ముగుస్తున్న ఆఖరి ఘడియల్లో, ప్రజల సెంటిమెంట్ గౌరవించే విధంగా సీమాంధ్రకు న్యాయం జరగాలని కోరుకుంటున్నాం. మేము అధికారంలోకి వస్తే, తప్పకుండా రెండు రాష్ట్రాలూ సరితూగేలా చెయ్యగలమని నమ్ముతూ బిల్లుకు మద్దతిస్తున్నాం.

యేచూరి: సభలో ఆర్డర్ తీసుకురండి. సభ్యుల ప్రజాస్వామ్య హక్కు నిలబెట్టండి. అధ్యక్షస్థానంలో వున్నవారి బాధ్యత అది.

డిప్యూటీ చైర్మన్: చాలా ప్రయత్నించాను. తప్పు నాది అనకండి.

యేచూరి: మీరు గనక డివిజన్ చెయ్యకపోతే, నిరసనగా మేము వాకౌట్ చెయ్యదల్చాం. ఈ వాకౌట్ 'అప్రజాస్వామ్య పద్ధతికి నిరసనగా' అని రిజిస్టర్ అవ్వాలి.

డిప్యూటీ చైర్మన్: 'వెల్' లో సభ్యులుండగా డివిజన్ ఎలా చెయ్యను?

యేచూరి: ఇది చాలా అప్రజాస్వామికం!

రాంగోపాల్ యాదవ్: డివిజన్ లేనందుకు నిరసనగా మేం వాకౌట్ చేస్తున్నాం.

డిప్యూటీ చైర్మన్: గౌ. మంత్రిగారు ప్రతిపాదించారు.

బిల్లు పాసయ్యింది

సభ రేపు ఉదయం 11 గంటల వరకూ వాయిదా పడింది.

(20-2-2014 గురువారం రాత్రి 8.07 నిమిషాలకు సభ ముగిసింది)

నేపథ్యంలో ఏం జరిగి ఉంటుంది?

(రాష్ట్రపతి శ్రీ ప్రణబ్ ముఖర్జీ గారికి పార్లమెంట్ ఉభయ సభల్లో తతంగం అంతా 'పుస్తకరూపం'లో అందించాను.

ఎలాంటి ఓటింగూ లేకుండానే లోక్ సభలో బిల్లు పాసయినట్లు ప్రకటించడం... రాజ్యసభలో సభ్యులు తమతమ స్థానాల్లో లేకుండానే ' మెజారిటీ' సభ్యుల అభిప్రాయం ఓటు ద్వారా తెలుసుకోకుండానే బిల్లు పాసయినట్లు ఎలా ప్రకటిస్తారని ప్రణబ్ ముఖర్జీగారి ముందు రాజ్యాంగ సంబంధమైన కొన్ని ప్రశ్నలు లేవనెత్తాను. (చూ, అను. 22)

నేను లేవనెత్తిన ప్రశ్నలకు, ఇటీవల జరిగిన వరంగల్ ఉప ఎన్నికల్లో, జైపాల్ రెడ్డి, దిగ్విజయ్ సింగ్ మాట్లాడిన మాటల్లో సమాధానం దొరికింది. వారి మాటల్ని కూడా రాజ్యాంగాధినేత ప్రణబ్ ముఖర్జీ గారికి పంపాను. ఆ లేఖ అనువాదం ఇదీ...)

అత్యంత గౌరవనీయులైన రాష్ట్రపతి గారికి,

పార్లమెంటులో 18.2.2014న ఆంధ్రప్రదేశ్ విభజన బిల్లు రాజ్యాంగ బద్ధంగా ఆమోదించబడిందా? మన రాజ్యాంగ నిర్మాతలు పాటించిన విలువలు, సంప్రదాయాలకు అనుగుణంగానే విభజన బిల్లును ఆమోదించారా అనే అంశంపై వాస్తవాలను మీరు నిర్ధారించుకుని తగు చర్యలు తీసుకోవాలని కోరుతూ 7-10-2015న మీకు రాసిన లేఖలోని అంశాలను బలపరిచేలా మళ్లీ ఈ లేఖను రాసి మీకు పంపుతున్నాను.

ఈ సందర్భంగా 18-11-2015న మాజీ కేంద్రమంత్రి, సీనియర్ పార్లమెంటేరియన్ జైపాల్ రెడ్డిగారు ఒక 'ప్రెస్ మీట్'లో మాట్లాడిన మాటల ఇంగ్లీష్ అనువాదం మీకు పంపుతున్నాను (తెలుగులో వారన్న మాటలు యథాతథంగా జతపరుస్తున్నాను) ఆంధ్రప్రదేశ్ విభజన బిల్లు పాసయ్యిన తీరును వారు మీడియా వారికి వివరిస్తూ, 18-2-2014 నాడు లోక్ సభ స్పీకర్ ఛాంబర్లో తాను, పార్లమెంట్ వ్యవహారాల మంత్రి కమల్ నాథ్, ప్రతిపక్ష నాయకురాలు శ్రీమతి సుష్మాస్వరాజ్, స్పీకర్ శ్రీమతి మీరాకుమార్ భేటీ అయినప్పుడు, మధ్యాహ్నం 12 గంటల నుండి ఒంటిగంట వరకూ ఏం జరిగిందో చెప్పారు. పై ముగ్గురూ, తన

(జైపాల్ రెడ్డిగారి ప్రోద్బలంతో, కుట్రపన్ని, రాజ్యాంగాన్ని, నిబంధనలనూ పక్కకు నెట్టి 'బిల్లు' ఆమోదింప చేశారంటూ అన్ని సందేహాలకూ సమాధానంగా ఆయన వివరించారు. ఆ సమయంలో తెలంగాణ పార్లమెంట్ సభ్యులందరూ అక్కడే ఉన్నారని ధ్రువీకరించారు.

జైపాల్ రెడ్డి వివరణను, సీనియర్ కాంగ్రెస్ నాయకులు దిగ్విజయ్ సింగ్, వరంగల్ ఉప ఎన్నిక సందర్భంగా బలపరిచారు. కాంగ్రెస్ అధ్యక్షురాలు శ్రీమతి సోనియాగాంధీ, ప్రధాని మన్మోహన్ సింగ్, మాజీ స్పీకర్ మీరాకుమార్ల వల్లనే తెలంగాణ రాష్ట్రమొచ్చిందని, ఆయన బహిరంగసభలో అన్న మాటలు కూడా మీకు పంపిస్తున్నాను.

అతి పెద్ద ప్రజాస్వామ్యమైన మన దేశ ఔన్నత్యాన్ని నిలబెట్టడంలో రాజ్యాంగాధి నేత అయిన మీరు తగు చర్యలు తీసుకోవాలని, జరిగిన చట్టవిరుద్ధమైన, రాజ్యాంగ విరుద్ధమైన అంశాలను క్రమబద్ధీకరించి, పార్లమెంట్ గౌరవాన్ని, మర్యాదను కాపాడతారని నమ్ముతూ..

మీ

ఉండవల్లి అరుణ్ అరుణ కుమార్

26-11-2015

బహిరంగ సభలో దిగ్విజయ్ సింగ్ ప్రసంగం : సోదర సోదరీమణులైన వరంగల్ ఓటర్లను నేను ప్రశ్నించదల్చుకున్న దేమిటంటే, 544 మంది సభ్యులున్న పార్లమెంటులో తెలంగాణను సాధించడం, ఇద్దరు ఎంపీలు మాత్రమే ఉన్న టీఆర్ఎస్ పార్టీకి సాధ్యమేనా? అలాంటప్పుడు మీకు తెలంగాణను సాధించి పెట్టింది ఎవరు? సోనియా గాంధీ మీకు తెలంగాణను ప్రసాదించారు. డాక్టర్ మన్మోహన్ సింగ్ మీకు తెలంగాణను ఇచ్చారు. ఈ రోజు ఇక్కడ కూర్చుని ఉన్న మీరాకుమార్ గారు, ఈమే మీకు తెలంగాణను సాధించి పెట్టారు.

జైపాల్ రెడ్డి ప్రెస్మీట్ : జాతీయ పార్టీలు సపోర్టు చేసినందునే ఈ బిల్లు పాసయ్యింది. సీమాంధ్ర ఎంపీలందరూ కూడా, కారాలు మిరియాలతో సహా లోక్ సభలో యుద్ధం చేసినా, జాతీయ పార్టీ ఎంపీలు నిలబడ్డారు. కాంగ్రెస్ పార్టీ ఎంపీలు నిలబడ్డారు. సోనియా గాంధీగారి ఆదేశం మేరకు దాదాపు నూరుమంది కాంగ్రెస్ ఎంపీలు నిలబడ్డారు. యుద్ధం చేశారు. మరొక్క విషయం, ఈ తెలంగాణ బిల్లు పాస్ చేసే క్రమంలో అన్నిటికంటే ముఖ్యమైన, కీలకమైన దినం ఏమిటయ్యా? 18 ఫిబ్రవరి 2014. 18 ఫిబ్రవరి 2014 నాడు బిల్లు పాసయ్యింది. 12 గంటలకు లోక్ సభ ఎడ్జర్న్ అయిపోయింది. నడవలేదు. ఇక బిల్లు రాదనుకున్నారు. నిజానికి 12 '0' క్లాక్ తర్వాత లోక్ సభలో వచ్చేది. దీనికి తర్వాత బడ్జెట్. మా చిదంబరంగారు బడ్జెట్ పేపర్స్ తో సహా వచ్చేశాడు. అప్పుడు పొన్నం ప్రభాకర్ గారు నన్ను తీసుకెళ్లాడు, స్పీకర్ దగ్గరికి. స్పీకర్ రూంలో జరిగిన విషయాలు సున్నితమైనవి కాబట్టి, నా ఎన్నికలో నేను ఓడిపోయాను తప్ప, విషయాలు బైట పెట్టలేదు. ఎందుకంటే నేను దాదాపు అర్ధశతాబ్దం,

రాజ్యాంగ మర్యాదలు కొంతవరకూ పాటించిన వాడిని. అప్పటికే మా తెలంగాణ కాంగ్రెస్ ఎంపీలందరూ అక్కడున్నారు. సుష్మాస్వరాజ్ గారిని పొన్నం ప్రభాకరే కాళ్లు పట్టుకుని తీసుకువచ్చాడు. సుష్మా స్వరాజ్ మా మంత్రి కమల్ నాథ్ మధ్య సయోధ్య కుదరలేదు. నే వెళ్ళిన తర్వాత స్పీకర్ సమక్షంలో స్పీకర్ ఛాంబర్లో సయోధ్య ఏర్పాటు చేశాను. ఏ రూల్ కింద ఈ బిల్లు పాస్ చేయవచ్చునో చూపెట్టాను. ఆ 12 నుండి 1 '0' క్లాక్. స్పీకర్ ఛాంబర్లో జరిగినటువంటి చర్చ, తద్వారా వచ్చిన నిర్ణయం ద్వారానే బిల్లు పాసయ్యింది. 18 ఫిబ్రవరి నాడు బిల్లు పాస్ కాకపోతే, తెలంగాణ రాష్ట్రం అంటూ ఉండేది కాదు... అయ్యేది కాదు!★

★ ఇటీవల శ్రీ జైపాల్ రెడ్డి మరో మీటింగ్ లో మాట్లాడుతూ, కెసిఆర్ –'నిమ్స్' లో న్యూట్రిషన్ ఇంజెక్షన్లు తీసుకుంటూ దొంగదీక్ష చేసారని, ఆ వివరాలన్నీ నిమ్స్ రికార్డుల్లో ఉన్నాయని అన్నారు.

ఎందుకిలా జరిగింది!

ఇప్పటి వరకూ పార్లమెంట్ ఉభయ సభల్లో ఆంధ్రప్రదేశ్ పునర్విభజన బిల్లు 'పాస్' అవ్వటం, అనే 'ప్రహసనం' పరిశీలించాం! ఉభయ సభల్లో జరిగిన సంఘటనలు యథాతథంగా అనువదించి మీ ముందుంచటమే జరిగింది తప్ప ఎందుకలా జరిగింది అనే వివరాలలోకి వెళ్లలేదు. ఇప్పటిదాకా నా 'ఆర్టికల్స్' చదివినవారు. 'ఏం జరిగిందో రాశారు గాని, ఎందుకలా జరిగిందో కూడా రాయాలిగదా!' అని అడిగారు. నిజమే... 'ఎందుకిలా జరిగింది?!' 'డివిజన్' చేసి, లోక్ సభలో ఎంతమంది ఈ బిల్లుకు అనుకూలం, ఎంతమంది వ్యతిరేకం 'ఎలక్ట్రానిక్ ఆటోమేటిక్ రికార్డింగ్' ద్వారా నిర్ణయించటానికి అభ్యంతరం ఏమిటి? అనవసరంగా డివిజన్ అడుగుతున్నారని భావించినప్పుడు "రూల్ 376 (3) ప్రొవిజో" స్పీకర్ గారు ఉపయోగించి బిల్లు పాసయిపోయిందనిపించవచ్చు అనే సలహా, జైపాల్ రెడ్డి గారు చెప్పినట్లు వారిచ్చిందేనా!

కాంగ్రెస్, బీజేపీ పార్టీలు రెండూ కలిపితే, బిల్లు 'పాస్' చేయించగలిగినంత మంది సభ్యుల సంఖ్యాబలమున్నప్పుడు, బిల్లును పక్కన పెట్టేసే పరిస్థితి ఎందుకొచ్చింది?

లోక్ సభలో సాక్షాత్తూ కేంద్రమంత్రులే 'స్పీకర్ వెల్ 'లో నినాదాలు ఇస్తున్నా, తలలు లెక్కపెట్టినట్లు, బిల్లు పాసయినట్లు 'కథ' నడిపిన నేపథ్యంలో, సభలో ఆర్డర్ లేదు కాబట్టి 'డివిజన్' చేయటానికి 'రూల్స్' ఒప్పుకోవంటూ, రాజ్యసభలో డిప్యూటీ చైర్మన్ రూలింగ్ ఇచ్చి తప్పించుకోవాల్సిన అవసరం ఏమిటి?

తృణమూల్ కాంగ్రెస్ సభ్యుడు 'సౌగత్ రాయ్' ఒక్కరే తప్ప, మిగతా పార్టీలన్నీ 'వెల్'లోనే ఉన్నాయా!?

లోక్ సభలోని కాంగ్రెస్ సభ్యులలో పదకొండు మంది, ప్రతిపక్ష నాయకురాలు సుష్మాస్వరాజ్, పార్లమెంటరీ వ్యవహారాలమంత్రి కమలానాథ్, స్పీకర్ మీరాకుమార్... గంటసేపు స్పీకర్ చాంబర్లో 'చర్చ' జరిపిన ఫలితమే తెలంగాణ రాష్ట్ర ఆవిర్భావం... అన్న జైపాల్ రెడ్డిగారి మాటల్లో అర్థమేంటి?

పైపెచ్చు, సుష్మా స్వరాజ్ 'కాళ్లు పట్టుకుని' తీసుకొచ్చాం – అన్నారు.

'మీరు బిల్లు పెట్టండి, మేము పాస్ చేయిస్తాం' అంటూ ప్రతిరోజూ ప్రకటనలిస్తున్న బీజేపీ నాయకురాలు సుష్మాస్వరాజ్ గారిని, నిజంగా బిల్లు పాస్ అవాల్సిన సమయానికి, కాళ్లు పట్టుకోవల్సినంత అవసరం ఏమి వచ్చింది?

ఆర్టికల్ 3 ప్రకారం, అసెంబ్లీ అభిప్రాయం తీసుకోవాలే తప్ప, ఆ అభిప్రాయం ప్రకారం నడవాలి అని ఎక్కడా లేదు., కాబట్టి, అసెంబ్లీ తిరస్కరించినా పార్లమెంట్ 'పాస్' చేసేయవచ్చు అనే వాదాన్నే వ్యతిరేకిస్తూ వచ్చాం! సుప్రీం కోర్టులో దాఖలైన పిటిషన్లలోని వాదం కూడా ప్రధానంగా ఇదే!!

"పార్లమెంట్లో మెజారిటీ లేకపోయినా బిల్లు 'పాస్' చేసేయవచ్చు" అనే విధానం మాత్రం ఇప్పటి వరకూ ఎక్కడా వినలేదు.

అసలు నిజంగా, లోక్ సభలో మెజారిటీ లేక బిల్లు పక్కన పెట్టేద్దాం అనుకున్నారా?!

ఎవరైనా నాలాంటి మామూలు మనిషి ఈ మాటలని ఉంటే, అదేం పట్టించుకోనవసరం లేదు! కానీ ఈ మాటలన్నది సాక్షాత్తూ జైపాల్ రెడ్డి!!

ఎవరొప్పుకున్నా, ఒప్పుకోకపోయినా, నా దృష్టిలో జైపాల్ రెడ్డిగారొక మేధావి. ఎన్సైక్లోపీడియా లాంటి వారు, భారత రాజకీయాలలో 'అజాతశత్రువు' అని పిలవొచ్చు. ఉత్తమ పార్లమెంటేరియన్ అవార్డు గ్రహీత కూడా! ఆచి తూచి మాట్లాడటం ఆయన నైజం. ఎన్నికల్లో గెలవటం కోసమో, ప్రయోజనాలను ఆశించో, ఏది పడితే అది మాట్లాడే సగటు పొలిటీషియన్ మాత్రం కారు!! అటువంటి జైపాల్ రెడ్డి గారు అన్నమాటల్ని బట్టి విశ్లేషిస్తే... ఫిబ్రవరి 18, 2014 నాడు లోక్ సభలో జరిగింది సీమాంధ్రకు ద్రోహం కాదు, దేశ రాజకీయ, రాజ్యాంగ, ప్రజాస్వామ్య వ్యవస్థలకే ద్రోహం!

ఇక్కడ నుంచి నేను రాయబోయేది విశ్లేషణ మాత్రమే. అంటే ఒక 'సంఘటన' విషయమై నాకేర్పడిన అభిప్రాయం.

(లోక్ సభ మళ్లీ వాయిదా పడింది. ప్రశ్నోత్తరాల సమయం జరగకుండా అడ్డుపడిన సీమాంధ్ర సభ్యులు, మరికొందరు తృణమూల్ కాంగ్రెస్ వంటి ఇతర పార్టీల సభ్యులు మళ్లీ నినాదాలు చేస్తూ సభ జరగనివ్వలేదు. పదిహేను మంది సీమాంధ్ర సభ్యుల్ని 'సస్పెండ్' చేసినా, ఇంకా 'వెల్'లో గొడవ మాత్రం అలాగే జరుగుతోంది! చిదంబరం, ఫైనాన్స్ బిల్లు కాగితాలతో సిద్ధంగా ఉన్నారు. ఇక తెలంగాణ బిల్లు 15వ లోక్ సభలో పాసయ్యే అవకాశాలు లేనట్టే కనబడుతున్నాయి.)★ పార్లమెంటరీ వ్యవహారాల మంత్రి కమల్ నాథ్ హడావుడిగా స్పీకర్ ఛాంబర్స్ లోకి వెళ్లారు. వెనకాలే తెలంగాణ కాంగ్రెస్ ఎంపీలందరూ కూడా వెళ్లారు. కమల్ నాథ్ స్పీకర్ తో రెండు నిమిషాలు మాట్లాడి బైటికొచ్చారు. చుట్టూ చేరిన తెలంగాణ ఎంపీలతో క్లుప్తంగా "కష్టం... ఆంధ్రప్రదేశ్ విభజన బిల్లు పాసవటం కష్టం! బీజేపీ సహకరించటం లేదు!!" అని చెప్పి వెళ్లిపోయారు. హతాశులైన తెలంగాణ కాంగ్రెస్ ఎంపీలు, అక్కడే లోక్ సభ మొదటి వరసలో కూర్చుని, ఎవరితోనో ముచ్చటిస్తున్న జైపాల్ రెడ్డిగారి దగ్గరకు వెళ్లారు. "సార్, తెలంగాణ బిల్లు పక్కన పెట్టేశారట" అని చెప్పారు. 'ఎందుకని?' అని ప్రశ్నించారు జైపాల్. "ఏమో, కమల్ నాథ్, బీజేపీ కలిసిరావటం లేదంటూ చెప్పి వెళ్లిపోయాడు!"

★18-2-2014 సమయం 12.47 మధ్యాహ్నం.

"కమల్ నాథ్ చాంబర్స్ కి వెళ్లి ఉన్నారేమో చూడండి... నేనొస్తాను " అన్నారు జైపాల్.

కమల్ నాథ్ ఉన్నారో లేదో చూద్దామని వెళ్లిన ఎంపీలు, లోకసభ పక్కనే ఉండే ఆయన ఆఫీసు రూం నుంచి ఆయనను వెంటబెట్టుకుని వచ్చేశారు. ఎప్పుడైతే 'జైపాల్ రెడ్డి మీ దగ్గరకు వస్తారట' అన్నారో, కమల్నాథే ఆయన్ని ఇబ్బంది పెట్టడం ఇష్టంలేక, లోక్ సభలోకి వచ్చేశారు. జైపాల్ రెడ్డి, కమల్ నాథ్ ని తన పక్కనే కూర్చోబెట్టుకొని, మిగతా ఎంపీలందర్నీ కొంచెం దూరంగా కూర్చోమన్నారు.

"ఇలాగైతే కష్టం జైపాల్ రెడ్డిగారూ, ఎన్డీఏలో బీజేపీ తప్ప మరే పార్టీ ఈ తరహా విభజనకి ఒప్పుకోవటం లేదు. యూపీఏకు మద్దతునిచ్చే పార్టీలూ వ్యతిరేకిస్తున్నాయి. బహుజన్ సమాజ్ పార్టీ మద్దతిస్తూనే ఉత్తరప్రదేశ్‌ను నాలుగు రాష్ట్రాలు చెయ్యటానికి అంగీకరించాలంటూ మెలిక పెడుతోంది. అసెంబ్లీ తీర్మానానికి వ్యతిరేకంగా వ్యవహరిస్తే మేమెలా సహకరిస్తామంటున్నాయి ప్రాంతీయ పార్టీలు. బిల్లు పాసవ్వటానికి కావాల్సిన బలం, అనుమానమే! బిల్లు పాసవటమే అనుమానంగా ఉంటే, గవర్నర్‌కి 'లా అండ్ ఆర్డర్' అప్పచెప్పాలంటే, రాజ్యాంగ సవరణ చేయాల్సిందే అంటోంది బీజేపీ... కష్టం జైపాల్ జీ ... 'పెప్పర్ స్ప్రే'ను అడ్డం పెట్టుకుని పదిహేనుమంది ఆంధ్రవాళ్లని సస్పెండ్ చేసి బైటపెట్టేసినా లెక్క సరిపోవడం లేదు...." అన్నారు కమల్ నాథ్.

"లెక్క సరిపోకపోవటమేమిటి కమల్...? కాంగ్రెస్ వాళ్లమే రెండొందలు దాటి ఉన్నాం. బీజేపీ నూట పదిహేను అనుకుంటా...! ఇదికాక ఎన్సీపీ, మాయావతి పార్టీ ఇంకా చిన్న చిన్న పార్టీలూ... ముందునుంచి లెక్కపెట్టుకుంటూనే ఉన్నాంగా.!! రాజ్యంగ సవరణ చెయ్యాలంటే మూడింట రెండొంతులు మెజారిటీ ఉండాలి గానీ సింపుల్ మెజారిటీకి సరిపోకపోవటమేమిటి?"

"స్పీకర్ తో మరో గొడవ. 'వెల్' లో సభ్యుల్ని సస్పెండ్ చేసి, రేపు పెట్టండి బిల్లు అంటోంది ఆవిడ. సభ సజావుగా జరక్కపోతే 'ఎలక్ట్రానిక్ ఓటింగ్ తీసుకోవటం ఎలా సాధ్యం?" అంటోంది. సభ సజావుగా నడపటం, రూల్స్ ప్రకారం స్పీకర్ బాధ్యత. ఈ రోజు 'వెల్'లో ఉన్నవాళ్లని సస్పెండ్ చేసి రేపు ఈ బిల్లు పెడదామంటే, రేపు ఇంకో పదిమంది 'వెల్ ' లోకి వస్తారు. ఈలోగా సస్పెన్షన్ గడువు ముగిసి ఆ పదిహేను మంది కూడా మళ్ళీ వచ్చేస్తారు" అన్నారు కమల్ నాథ్.

"ఏం కంగారు పడకయ్యా, నేను చెప్తా! ఏం చెయ్యాలో" అంటూ తెలంగాణ కాంగ్రెస్ ఎంపీలను పిలిచి, "సుష్మాస్వరాజ్‌ని నేను పిలుస్తున్నానని చెప్పి స్పీకర్ చాంబర్స్ కి తీసుకురండి" అన్నారు జైపాల్.

"కమల్... నేను నాలుగు దశాబ్దాలుగా రాజకీయాల్లో ఉన్నాను. ఒక పని చెయ్యాలనుకున్నప్పుడు చేసెయ్యటమే! చెయ్యకూడదనుకున్నప్పుడు, రూల్స్ చట్టాలు, రాజ్యాంగం మాట్లాడి చెయ్యకుండా ఎగ్గొట్టవచ్చు! మనకి మంచిదనే కదా ఒక పని చేద్దామనుకుంటాం. దానికి కూడా రూల్స్ అడ్డం వస్తే, ఇక రూల్స్ కి ఎందుకు విలువివ్వాలి? నడు, స్పీకర్ , సుష్మతో నేను

మాట్లాడతా! బిల్లు ఈ రోజే పాసయి తీరాలి. లేకపోతే, ఇక ఎప్పటికీ తెలంగాణ రాష్ట్రమే ఏర్పాటు కాదు. నడు, స్పీకర్ చాంబర్‌కి వెడదాం" అంటూ లేవటానికి ఉపక్రమించారు జైపాల్.

ఇంతలో సుష్మాస్వరాజ్ దగ్గరకు వెళ్లిన ఎంపీలు పరిగెత్తుకుంటూ వచ్చారు.

"సార్, మీతో మాట్లాడటానికి అభ్యంతరం లేదు గానీ స్పీకర్ చాంబర్స్ కి మాత్రం రానంటోంది సుష్మాస్వరాజ్. కాంగ్రెస్ పార్టీ కావాలనే డ్రామా ఆడుతోందని, ఇప్పుడు బిల్లు పాసయితే ఆ పేరు కాంగ్రెస్ కి, అవకపోతే ఆ చెడ్డ పేరు బీజేపీకి వచ్చేలా వ్యూహరచన చేశారని ఏదేదో మాట్లాడుతోంది ఆమె" అంటూ వాపోయారు.

చిరాగ్గా చూశారు జైపాల్ రెడ్డి.

"కాళ్లు పట్టుకుని వదలకండి. వచ్చేదాకా వదలకండి. తెలంగాణ కోసం ఏమి చేసినా, ఇంకొక గంట టైముందంతే! వెళ్లండి!" అంటూ స్పీకర్ చాంబర్స్ వైపు

కదిలారు.

★★★

స్పీకర్ ఛాంబర్స్ లో, స్పీకర్ ఎదురుగా కూర్చున్నారు జైపాల్, కమల్ నాథ్, సుష్మాస్వరాజ్, ఎంపీలంతా నిలబడి ఉన్నారు. చర్చ మొదలైంది.

కమల్ నాథ్: ప్రభుత్వం స్పష్టంగా ఉంది. మూడు గంటలకి సభ మొదలవగానే ఏపీ రీ ఆర్గనైజేషన్ బిల్లు ప్రవేశపెడ్తాం. పాస్ చేయించే బాధ్యత మాదే అన్నారు కదా బీజేపీ వారు! పాస్ చేయించండి.

సుష్మాస్వరాజ్: మీ మంత్రులే 'వెల్'లోకి వచ్చి గొడవ చేస్తుంటే, మీకు మద్దతిచ్చిన తృణమూల్ కాంగ్రెస్, సమాజ్ వాదీ పార్టీ సభ్యులు అరుస్తుంటే మీకే బాధ్యతా లేదా?

జైపాల్ రెడ్డి: నా మాట వినండి. ప్లీజ్!

స్పీకర్: ఇంత ప్రధానమైన బిల్లు. ఇంతటి వివాదాస్పదమైన బిల్లు. 'డివిజన్' చేయాలంటే ఎలా చెయ్యమంటారు? 'వెల్'లో వాళ్లు వాళ్ల స్థానాలకి వెళ్లాలి కదా!

కమల్ నాథ్: మీరు 'డివిజన్' అంటూ ఆటోమేటిక్ ఓటు రికార్డర్ 'ఆన్' చెయ్యగానే అందరూ ఎవరి స్థానాల్లోకి వాళ్లు వెళ్లిపోతారు. వాళ్లు వ్యతిరేకంగా ఓటు వేసినట్లు రికార్డు అవ్వాలి గదా. వాళ్ల నియోజకవర్గంలో తెలియాలి కదా. వాళ్లెలా ఓటు చేశారో?

స్పీకర్: మరింక ఇబ్బందేముంది? 3 గంటలకి మొదలు పెట్టేద్దాం!

కమల్ నాథ్: అదే, నేనూ అంటున్నాను. బిల్లు పెడ్తాం, డివిజన్ జరుగుతుంది. బిల్లు పాసవ్వకపోతే ఆ బాధ్యత ఎవరిది? మీరు పెట్టండి, మేము పాస్ చేస్తాం అనేవాళ్లదే కదా?!

సుష్మాస్వరాజ్: బిల్లు పాసయితే కాంగ్రెస్ గొప్పతనం. అవ్వకపోతే బీజేపీ అసమర్థత! ఈ రాజకీయాన్నే మేము ఒప్పుకోవటం లేదు.

జైపాల్ రెడ్డి: అనవసరంగా టెన్షన్ పెంచుకుంటున్నారు. నా మాట వినండి.

కమల్ నాథ్: అంతే సుష్మాజీ! 21 మంది పార్లమెంట్ సభ్యులున్న సీమాంధ్ర కాంగ్రెస్ కంచుకోటని పణంగా పెట్టి ఇంతటి రిస్కు తీసుకుంటే, బిల్లు ఓటింగ్‌కి వస్తుందని తెలిసీ, ఇవ్వాళ మీ సభ్యులు 30 మంది గైర్హాజరైతే ఏమనుకోవాలి? మీకొక్క ఎమ్మెల్యే లేడు. ఎంపీ లేడు. సీమాంధ్రలో మీకే నష్టమూ జరగదు. మీ ఎన్డీయే సభ్యులెవ్వర్నీ ఒప్పించలేక పోయారు. మీ పార్టీ సభ్యులంతా హాజరు అయ్యేలా చూడొద్దా?!

సుష్మాస్వరాజ్: మీ మంత్రుల్ని మీరు ఒప్పించుకోలేకపోయారు. 15 మంది సీమాంధ్ర ఎంపీల్ని సస్పెండ్ చేశారు. మిగిలిన పదిమందీ బిల్లుకు అనుకూలంగా ఓటు వేస్తారా? చెప్పండి. మీ పార్టీకి 21, టీడీపీకి 4 స్థానాలున్న సీమాంధ్రలో ముగ్గురు కేబినెట్ మంత్రులు, నలుగురు స్టేట్ మంత్రులూ ఉన్నారు. ఒక్కరైనా బిల్లుకు మద్దతిస్తారా? మీ ముఖ్యమంత్రినే మీరు ఒప్పించలేకపోయారు. మీ మంత్రులకూ, ఎంపీలకూ నచ్చచెప్పలేకపోయారు. మమ్మల్ని అంటారా?

జైపాల్ రెడ్డి: కమల్! సుష్మా జీ! ఒక్క నిమిషం నేను చెప్పేది వినండి. నేను పిలిస్తేనేగా వచ్చారిక్కడికి? నాకు అవకాశం ఇవ్వకుండా మీరిలా కీచులాడుకోవటం ఏం బాగా లేదు.

సుష్మాస్వరాజ్: నిజమే జైపాల్ జీ! మమ్మల్ని 'కార్నర్' చెయ్యాలనుకోవటమే తప్పు. బిల్లు పాసవ్వటానికి అవసరమైనంత మంది సభ్యులు లేకపోతే మాదా తప్పు? రెండురోజుల్లో పార్లమెంట్ గడువే పూర్తయిపోతోంది. కొంతమంది వెళ్లిపోయారు. బీజేపీ పార్టీ ద్రోహం చేయబట్టే బిల్లు పాసవ్వలేదని అప్పుడే మొదలు పెట్టేశారు.

జైపాల్ రెడ్డి: ఎందుకమ్మా, మీ వాళ్లు 30 మంది ఆబ్సెంట్ అయినంత మాత్రాన బిల్లు పాసవ్వదని అనుకుంటున్నారు? మా వాళ్లు 200 మందికిపైగా ఉన్నారు. యూపీఏలో మొత్తం 17 మంది సస్పెండయిపోయినా లెక్క సరిపోతుంది. మొత్తం 544 మంది సభ్యులూ హాజరైపోరుగదా! బిల్లు పాసే అవదని ఎలా నిర్ణయానికొచ్చేశారు?

కమలాథ్: జైపాల్ గారూ! ఇదిగో అటెండెన్స్ రిజిస్టర్. కొంతమంది సంతకం పెట్టినవాళ్లు వెళ్లిపోయి ఉండవచ్చు గాని సంతకం పెట్టకుండా ఉన్నవాళ్లెవరూ సభలో ఉంటారని నేననుకోను. దీని ప్రకారం 30 మంది బీజేపీ సభ్యులైనా, కనీసం గైర్హాజరయ్యారు.

సుష్మాస్వరాజ్: కాంగ్రెస్ వాళ్లెంతమంది గైర్హాజరయ్యారో కూడా చెప్పండి.

కమల్ నాథ్: కాదనటం లేదు. కాంగ్రెస్ వాళ్లు కూడా కొందరు రాలేదు. మీ పార్టీని నమ్ముకునే కదా మేము బిల్లు పెడ్తున్నాం!

సుష్మాస్వరాజ్: జైపాల్ జీ ! మీ పార్టీకి చెందిన 106 మంది సంతకాలున్నాయి. అటెండెన్స్ రిజిస్టర్లో! మీకే కాదు మాకూ లెక్కలు తెలుసు!! మా వాళ్లొక 80 మంది. మొత్తం 186 మంది సభ్యులు. వీరుకాక మీ మంత్రులు. వాళ్లు హాజరుపట్టీలో సంతకాలు పెట్టరు కాని ఓటు వేస్తారు. 354లో మీరూ, మేమూ కలపి 186 మందిమి ఉన్నాం! అయినా బిల్లు పాసవ్వదనే అనుమానానికి కారణం. కాంగ్రెస్ వారు అందరూ ఓటు వెయ్యరని. తప్పు బీజేపీ మీదకు నెట్టడానికి చూస్తున్నారు.

కమల్ నాథ్: బిల్లు పాసవ్వకపోతే మా బాధ్యత కన్నా మీ బాధ్యతే ఎక్కువ సుష్మాజీ! మేము ఏకాభిప్రాయం సాధించుకోలేకపోయాం. అందరికీ తెలుసు! ప్రెసిడెంట్ పంపిన 'బిల్లు'ను ఆంధ్రప్రదేశ్ అసెంబ్లీ తిరస్కరించింది. అది కూడా అందరికీ తెలుసు. బిల్లు ఓటింగ్‌కి పెట్టినప్పుడు ఎవరెలా ఓటేస్తారో మాకైతే తెలీదు.

సుష్మాస్వరాజ్: మీ పార్టీ వాళ్లెవరు ఎలా ఓటేస్తారో మీకు తెలియదు. అసెంబ్లీకి బిల్లు పంపేటప్పుడు 'పాస్' అవుతుందో లేదో మీకు తెలియదు. మీ పార్టీ వాళ్లే మీ ప్రభుత్వం మీద అవిశ్వాస తీర్మానం పెట్టినా మేమే ఆదుకోవాలి. అవిశ్వాస తీర్మానం ఉన్నప్పుడు అన్నిటికన్నా ముందు దాన్ని బలపరిచేవారి సంఖ్య లెక్క పెట్టకుండా, ఇంకే అంశమూ చేపట్టకూడదని రూల్ 13వ తారీఖున ఏం చేశారు? అవిశ్వాస తీర్మానం స్పీకర్ చదవగానే 70 మంది సపోర్టు చేస్తూ నిలబడానికి సిద్ధంగా ఉన్నారని తెలిసి, ముందే 'బిల్లు' ప్రవేశపెట్టి చేశారు. మొత్తం మీ సభ్యులందర్నీ 'వెల్'లో నిలబెట్టి లోక్ సభని యుద్ధభూమిగా మార్చేశారు. 'పెప్పర్ స్ప్రే' వాడిన సభ్యుడు ఒక్కడైతే, మొత్తం సీమాంధ్ర సభ్యులు పదిహేను మందిని సస్పెండ్ చేసేస్తారా?!

కమల్ నాథ్: అమ్మా అదే చెప్తున్నా! 13వ తారీఖున అవిశ్వాస తీర్మానాన్ని బలపరుస్తూ డెబ్బైమంది నిలబడతారని, మీ ఎన్డీఏలోని శివసేనవారు కూడా అవిశ్వాసాన్ని బలపరచబోతున్నారని మీరు చెప్తేనే గదా, అల్లకల్లోలం చేయాలని ప్లాన్ చేశాం! పదిహేను మందిని సస్పెండ్ చెయ్యపోతే, మళ్లీ మధ్యాహ్నం అవిశ్వాస తీర్మానం 'అడ్మిట్' అయిపోతుంది. 12 గంటలకి అల్లకల్లోలం అవుతుందని మీకు తెలియదా? మీతో సంప్రదించకుండానే జరిగిందా?

జైపాల్ రెడ్డి: జరిగిదేందో జరిగిపోయింది. ఇక జరగాల్సింది చూడండి! ఇప్పటిదాకా ఇద్దరూ కలిసి 'పాస్' చేస్తాం అంటూ చెప్పిన వారు ఈ ఆఖరి నిమిషంలో ఏమిటీ గొడవ, అర్థం లేకుండా?

సుష్మాస్వరాజ్: జైపాల్ జీ! బిల్లు ఓటింగ్‌కి పెట్టగానే మీ సీమాంధ్ర సభ్యులు 'నో' బటన్ నొక్కుతారు. వెంటనే 'డిస్ ప్లే' బోర్డు మీద కాంగ్రెస్ వాళ్లు ఎంతమంది 'నో' అన్నారో కనబడి పోతుంది.

జైపాల్ రెడ్డి: సీమాంధ్ర వాళ్లు 'నో' అంటారని అందరికీ తెలిసిందేగదా! ఇప్పుడేదో కొత్తగా తెలిసినట్లు చెప్తారేం? వాళ్లు ఉన్నది పదిమందే. పదిహేను మంది సస్పెండ్ అయిపోయారు. పదిమంది 'నో' అన్నా బిల్ పాస్ అవ్వటానికి మెజారిటీ సరిపోతుంది గదా!

సుష్మాస్వరాజ్: సవరణల మీద ఓటింగ్ మొదలయ్యాక అసలు గొడవ మొదలవుతుంది. అందుకే చెప్పాను. సవరణలు లేకుండా చెయ్యమని! అలాగే అన్నారు. ఇప్పుడు చూడండి ఎన్ని సవరణలో!! మా వాళ్లెవ్వరూ సవరణలు పెట్టకుండా ఆపగలిగాం. మీరాపని చెయ్యలేకపోయారు.

కమల్ నాథ్: మా వాళ్లెవ్వరూ సవరణలు ప్రతిపాదించలేదు. అసదుద్దీన్ ఒవైసీ, సౌగత్ రాయ్. ఒకరు ఎంఐఎం, మరొకరు తృణమూల్. మా మాటెందుకు వింటారు? సవరణల మీద 'ఓటింగ్' అడగవద్దని ఎంత ప్రాధేయపడ్డా అంగీకరించలేదు.

సుష్మాస్వరాజ్: అదే చెప్తున్నాను. సవరణల మీద ఓటింగ్ ప్రారంభమవగానే, తెలంగాణ సభ్యులు 'క్లాజు'కు వ్యతిరేకంగా, సవరణకు అనుకూలంగా ఓటు వెయ్యటం ప్రారంభిస్తారు.

ఎంపీలు: మేమెందుకు పార్టీకి వ్యతిరేకంగా ఓటు వేస్తాం!? లేదమ్మా. మీరలా అనుకోకండి. మేము కచ్చితంగా బిల్లుకు అనుకూలంగానే ఓటు వేస్తాం. ప్రతి 'క్లాజ్'నూ గెలిపిస్తాం. ఆఖరి నిమిషంలో మీరిలా మాట్లాడితే ఎలాగమ్మా?

సుష్మాస్వరాజ్: అర్థం చేసుకోండి. నేను తెలంగాణకు వ్యతిరేకం కాదు. మీరు ఆ సవరణలు చూడలేదు. అసదుద్దీన్ ఒవైసీ పెట్టిన అన్ని సవరణలూ మీరు సమర్థిస్తారు. తప్పదు!

ఒక ఎంపీ: ఒవైసీ సవరణకి మేమెందుకు మద్దతిస్తాం? ముందు నుంచీ అతను సమైక్యవాది. ఆఖరి వరకు కనీసం రాయల తెలంగాణ కోసం పోరాడాడు. అతనితో మేం కలిసే ప్రశ్నే లేదు!

కమల్ నాథ్: ప్రతీ విషయం 'ఎమోషనల్'గా ఆలోచించకండి. సుష్మాస్వరాజ్ అనుమానమే నాది కూడా. అందుకే తెలంగాణ బిల్లు పెట్టి గెలిపించుకోలేకపోవటం కన్నా....

మరో ఎంపీ: మీరు కూడా ఆమెలాగే మాట్లాడితే ఎలాగన్నా? మేము కాంగ్రెసోళ్లం. కాంగ్రెస్ బిల్లు ఆమోదించి తీరతాం. అన్ని సవరణలూ వ్యతిరేకిస్తాం.

సుష్మాస్వరాజ్: జైపాల్ గారు! వీళ్లు సవరణలు ఏమిటో చూడలేదు. తెలంగాణ హైకోర్టు తెలంగాణకి కావాలి అన్నాడు ఒవైసీ, అక్కర్లేదు అని వీళ్లు ఓటేయగలరా?

పోలవరంతో పాటు ప్రాణహిత చేవెళ్లను కూడా జాతీయ ప్రాజెక్టుగా ప్రకటించాలి అన్నాడు ఒవైసీ. ఆ సవరణను ఓడించగలరా? పోలవరం మీద సవరణకు అనుకూలంగా మీరు ఓటేస్తే, అసలు పోలవరమే ఒప్పుకోమని ఒడిశా, ఛత్తీస్ ఘడ్ కు

చెందిన మావాళ్లు వ్యతిరేకంగా ఓటెయ్యరా?

ఒకసారి స్క్రీన్ మీద కాంగ్రెస్ వైపు నుంచి అందరూ ఒకలాగ ఓటు వేయటం లేదని చూశాక, ఇక మావాళ్లని మేమెలా కంట్రోల్ చెయ్యగలం? ఎవరిష్టమొచ్చినట్లు వారు 'బటన్' నొక్కుతారు. అందుకే ప్రభుత్వంతో అనేకసార్లు చెప్పాం. మీరూ ఒకటిగా రండి, మేమూ ఒకటిగా బలపరుస్తాం అని!

కమల్ నాథ్: ఇదే వద్దంటాను. మీరంతా ఒకటిగా ఉన్నట్లు, కాంగ్రెస్ మాత్రం చీలిపోయినట్లు.! సాక్షాత్తూ అద్వానీ గారే బిల్లు పెట్టవద్దు అని మీడియాకి చెప్పేస్తుంటే, ఇంక బీజేపీ సమర్థనను ఎవరు నమ్ముతారు?

సుష్మాస్వరాజ్: గ్రూప్ ఆఫ్ మినిస్టర్స్ లో సభ్యుడు. మొత్తం బిల్లు డ్రాఫ్ట్ చేసినవాడు జైరాం రమేశ్ అనలేదా? నిన్న కరణ్ థాపర్తో ఇంటర్వ్యూలో, గొడవగా ఉంటే బిల్లు పెట్టడం నాకిష్టం లేదు అన్నాడు.

జైపాల్ రెడ్డి: ఈ గొడవ ఇంక మానండి. మొత్తం సభ్యులెవ్వరూ మా మాట వినరు. అంటూ నాయకులిద్దరూ తేల్చేశారుగా.!

ఇంకో ఎంపీ: నిజమే సార్! ఒవైసీ పెట్టిన సవరణలు మేము చూడలేదు. నిజంగా ప్రాణహిత–చేవెళ్లకి, హైకోర్టుకి వ్యతిరేకంగా ఓటు వేసి హైదరాబాద్ వెళ్లగలమా? ఇంతా జరిగి తెలంగాణ సాధించకుండా కూడా హైదరాబాద్ వెళ్లలేం!

జైపాల్ రెడ్డి: మీరు ఆగండి బాబూ! ఎందుకంత భయపడ్డారు? తెలంగాణ బిల్లు పాసవుతుంది. మీరు కొంచెం ఓపిక పట్టండి.

కమల్ నాథ్: నో ఛాన్స్! జైపాల్ జీ, ఎన్ని సవరణలు పాసయి పోతాయో తెలీదు. ఒవైసీ, సౌగత్ రాయిపెట్టిన ఒక్క సవరణ పాసు అయినా బిల్లు రూపమే మారిపోతుంది. సీమాంధ్ర ప్రాంతం, తెలంగాణ ప్రాంతం ఇద్దరూ వ్యతిరేకిస్తే ఇంక ఈ బిల్లు ఎవరికోసం తెచ్చినట్లు?

సుష్మాస్వరాజ్: నేనూ అదే చెప్తున్నాను. బిల్లు వీగిపోతే మేమే కారణమని ప్రచారం చెయ్యాలను కుంటున్నారు. మాకు వచ్చిన నష్టమేమీ లేదు. రెండు ప్రాంతాల్లోనూ మా బలం అంతంత మాత్రం! కానీ కాంగ్రెస్ ఎన్ని అనర్థాలు సృష్టించిందో ప్రజల ముందుంచుతాం. తెలంగాణ పేరుతో ఎన్ని రోజులు పార్లమెంట్ ను స్తంభించారో జనానికి చెప్తాం.

జైపాల్ రెడ్డి: రేపు ఎన్నికలయ్యాక మళ్లీ అదే మొదలవుతుంది. మేము పదేళ్లు రాజ్యం చేశాం. రేపు వచ్చేది ఎన్డీయే. ప్రారంభం రోజు నుంచీ సభ జరగనివ్వరు. ఈ గొడవను ఈ 'టర్మ్'లోనే ఎలా పూర్తి చేయాలో ఆలోచించమంటున్నాను.

స్పీకర్: మీరే చెప్పండి. ఈ సమస్యకు పరిష్కారముందా? ఉంటే అదేమిటో చెప్పండి.

జైపాల్ రెడ్డి: నేనొక మార్గం చెప్తాను (ఎంపీల వైపు చూస్తూ) మీరు కొంచెం సేపు నిశ్శబ్దంగా వినండి. ఇంతసేపూ మీరు బిల్లు ఓటింగ్ లో గట్టెక్కటం ఎలా అని తర్జన భర్జనలు పడుతున్నారు. దీనికోసం ఇంత టైం వేస్ట్ చెయ్యడం అనవసరం! ఓటింగ్ జరిగితే ఈ బిల్లు పాసవటం జరగదు. ఇక్కడ మీరెవ్వరూ బుర్రపెట్టని యాంగిల్ ఒకటుంది. అసలు ఓటింగ్ ఎందుకు పెట్టాలి?

స్పీకర్: నా కర్థం కాలేదు. ఓటింగ్ పెట్టాలి. అదే రాజ్యాంగం చెప్పింది. అదే లోక్ సభ రూల్స్ బుక్స్ లో ఉంది.

కమల్ నాథ్: ఓటింగ్, డివిజన్ చేసి ఎటువైపు ఎంతమంది ఓటు వేశారో, ఎంతమంది తటస్థంగా ఉన్నారో ప్రకటించకుండా బిల్లు పాసయ్యిందని ఎలా డిక్లేర్ చేస్తారు?

జైపాల్ రెడ్డి: అదే చెప్తున్నాను. 'వాయిస్ ఓటు' తో బిల్లు పాసయినప్పుడు ఓటింగ్ ఉండదు కదా!

సుష్మాస్వరాజ్: అదెలా సాధ్యం? మంత్రులే 'వెల్' లో నినాదాలిస్తుంటే వాయిస్ ఓటుతో పాసయిపోయిందని ఎలా క్లోజ్ చేస్తారు? ఇదేమైనా సీక్రెట్ మీటింగా? ప్రపంచమంతా చూస్తుంటుంది!

జైపాల్ రెడ్డి: నేను చెప్పేది కాస్సేపు నిశ్శబ్దంగా వినండి. ఓటింగ్ జరపకుండా, డివిజన్ చెయ్యకుండా బిల్లు పాస్ చెయ్యటానికి ప్రొవిజన్ ఉంది. మీ ప్రధాన కార్యదర్శిని పిలిచి రూల్ 367(3) చూడమనండి. స్పీకర్ అనవసరమనుకుంటే డివిజన్ నిరాకరించవచ్చు.

స్పీకర్: అవును, నేను చూశాను. దాని మీద చర్చించాం. ఎప్పుడో 1956 ముందొకసారి ఆ 'ప్రొవిజన్' వాడినట్లు రికార్డుల్లో ఉంది. ఆ తర్వాత ఎప్పుడూ, ఏ స్పీకరూ ఓటింగ్ నిరాకరించలేదు.

జైపాల్ రెడ్డి: రూల్ ఉందిగదా. ఎవరు వాడారు, ఎప్పుడు వాడారు అనేది కాదు ప్రశ్న! ఇప్పుడు వాడండి. 'నో' డివిజన్ అనండి. రూల్ చదవండి. బిల్లు పాసయ్యిందని ప్రకటించండి. దీనికెందుకింత చర్చ?

స్పీకర్: సాధ్యంకాదు జైపాల్ గారూ! 'కౌల్ అండ్ షక్దర్'లో స్పష్టంగా వ్రాశారు. 'పనికిమాలిన' కారణాల వల్ల ఓటింగ్ అడుగుతున్నారని స్పీకర్ భావిస్తే, డివిజన్ నిరాకరించవచ్చు. అని! కానీ ఒక పెద్ద రాష్ట్ర విభజన. అసెంబ్లీ వ్యతిరేకించినా, పార్లమెంటు చేపట్టినప్పుడు ఓటింగ్ అడగటం పనికిమాలిన కారణంగా స్పీకర్ ఎలా భావించగలరు? స్పీకర్ ఆఫీసు గౌరవం పోతుంది జైపాల్ జీ! మీరు ఒప్పించి సవరణల మీద ఒత్తిడి లేకుండా, ఓటింగ్ అడగకుండా సరిచేయండి. అంతేగానీ ఏదో క్లాజుకున్న అనుబంధ వాక్యాలని ఆసరాగా తీసుకుని ఇంత అఘాయిత్యం చేయలేము.

జైపాల్ రెడ్డి: 'రూల్'లో ఏది 'పనికిమాలిన' కారణమో చెప్పలేదు. స్పీకర్ ఇష్టం! అవిశ్వాస తీర్మానం నోటీసు ఇచ్చినప్పుడు, అది చదివి, ఎంతమంది బలపరుస్తున్నారో లెక్కపెట్టి యాభైమంది లేకపోతే నోటీసు తిరస్కరించి, అప్పుడు తర్వాతి అంశంలోకి వెళ్లాలి. ఇదీ 'కౌల్ అండ్ షక్టర్'లో రాసి ఉంది. శీతాకాల సమావేశాల్లో, ఈ సమావేశాల్లో ప్రతిరోజూ అవిశ్వాసం నోటీసు ఇస్తూనే ఉన్నారు. ఒక్క రోజైనా రూల్ ప్రకారం మీరు వ్యవహరించారా?! అవిశ్వాసం చదవటానికి మాత్రం మీకు సభలో 'ఆర్డర్' కనిపించటం లేదు. ఎందుకు కనిపించటం లేదని అడిగితే, సీమాంధ్ర ఎంపీలు, తృణమూల్ కాంగ్రెస్, సమాజ్వాది పార్టీ, శివసేన... యాభైకన్నా ఎక్కువమందే అవిశ్వాసాన్ని సమర్థిస్తారు. కనుక, ఈ నాలుగు రోజుల్లో అవిశ్వాసం చర్చ మొదలుపెట్టడం ఇష్టం లేదు కనుక వందమంది కాంగ్రెస్ ఎంపీలు, రాజ్ బబ్బర్, అజారుద్దీన్ లాంటి సెలబ్రిటీలు, వెల్లోకి వచ్చి యుద్ధం చేస్తే వారు మీకు కనిపించరు. ఆంధ్రప్రదేశ్ ఎంపీలని మాత్రమే సస్పెండ్ చేస్తారు. ఎందుకంటే అది మీ ఇష్టం కనుక!

13వ తారీఖున షిండేగారు బిల్లు ప్రవేశపెట్టేశారని మీరంటారు. సుష్మాస్వరాజ్ గారికి వినబడలేదు. పక్కనే ఉన్న మంత్రులకీ వినబడలేదు. మీకు మాత్రమే వినబడుతుంది. ఎందుకంటే మీకిష్టం కాబట్టి మీకు వినబడింది.

ఇన్ని అఘాయిత్యాలూ మీకు అఘాయిత్యాలుగా కనబడలేదు కాని, ఈ రోజు రూల్ 367(3) అమలుచేస్తే మీకు అఘాయిత్యంగా కనిపిస్తోంది. ఎందుకంటే మీకిష్టం లేదు కనుక!

మేడమ్, రూల్స్, రాజ్యాంగం, చట్టాలు మనం తయారుచేసుకున్నాం. మనకి ఎలా వీలుగా ఉంటే అలా పాటించుకుంటాం. ప్రతిపక్షం వారు అడ్డుపడతారు. "అల్లరి చేస్తారు. జరగనివ్వరు" అనే ప్రశ్నే లేదు! అధికార ప్రతిపక్షాలు కలిసిపోయాయి. మిగిలినవి అన్నీ చిన్న చిన్న పార్టీలు. వాళ్లు అరుస్తూనే ఉంటారు. మీరు బిల్లు పాస్ చేసేయండి. 'పాస్' అని ప్రకటించటమే గదా!

స్పీకర్: ఎంత తేలిగ్గా చెప్తున్నారు జైపాల్ రెడ్డి గారూ? ఓటింగ్ నిరాకరించినా, ఎంతమంది అనుకూలమో, ఎంతమంది వ్యతిరేకమో లెక్కపెట్టి, సంఖ్య ప్రకటించి, బిల్లు పాసయ్యింది అని ప్రకటించాలి. ఇది సాధ్యమేనా?!

జైపాల్ రెడ్డి: అధ్యక్ష స్థానంలో మీరు కూర్చుని "ఏం చెప్పినా దానిని ప్రశ్నించే హక్కు ఎవ్వరికీ లేదు! అదీ రూల్!! వరసగా చదవండి సవరణలన్నీ 200 వ్యతిరేకం, 10 మంది అనుకూలం. సవరణ వీగిపోయింది. 250 వ్యతిరేకం, 50 అనుకూలం. సవరణ వీగిపోయింది. అన్ని సవరణలూ అరగంటలో ఫినిష్, ఒకటే గుర్తు పెట్టుకోండి. షిండే ప్రతిపాదించే ప్రభుత్వ సవరణలు కూడా ఉన్నాయి. అవి మాత్రం 200 అనుకూలం, 10

వ్యతిరేకం. సవరణ ఆమోదించబడింది" అని ప్రకటించాలి! అధికారపక్షం ఎలాగూ మాట్లాడదు, ప్రతిపక్షం ప్రశ్నించదు. అయిపోయినట్టే గదా, ఏమిటి ఇంక అభ్యంతరం?!

సుష్మాస్వరాజ్: మీరిలా మాట్లాడగలరని నేనేనాడూ అనుకోలేదు జైపాల్ జీ! రూల్స్ - రాజ్యాంగం, ఏదీ లెక్కపెట్టనక్కరలేదు అనే ఆలోచన మీరు చేయగలరని నేను అనుకోలేదు.

జైపాల్ రెడ్డి: రూల్, చట్టం, రాజ్యాంగం ఇవన్నీ కచ్చితంగా పాటించాలి. మన పని జరుగుతుంది అనుకుంటే! అధికార ప్రతిపక్షాలు రెండూ కల్సినా పార్లమెంట్ లో అనుకున్నది చేయటానికి రూల్స్ అడ్డం వస్తే, ఇంకసలు ఏమైనా చెయ్యగలమా?

కమల్ నాథ్: జైపాల్ జీ, మీ తెలంగాణ విషయం వచ్చేటప్పటికీ ఎంత మారిపోయారు! ఇంత దారుణం జరిగితే మీరు చూసి సహించలేని వ్యక్తి అనుకున్నాం గాని ఈవేళ దారుణం ఎలా చెయ్యాలో మీరే చెప్తారని ఏ నాడూ ఊహించలేదు.

జైపాల్ రెడ్డి: ఆత్మవంచనలో బతకొద్దు. వంచన చేసినా ఫర్వాలేదు గానీ ఆత్మవంచన చేసుకోవటం మొదలు పెడిత మనల్ని మనమే క్షమించుకోలేం! మహిళా రిజర్వేషన్లు...కాంగ్రెస్, బీజేపీ, లెఫ్ట్, ప్రాంతీయ పార్టీలు అన్నీ అనుకూలమే. 540 మంది సభ్యులున్న లోక్ సభలో 40 మంది కూడా వ్యతిరేకులు లేరు. అయినా అది ఎప్పటికీ 'పాస్' అవ్వదు. ఎందుకంటే ఏకాభిప్రాయం రాలేదంటాం! మూడింట రెండొంతులు మెజారిటీ ఉంటే, రాజ్యాంగాన్ని మార్చేసుకోవచ్చు. అది రూల్!!

ఒక్క మహిళా రిజర్వేషన్ల విషయంలో మాత్రం లోక్ సభలో స్టాఫ్, అటెండర్స్ తో సహా అందరూ ఒప్పుకోవాలంటాం. పైకి అందరమూ 'మహిళా రిజర్వేషన్ల'కి అనుకూలమే. కాని ఎప్పటికీ జరగదు!

షెడ్యూల్డ్ కులాల వారి ప్రమోషన్లకు సంబంధించిన రాజ్యాంగ సవరణ...అంతా రెడీ! రాజ్యాంగ సవరణ చేయడానికి సిద్ధంగా, సభ అంతా రెడీగా ఉన్నప్పుడు, ఒక సమాజ్ వాది పార్టీ సభ్యుడొచ్చి మంత్రి చదువుతున్న కాగితం చేతుల్లో నుంచి లాగేసుకున్నాడు. అంతే ఆగిపోయింది! సభలో 'ఆర్డర్' లేకుండా రాజ్యాంగ సవరణకు మేమొప్పుకోం అన్నారు బీజేపీ వారు. ఎప్పుడు బిల్లు వచ్చినా మేము అల్లరి చేస్తాం అన్నారు సమాజ్ వాదీ వారు... మిగతా అన్ని పార్టీలూ ఒప్పుకున్నా, ఏకాభిప్రాయం కోసం ప్రయత్నిస్తూనే ఉంటాం.

మహిళా రిజర్వేషన్లు, ఎస్సీ ప్రమోషన్ రిజర్వేషన్లూ దాదాపు అందరూ ఒప్పేసుకున్నా ఎలా ఆగిపోయాయో, ఆంధ్రప్రదేశ్ విభజన బిల్లు ఎవ్వరూ ఒప్పుకోకయినా 'పాస్' అయిపోవాలి! ఇందులో అన్యాయం, ధర్మవిరుద్ధం ఏమీ లేదు. కాంగ్రెస్, బీజేపీ, ఎన్సీపీ, మాయావతి పార్టీలు కచ్చితంగా సపోర్టు చేస్తున్నాయి. సీమాంధ్ర ఎంపీలు 25 మందీ వ్యతిరేకించినా 544 సభ్యులు లోక్ సభలో, 300 దాటి సభ్యులు విభజనకు అనుకూలం.

ఇంకేం కావాలి! ఇబ్బందేమిటంటే, ఈ రోజు అందరూ హాజరు కాలేదు. మనం చేస్తున్నది చిన్న అడ్జస్ట్మెంట్. అంతే!!

స్పీకర్: ఇది చిన్న విషయం కాదు జైపాల్ జీ! మీరన్నట్లు ఏవో కాకిలెక్కలు చెప్పేసి సవరణలు కొట్టేసి, బిల్లు అయిపోయిందనిపించటానికి వీలు లేదు. మొత్తం ప్రక్రియ టీవీ ద్వారా ప్రపంచమంతా చూస్తూ ఉంటుంది. సెక్రెటేరియట్ స్టాఫ్, రిపోర్టర్లు జరిగింది జరిగినట్లు రికార్డు చేస్తారు. బీజేపీ తప్ప, మొత్తం ప్రతిపక్షం వ్యతిరేకిస్తోంది. సీపీఎం. తృణమూల్, సమాజ్వాది పార్టీలు వ్యతిరేకిస్తున్నాయి.

జైపాల్ రెడ్డి: ఏం కంగారు పడకమ్మా! ఫిఫ్టీ ఇయర్స్ ఇక్కడ.!. యాభై ఏళ్ల ఎక్స్పీరియన్స్‌తో చెప్తున్నా. నేను చెప్పినట్లు చేసేయమ్మా.!! నువ్వు అధ్యక్షస్థానంలో కూర్చోగానే అకస్మాత్తుగా టీవీ ప్రసారాలు ఆగిపోతాయి. సంబంధిత టెక్నీషియన్లు రిపేరు చేసేలోగా, బిల్లు పాసయిపోతుంది. నిజంగా 'రిపేరు' వచ్చిందా, కావాలని ఆపేశారా తేల్చటానికి, రెండ్రోజుల్లో లోక్ సభే ముగిసిపోతుంది! కొత్త లోక్ సభ ఏర్పడి ఎంక్వయిరీ చేస్తారని భయం కూడా లేదు!! యూపీఏ కాకపోతే ఎన్డీయే. ఎవరధికారంలోకి వచ్చినా, ఈ కుట్రలో వారూ భాగస్వాములే కాబట్టి, ఇంక ఈ బిల్లు విషయం, ఇంతటితో ముగిసిపోతుంది. ఎవరైనా కోర్టుకెళ్లినా, ఆర్టికల్ 122 ప్రకారం సభలో రూల్ అతిక్రమించినా, కోర్టు విచారణ చేయజాలదు!

అమ్మా. కట్టెకాడ్ అనే ప్రాంతంలో ఒక తెగ ఉన్నారు. వాళ్లలో ఆడపిల్ల పుడితే పురిట్లోనే చంపేస్తారు. పెళ్లికి వేరే తెగల లోంచి ఆడపిల్లల్ని చేసుకుంటారు. గాని వాళ్లకి మళ్లీ ఆడపిల్లలు పుట్టకూడదు. పురిట్లోనే ఆడో – మగో చూసి, ఆడ అయితే నోట్లో, ముక్కులో బియ్యపు గింజ వేసి చంపేస్తారు. చచ్చిపోయిన పసిగుడ్డుని ఏడ్చుకుంటూ తీసుకెళ్లి ఖననం చేసేస్తారు. ఎన్నో తరాలుగా జరుగుతున్న హత్యలివి. దారుణమైన భ్రూణ హత్యలు! ఇక్కడ ఇలా జరుగుతోందని ఆ రాష్ట్రమంతా తెలుసు. పాత్రికేయులు కవర్ స్టోరీలు రాశారు. సినిమాలు తీస్తారు. ఇప్పటివరకూ ఒక్క కేసూ బుక్ కాలేదు. ఏ ఒక్కరూ శిక్షించబడలేదు. తల్లీ, తండ్రీ కుటుంబమంతా ఏకమై పసిగుడ్డుని చంపేస్తే, ఎవరు ఏమి చేయగలరు? కంప్లయింటే లేనప్పుడు ఇక విచారణ ఏమిటి? శిక్ష ఎక్కడ? ఇటీవల కొత్తతరం పిల్లలు, ఆ తెగకు చెందినవారే దీనిని బైట పెట్టడానికి ప్రయత్నిస్తున్నారు. అల్లరి చేస్తున్నారు.

పత్రికల్లో, టీవీల్లో గొడవ చేయగలిగారు గానీ, ఒక్క కేసు నమోదు చేయించలేక పోయారు.

తల్లిదండ్రులే పసిగుడ్డుని చిదిమేస్తే ఎవరేం చెయ్యగలరు?! ఇంత దారుణమైన పోలిక తెస్తున్నానని బాధపడకండి. నేనెవ్వర్నీ నొప్పించాలని చెప్పటం లేదు. ఈ పార్లమెంట్ కూడా ఆ కట్టెకాడ్ తెగలాంటిదే! తండ్రిలాంటి అధికార పార్టీ, తల్లిలాంటి ప్రతిపక్షం. కలసి బిడ్డని చంపేయాలను కుంటున్నప్పుడు, స్పీకర్ పాత్ర 'మంత్రసాని' పాత్రేనమ్మా! నోట్లో కాంగ్రెస్ వారు, ముక్కులో బీజేపీ వారు బియ్యపుగింజ వేస్తున్నప్పుడు మంత్రసాని ఏం

చెయ్యగలదు?!

అందుకే, మీరు మీ విధి నిర్వర్తించండి. మొదట్లో రెండు నిమిషాలు మీకు కొంచెం అదోలా అనిపించినా, రెండు సవరణలు తిరస్కరించినట్లు ప్రకటించిన తర్వాత, మీకే అర్థమవుతుంది ఇంత సులువా అని!

ఆఖరి మాట – మీరు ఏ తప్పూ చేయటం లేదు. రూల్ ప్రకారం తలలు లెక్కపెడుతున్నారు. ఫలితం ప్రకటిస్తున్నారు. మధ్య మధ్యలో, ఎవరి సీట్లలో వారుంటేనే లెక్కలోకి తీసుకుంటామని కూడా చెప్తూ ఉండండి రికార్డు కోసం!

ఇప్పుడు గానీ ఇది పూర్తవలేదా, ఆంధ్ర ప్రాంతంలో 'జీరో' అయిపోయిన కాంగ్రెస్, తెలంగాణలో ఇంకా పెద్ద జీరో అయిపోతుంది. బీజేపీ పార్టీ ఎప్పటికీ తెలంగాణలో పాదం మోపలేదు.

అన్నిటికన్నా పెద్ద ప్రమాదం. 'వెల్' లోకి వెళ్లి అల్లరి చేసి 'పెప్పర్ స్ప్రే' కొడితే ఎలాంటి బిల్లునైనా ఆపేయవచ్చు అనే సంకేతం వెళ్లిపోతుంది. రాబోయే సభలో కవచాలు ధరించి లోపలికి రావల్సిందే!! ఆలోచించుకోండమ్మా. నేను ఒక సీనియర్ గా సలహా ఇచ్చానంతే. స్పీకర్, పార్లమెంటరీ వ్యవహారాల మంత్రి, ప్రతిపక్ష నాయకురాలు కలసి నిర్ణయం తీసుకోండి! ఒక్కటి మాత్రం 'ఆన్ రికార్డు' చెప్తున్నాను. ఈ సమైక్యాంధ్ర ఉద్యమం. దాని తీవ్రత అంతా ఆర్టిఫిషియల్. బిల్లు పాస్ అయిపోయి రాష్ట్రం విడిపోయిన తర్వాత, దీని గురించి మాట్లాడేవాళ్లుగాని, అసలు ఆలోచించేవాళ్లుగానీ ఉండనే ఉండరు!

పదేళ్లు ఉమ్మడి రాజధాని సరిపోదేమో అనుకుంటున్నారు. పది నెలల్లో రాజధాని మార్చేస్తామనకపోతే నన్నడగండి!!

ఇప్పటిదాకా 'పోలవరం' స్మరణ చేస్తున్న వాళ్లెవ్వరూ, ఆ పోలవరం గురించి కూడా ఇంక ఆలోచించరు. కేంద్రం కట్టే పోలవరం వల్ల వాళ్లకి వచ్చే లాభం ఏమిటి?

నేను చెప్పినదాంట్లో ఏదైనా కటువుగా, రాజ్యాంగ విరుద్ధంగా, అధర్మంగా మీకనిపిస్తే అది మీ అవగాహనలోపమే తప్ప నా ఆలోచనా అపరిపక్వత మాత్రం కాదు.

నేను చెప్పదలచుకున్నది ఇంతే...!"

స్పీకర్ చాంబర్స్ లోంచి లోక్ సభలోకి వచ్చేశారు. టి. కాంగ్రెస్ ఎంపీలు, జైపాల్ రెడ్డి. ఎవ్వరూ మాట్లాడే ధైర్యం చెయ్యలేదు. జైపాల్ రెడ్డి చాలా సీరియస్ గా ఉన్నారు. ప్రత్యేక తెలంగాణ ఉద్యమం అతితీవ్రంగా నడిచిన 1969లో కూడా, సమైక్య ఆంధ్రప్రదేశ్ వైపే నిలబడిన చరిత్ర జైపాల్ రెడ్డి గారిది. టీఆర్ఎస్ పార్టీ ఏర్పడినా, కాంగ్రెస్ ఎంపీలందరూ హైకమాండ్ మీద ఒత్తిడి తెస్తున్నా, ఈ విషయంలో ఆయన అభిప్రాయం తెలిపే ప్రయత్నమే చేయలేదు, 9-12-2009 వరకూ!

ఒక ఎంపీ: సార్! మీరు చెప్పినట్లు స్పీకర్ చేస్తుందంటారా?!

జైపాల్ రెడ్డి: చేస్తుంది. బిల్ పాసవుతుంది. తెలంగాణ ఏర్పడుతుంది. మనకొచ్చే లాభం?!

ఎంపీ: అదేంటి సార్, రేపటి ఎన్నికల్లో 'స్వీప్' చేస్తాం. అన్ని స్థానాలూ మనమే .

జైపాల్ రెడ్డి: మనమే అంటే, కాంగ్రెస్ అభ్యర్థులమా, తెలంగాణ వాదులమా?!

మరో ఎంపీ: రెండింటికీ తేడా ఏముంది సార్. ఇప్పుడు తెలంగాణ వచ్చిందంటే అది మన వల్లనే కదా.. మేమంత ప్రయత్నించినా మొహం మొహం చూసుకోవడానికే ఇష్టపడని సుష్మాస్వరాజ్, కమల్ నాథ్ స్పీకర్ ఎదురుగా గంటసేపు కూర్చుండి పోయారు గదా! మీరు చెప్తుంటే వాళ్ల ముగ్గురే కాదు, మేమంతా కూడా నిశ్చేష్టులయిపోయాం.

ఇంకో ఎంపీ: 'లాస్ట్ బాల్' వరకూ ఆడతామన్న ముఖ్యమంత్రి కిరణ్‌కుమార్ రెడ్డే కాదు, మీరు బౌల్ చేసిన 'లాస్ట్ బాల్' తో అందరూ కలసి అడ్డంగా నిలబడ్డా క్లీన్ బౌల్డ్ అవ్వాలసిందే.

జైపాల్ రెడ్డి: మనం స్పీకర్ దగ్గరకు వెళ్తున్నట్లు కేసీఆర్‌కి తెలుసా?

ఎంపీ: ఇందాకా కమల్ నాథ్ దగ్గరకు మీరు మమ్మల్ని పంపినప్పుడు 'లాబీ'లో కలిశాడు సార్! మొత్తం జరుగుతున్నదంతా చెప్పాం.

జైపాల్ రెడ్డి: ఆయనేమన్నాడు?

ఎంపీ: మొత్తం విన్నాడు సార్. ఆయన్ని కూడా రమ్మని పిలిచాం.

జైపాల్ రెడ్డి: మరి ఏడి?!

మరో ఎంపీ: వస్తానని చెప్పలేదు గానీ, వస్తానన్నట్టే మొహం పెట్టాడు. వస్తాడనే అనుకున్నాం.

జైపాల్ రెడ్డి: మరెందుకు రాలేదంటావ్?!

మరో ఎంపీ: బహుశా ఇక్కడ మనం 'సక్సెస్' అవ్వమేమోనని వచ్చి ఉండడు.

అయినా మనకేం నష్టం సార్! ఆఖరున మనం వెళ్లకపోతే 'తెలంగాణ' రాష్ట్రమే లేదు కదా!! తెలంగాణ రాష్ట్రమే లేకపోతే, మనమూ లేము, కేసీఆర్ లేరు.

జైపాల్ రెడ్డి: తెలంగాణ రాష్ట్రం లేకపోతే కాంగ్రెస్, అంటే మనం లేము. రాష్ట్రం ఇచ్చినా, ఇవ్వకపోయినా కేసీఆర్ మాత్రం ఉంటాడు. చదరంగం ఆటలో ఆటగాడు జాగ్రత్తగా చూసుకోకపోతే, ప్రత్యర్థి గుర్రంతో 'చెక్' పెడతాడు. ఆ ఎత్తు గానీ ప్రత్యర్థికి దొరికిందా ఆటకట్టు లేదా మంత్రి (క్వీన్) ఎగిరిపోవటం ఖాయం! కేసీఆర్ మనకి గుర్రంతో 'చెక్' పెట్టాడయ్యా!! ఇందాక వస్తానన్నట్టుగా మొహం పెట్టాడన్నావు. అతనెందుకు వస్తాడు. చిద్విలాసంగా నాటకమంతా చూస్తూ కూర్చుంటాడు.

ఎంపీ: అదేమిటి సార్, తెలంగాణ రావటం మన కెంత అవసరమో ఆయనకీ అంతే అవసరం గదా!

జైపాల్ రెడ్డి: ఈ రోజు తెలంగాణ బిల్లు పాసయితే కేసీఆర్ తెలంగాణ మొదటి ముఖ్యమంత్రి! పాసవ్వకపోతే అవిభక్త ఆంధ్రప్రదేశ్ ఆఖరి ముఖ్యమంత్రి!! అతని ఆటలో అతనికి పూర్తి క్లారిటీ' ఉంది. మనమాడుతున్న ఆటే ఎందుకాడుతున్నామో మనకి తెలియకుండా ఆడుతున్నాం.

ఎంపీ: ఆంధ్రప్రదేశ్ ముఖ్యమంత్రి ఎలా అవుతాడు సార్? సీమాంధ్ర వారు తెలంగాణ మనిషికి ముఖ్యమంత్రి పదవిస్తారా?!

జైపాల్ రెడ్డి: కచ్చితంగా ఇస్తారు. సమైక్యం కోరుకునేవారు, తెలంగాణకి ముఖ్యమంత్రి ఇవ్వమని ఎలా అనగలరు? బిల్లు పాసవ్వకపోతే, కేసీఆర్ తెలంగాణలో, జగన్ సీమాంధ్రలో గెలుస్తారు. కేసీఆర్ ముఖ్యమంత్రి జగన్ ఉపముఖ్యమంత్రి.

ఎంపీ: ఎందుకు సార్ అపశకునం మాటలు? మీరు చేసిన కౌన్సిలింగ్ వృథా పోదు. స్పీకర్ మీరు చెప్పింది చెప్పినట్లు అమలు చేస్తుంది. బిల్లు పాసవుతుంది. ఆఖరి గంటలో మీరే స్పీకర్ ఛాంబర్ కి రాకపోయినట్లయితే తెలంగాణ రాష్ట్రమే లేదన్న విషయం మేము గట్టిగా ప్రచారం చేస్తాం. ముఖ్యమంత్రి మీరా, కేసీఆర్ అవుతారా అనేది కాంగ్రెస్ లెజిస్లేచర్ పార్టీ తేలుస్తుంది.

జైపాల్ రెడ్డి: (అసహనంగా) శకునాలు, దశలు, జాతకాలు, రాహుకాలం చూసుకుని మీరు పనిచేస్తారు. సాధ్యాసాధ్యాలూ, వాస్తవిక పరిస్థితులూ బేరీజు వేసుకుని నేను పనిచేస్తాను. ఆఖరి గంటలో నేను మాట్లాడిన ఏమాట మీరు 'పబ్లిగ్గా' చెప్పినా, నేను ఖండిస్తాను. స్పీకర్ గదిలో జరిగింది మొత్తం మర్చిపోండి. ఆ మాటలు నేను అనలేదు, మీరు వినలేదు. ఇకపోతే కేసీఆర్ ముఖ్యమంత్రో, కాదో కాంగ్రెస్ పార్టీ తేలుస్తుందంటున్నావు. కేసీఆర్ కాంగ్రెస్‌లో చేరారా?! టిఆర్ఎస్‌ని విలీనం చేస్తారా?!

ఎంపీ: తెలంగాణ బిల్లు పాసయిన మరుక్షణం కాంగ్రెస్ లో కలిసిపోతానని మాటిచ్చాకే కదా, వర్కింగ్ కమిటీ తెలంగాణకు అనుకూలంగా తీర్మానం చేసింది.

జైపాల్ రెడ్డి: చూశావా, నువ్వే చెప్పేస్తున్నావు. తెలంగాణ తీర్మానం, కేసీఆర్ మాటివ్వటం వల్లనే జరిగిందని!

ఇదే రేపు కేసీఆర్ చెప్తాడు. "నేను మాటివ్వకపోతే కాంగ్రెస్ వారు తెలంగాణ ఇవ్వమన్నారు. అందుకే మాటిచ్చాను. తెలంగాణ తెచ్చాను" అంటాడు.

ఇంకో ఎంపీ: సార్ కన్ ఫ్యూజ్ చెయ్యకుండా చెప్పండి సార్. మనం చేస్తున్నది రైటా, తప్పా?

జైపాల్ రెడ్డి: రైటయినా, తప్పయినా, ఈ క్షణానికి ఇది తప్ప మనం ఇంకేమీ చెయ్యలేం! కేసీఆర్ నిరాహారదీక్ష విరమించేసినా, లేదు లేదు చచ్చిపోతున్నాడంటూ డిసెంబర్ 2009 మొదటి వారాంతంలో, మనం ఢిల్లీలో చేసిన ప్రచారం, ఆ ప్రచారం నిజం కాదని అందరికీ తెల్సినా నిజమేనన్నట్లు చిదంబరం తెలంగాణ ప్రకటన చేయటం. ఆ రోజుతో

ప్రారంభమయ్యింది, కేసీఆర్ నాయకత్వం బలపడటం! అసెంబ్లీ తీర్మానం చేసి పంపించండి అనే చిదంబరం ప్రకటనలో 'మెలిక' అర్థం చేసుకోకుండా, ఆంధ్రప్రదేశ్ అసెంబ్లీలో సీమాంధ్ర ఎమ్మెల్యేల రాజీనామాల ప్రహసనంతో మరింత బలపడింది కేసిఆర్ నాయకత్వం!! తెలంగాణ ఇవ్వవలసింది పార్లమెంట్ అని తెలిసీ 2009 తర్వాత కేసీఆర్ ఎన్నిసార్లు పార్లమెంట్ కు వచ్చాడు!? మీరెన్ని రోజులు లోక్ సభను స్తంభింపచేశారు. ఒక్కరోజైనా మీతో కేసీఆర్ వచ్చడా? కేసీఆర్ కాంగ్రెస్ లో చేరిపోతే మంచిదే. అతనే కాంగ్రెస్ ముఖ్యమంత్రి అవుతాడు. ఈ రోజు నన్నెలా స్పీకర్ దగ్గరికి తోడ్కొని పోయారో, అలాగే కేసీఆర్ని కాంగ్రెస్ లోకి తోడ్కొనిరండి! ఈ రోజు స్పీకర్ బిల్లు పాసయ్యిందని ప్రకటించి తీరాలి. కమల్ నాథ్, సుష్మాస్వరాజ్ అవునవునంటూ బల్లలు చరుస్తారు. గత్యంతరం లేదు వాళ్లలాగ చేయక తప్పదు.!!

ధర్మసంస్థాపన కోసం కొంచెం అధర్మంగా నడుచుకున్నా తప్పులేదు. ఇదే నేను చేసింది. శ్రీరాముడు వాలిని చంపినప్పుడు, రావణాసురుణ్ణి చంపినప్పుడు ఏ ధర్మం పాటించాడో మనమూ అదే చేశాం. మహా భారతయుద్ధంలో భీష్మణ్ణి, ద్రోణుణ్ణి, కర్ణుణీ ఆఖరికి దుర్యోధనుణ్ణి ఎవర్నీ రూల్ ప్రకారం పోరాడి చంపలేదు. మనమూ అంతే చేశాం! ఆఖరి నిమిషంలో మనం చేసిన ప్రయత్నం వల్లనే ఈ బిల్లు పాసయ్యిందంటూ మనం ప్రజల ముందు చెప్పుకోటానికే మాత్రం అవకాశం లేదు. అలా చెప్పుకున్న మరుక్షణం, మనం అధర్మపరులం అయిపోతాం. దయచేసి ఎవ్వరూ ఆ ఆలోచన చెయ్యకండి! రాజ్యాంగ మర్యాదల్ని కొంతవరకూ పాటించక తప్పదు. తెలంగాణ ఏర్పడటం తక్షణ అవసరంగా భావించే నేనీ విధంగా ప్రవర్తించాను. నౌ ఆర్ నెవ్వర్!! ఇప్పుడైతే అయినట్లు. లేకపోతే ఎప్పటికీ తెలంగాణ ఏర్పడదు. ఏర్పడినా ఇంత అనుకూలమైన బిల్లు ఎప్పటికీ రాదు. నా బాధ్యత నేను నిర్వర్తించాను. మీ బాధ్యత మీరు నిర్వర్తించండి. కేసీఆర్ పార్టీని కాంగ్రెస్ లో విలీనం చేయించటమే మీ బాధ్యత. మాటిచ్చాడు గదా అని మాత్రం ధీమాగా ఉండకండి. తెలంగాణ కోసం నేనేమైనా మాట్లాడతాను. సమయానికి ఎవరి కాళ్లైనా పట్టుకుంటాను అని చెప్పాడు. కేసీఆర్! మెంటల్‌గా ప్రజల్ని ప్రిపేర్ చేసి వుంచాడు. రేపు కాంగ్రెస్‌ను నిర్దాక్షిణ్యంగా పక్కకు తోసేసినా, ప్రజలు అతనినే నమ్ముతారు కానీ మనల్ని నమ్మరు. రెండురోజుల్లో రాజ్యసభలో పాసయి పోతుంది. మరో పది రోజుల్లో ప్రెసిడెంట్ సంతకం కూడా అయిపోతుంది. ఈ లోగా కాంగ్రెస్ లో టిఆర్ఎస్ కలిసిపోవాలి! మీరు ఆ పనిలో ఉండండి.

(ఇదంతా ఊహించి రాసినది. ఆ విషయం ముందే చెప్పాను. ఇది నా విశ్లేషణ మాత్రమే! "18 ఫిబ్రవరి 2014న స్పీకర్ ఛాంబర్ లో నేనూ, కమల్నాథ్, సుష్మాస్వరాజ్ల మధ్య రాజీ కుదిర్చాను" అని చేసిన జైపాల్ రెడ్డిగారి ప్రకటన ఆధారంగా, జైపాల్ రెడ్డిగారి ఉపన్యాస శైలితో పరిచయం వున్న వ్యక్తిగా ఆ కీలకమైన గంటలో, ఏం జరిగి వుండవచ్చునో,

ఊహించి రాసాను. జైపాల్ రెడ్డిగారు రూల్ ప్రకారం తలలు లెక్కపెట్టినట్లు నటించమని చెప్పారు. కానీ స్పీకర్ గారు ఒకటి రెండు సవరణలకి లెక్కపెట్టినట్లు "అనుకూలం 169 వ్యతిరేకం, 6" అంటూ ప్రకటించారు గానీ ఆ తర్వాత అసలు లెక్కించలేదు. కనీసం తలలైనా లెక్క పెట్టి ఎంతమంది అనుకూలమో, ఎంతమంది వ్యతిరేకమో చెప్పండంటూ అసదుద్దీన్ ఒవైసీ పదే పదే స్పీకర్ ని అడగటం జరిగింది గానీ, స్పీకర్ మాత్రం లెక్కించనేలేదు! సవరణ చదవటం, వీగిపోయిందంటూ ప్రకటించటం జరిగిపోయింది!! ఈ ప్రక్రియ రూల్‌కి వ్యతిరేకం, రాజ్యాంగ విరుద్ధం కూడా!! జైపాల్ రెడ్డిగారు నేను అభిమానించే రాజనీతిజ్ఞుడు. తెలంగాణ విషయంలో మాత్రం ఆయన సగటు రాజకీయ నాయకుడిగానే ప్రవర్తించారని నేననుకుంటున్నాను.)

ఇదంతా ఎందుకంటే...

ఎస్ఆర్ బొమ్మై అనే కర్ణాటక ముఖ్యమంత్రిని పదవి నుంచి తొలగించి రాష్ట్రపతి పాలన విధించారు. 1989లో ఇది రాజ్యాంగ విరుద్ధం అంటూ ఆయన దాన్ని కోర్టులో ప్రశ్నించాడు. 1994లో వెలువడిన సుప్రీంకోర్టు తీర్పు మళ్లీ ఆయనను ముఖ్యమంత్రిని చెయ్యలేదు గానీ, బొమ్మై కేసు భారత రాజ్యాంగ చరిత్రలోనే ఒక 'మైలురాయి' గా నిలిచిపోయింది. 1994 తర్వాత 'రాష్ట్రపతి పాలన' పేరిట కేంద్రం పెత్తనమే ఆగిపోయింది. సుప్రీంకోర్టు ఆర్టికల్ 356ను అమలుచేయడానికి మార్గదర్శకంగా నిలిచే చరిత్రాత్మకమైన వ్యాఖ్యానం చేసింది. ఆంధ్రప్రదేశ్ విభజన కేసు కూడా కేశవానంద భారతి, మినర్వా మిల్స్, ఎస్ఆర్ బొమ్మై కేసుల్లాగే ఒక చరిత్రాత్మక నిర్ణయాన్ని అందిస్తుంది. ఫెడరల్ వ్యవస్థ గురించి, కేంద్ర రాష్ట్ర సంబంధాల గురించి, పార్లమెంట్లో బిల్లు పాస్ చేయవలసిన తీరు గురించి సుప్రీంకోర్టు మార్గదర్శకాలను నిర్దేశిస్తుంది.

కాంగ్రెస్+బీజేపీ తెలంగాణ విభజన చేసేయాలని నిర్ణయించుకున్నాక, అది అప్పుడైనా, ఇప్పుడైనా కచ్చితంగా జరిగి తీరుతుంది! నా 'పుస్తకం' కేవలం నేను నిజమనుకున్న కొన్ని విషయాలు, అందరికీ తెలియని విషయాలు, ప్రజల ముందుంచటానికే ఉద్దేశించబడింది. ఆ పుస్తకంలోని కొన్ని అంశాలు 'సాక్షి' దినపత్రిక ద్వారా తెలియచేసాను. జరిగిందేమిటో తెలుసుకోకపోతే, అది ప్రజాస్వామ్యమే కాదని నా భావన! నా 'ఆర్టికల్స్'లో జరిగింది జరిగినట్లే రాశాను. ఊహించటానికి నాకెలా వుందో, నా ఊహతో విభేదించడానికి పాఠకులకు కూడా అంతే హక్కు ఉంది. అభినందిస్తున్న వారికి, విభేదిస్తున్నవారికి కృతజ్ఞతలు..

విభజన చట్టంలో

15వ లోక్ సభ ఆయుర్దాయం తీరిపోతున్న ఆఖరి రోజుల్లో హడావిడిగా అయిపోయిందనిపించిన రాష్ట్ర విభజన చట్టంలో ఇప్పటికీ అమలులోకి రాని అంశాలే అధికం!

ఆంధ్రప్రదేశ్ విభజన చట్టం పార్లమెంట్ లో పాస్ అయిపోయింది. రాష్ట్ర శాసనసభ 'అభిప్రాయం' తెలుసుకోవటానికే అధ్యక్షుడికి అవకాశం కల్పించారు తప్ప ఆ అభిప్రాయం ఎందుకు తెలుసుకోవాలో ఆర్టికల్ – 3లో స్పష్టీకరించలేదు కాబట్టి, అభిప్రాయం ఎలా వున్నా ప్రెసిడెంట్ ఆ బిల్లును పార్లమెంటుకు పంపించేయాల్సిందే అన్నారు కాంగ్రెస్, బీజేపీ నాయకులు. అద్వానీలాంటి సీనియర్లు 'ఇది తప్పు ఇలా చేయకండి' అని గట్టిగా వినిపించకుండా మెల్లగా గొణిగారు!

సరే.. విభజన బిల్లు చట్టమైపోయింది. సీమాంధ్ర ఎమ్మెల్యేలు గానీ, ఎంపీలుగానీ 'మాకు ఈ విభజనతో సంబంధం లేదు' అని చెప్తూనే ఉన్నా, బిల్లులో కొన్ని అంశాలు చేర్చబడ్డాయి! బిల్లులో ఆంధ్రప్రదేశ్ రాష్ట్రానికి కొన్ని ప్రయోజనాలు చేకూర్చే ప్రయత్నం జరిగింది. దీనికి అదనంగా ప్రధానమంత్రి, హోంమంత్రి కొన్ని వాగ్దానాలు చేశారు. అవి ఇలా ఉన్నాయి.

I. ఆంధ్రప్రదేశ్ పునర్వ్యవస్థీకరణ బిల్లు, 2014 నిబంధనలు సీమాంధ్రకు చేకూరుస్తున్న ప్రయోజనాలు

1. హైదరాబాదు

★ పదేళ్లకు మించకుండా ఉమ్మడి రాజధాని.

★ ఉమ్మడి రాజధానికి జిహెచ్ఎమ్సి పరిధి సరిహద్దుగా ఉంటుంది.

2. గవర్నరు ప్రత్యేక బాధ్యత

★ భారత రాష్ట్రపతి నిర్ణయించేవరకు ఉభయరాష్ట్రాలకూ ఒకే గవర్నర్ ఉంటారు.

★ ఉమ్మడి రాజధాని ప్రాంతంలో నివసించే ప్రజల ప్రాణాలు, స్వేచ్ఛ, ఆస్తుల పర్యరక్షణకు సంబంధించి ప్రత్యేక బాధ్యత.

★ ఉమ్మడి రాజధాని ప్రాంతంలో శాంతిభద్రతలు, అంతర్గత భద్రత, కీలక సంస్థల భద్రత, ప్రభుత్వ భవనాల నిర్వహణ కేటాయింపులకు బాధ్యత గవర్నరుకు చెందుతుంది.

★ పై విధుల నిర్వహణలో గవర్నరు తెలంగాణ రాష్ట్ర మంత్రిమండలిని సంప్రదించి, తన వ్యక్తిగతమైన నిర్ణయాన్ని అమలుపరచాలి. గవర్నరుదే తుదినిర్ణయం.

3. నూతన రాజధాని

★ నూతన రాజధాని విషయంలో ఒక నిపుణుల కమిటీ ఆరు నెలలలోగా తన సిఫారసులు చేయాలి.

★ శాసనసభ, మండలి, ఉన్నత న్యాయస్థానం, సచివాలయం, ప్రభుత్వ భవనాలు మొదలైన ఆవశ్యక మౌలిక సదుపాయాలు ఏర్పాటుకు కేంద్రప్రభుత్వం నిధులు ఇవ్వాలి.

★ అవసరమైతే కొత్త రాజధాని ఏర్పాటుకోసం పలచని అటవీ ప్రాంతాన్ని డి-నోటిఫై చేయాలి.

4. విద్య

★ విద్యాసంస్థలలో ప్రస్తుతమున్న ప్రవేశాల కోటాలు పదేళ్లపాటు కొనసాగుతాయి.

★ **కొత్తగా స్థాపించవలసిన విద్యాసంస్థలు**

+ ఒక ఐఐటి, ఒక ఎన్ ఐటి, ఒక ఐఐఎమ్, ఒక ఐఐఎస్ ఈ ఆర్, ఒక కేంద్ర విశ్వవిద్యాలయం, ఒక పెట్రోలియం విశ్వవిద్యాలయం, ఒక వ్యవసాయ విద్యాలయం, ఒక ఐఐఐటి.
+ ఏఐఐఎమ్ఎస్ రీతి సూపర్ స్పెషాలిటీ బోధన ఆసుపత్రి
+ ట్రైబల్ విశ్వవిద్యాలయం
+ నేషనల్ ఇన్స్టిట్యూట్ ఆఫ్ డిజాస్టర్ మేనేజిమెంట్

5. నదీజలాల పంపిణీ

★ కృష్ణా, గోదావరీ జలాల పంపకం నిర్వహణకు ప్రత్యేక నదీ సంఘాలు.

★ ప్రాజెక్టు వారీ నిర్దిష్ట నీటి కేటాయింపులు చేయవలసిందిగా కృష్ణాజల వివాదాల ట్రిబ్యునల్‌ని అడగడం జరుగుతుంది.

★ నదిలో నీటికొరత ఏర్పడ్డప్పుడు ప్రాజెక్టు వారీ నీటి విడుదలకు ఆపరేషనల్ ప్రొటోకాల్‌ను కృష్ణా జల వివాదాల ట్రిబ్యునల్ నిర్ణయిస్తుంది.

★గోదావరీ, కృష్ణా నదులపై ఉన్న వివిధ ప్రాజెక్టులకు సంబంధించి కానీ, ప్రస్తుత ఆంధ్రప్రదేశ్ రాష్ట్రంలో ఉన్న ప్రాంతాలకు నదీజలాల ట్రిబ్యునల్ చేసిన కేటాయింపులు నికర జలాల విషయంలో యథాతథంగా ఉంటాయి.

★ భవిష్యత్తులో అదనపు జలాల విషయంలో ఏ ట్రిబ్యునల్ చేసే కేటాయింపు లైనా తెలంగాణ, అవశిష్ట ఆంధ్రప్రదేశ్ రాష్ట్రాలకు విధిగా వర్తిస్తాయి.

★ గోదావరీ, కృష్ణా నదులకు సంబంధించి సముచితంగా ఆధార పడగలిగిన ప్రమాణాల రీత్యా జలవనరులపై ఆధారపడి కొత్త ప్రాజెక్టుల నిర్మాణం నదీజలాల వనరుల అపెక్స్ కౌన్సిల్ అనుమతి లేకుండా చేపట్టకూడదు.

6. పోలవరం

★కేంద్రప్రభుత్వం ఈ ప్రాజెక్టును జాతీయ ప్రాజెక్టుగా ప్రకటించాలి.

★ఈ ప్రాజెక్టును కేంద్రప్రభుత్వం నిర్మించాలి. అన్నిరకాల అనుమతులకూ నిర్వాసితుల పునరావాసానికి కేంద్ర ప్రభుత్వమే బాధ్యత వహించాలి.

★ముంపు గ్రామాలు సీమాంధ్రలో భాగంగా ఉంటాయి.

★కొత్తగా ఏర్పడుతున్న తెలంగాణ రాష్ట్ర అంగీకారం ఉన్నట్లుగా భావించాలి.

7. ఆదాయాలు

★ ప్రస్తుత ఆంధ్రప్రదేశ్ రాష్ట్రానికి 13వ ఆర్థిక సంఘం చేసిన కేటాయింపులు విభజనానంతర రెండు రాష్ట్రాలకీ మధ్య జనాభా నిష్పత్తి, తదితర ప్రమాణాలు ఆధారంగా కేంద్రప్రభుత్వం పంచాలి.

★ విభజన వల్ల ఏర్పడిన రాష్ట్రాలకు వాటికి అందుబాటులో ఉన్న వనరులు ఆధారంగా ప్రత్యేక కేటాయింపులు చేయాలని రాష్ట్రపతి పద్నాలుగవ ఆర్థిక సంఘానికి నిర్దేశించాలి.

★ అవశేష ఆంధ్రప్రదేశ్ రాష్ట్రానికి అందుబాటులో ఉన్న వనరులను పరిగణనలోనికి తీసుకుని కేంద్రప్రభుత్వం సముచితమైన గ్రాంట్లు ఇవ్వవచ్చు. రాష్ట్రంలో వెనుకబడిన ప్రాంతాలకు ప్రత్యేక అభివృద్ధి ప్యాకేజీ రూపంలో తగిన ప్రయోజనాలు, ప్రోత్సాహాలు లభించేటట్లు చూడాలి.

8. పారిశ్రామికీకరణ, ఆర్థికాభివృద్ధిని ప్రోత్సహించడం

★ ఉభయ రాష్ట్రాలలోనూ పారిశ్రామికీకరణను, ఆర్థికాభివృద్ధిని ప్రోత్సహించడం కోసం పన్ను ప్రోత్సాహకాలతో సహా తగిన ఆర్థిక చర్యలను కేంద్రప్రభుత్వం చేపట్టాలి.

★కొత్త మౌలికసదుపాయాల ఏర్పాటుకు పెట్టుబడులు

+ దుగ్గిరాజుపట్నంలో కొత్తగా పెద్దరేవు నిర్మాణం.

+ ఆంధ్రప్రదేశ్ రాష్ట్రం ఏర్పడిన నాటినుండి ఆరునెలలలోగా వైఎస్ఆర్ జిల్లాలో ఒక సమీకృత ఉక్కు ఫ్యాక్టరీ స్థాపన లాభదాయకతను SAIL పరిశీలించాలి.

+ రాష్ట్రం ఏర్పడిన నాటినుండి ఆరు నెలలలోగా ఒక గ్రీన్ ఫీల్డ్ క్రూడాయిల్ రిఫయినరీని, పెట్రోకెమికల్ ఫాక్టరీని ఏర్పాటు చేయడంలోని లాభదాయకతను IOC లేదా HPCL పరిశీలించాలి.

+ రాష్ట్రం ఏర్పడిన నాటి నుండి ఆరునెలల లోగా భారత ప్రభుత్వం ఢిల్లీ ముంబాయి పారిశ్రామిక కారిడార్ తరహాలో వైజాగ్ –చెన్నై పారిశ్రామిక కారిడార్ ఏర్పాటు లాభాదాయకతను పరిశీలించి, దానిపై వేగంగా నిర్ణయం తీసుకోవాలి.

+ రాష్ట్రం ఏర్పడిన నాటినుండి ఆరునెలలలోగా భారతప్రభుత్వం ప్రస్తుత విశాఖపట్నం, విజయవాడ, తిరుపతి విమానాశ్రయాలను అంతర్జాతీయ ప్రమాణాలకు విస్తరించడంలోని లాభదాయకతను పరిశీలించి, వేగంగా నిర్ణయం తీసుకోవాలి.

+ రాష్ట్రం ఏర్పడిన నాటినుండి ఆరునెలలలోగా భారత రైల్వేలు అవశిష్ట ఆంధ్రప్రదేశ్ రాష్ట్రంలో ఒక కొత్త రైల్వే మండలాన్ని స్థాపించే అంశాన్ని పరిశీలించి, వేగంగా నిర్ణయం తీసుకోవాలి.

+ భారతప్రభుత్వం విశాఖపట్నంలోనూ, విజయవాడ, గుంటూరు, తెనాలి మెట్రోపాలిటన్ అర్బన్ డవలెప్ మెంట్ అథారిటీలోని మెట్రోరైలు సౌకర్యం లాభదాయకతను రాష్ట్రం ఏర్పడిన నాటినుండి ఒక సంవత్సరం లోగా పరిశీలించి దానిపై వేగంగా నిర్ణయం తీసుకోవాలి.

9. వెనుకబడిన ప్రాంతాలు

★అవశేష ఆంధ్రప్రదేశ్ రాష్ట్రానికి, ప్రత్యేక అభివృద్ధి ప్యాకేజి ఇచ్చే విషయాన్ని పరిశీలించే సందర్భంలో ముఖ్యంగా ఆ రాష్ట్రంలోని రాయలసీమ, ఉత్తరాంధ్రలకు తగినన్ని ప్రోత్సాహకాలను కేంద్రప్రభుత్వం ఇవ్వాలి.

★విభజన తర్వాత ఏర్పడిన రెండు రాష్ట్రాలలోని వెనుకబడిన ప్రాంతాల అభివృద్ధి కార్యక్రమాలకు కేంద్రప్రభుత్వం సహాయం చేయాలి. ఈ అభివృద్ధిలో భౌతిక, సామాజిక, మౌలిక సదుపాయాల విస్తరణ కూడా

10. రాయలసీమ

★రాయలసీమ ప్రాంతానికి ప్రత్యేకాభివృద్ధి ప్యాకేజీ ఇవ్వాలి.

★ నిర్మాణంలో ఉన్న కింది సాగునీటి ప్రాజెక్టులను ప్రస్తుత ఆంధ్రప్రదేశ్ రాష్ట్రం నోటిఫై చేసిన ప్రణాళిక ప్రకారం పూర్తిచేయాలి. దాని ప్రకారమే నీటి పంపకం ఉండాలి.

(i) హంద్రీ నీవా

(ii) తెలుగు గంగ

(iii) గాలేరు నగరి

(iv) వెనెగొండ

11. విద్యుత్తు

★ ఆయా డిస్కంలతో ప్రస్తుతం ఉన్న పిపిఏ లు ప్రస్తుతం నడుస్తున్న ప్రాజెక్టులకు నిర్మాణంలో ఉన్న ప్రాజెక్టులకు కొనసాగుతాయి.

★ ప్రస్తుతం ఉన్న ఎసిసిసిఎల్ బొగ్గు లింకేజీలు యథాతథంగా కొనసాగుతాయి.

12. భద్రత

★అదనపు పోలీసు బలగాలను పెంపొందించుకోవడంలో కేంద్రప్రభుత్వం సహాయపడాలి.

★ ఒక ఉమ్మడి సదుపాయంగా గ్రేహౌండ్స్ శిక్షణ కేంద్రం కేంద్రప్రభుత్వ అధీనంలో మూడేళ్ల పాటు కొనసాగాలి.

★ సీమాంధ్రలో ఇటువంటి స్టేట్ ఆఫ్ ది ఆర్ట్ శిక్షణ సదుపాయాన్ని స్థాపించడంలో కేంద్రప్రభుత్వం తోడ్పడాలి.

★గ్రేహౌండ్ల కొత్త ఆపరేషనల్ హబ్ల స్థాపనకు కేంద్రప్రభుత్వం ఆర్థిక సహాయం అందిస్తుంది.

13. ఉమ్మడి హైకోర్టు

★అవశేష ఆంధ్రప్రదేశ్ రాష్ట్రానికి ప్రత్యేక హైకోర్టు స్థాపన జరిగేంతవరకూ ప్రస్తుత హైకోర్టు ఉమ్మడి హైకోర్టుగా పనిచేస్తుంది.

14. ఉమ్మడి సదుపాయాల కొనసాగింపు

★107 రాష్ట్ర సంస్థల్లో మరికొంత కాలంపాటు ఇటువంటి సంస్థలను ఆంధ్రప్రదేశ్ లో స్థాపించేంతవరకూ సదుపాయాల కొనసాగింపుకు పదవ షెడ్యూలు అవకాశమిస్తుంది.

II. సీమాంధ్రకు ప్రధానమంత్రి ప్రకటించిన ఆరు అంశాల వాగ్దానం

1. కేంద్ర సహాయం కోసం నాలుగు రాయలసీమ జిల్లాలు, మూడు ఉత్తరాంధ్ర జిల్లాలతో సహా పదమూడు జిల్లాల ఆంధ్రప్రదేశ్‌కు ఐదేళ్ల పాటు స్పెషల్ కేటగిరి స్టేటస్ ఇస్తుంది. ఇది రాష్ట్ర ఆర్థిక స్థితిని స్థిరపరుస్తుంది.
2. ఉభయ రాష్ట్రాలలోనూ పారిశ్రామికీకరణను, ఆర్థిక అభివృద్ధినీ ప్రోత్సహించడం కోసం కేంద్రప్రభుత్వం పన్ను ప్రోత్సాహకాలతో సహా తగిన ఆర్థిక చర్యలను తీసుకోవాలని బిల్లు నిర్దేశిస్తున్నది. ఈ ప్రోత్సాహకాలు కొన్ని ఇతర రాష్ట్రాలకు ఇస్తున్న పద్ధతిలోనే ఉంటాయి.
3. అవశేష ఆంధ్రప్రదేశ్ రాష్ట్రంలోని వెనుకబడిన ప్రాంతాలకు ముఖ్యంగా రాయలసీమ, ఉత్తరాంధ్ర జిల్లాలకు ప్రత్యేక అభివృద్ధి ప్యాకేజికి బిల్లు అవకాశం కల్పించింది. ఈ అభివృద్ధి

ప్యాకేజీ ఒడిశాలో కోరాపూర్ బొలంగీర్ కలహంది ప్రత్యేక పథకం నమూనాలోని, మధ్యప్రదేశ్, ఉత్తరప్రదేశ్ లో బుందేల్ఖండ్ ప్రత్యేక ప్యాకేజీ నమూనాలోనూ ఉంటుంది.

4. పోలవరం ప్రాజెక్టు కోసం పూర్తిస్థాయి రిహాబిలిటేషన్, రీసెటిల్మెంట్లు ఇబ్బందులు లేకుండా జరగడానికి అవసరమైన మరిన్ని సవరణలు చేయడానికి సిద్ధంగా ఉన్నట్లు గౌరవనీయ సభ్యులకు నేను హామీ ఇస్తున్నాను. వాటిని సాధ్యమైనంత త్వరలో అమలుపరుస్తాము. మా ప్రభుత్వం పోలవరం ప్రాజెక్టును నిర్మిస్తుంది. ఇది నిస్సందేహం.

5. కొత్త రాష్ట్రం ఏర్పాటుకు అపాయింటెడ్ తేదీని సిబ్బంది, ఆర్థిక స్థితి, ఆస్తులు అప్పుల పంపకాలు తృప్తికరంగా పూర్తికావడానికి అవసరమైన ముందస్తు ఏర్పాట్లకు అనుగుణంగా నిర్ణయించడం జరుగుతుంది.

6. మొదటి సంవత్సరంలో అవశిష్ట ఆంధ్రప్రదేశ్ రాష్ట్రంలో తలెత్తే రిసోర్స్ గ్యాపు ముఖ్యంగా అపాయింటెడ్ తేదీకి పద్నాలుగవ ఆర్థికసంఘ సిఫారసులను భారతప్రభుత్వం అంగీకరించే తేదీకి మధ్య కాలంలో ఏర్పడే ఈ గ్యాప్ ను 2014-15 రెగ్యులర్ యూనియన్ బడ్జెట్ లో పూరించడం జరుగుతుంది.

III. సీమాంధ్రకు హోంమంత్రి వాగ్దానం

1. పోలవరం ప్రాజెక్టును జాతీయ ప్రాజెక్టుగా పూర్తిచేయడానికి మేము దృఢంగా కట్టుబడి ఉన్నట్లు బిల్లు తెలుపుతుంది. దీనికి అవసరమైన అన్ని అనుమతులు పూర్తిస్థాయి రిహాబిలిటేషన్, రీసెటిల్మెంట్లతో సహా సంపాదించడం ఇది సునిశ్చితం చేస్తుంది.

2. అవశేష ఆంధ్రప్రదేశ్ రాష్ట్రంలోని రాయలసీమ, ఉత్తరాంధ్ర జిల్లాలకు కేంద్రప్రభుత్వం ప్రత్యేక అభివృద్ధి ప్యాకేజిని అందిస్తుంది.

3. మొన్న నేను లోక్ సభలో చెప్పిన విషయాన్ని ఇక్కడ పునరుద్ఘాటించదలచుకున్నాను. సీమాంధ్రకు ఒక ఆర్థిక ప్యాకేజి ఇవ్వడం జరుగుతుంది. అవశేష ఆంధ్రప్రదేశ్ రాష్ట్ర అభివృద్ధి అవసరాలను సమగ్రంగా పరిశీలించేందుకు వాటిని పూర్తి చేయడానికి అవసరమైన ఆర్థిక సహాయాన్ని సునిశ్చితం చేసేందుకు డిప్యూటీ చైర్మన్ నేతృత్వంలో, ప్రణాళికాసంఘంలో ఒక ప్రత్యేక విభాగాన్ని ఏర్పాటుచేస్తామని నేను సభకు హామీ ఇస్తున్నాను.

సంవత్సరం ఆరు మాసాలు దాటిపోతున్నా 'చట్టం'లోని సెక్షన్లు కూడా అమలుకు నోచుకోలేదు.

ఇదిగాక, అప్పటి ప్రధాని మన్మోహన్ సింగ్ రాజ్యసభలో ఇచ్చిన ఆరు 'కమిట్ మెంట్స్' కూడా ఎవ్వరూ పట్టించుకోనేలేదు.

యూ.పి.ఏ. ఆఖరి మంత్రివర్గ సమావేశం 1-3-2014న జరిగింది. మన్మోహన్ సింగ్ అధ్యక్షతన జరిగిన ఈ సమావేశంలోనే, 20-2-2014 రాజ్యసభలో ప్రధాని ఇచ్చిన వాగ్దానాలను కేబినెట్ ఆమోదించింది. అయిదేళ్లు ప్రత్యేక హోదా, పోలవరం ముంపు మండలాలు ఆంధ్రప్రదేశ్‌కు

బదిలీ వంటి అంశాలను వెంటనే 'ఆర్డినెన్స్' విడుదల చేయాలని రాష్ట్రపతిని కోరుతూ కేబినెట్ నోట్ పంపింది (చూ. అను. 23). (5-3-2014న ఎన్నికల షెడ్యూల్ విడుదలైన కారణంగా 'ఆర్డినెన్స్' జారీ చేయబడలేదు. కొత్త ప్రభుత్వం ఏర్పడగానే, ఆ 'ఆర్డినెన్స్' నుండి 'ప్రత్యేక హోదా' అనే అంశాన్ని తొలగించి, పోలవరం ముంపు మండలాల బదలాయింపు అంశం మాత్రమే ఉంచారు. అదే ఆర్డినెన్స్ రాష్ట్రపతి సంతకం చేసారు.)

'స్పెషల్ కేటగిరీ స్టేటస్' అనేది బీజేపీ, టీడీపీలు అధికారంలోకి రావటానికి ప్రధానాంశంగా ఉపయోగపడింది. 'అది మేమే ప్రధాని చేత ప్రకటింపచేశాం' అని బీజేపీ వారు ఎన్నికల సమయంలో గొప్పగా చెప్పుకున్నారు. అది నిజం కూడా! అయిదేళ్లని మన్మోహన్ సింగ్ ప్రకటిస్తే, 'మేమే అధికారంలోకి వస్తాం. వచ్చాక అయిదేళ్ల ప్రత్యేక హోదా పదేళ్లకి పెంచుతాం' అని నాయకులు ప్రసంగించటమే కాకుండా, మేనిఫెస్టోలో కూడా ప్రకటించారు. సంవత్సరన్నర నుంచీ అన్ని పార్టీలూ 'స్పెషల్ కేటగిరీ స్టేటస్' మీదే ఆందోళన చేస్తున్నాయి. కాంగ్రెస్ బిల్లులో పెట్టకపోవడం వల్లనే బీజేపీకి కష్టమైపోతుందంటున్నారు బీజేపీ నాయకులు. ఈ వివాదం ఒకరకంగా బీజేపీకి కలిసి వచ్చిందనే అనుకోవాలి. ఎంతసేపూ 'స్పెషల్ కేటగిరీ స్టేటస్' ఇవ్వకపోవడం ఎవరి తప్పు అనే విషయమై వాగ్వివాదాలు జరుగుతున్నాయి గానీ చట్టంలో ఉన్న మిగతా అంశాలు మరుగునపడిపోయాయి.

పోలవరం ప్రాజెక్టును జాతీయ ప్రాజెక్టు హోదాలో కేంద్ర ప్రభుత్వమే పూర్తి చేస్తుంది. దీనికి సంబంధించి అన్ని క్లియరెన్స్ లు తీసుకోవటం, నిర్వాసితులకు సరైన పునరావాసం కల్పించటం పూర్తిగా కేంద్ర ప్రభుత్వ బాధ్యత. (ఇప్పటి వరకూ పోలవరం విషయంలో కేంద్రం ఏం చేస్తుందో, రాష్ట్రం ఏం చేయాలో తేలలేదు. డిసెంబర్ 7, 2015న రాజ్యసభలో కేంద్రమంత్రి చేసిన ప్రకటన ప్రకారం 1-4-2014 తర్వాత పోలవరం ప్రాజెక్టుకి అయ్యే ప్రతి రూపాయీ కేంద్రమే భరిస్తుందని, 2014-15, 2015-16 సంవత్సరాలలో కేంద్రం రూ. 345 కోట్లను ఈ ఖాతా కింద రాష్ట్రాని కందించిందని చెప్పారు. 2018కి పూర్తి అవుతుందని రాష్ట్ర ప్రభుత్వం చెప్తోంది. గానీ, ఇదే పద్ధతిలో నిధులిస్తే, 2118కి కూడా కష్టమే![1])

1.పోలవరం ప్రాజెక్ట్ ఎంత అత్యావశ్యకమో... ఆంధ్రప్రదేశ్ విభజన చట్టంలోని 'పదప్రయోగం' చూస్తే అర్థమవుతుంది. పోలవరం విషయంలో సీమాంధ్ర ప్రజల ప్రయోజనాలను 'ఎక్స్పెడియెంట్' అనే పదమే స్పష్టపరుస్తుంది.

Sec 90(2): It is hereby declared that it is EXPEDIENT in the public interest that the union should take under its control the regulation and development of the Polavaram Irrigation Project for the purposes of irrigation

Expedient = (Oxford dictionary) convenient and Practical although possibly improper or immoral

"అసంబద్ధమా, ధర్మబద్ధమా ప్రక్కనబెట్టి, ప్రజాప్రయోజనాల దృష్ట్యా కేంద్రం పోలవరం ప్రాజెక్ట్ నిర్మాణం వెంటనే చేపట్టాలి" అనేదే ఈ క్లాజు అర్థం.

తెలంగాణ ప్రత్యేక రాష్ట్రం కావాలని గట్టిగా వాదించినవారు చేసిన ప్రధాన ఆరోపణ 'కోస్తా ప్రాంతంవారు తెలంగాణ నీరు దోచేస్తున్నారని!' ఈ ఆరోపణ చేస్తూ తెలంగాణ ప్రాంత నాయకులు వాడిన భాష వల్లనే కోస్తా ప్రాంతంలో అంతటి వ్యతిరేకత వ్యక్తమయ్యింది. సరే! తెలంగాణ నాయకులు దగ్గరుండి రాయించుకున్న చట్టమే అమలులోకి వచ్చింది. కృష్ణా, గోదావరి జలాల పంపిణీ, యాజమాన్యం ఎలా జరుపుకోవాలో స్పష్టంగా చట్టంలో చెప్పినా, ప్రాజెక్టుల దగ్గర 'యుద్ధం' తరహాలో పోలీసులు మోహరించడం అన్ని ఛానల్స్ లో ప్రత్యక్ష ప్రసారం చేశారు. 'యాక్ట్'లో స్పష్టంగా కృష్ణా, గోదావరి నదీ జలాల యాజమాన్యం విషయంలో, పర్యవేక్షణ నిమిత్తం అత్యున్నతస్థాయి 'ఎపెక్స్ కౌన్సిల్', జూన్ 2 నాటికి ఏర్పాటు చేయాలని చెప్పబడింది. ఈ కౌన్సిల్ కి కేంద్ర జలవనరుల శాఖ మంత్రి అధ్యక్షులుగా, ఆంధ్ర, తెలంగాణ ముఖ్యమంత్రులు సభ్యులుగా నియమించబడాలని కూడా 'యాక్ట్' లోనే చెప్పబడింది. (సెక్షన్ 84) ఈ 'యాక్ట్' తయారీలో ప్రధాన పాత్ర వహించిన వారు తెలంగాణ ముఖ్యమంత్రి, ప్రస్తుతం కేంద్రంలో అధికారంలో ఉన్న ఎన్డీయేకి చెందిన ఆంధ్రప్రదేశ్ ముఖ్యమంత్రి. అయితే ఈ కమిటీ ఏర్పడిందా, ఒక్కసారైనా సమావేశమయ్యిందా?

హైదరాబాద్ ఆదాయం మొత్తం తెలంగాణ రాష్ట్రానికి దాఖలు చేయటంతో ఆంధ్రప్రదేశ్ రాష్ట్రం ఆర్థికలోటులో పడుతుంది కాబట్టి, మొదటి సంవత్సరం లోటు మొత్తం కేంద్రమే భరించాలి అనేది మరో అంశం! 2014 ఆగస్టు నెలలో చంద్రబాబు ప్రభుత్వం 15,000 కోట్లు రెవెన్యూలోటుగా లెక్కకట్టి శ్వేతపత్రం ప్రకటించారు. మొన్న జరిగిన అమరావతి శంకుస్థాపనలో మోదీగారికి అభినందనలు తెలుపుతూ ఇప్పటివరకూ 2,300 కోట్లు కేంద్రం అందించిందని చంద్రబాబు లెక్క చెప్పారు! రెవెన్యూ లోటు భర్తీ చేయటానికి కూడా కేంద్రం సహకరించకపోతే, ఇక పన్నురాయితీలు, బొలంఘీర్, కలహంది తరహా ప్యాకేజీలు కేంద్రం ఇస్తుందని ఎలా నమ్మగలం!!

సుప్రీంకోర్టులో...

18-11-2013 న ఆంధ్రప్రదేశ్ విభజన బిల్లు రాజ్యాంగ విరుద్ధమంటూ అనేక పిటిషన్లు దాఖలు అయ్యాయి. టి.డి.పి., వైఎస్సార్ సిపి సభ్యులు ఇతరులు కూడా దాఖలు చేసిన పిటిషన్‌లకు అనుకూలంగా సుప్రీంకోర్టులో చాలా సమర్థులైన లాయర్లుగా పేరున్న సీనియర్లు హరీష్ సాల్వే, నారిమన్, రోహింగటన్ నారిమన్ (ప్రస్తుత సుప్రీంకోర్టు జడ్జి) వాదించారు. జస్టిస్ దత్తు, అనుకూలంగా గాని వ్యతిరేకంగా గాని నిర్ణయం తీసుకోవటానికి సమయం కాదని, సమయం వచ్చినప్పుడు పరిగణనలోకి తీసుకోవటానికి వీలుగా పిటిషన్ కొట్టివేయకుండా, 'తెరిచే ఉంచుతున్నా'నని పక్కన పెట్టారు.

30-1-2014 నాడు ఆంధ్రప్రదేశ్ అసెంబ్లీ మూజువాణీ ఓటుతో 'ప్రెసిడెంట్ రిఫరెన్స్'ను తిప్పి పంపింది.

7-2-2014 నాడు మళ్లీ సుప్రీంకోర్టులో ఈ అంశం ప్రస్తావించబడినప్పుడు కూడా 18-11-13 నాడు చెప్పిన మాటే, సుప్రీంకోర్టు మళ్లీ చెప్పింది. 1-3-14 నాడు 'భారత ప్రెసిడెంట్' ఎ.పి. రి ఆర్గనైజేషన్ యాక్టుకు సమ్మతి తెలిపారు. యాక్ట్ ఎప్పుడు అమలులోకి వస్తుందో మాత్రం చెప్పలేదు! మార్చి నాలుగో తారీఖు రాత్రి, ఎలక్షన్ కమిషన్ 2014 జనరల్ ఎలక్షన్స్ షెడ్యూల్ ప్రకటించటానికి కొన్ని గంటలు ముందు, జూన్ 2, 2014వ తారీఖు 'అపాయింటెడ్ డే' గా కేంద్ర హోంశాఖ ప్రకటన చేసింది. అంటే, జూన్ 2 నుండి రెండు రాష్ట్రాలు ఏర్పడతాయి. ఆ రోజునుంచే యాక్ట్ అమలులోకి వస్తుంది.

6-3-2014 నాడు, నేను సుప్రీంకోర్టులో పిటిషన్ దాఖలు చేసాను. కిరణ్‌కుమార్ రెడ్డి కూడా దాఖలు చేసారు. ఇంకా అనేకమంది పిటిషన్లు దాఖలు చేసారు. ఈ పిటిషన్ 5-5-2014 నాడు విచారణ చేసారు. జస్టిస్ దత్తుగారి కోర్టులో రాజీవ్ ధావన్ అనే సీనియర్ న్యాయవాది తన వాదనలు వినిపించారు. కనీసం 'అపాయింటెడ్ డే' ని 'స్టే' చెయ్యండి. కొత్త ప్రభుత్వం జూన్ 2 నాటికి ఏర్పడుతుంది. ఆ ప్రభుత్వం నిర్ణయం తీసుకుంటుందని ధావన్ కోరారు. జస్టిస్ దత్తుగారు ఒప్పుకోలేదు. కోర్టు హాలంతా కిటకిటలాడుతోంది. మొత్తం అందరూ రాష్ట్రవిభజన అంశం కోర్టు ఏమంటుందా అని ఆత్రుతగా ఎదురుచూస్తున్నారు. నేను నిలబడి 'అయ్యా నేను ఎంపీని ఆంధ్రప్రదేశ్‌కు చెందినవాడిని. మా మాట లోక్ సభలో వినలేదు. సస్పెండ్ చేసేసారు. కనీసం మీరైనా వినండి" అని గట్టిగా అరిచాను. తరువాతి అంశంలోకి వెళ్లిపోతున్న జస్టిస్ ఆగారు. నేను 11 నిముషాలసేపు చెప్పాను. లోక్ సభ తలుపులు వేసేయటం, టీవీ ఆపేయటం, ఆంధ్ర ప్రాంత సభ్యులెందరినో సస్పెండ్ చేసేయటం, రాజ్యసభలో ఓటింగ్ లేకపోవటం, జైట్లీ 'ఈ బిల్లు రాజ్యాంగ విరుద్ధం' అనటం, కపిల్ సిబల్ 'కోర్టు తేలుస్తుంది' అని సమాధానమివ్వటం మొత్తం చెప్పాను.

ఆయన విని, ప్రభుత్వ వాదన వినకుండా, పార్లమెంట్ నిర్ణయాన్ని స్టే చెయ్యడం సరికాదనీ అన్నారు. 'జూన్ 2, తర్వాత రెండు రాష్ట్రాలేర్పడి పోయాక ఇంక మీరేం చేసినా ఏం లాభం" అన్న ప్రశ్నకు "ఈ కోర్టు ఏమైనా చేయగలదు, ఈ చట్టం, రాజ్యాంగ విరుద్ధమే అయితే, "We will set the colck back" "మళ్లీ పూర్వ పరిస్థితి తెస్తాం" అంటూ కేంద్ర ప్రభుత్వానికి ఆరువారాలు గడువిస్తూ ఆగస్టు 20, 2014 నాటికి 'పోస్ట్' చేసారు.

7వ తారీఖునాడు, అంటే ఇంక రెండురోజుల్లో, ఆంధ్రప్రదేశ్ పోలింగ్! మీడియాలో అదీ తెలుగు మీడియాలో ప్రధానంగా అరుణ్ కుమార్ ని జడ్జి 'ఇది చేపల బజారు కాదు' అని మందలించారని ప్రచురించారు. నా వాదన అయిపోయిన వెంటనే, కిక్కిరిసి ఉన్న కోర్టు లోంచి నేను బైటకొచ్చేసాను. ఇంకెవర్నీ వినటం లేదన్న కారణంగా, ఈ కేసులో వాదనలు వినిపించటానికి వచ్చిన వారంతా ఒక్కసారిగా తమ వాదనలు కూడా వినమని జడ్జిని కోరినప్పుడు.. ఆయన 'డోంట్ మేక్ ఇట్ ఫిష్ మార్కెట్' అన్నారట! ఆ సమయానికి నేను కోర్టు హాల్లోనే లేను!! ఇంగ్లీషు పేపర్లు సరిగ్గానే రిపోర్టు చేసినా, తెలుగు మీడియాలో అధికులకి, ఈ అంశం మీద ఇక ఆసక్తి లేదని తేలిపోయింది!!

ఆగస్టు 20న, ఈ కేసు, ఆఖరి నిముషంలో లిస్ట్ నుంచి తొలగించబడింది. ఆనాటి జస్టిస్ దత్తు తర్వాత సుప్రీంకోర్టు చీఫ్ జస్టిస్ గా కూడా పని చేసారు. డిసెంబర్ 2న ఆయన కోర్టులో హాజరై, నేను మళ్లీ ఈ కేసు ప్రస్తావించాను. ఆ తర్వాత అది రిజిస్ట్రార్ కోర్టులో పోస్టింగ్ అయ్యింది. అక్కడ మూడు వాయిదాలకి హాజరయ్యాను. రిజిస్ట్రార్ కోర్టు, ఇక రానక్కర్లేదనీ, ఏ రోజు పోస్టింగ్ అవుతుందో 'వెబ్సైట్' లో పెడ్తామని చెప్పేసారు.

జనవరి 20, 2015న కేంద్ర ప్రభుత్వానికి రిజిస్ట్రార్ కోర్టు నాలుగు వారాలు టైమిస్తూ వాయిదా వేసింది.

ఫిబ్రవరి 26, 2015న మళ్లీ నాలుగు వారాలు టైమిచ్చింది. ఆగస్టు 26, 2015న ఇంక రిజిస్ట్రార్ కోర్టుకి రానక్కర్లేదని, ఏ కోర్టులో పోస్టింగ్ ఇచ్చిందో 'వెబ్సైట్'లో పెట్టబడుతుందని రిజిస్ట్రార్ కోర్టు ప్రకటించింది. 'వెబ్సైట్'లో ఇప్పటివరకు పెట్టలేదు. కేంద్ర ప్రభుత్వం ఇప్పటివరకూ 'కౌంటర్' దాఖలు చెయ్యలేదు.

అరణ్యరోదన

ఆర్టికల్ 122 ప్రకారం లోక్ సభలో జరిగిన అవకతవకలు కోర్టులు ప్రశ్నించలేవు.

ఇప్పుడు కాకపోతే, కొన్నాళ్ళకైనా, సుప్రీంకోర్టులో ఏ.పి. రీ ఆర్గనైజేషన్ యాక్ట్ విచారణకు రావటం ఖాయం! అప్పుడు కూడా టి.వి. ప్రత్యక్ష ప్రసారాలు ఎందుకు నిలిపేసారు. ఓటింగ్ ఎందుకు జరపలేదు, బిల్లు పాసవ్వటానికి కావల్సిన మెజార్టీ వుందా, ఈ పాయింట్లు కోర్టు విచారించ లేదు. పార్లమెంట్ చేసిన చట్టం 'కపిల్ సిబల్' చెప్పినట్లు రాజ్యాంగ బద్ధమా, 'అరుణ్ జైట్లీ' చెప్పినట్టు రాజ్యాంగ విరుద్ధమా? ఆర్టికల్ '3' ప్రకారం అసెంబ్లీ అభిప్రాయం తెలుసుకున్న తర్వాత మాత్రమే, ప్రెసిడెంట్ ఈ బిల్లును పార్లమెంట్‌కు పంపాలి అంటే అర్థమేమిటి? అభిప్రాయం ఎలా వున్నా పార్లమెంటు సిఫార్సు చేయవచ్చా! ఎలా ఉన్నా సిఫార్స్ చేయాలి అన్నప్పుడు, అసలు అభిప్రాయం తెలుసుకోవటం ఎందుకు? ఇలాంటి రాజ్యాంగ సంబంధిత అంశాలనే కోర్టు విచారిస్తుంది.

మరి 'లోక్ సభ'లో జరిగిన 'ద్రోహానికి' వివరణే వుండదా? పెద్ద ఉద్యమం జరిగింది. ఎమ్మెల్యేలూ, ఎంపీలూ పార్టీలకతీతంగా కలిసిపోయారు. లోక్ సభలో 'పాస్' అవ్వటానికి కావల్సిన మెజార్టీ లేక, అధికార ప్రతిపక్షాలు కుమ్మక్కు అయిపోయి కుట్రచేసి పాస్ అవ్వని బిల్లుని యాక్ట్ గా మార్చేసారు.

మళ్లీ లోక్ సభ ఈ అఘాయిత్యం మీద చర్చించాలి. అందుకే నేనొక 'బుక్' ద్వారా పార్లమెంట్ సభ్యులందర్నీ కోరాను. మన రాష్ట్రానికి చెందిన వై.సి.పి., టి.డి.పి. సభ్యుల్ని కోరాను. సభలో నోటీసు ఇవ్వండి. ఇంతటి భయంకరమైన వంచన చేసి, రాష్ట్ర ప్రజల్ని తీవ్రంగా గాయపరిస్తే కనీసం అడిగేవాడే లేడా అని ప్రాధేయపడ్డాను. ఇది జరిగింది 15వ లోక్ సభలో. ఇది 16వ లోక్ సభ! గత సభలో జరిగిన తతంగం విషయమై ఈ సభలో చర్చించే అవకాశం ఉంటుందా అని కొందరు అనుమానం వెలిబుచ్చారు.

అయ్యా, 1972-73 సమయంలో ప్రధానమంత్రి హోదాలో, శ్రీమతి ఇందిరాగాంధీ 'పార్లమెంట్ హక్కుల ఉల్లంఘన'కి పాల్పడ్డారని 1978లో జనతా ప్రభుత్వ సమయంలో, లోక్ సభ ప్రివిలేజ్ కమిటి విచారణ జరిపింది. లోక్ సభలో మారుతీ కార్ల ఫ్యాక్టరీ విషయమై ప్రశ్న అడగబడిందని, ఆ ప్రశ్నకు సమాధానం రాబట్టడానికి వెళ్లిన అధికారులను, ఇందిరాగాంధీ తన సెక్రటరీ ధావన్ ద్వారా బెదిరించారని ఆరోపణ! ఇది లోక్ సభ హక్కుల ఉల్లంఘనగా నిర్ధారించి 1978 డిసెంబర్ 19న ఇందిరాగాంధీకి ఆ సెషన్స్ పూర్తయ్యేవరకు కఠిన కారాగార శిక్షతో పాటు, 'చిక్ మగుళూరు' ఉపఎన్నిక ద్వారా లభించిన పార్లమెంట్ సభ్యత్వాన్ని కూడా రద్దు చేసారు!!

5వ లోక్‌సభలో జరిగిన 'ఉల్లంఘన'కు ఆరవ లోక్ సభ సాక్షాత్తూ మాజీ ప్రధానినే జైలుకి పంపగలిగినప్పుడు, 15వ లోక్ సభలో జరిగిన 'అఘాయిత్యం' 16వ లోక్ సభ ఎందుకు విచారించలేదు!

అసలు అడిగేదెవ్వరు? విచిత్రంగా, రాష్ట్రంలో పాలక ప్రతిపక్షాలు వై.సి.పి., టిడిపి పార్టీలు రెండూ కేంద్రంలో ఎన్డీయే ప్రభుత్వానికి సపోర్టు చేస్తున్నాయి. టిడిపి ప్రభుత్వ భాగస్వామి అయితే, వైసిపి మద్దతు ప్రకటించింది.

భారత ప్రజాస్వామ్య చరిత్రలో, అత్యంత ఘోరమైన అత్యాచారానికి బలైపోయి కూడా, కనీసం ఎందుకిలా జరిగింది, అని ప్రశ్నించే నాథుడే లేని పరిస్థితికి దిగజారి పోవటం, మన దురదృష్టం. బహుశః, అందుకే కేంద్రం ఆంధ్రప్రదేశ్ ని లెక్కే చేయటం లేదు! యాక్ట్ ఉన్నవీ రావటం లేదు. బిజెపి వారు స్వయంగా ప్రకటించినవీ ఇవ్వటం లేదు. 'ఓటు–నోటు' కేసుకు భయపడి టిడిపి వారు మాట్లాడలేక పోతున్నారని, వై.సి.పి. వారూ, అక్రమాస్తుల కేసు భయంతో వైసిపి కేంద్రాన్ని ఏమీ అనటం లేదని టిడిపివారూ పరస్పర విమర్శలు చేసుకుంటూ రెండేళ్లు గడిపేసారు. జరిగిన అన్యాయాన్ని ప్రశ్నించలేకపోవటం... అసమర్థత! ప్రజా ప్రతినిధులు అవినీతి పరులైనా, అబద్ధాలకోరులైనా ప్రజలు భరించగలరేమో గానీ అసమర్థులైతే భరించలేరు!!

సుదీర్ఘమైన వివిధ భాషలలోని లేఖల్ని ఇక్కడ ఇవ్వడం కుదరక పోవడంతో వాటిని ప్రచురించలేదు. ఇయితే లేఖలు, మరిన్ని వివరాలు చదవాలంటే www.vundavalli.org లో చూడవచ్చు.

KASTURI VIJAYAM

📞 00-91 95150 54998

KASTURIVIJAYAM@GMAIL.COM

SUPPORTS

- PUBLISH YOUR BOOK AS YOUR OWN PUBLISHER.

- PAPERBACK & E-BOOK SELF-PUBLISHING

- SUPPORT PRINT ON-DEMAND.

- YOUR PRINTED BOOKS AVAILABLE AROUND THE WORLD.

- EASY TO MANAGE YOUR BOOK'S LOGISTICS AND TRACK YOUR REPORTING.

Printed in the USA
CPSIA information can be obtained
at www.ICGtesting.com
LVHW061114230823
755928LV00010B/140